എജ്ജാതി പെണ്ണ്

Ejjathi Pennu
Stories

Nisha Anilkumar

CHINTHA PUBLISHERS
Thiruvananthapuram

First Edition
September 2022

Published & Typesetting
Chintha Publishers, Thiruvananthapuram

Printed at
Repro India Ltd, Mumbai

Cover Design
Vinod Mangoes

ISBN : 978-93-93468-60-4

CO - 3180 / 6181

Email: chinthapublishers@gmail.com
Website: www.chinthapublishers.com

A version is available at National Libraries
Kolkata, Mumbai, Chennai and Delhi

Distribution
DESHABHIMANI BOOKHOUSE
H O Thiruvananthapuram 695035

Branch
Head Office Kunnukuzhi • Statue Thiruvananthapuram
KSRTC Bus Terminal Thampanoor • Saphalyam Complex Thiruvananthapuram
KSRTC Bus Station Alappuzha • KSRTC Bus Station Ernakulam
Machingal Lane Thrissur • IG Road Kozhikode
Mavoor Road Kozhikode • NGO Union Building Kannur
Central Bus Terminal Complex Thavakkara Kannur

എജ്ജാതി പെണ്ണ്

നിഷ അനിൽകുമാർ

ചിന്ത പബ്ലിഷേഴ്സ്
തിരുവനന്തപുരം-695 035

നിഷ അനിൽകുമാർ

1979 ഒക്ടോബർ 7 ന് ജനനം. സാമ്പത്തികശാസ്ത്രത്തിൽ ബിരുദം, ബ്യൂട്ടീഷൻ ആൻഡ് മേക്ക് അപ്പ് കോഴ്സ് പഠിച്ചശേഷം എറണാകുളത്ത് മേക്ക് അപ്പ് സ്റ്റുഡിയോ നടത്തുന്നു. *ഇതിഹാസത്തിന്റെ അമ്മ, അവധൂതരുടെ അടയാളങ്ങൾ* (നോവൽ), *തണൽമരങ്ങൾ, ഡ്യുവൽ സിം* (കഥാസമാഹാരം) എന്നീ കൃതികൾ പ്രസിദ്ധീകരിച്ചിട്ടുണ്ട്. *ശിഥില സമാധി* എന്ന കഥയ്ക്ക് കേരളീയ കലാകേന്ദ്രം കമലാ സുരയ്യ പുരസ്കാരം, *അവധൂതരുടെ അടയാളങ്ങൾക്ക്* തോപ്പിൽ രവി പുരസ്കാരം, നൂറനാട് ഹനീഫ് പുരസ്കാരം എന്നിവ ലഭിച്ചിട്ടുണ്ട്.

വിലാസം : പരിയാരത്ത് ഹൗസ്
നളന്ദ റോഡ്
തമ്മനം - 682032
കൊച്ചി
ഫോൺ : 9061874967

ഉള്ളടക്കം

പ്രസാധകക്കുറിപ്പ്

അതിവൈകാരികതയും വൈയക്തികതയും അരങ്ങുവാഴുന്ന കഥാലോകത്ത് സാമൂഹ്യവിഷയങ്ങളുടെ സംഘർഷമേഖലയിലേക്കാണ് *എജ്ജാതി പെണ്ണി*ലെ കഥകൾ പ്രവേശിക്കുന്നത്. സാധാരണ മനുഷ്യരുടെ ദൈന്യതയെന്നു പ്രത്യക്ഷത്തിൽ തോന്നുന്ന സന്ദർഭങ്ങളെ കീഴാളജീവിതത്തിന്റെ ഉൾക്കരുത്തായി പരിവർത്തിപ്പിക്കുന്ന അത്ഭുതാവഹമായ രചനാവൈഭവമാണ് ഈ കഥാസമാഹാരത്തിലെ കഥകളിൽ നാം കാണുന്നത്. ദീർഘകഥകളുടെ വിന്യാസത്തിനുള്ളിൽ രസച്ചരടു പൊട്ടാതെ സൂക്ഷിച്ച് ഏകാഗ്രതയിലേക്ക് പരിവർത്തിപ്പിക്കുവാനുള്ള കഥാകാരിയുടെ കഴിവ് നമുക്കീ കഥകളിൽ ദർശിക്കാം. സ്ത്രീജീവിതങ്ങളുടെ കരുത്തുറ്റ ആവിഷ്കാരം മുന്നേറ്റത്തിനായി കുതിക്കുന്ന ശക്തിയെ വെളിപ്പെടുത്തുന്നു.

ചിന്ത പബ്ലിഷേഴ്സ്

നുണകൾക്കുള്ളിലെ നേർരേഖകൾ

ഒന്നാം രേഖ

നീതി മെഡിക്കൽ സ്റ്റോറിന് മുന്നിലെ നീണ്ട വരിയിൽ അയാൾ ഏഴാമത്തെ ആളായിരുന്നു.. ജീവിതം കൈമോശം വന്നുപോയവരുടെ നിസ്സംഗത പ്രതിഫലിപ്പിക്കുന്ന മുഖമുള്ളവർക്കിടയിൽ നില്ക്കവെ അയാളിൽ പലപ്പോഴും വന്നു നിറയാറുള്ള നിർവ്വികാരതയുണ്ടായി.

തന്റെ ഊഴമെത്തിയപ്പോൾ കൗണ്ടറിലെ പെൺകുട്ടിയുടെ മടുപ്പ് നിറഞ്ഞ മുഖത്തെ വിളർച്ചയിലേക്ക് ഉറ്റുനോക്കിക്കൊണ്ട് അയാൾ ചീട്ടെടുത്തു നീട്ടി. അവൾക്ക് ഹീമോഗ്ലോബിന്റെ കുറവുണ്ടെന്ന് അയാൾക്ക് തോന്നി. മുഖത്തെ മഞ്ഞ രാശി, കണ്ണിലെ കെട്ടുപോയ തിളക്കം, വിളർത്ത ചുണ്ടുകൾ, ഇത്തരം ലക്ഷണങ്ങൾ അവൾ അനീമിക്കാണെന്ന് വിളിച്ചു പറയുന്നു. മെഡിക്കൽ സ്റ്റോറിനുള്ളിലെ അയൺ ടോണിക്കിലേക്ക് നോക്കിയപ്പോൾ അയാൾക്ക് ചിരി വന്നു. അന്നേരം അയാൾക്കവളെ ഉപദേശിക്കണമെന്ന് തോന്നി. ആത്മാവിലേക്കുള്ള ദൂരം ശരീരത്തിലൂടെ സഞ്ചരിച്ചേ കണ്ടെത്താനാവൂ എന്ന മഹദ് വചനങ്ങൾ ഓർമ്മയിലെത്തിയെങ്കിലും അത്തരം ഉപദേശവാക്കുകൾ തെറ്റിദ്ധരിക്കപ്പെടുന്ന ഒരു കാലഘട്ടത്തിലാണ് താൻ ജീവിക്കുന്നതെന്നുള്ള ഓർമ്മ അയാളെ അതിൽനിന്നും പിന്തിരിപ്പിച്ചു.

മരുന്നുകളുടെ പൊതികെട്ട് എടുത്ത് മേശപ്പുറത്ത് വച്ചിട്ട് അവൾ ബില്ലെഴുതി അയാൾക്ക് നേരെ നീട്ടി. ബില്ലിലെ സംഖ്യ പ്രതീക്ഷിച്ചതിലും കൂടുതലായിരുന്നു.

മിനിഞ്ഞാന്ന് ഇതേ മരുന്ന് വാങ്ങിയപ്പോൾ ഇത്രയും തുക ആയില്ലല്ലോ? അയാൾ സംശയ നിവാരണത്തിനായി ചോദിച്ചു.

"മരുന്നിന് വിലകൂടി സാർ." അവൾ ഉദാസീനതയോടെ പറഞ്ഞു.

"ഇതെത്രാമത്തെ തവണയാണ് മരുന്നുകമ്പനിക്കാർ വില കൂട്ടു

ന്നത്." മകളുടെ ഫീസിനായി വച്ചിരുന്ന കാശിൽനിന്നും അഞ്ഞൂറു രൂപ കൂടിയെടുത്ത് നീട്ടിക്കൊണ്ട് മനക്ലേശത്തോടെ അയാൾ ചോദിച്ചു.

"ജി എസ് ടി വന്നില്ലേ സർ അതിന്റെയാണ്." പെൺകുട്ടി അത് പറഞ്ഞുകൊണ്ട് അടുത്തയാളുടെ ചീട്ടിന് കൈനീട്ടി.

അയാൾക്ക് പ്രതികരിക്കാനുള്ള മനോവീര്യം നഷ്ടപ്പെട്ടിരുന്നു. അല്ലെങ്കിലും ആരോടാണ് പ്രതികരിക്കുന്നത്! അതിനു പാഴാക്കുന്ന സമയത്ത് അയാളുടെ ജീവിതത്തിൽ എന്തെല്ലാം കാര്യങ്ങൾ വൈകിപ്പോകും. കൃത്യസമയം പാലിക്കേണ്ട അനേകം തിരക്കുകൾക്കിടയിൽപ്പെട്ട് ഞെരുങ്ങുന്നതിനിടയിൽ പലപ്പോഴും മനുഷ്യർ ഒത്തുതീർപ്പുകൾക്ക് വിധേയരായി തീരേണ്ടി വരും.

ആശുപത്രി മുറ്റത്തെ ഉണങ്ങിയ ശിഖരങ്ങളും ബലഹീനമായ വേരുകളുമുള്ള മരത്തിന് കീഴിൽ നിന്നുകൊണ്ട് അയാളൊരു സിഗററ്റെടുത്ത് ചുണ്ടിൽ വച്ചു. അവിടെനിന്നു നോക്കിയാൽ നാലാമത്തെ ബ്ലോക്കിൽ ഡോക്ടർമാരുടെ മുറികൾക്കു മുന്നിലെ നിരത്തിയിട്ട കസേരകളിലും വരാന്തകളിലുമൊക്കെ നിരന്നിരിക്കുന്ന ആൾക്കൂട്ടത്തെ കാണാം. ഒരു ഹോസ്പിറ്റലിൽ ഇത്രയധികം രോഗികളെ കാണുമ്പോ കൊതി പിടിച്ച കണ്ണോടെ നോക്കിയിരുന്ന ഭൂതകാലം അയാളുടെയുള്ളിലൂടെ കയറിയിറങ്ങിപ്പോയി.

തിളങ്ങുന്ന ഷൂസും കഴുത്തിൽ മുറുക്കിക്കെട്ടിയ ടൈയും ഇൻ ചെയ്ത ഷർട്ടും ബ്രിൽ ക്രീം തേച്ച് മിനുക്കിയ മുടിയുമായി മരുന്നുകളുടെ സാമ്പിളുകളുമായി ഡോക്ടർമാരുടെ മുറികളിലേക്ക് വിടർന്ന ചിരിയോടെ കടന്ന് ചെല്ലുന്ന ഒരു യുവാവുണ്ടായിരുന്നു. ഒരിടത്ത്, ഒരിടത്ത് എന്നു പറഞ്ഞ് തുടങ്ങിയാൽ ഇങ്ങനെ വായിക്കാവുന്ന ആത്മകഥ.

മുഖത്തെ ചിരിയും ചുറുചുറുക്കുള്ള സംഭാഷണവും മാത്രമല്ല ഡോക്ടർമാർക്ക് കൊടുക്കാനുള്ള പാരിതോഷികങ്ങളും ബാഗിൽ കരുതിയാണ് ചെറുപ്പക്കാരൻ കടന്നു ചെല്ലുക. പലപ്പോഴും അവരുടെ പല രഹസ്യങ്ങൾക്കും അയാൾ ഇടനിലക്കാരനായി നില്ക്കും. ജീവിതം അവന്റെ ഭാഷയിൽ അടിച്ചുപൊളിയായിരുന്നു. വിലകൂടിയ വസ്ത്രങ്ങൾ, ഭാര്യക്ക് ആഭരണങ്ങൾ, വിദേശ യാത്രകൾ. ആശുപത്രികളിലെ രോഗങ്ങളുടെ ഗന്ധം അയാളിൽ ഉന്മാദം നിറച്ചിരുന്നു. ഡോക്ടർമാരിൽ ഏറിയ പങ്കും മരുന്നു കമ്പനിക്കാരുടെ തുറുപ്പ് ചീട്ടുകളായിരുന്നു.

വൈകുന്നേരത്തെ പാർട്ടിയിലെ ലഹരിക്കിടയിൽ ചെറുപ്പക്കാരനായ ഡോക്ടറുടെ വാക്കുകൾ.

"എം ബി ബി എസ് അമ്പത് ലക്ഷവും എം ഡി ഒന്നരക്കോടിയും കൊടുത്താണ് നേടിയത്. അത് തിരിച്ചുകിട്ടാൻ ഇങ്ങനെ ചില അഡ്ജസ്റ്റ്മെന്റുകൾ വേണ്ടി വരും."

അയാളുടെ വായിൽ കയ്പുനീരുപോലെ ഉറഞ്ഞുകൂടിയ ഓർമ്മകൾക്ക് എന്നേക്കുമായി ഉപേക്ഷിച്ചുവെന്ന് വിശ്വസിക്കുന്ന ഭൂതകാലത്തിന്റെ അഴുകിയ നാറ്റമനുഭവപ്പെട്ടു.

വാർഡിലെ ഉളുമ്പു നാറ്റത്തിലും തിക്കിത്തിരക്കിനുമിടയിൽ നരച്ചു

തുടങ്ങിയ പച്ചവിരിപ്പിൽ പാതി മയക്കത്തിൽ കിടക്കുന്ന കുഞ്ഞിന് അയാളുടെ ഛായ തന്നെയായിരുന്നു. 'അച്ഛേടെ വാവേ' എന്നാണ് അയാളവനെ വിളിക്കാറുള്ളത്.

കൈയിലെ മരുന്ന് പൊതിയിലേക്ക് അയാൾ വീണ്ടും നോക്കി. ഉച്ചയ്ക്ക് കഴിക്കാനുള്ള മരുന്നാണ്. സൂചി കയറ്റാൻ ഇടമില്ലാത്തവണ്ണം കുഞ്ഞ് കൈകളിൽ നീരുവന്നു തടിച്ചപ്പോഴാണ് ഡോക്ടർ കുറച്ചുദിവസത്തേക്ക് മരുന്ന് കുറിച്ചത്.

കണ്ണീർ പൊഴിക്കാനാവാത്ത വിധം വരണ്ടുപോയ കണ്ണുകൾ ഇറുക്കിയടച്ചുപിടിച്ചുകൊണ്ടാണ് അയാളുടെ ഭാര്യ അവനെ പിടിച്ചുകിടത്തി മൂക്ക് പൊത്തി പിടിച്ചുകൊണ്ടു വായിലേക്ക് ഗുളികയും വെള്ളവും ഒഴിച്ചു കൊടുക്കുന്നത്. അയാൾ കാലുകളിൽ മുറുകെ പിടിക്കും. അവൻ പിടയാൻ ശ്രമിച്ചു പരാജയപ്പെട്ട്, ഉരുണ്ട കുഞ്ഞിക്കണ്ണുകളാൽ രണ്ടു പേരെയും മാറി മാറി നോക്കും. അപ്പോഴവന്റെ മനസ്സിൽ തെളിയുന്ന വികാരമെന്തെന്ന് ചിന്തിക്കാൻ പോലും അയാൾക്ക് മനോധൈര്യമുണ്ടായിരുന്നില്ല.

"വിഷമിക്കരുത്." ഭാര്യ ഉള്ളിലെ കൊടുങ്കാറ്റ് മറച്ചുവച്ചുകൊണ്ടു അയാളോട് പറഞ്ഞു. ദുഃഖങ്ങളുടെ കനത്ത ഭാരം എന്റെ സ്വപ്നങ്ങളെ തിരിച്ചറിവുള്ളതാക്കി മാറ്റിയതായി വ്യാഖ്യാനിക്കാനാണ് ഞാനിപ്പോൾ ഇഷ്ടപ്പെടുന്നത് എന്നാണയാൾ മറുപടി പറഞ്ഞത്.

അന്നേരം അവർക്കിടയിൽ കനത്ത മൗനം ഉറഞ്ഞുകൂടും.

എന്തിനാണ് അവളോടു ഇത്ര കടുകട്ടിയായി ജീവിതത്തെക്കുറിച്ചു സിദ്ധാന്തം പറഞ്ഞതെന്ന് പിന്നീടയാൾ അത്ഭുതപ്പെട്ടിട്ടുണ്ട്.

തെളിഞ്ഞ ഭൂതകാല രേഖകൾ

വീട്ടിൽ ചെല്ലുമ്പോൾ മകൾ സ്കൂളിൽ പോയിരുന്നു. അവളെ കണ്ടിട്ട് ദിവസങ്ങളായി. ഈ വീട് വിട്ട് നാലുവർഷം മുമ്പ് അയാൾ നഗരത്തിലേക്ക് താമസം മാറിയിരുന്നു. അച്ഛൻ പണിത വീടിന് പഴകിയ ഗന്ധവും, അസൗകര്യങ്ങളുമാണെന്ന് കൗമാരം കടന്നപ്പോഴേ തോന്നിത്തുടങ്ങിയിരുന്നു. എന്നും അയാൾ മുന്തിയ ജീവിതം സ്വപ്നം കണ്ടു. പുതിയ ഫാഷനുകൾ ഇറങ്ങുമ്പോ അതെല്ലാം വേണമെന്ന് ദാക്ഷിണ്യമില്ലാതെ വാശി പിടിക്കും. പുതിയ തരം ഷൂസുകൾ, വാച്ചുകൾ, വസ്ത്രങ്ങൾ ഇതൊക്കെ അയാളും അടുക്കളയിൽ സാധനങ്ങൾ തീരുമ്പോൾ അമ്മയും ആവശ്യങ്ങൾ നിരത്തും. അച്ഛന് തൊട്ടടുത്ത ഫാക്ടറിയിൽ ആയിരുന്നു ജോലി. എത്ര ശമ്പളം കിട്ടുമെന്ന് വീട്ടിലാരും തിരക്കിയിട്ടില്ല. ഒരു എ റ്റി എം കൗണ്ടറിനോടു തോന്നുന്ന കൗതുകമേ അച്ഛനോട് തോന്നിയിട്ടുള്ളൂ.

വാതിൽ തുറന്നിട്ടിട്ടു അമ്മ എവിടെപ്പോയെന്ന് ചിന്തിച്ചുകൊണ്ടാണ് അയാളകത്തേക്ക് കടന്നത്.. ഹാളിലെ മൂലയിൽ മാറ്റിയിട്ടിരിക്കുന്ന പഴക്കം ചെന്ന ചാരുകസേര വലിച്ചിട്ട് അയാളൊന്നു നീണ്ടു നിവർന്ന് കിടന്നു. മുഷിഞ്ഞു നരച്ച തുണിയും പൂപ്പലിച്ച മരത്തിന്റെ ഗന്ധവും വമിച്ചുതുടങ്ങിയ ആ കസേര അന്നേരവും അയാളിലെ ആയാസങ്ങളെ

ഏറ്റുവാങ്ങാൻ മാത്രം പര്യാപ്തമായിരുന്നു.

ഹാളിലെ പഴകിയ അലമാരിയിൽ അച്ഛൻ വായിക്കാറുള്ള ഏതാനും പുസ്തകങ്ങളും എപ്പോഴുമിരുന്ന് കുത്തിക്കുറിക്കാറുള്ള തടിച്ച ബുക്കും ഇരിപ്പുണ്ട്. എന്താണ് ഈ മനുഷ്യൻ കുത്തിക്കുറിക്കുന്നതെന്ന് അമ്മ പലപ്പോഴും കളിയാക്കുക പതിവാണ്. കവിതയോ മറ്റോ ആകും എന്നു താനും കളിയാക്കിയിട്ടുണ്ട്. അച്ഛൻ മരിച്ചു എന്നറിഞ്ഞപ്പോൾ തിരക്കിട്ട് വന്നു ചടങ്ങുകൾ ചെയ്തു ഓടിപ്പാഞ്ഞു പോയപ്പോഴോ പിന്നീട് അമ്മയെ കാണാൻ വല്ലപ്പോഴും ഓടി വരുന്ന സന്ദർശനങ്ങളിലോ ഒരിക്കലും അച്ഛന്റേതായ ഒരോർമ്മയും ചിന്തകളിലേക്ക് വന്നിട്ടില്ല. ആശുപത്രിയിൽ കിടക്കുന്ന മകന്റെ മുഖം മനസ്സിലേക്കെത്തിയപ്പോൾ അലമാരിയിലെ പുസ്തകങ്ങളിൽ ഒന്നു തൊട്ട് നോക്കാൻ അയാളിൽ ഒരാഗ്രഹം നിറഞ്ഞു. പൊടിപിടിച്ച തടിച്ച പുസ്തകം തന്നെയാണ് അയാളാദ്യം കൈയിൽ എടുത്തത്.

ആദ്യത്തെ പേജിൽ പലചരക്ക് കടയിലെ കണക്കുകൾ ആയിരുന്നു. അമ്മയ്ക്ക് സാരി വാങ്ങിയത് മുതൽ മരുന്നിന്റെയും കറന്റ് ബില്ലിന്റെയും തെങ്ങ് കയറ്റക്കാരന് കൊടുത്ത കണക്ക് വരെ അതിലുണ്ടായിരുന്നു. അയാളുടെ സ്കൂളിലെ ഫീസും മറ്റ് ചെലവുകളും മറ്റൊരു പേജിൽ. ഓരോ മാസത്തെയും വരവ് ചെലവുകൾക്കവസാനം മിച്ചം എന്നെഴുതി ഒരു തുക കാണാം.

തങ്ങൾ മൂവരും മാത്രമുണ്ടായിരുന്ന ഈ വീട്ടിൽ അച്ഛന് ചെലവുകൾ ഒന്നും ഉണ്ടായിരുന്നില്ലേ എന്നയാൾ അത്ഭുതത്തോടെ ചിന്തിച്ചു. വല്ലപ്പോഴും മാത്രം വാങ്ങിയ ഒരു മുണ്ടോ ഷർട്ടോ ചെരുപ്പോ അല്ലാതെ മറ്റൊന്നും എഴുതിക്കണ്ടില്ല. ചില പേജിൽ മനോഹരമായ കൈപ്പടയിൽ എഴുതിയ വരികൾ കണ്ടു. അച്ഛന്റെ കൈയക്ഷരം ഇത്ര ഭംഗി ഉള്ളതായിരുന്നോ!

ഒരു വാചകത്തിൽ അയാളുടെ കണ്ണുകൾ ഉടക്കി നിന്നു

"സ്വാർത്ഥപരമായ എല്ലാ വിജയങ്ങളും പരാജയത്തിൽ അവസാനിക്കും."

മിച്ചം എന്ന തുക അച്ഛന്റെ ആഗ്രഹങ്ങളുടെ നീക്കിയിരിപ്പായിരുന്നു എന്ന കഠിനമായ തിരിച്ചറിവ് അയാളെ പൊള്ളിച്ചു. പല പല പേജുകളിൽ നിറഞ്ഞുകിടക്കുന്ന ഒരു യുവാവിന്റെ ധാരാളിത്തത്തിന്റെ ഭൂതകാല അടയാളങ്ങൾ അയാളുടെ നേർക്ക് പല്ലിളിച്ചു കാണിച്ചു.

നുണരേഖകൾ

പുതുതായി ചാർജ്ജെടുത്ത യൂറോളജിസ്റ്റിനു കുഞ്ഞിന്റെ സ്കാൻ റിപ്പോർട്ട് കൊടുക്കാൻ വേണ്ടി ഊഴം കാത്തിരിക്കുമ്പോഴാണ് അയാൾ മോഹനെ കണ്ടത്. ഒരേ മെഡിക്കൽ കമ്പനിയിൽ ജോലി ചെയ്തിരുന്നവർ, ഒരേ മുറി പങ്ക് വച്ചവർ.

"ഇങ്ങോട്ട് ട്രാൻസ്ഫർ ആയി. ശിവൻ ഇവിടെയാണ് താമസിക്കുന്നതെന്ന് ഞാനോർത്തില്ല." മോഹൻ അയാളെ ഓർക്കാപ്പുറത്ത് കണ്ട

അത്ഭുതത്തോടെ പറഞ്ഞു.

സുഹൃത്തിനെ ആലിംഗനം ചെയ്തപ്പോൾ അയാളുടെ ശരീരത്തിൽ പൂശിയ പെർഫ്യൂമിന്റെ ഗന്ധം ആശുപത്രിയിലെ രോഗങ്ങളുടെ ഗന്ധം പോലെ തന്നെ ശിവന്റെ പഞ്ചേന്ദ്രിയങ്ങളെ വിറപ്പിച്ചു.

"കുഞ്ഞിനു എങ്ങനെയുണ്ട്?"

"അങ്ങനെ തന്നെ. നിന്റെ കമ്പനിയുടെ മരുന്നാണ് ഡോക്ടേർസ് കൂടുതലും എഴുതുന്നത്. അവർക്ക് വേണ്ടതെല്ലാം കിട്ടുന്നുണ്ട് അല്ലേ?"

"അതൊരിക്കൽ നിന്റെ കൂടി കമ്പനിയായിരുന്നു. മറവി ഒരനുഗ്രഹമാണ് അല്ലേ സുഹൃത്തെ?"

മോഹൻ ചെറിയ പരിഹാസത്തിൽ ചോദിച്ചു.

ശരിയാണ്. നിഷേധിക്കുന്നില്ല. ഒരു മെഡിക്കൽ റെപ്പിന്റെ ദുരാർത്തി നിറഞ്ഞ കണ്ണുകളോടെ ആശുപത്രി വരാന്തകൾ പിന്നിടുമ്പോ രോഗികളെ കാണുന്നത് എനിക്കു ഹരമായിരുന്നു. ആ കാഴ്ചയിൽ പലപ്പോഴും രതി മൂർച്ഛയേക്കാൾ ആനന്ദമായ അനുഭൂതി ഞാനനുഭവിച്ചിരുന്നു. ഒരു സാധാരണ പനിയെപ്പോലും വേണ്ടവണ്ണം ചികിത്സിക്കും മുമ്പു ആന്റിബയോട്ടിലേക്കും ലാബുകളിലേക്കും, പിന്നേയും നീളുന്ന സ്കാനിങ്ങിന്റെ അനന്ത സാദ്ധ്യതകളിലേക്കും ഉന്തിവിടുന്ന ഡോക്ടർമാരെ അഭിനന്ദിച്ചിരുന്ന ആ ശിവൻ ഇനിയൊരിക്കലും സഫലീകരിക്കപ്പെടാത്ത സ്വപ്നങ്ങളുടെ തുരുമ്പെടുത്ത പാലത്തിനുമിപ്പുറം നിന്നാണ് ഇപ്പോൾ ജീവിതത്തെ നോക്കി കാണുന്നത്.

"എന്റെ മകന്റെ അസുഖം എന്താണെന്നറിയാമല്ലോ, രണ്ടു വൃക്കകളും പ്രവർത്തനം നിലച്ചു തുടങ്ങിയിരിക്കുന്നു. അവനിപ്പോ ജീവിതത്തിൽ നിന്നും പിന്നിലേക്ക് നടക്കാൻ തുടങ്ങിയിരിക്കുന്നു. മരണത്തിന്റെ മുന്നിൽ എത്തിപ്പെടുന്ന മനുഷ്യർ അനുഭവിക്കുന്ന തണുത്തുറഞ്ഞ ഭീകരതയോട് സാമ്യപ്പെടുത്താൻ പറ്റുന്ന ഒരറിവും ഓർമ്മയിലേക്ക് കടന്നുവരാനാവാത്ത വണ്ണം സ്വപ്നങ്ങളെ ഞാൻ വെറുക്കാൻ തുടങ്ങിയിരിക്കുന്നു." അത് പറയുമ്പോൾ പൊടിപിടിച്ച അലമാരയിൽനിന്നും പുതലിച്ച മണമുള്ള കനത്തചട്ടയിട്ട ഒരു പുസ്തകവും അതെഴുതിയ മെലിഞ്ഞ ദേഹമുള്ള മനുഷ്യന്റെ മുഖവും ശിവന്റെ ഓർമ്മയിലേക്ക് വന്നു.

"അതിരിക്കട്ടെ നീയിന്നു ഏത് ഡോക്ടറെ കാണാനാണ് എത്തിയത്?"

മോഹൻ പകച്ച മുഖ ഭാവത്തോടെ ശിവന്റെ കണ്ണുകളിലേക്ക് നോക്കി നിന്നു. അയാളുടെയുള്ളിൽ അറിഞ്ഞുകൊണ്ടു തെറ്റ് ചെയ്ത ഒരു കുട്ടിയുടെ ദൈന്യതയിരുന്നു വിങ്ങി.

"ഡോക്ടർ സാം അലക്സ്. യൂറോളജിസ്റ്റ്." മോഹൻ ദുർബ്ബലമായ ശബ്ദത്തിൽ പറഞ്ഞു.

ഒറ്റുകൊടുക്കപ്പെട്ട ഭൂതകാലക്കാറ്റിൽ ശിവൻ വിറച്ചുതുള്ളി.

ഡോക്ടർ സാം അലക്സ് വൈകുന്നേരത്തെ പാർട്ടിയിൽ പതുപതുത്ത കിടക്കയിൽ കിടന്നുകൊണ്ടു സുഖാലസ്യത്തിൽ ചോദിക്കുന്നു.

“കൊള്ളാവുന്ന ചരക്കൊന്നും ഇല്ലേടോ?”

ചെറുപ്പക്കാരൻ അർത്ഥം നിറഞ്ഞ പുഞ്ചിരി സമ്മാനിക്കുന്നു. ചെറിയ ചെറിയ പ്രലോഭനങ്ങളും, വാക്കുകളുടെ മാന്ത്രികതയുംകൊണ്ട് പ്രണയത്തിൽ കുരുക്കിയ ഏഴാമത്തെ പെൺകുട്ടിയായിരുന്നു അന്നത്തെ തുറുപ്പ് ചീട്ട്. അവളുടെ വലിയ മോഹങ്ങൾക്ക് വേണ്ടത്ര കൈ നിറച്ചു കൊടുത്തിട്ടുണ്ടല്ലോയെന്ന അല്പത്തം നിറഞ്ഞ ന്യായീകരണം മുഷിഞ്ഞു നാറിയ അടിവസ്ത്രം പോലെ രഹസ്യമായി അയാളുള്ളിൽ കൊണ്ട് നടന്നിരുന്നു. വേണ്ടത്ര കുളിർ മാറ്റിയതിനാൽ പകച്ചു പോകില്ലെന്നു ഉറപ്പാക്കിയിട്ടേ ശിവൻ ഇങ്ങനെയുള്ളവരെ ഉപയോഗപ്പെടുത്തൂ.

“സീ ശിവൻ.” സാം അലക്സ് പറഞ്ഞുകൊണ്ടിരിക്കുന്നു. “ഇന്ത്യയിൽ ലഭിക്കുന്ന പല മരുന്നുകളും നിലവാരത്തകർച്ച നേരിടുന്നതും ലോക വിപണിയിൽ നിരോധിക്കപ്പെട്ടതുമാണെന്ന് രോഗികളെക്കാൾ തിരിച്ചറിവുള്ളവരാകേണ്ടത് ഞങ്ങൾ ഡോക്ടർമാർ തന്നെയാണ്. എന്നിട്ടും ഞങ്ങളിതിനൊക്കെ കൂട്ട് നില്ക്കുന്നത് എന്തുകൊണ്ടാണെന്ന് അറിയാമല്ലോ?”

ചരിത്രാതീത കാലം തൊട്ടേ മനുഷ്യരെ ബാധിച്ചു തുടങ്ങിയ പരിഹാസ്യമായ ഒരുതരം ദുര അയാളുടെ ശബ്ദത്തിൽ നിറഞ്ഞിരുന്നു.

എല്ലാ കുറ്റവാളികളും ഒരിക്കലെങ്കിലും ഒറ്റുകൊടുക്കപ്പെടും എന്നെഴുതിയ വരികൾ എവിടെയാണ് താൻ വായിച്ചതെന്ന് ശിവന് ഓർമ്മ കിട്ടിയില്ല. മോഹന്റെ വിളർത്ത മുഖത്തേക്ക് നോക്കി ജീവിതത്തിൽ അന്നേവരെ ചിരിച്ചിട്ടില്ലാത്ത തെളിഞ്ഞ ചിരിയോടെ അയാൾ പറഞ്ഞു. “മെഡിക്കൽ എത്തിക്സ് എന്ന് അന്യന്റെ ഭാഷയിൽ പഠിച്ച വാക്കിന് അർത്ഥങ്ങളും നാനാർത്ഥങ്ങളും ഉണ്ടെന്നും അതിന്റെ ശരിയായ അർത്ഥം ഉയിർ കൊടുക്കുക എന്നാണെന്നും ആരോർക്കുന്നു അല്ലേ മോഹൻ?”

മോഹന് ശരീരം തളരുന്നപ്പോലെ തോന്നി. നാക്കിനും മനസ്സിനും ഇടയിൽ കുരുങ്ങിക്കിടക്കുന്ന സത്യങ്ങൾ അയാളുടെയുള്ളിൽ പൊട്ടിത്തെറിച്ചു. യൂറോളജിസ്റ്റിന് താൻ നല്കിയ മരുന്ന് സാമ്പിളുകളും മാർക്കറ്റിൽ എത്താൻ പോകുന്ന മരുന്നിന്റെ ഭവിഷ്യത്തും ഓർമ്മ വന്നു. പല വിദേശ രാജ്യങ്ങളും നിരോധിച്ച മരുന്നാണ്. ഏതോ വിദേശകമ്പനിയുമായുള്ള കരാറിലാണ് ഈ മരുന്ന് ഇന്ത്യൻ മാർക്കറ്റിൽ എത്തിക്കേണ്ട ചുമതല തന്റെ കമ്പനി ഏറ്റെടുത്തത്. അതിന്റെ പേരിൽ ലഭിക്കാവുന്ന നേട്ടങ്ങൾ മുൻകൂട്ടി കണ്ടുകൊണ്ട് നഗരത്തിലെ പ്രശസ്തമായ ഫൈവ് സ്റ്റാർ ഹോട്ടലിൽ തലേന്ന് സംഘടിപ്പിച്ച പാർട്ടിയും, കുടിച്ച മദ്യവും, കഴിച്ച മാംസവും അയാളുടെയുള്ളിൽ തികട്ടി. അടിവയറിൽനിന്നും ഉരുണ്ടുകൂടിയ തികട്ടൽ അസഹ്യമായപ്പോൾ മോഹൻ പോക്കറ്റിൽ കരുതിയിരുന്ന വായു ഗുളിക നാലഞ്ചെണ്ണം എടുത്ത് വായിലിട്ട് ചവച്ചരച്ചു. ബാഗിൽ കരുതിയിരുന്ന കുപ്പിയിൽനിന്നും രണ്ടു കവിൾ വെള്ളവും കുടിച്ചു.

ശിവൻ അയാളുടെ ഭാവപ്പകർച്ചകളും ചെയ്തികളും സാകൂതം നോക്കി നില്ക്കുകയായിരുന്നു. അയാൾ പുഞ്ചിരിയോടെ മോഹന്റെ കരം

കവർന്നുകൊണ്ടു പറഞ്ഞു. "വയറ്റിൽ ദഹനമില്ലായ്മ വന്നാൽ ആദ്യം ജെലൂസിലിനും പിന്നേയും നീണ്ടാൽ സ്കാനിങ്ങും. കുടൽ ദ്രവിച്ചോ ആമാശയം അതുപോലെയുണ്ടോ, ലിവർ വീർത്തോ എന്നൊക്കെ ആലോചിച്ചു വെപ്രാളപ്പെടും മുമ്പു വീട്ടിലെ അടുക്കളയിൽ കിട്ടുന്ന ഇത്തിരി ഇഞ്ചിക്കോ ജീരകത്തിനോ സാധിക്കുമെന്ന് അറിയാതെയല്ല അല്ലേ?"

ലോകത്തെ സ്തബ്ധമാക്കുന്ന നിശ്ശബ്ദത അവർക്കിടയിൽ ഏതാനും നേരത്തേക്ക് വിങ്ങി വീർത്തു നിന്നു. ഉണങ്ങിയ ഉറക്കു മരത്തിന്റെ ശിഖരങ്ങളിലൊന്ന് ദ്രവിച്ചടർന്നു മുന്നിൽ വീണ നിമിഷം അവരിരുവരും ഞെട്ടലാൽ പരസ്പരം കണ്ണുകളിലേക്ക് ഉറ്റുനോക്കുകയും ചെയ്തു.

"പരിധികളില്ലാത്ത മോഹത്തെ തളച്ചിടാൻ ആത്മധൈര്യം നേടുവാൻ എന്നു മനുഷ്യനു കഴിയുന്നോ അന്നതോടെ തീരാവുന്ന സാമൂഹിക ദുരന്തങ്ങളേ ഏത് രാജ്യത്തുമുള്ളൂ മോഹൻ." പഴകിയ പുസ്തകത്തിലെ നിറം മങ്ങിപ്പോയ അക്ഷരങ്ങൾ കടമെടുത്ത് ശിവൻ വേദാന്തിയായി.

"ആഗ്രഹങ്ങൾ അത്യാഗ്രഹങ്ങളായി മാറുമെന്നറിഞ്ഞുകൊണ്ടും മരത്തിൽ ഇലകൾ തളിർക്കും പോലെ എന്നിൽ ദുരനിറയുന്നു. പ്രകൃതിയുടെ സാധാരണ പ്രതിഭാസം പോലെ അത് തളിർക്കുകയും പൂവിടുകയും ചെയ്യുന്നു." മോഹൻ ആത്മപ്രഭാഷണം പോലെ പറഞ്ഞു.

"ന്യായീകരണങ്ങളുടെ കാര്യത്തിൽ നമ്മളെല്ലാം ഇപ്പൊഴും പുരാതനമായ ചില ഉപമകൾ കണ്ടെത്തും കൂട്ടുകാരാ."

മോഹൻ വാക്കുകൾക്കും, നീതീകരണത്തിനും സാദ്ധ്യതയില്ലാത്ത സത്യത്തെ നോക്കി ചിരിക്കാൻ ശ്രമിച്ചുകൊണ്ടു പറഞ്ഞു. "ഞാൻ പോകട്ടെ ഇനിയും മൂന്നാല് പേരെ കാണാനുണ്ട്."

"ശരി ചങ്ങാതി." ശിവൻ അയാളുടെ തോളിൽ തട്ടിക്കൊണ്ട് ആശ്വസിപ്പിച്ചു. ജോലി ജീവിതമാർഗ്ഗം കൂടിയാണല്ലോ. തെറ്റിനും ശരിക്കും അവിടെ സ്ഥാനമില്ല.

പുറത്ത് പാർക്ക് ചെയ്ത വിലകൂടിയ ബൈക്കിനരികിലേക്ക് നടക്കുമ്പോ ചുമലിലെ ബാഗിന്റെ ഭാരം താനിത്രനാൾ സൂക്ഷിച്ച കപട വിശ്വാസങ്ങളുടേതാണെന്ന തിരിച്ചറിവുകൾക്കിടയിലും അയാൾ മറ്റൊരു ന്യായീകരണം കണ്ടെത്തി.

തോറ്റവന്റെ സഹജ വാസനയായ അസൂയയായി മാത്രം സുഹൃത്തിന്റെ വാക്കുകളെ വിലയിരുത്താനുള്ള ജന്തുശാസ്ത്രപരമായ കഴിവ് അയാളിൽ മുന്നിട്ട് നിന്നിരുന്നു. എങ്കിലും മനുഷ്യനിൽ എക്കാലവും ബാക്കി നില്ക്കുന്ന ഉൾഭയത്തെ അടക്കാൻ പാടുപെട്ടുകൊണ്ടും അയാൾ ബൈക്ക് സ്റ്റാർട്ടാക്കി.

മിച്ചം

ജീവിക്കുന്നവരുടെ ആഹ്ലാദങ്ങൾ മരിച്ചവരുടെ വിയർപ്പിന്റെ മിച്ചം പിടിക്കലുകൾ ആയിരുന്നു എന്നെഴുതി ശിവൻ അയാളുടെ പുതിയ കണക്കു പുസ്തകം മടക്കി വച്ചു.

എജ്ജാതി പെണ്ണ്

"താങ്കൾ ഡേറ്റിങ്ങിൽ താല്പര്യമുള്ള ആളാണോ. സുന്ദരിയായ ഒരു യുവതിയുമൊത്ത് ഇഷ്ടമുള്ള സിനിമ കാണാൻ. സായന്തനത്തിൽ ചുവന്നുതുടുത്ത സൂര്യനെ സാക്ഷിയാക്കി കടൽത്തിരകൾ കണ്ടുകൊണ്ട് ഒരു മനോഹരിയുടെ മടിയിൽ കിടക്കാൻ, അതുമല്ലെങ്കിൽ അവളോടൊപ്പം തണുപ്പുള്ളരാത്രിയിൽ ഏതെങ്കിലും ഹിൽ സ്റ്റേഷനിൽ ഇരുന്നു ഒരല്പം വൈൻ നുകരാൻ. താങ്കൾക്ക് വിരസമായ ഈ ദിനങ്ങളിൽനിന്നും മാറി നില്ക്കണമെന്ന് ഒരിക്കലെങ്കിലും ആഗ്രഹം തോന്നിയിട്ടുണ്ടെങ്കിൽ ഈ നമ്പറിൽ വിളിക്കൂ. ലോകത്തെ ഏറ്റവും ആനന്ദകരമായ അനുഭൂതികളും കാഴ്ചകളും വിട്ടുകളഞ്ഞാൽ നിങ്ങളുടെ ജീവിതം എത്ര അർത്ഥശൂന്യമെന്ന് ഇനിയെങ്കിലും തിരിച്ചറിയൂ. ഈ സൗകര്യങ്ങൾ ഏറ്റവും സ്വകാര്യപരമായി ലഭ്യമാക്കാൻ ഞങ്ങൾക്ക് സാധിക്കും."

വാട്സ് ആപ്പിൽ അപ്പോൾ വന്ന സന്ദേശം അയാൾ ആകാംക്ഷയോടെ വായിച്ചുതീർത്തു. ആദ്യത്തെ വിസ്മയം മാറിക്കഴിഞ്ഞപ്പോൾ സുഗന്ധി പിന്നിൽ വന്നു പതുങ്ങിനില്പുണ്ടോയെന്ന് തിടുക്കത്തിൽ നിരീക്ഷിച്ചു. അവൾക്കിത് സ്ഥിരം ഏർപ്പാടാണ്. ഫോൺ എടുക്കുന്നത് കണ്ടാൽ ചില മുക്കലും മൂളലും ചീറ്റലുമൊക്കെ. ഒറ്റ വീക്ക് വച്ചുകൊടുക്കാൻ അറിയാഞ്ഞിട്ടല്ല. പിന്നെ ഒന്നും വേണ്ടാ വേണ്ടാന്നു വച്ചിട്ടാണ്.

വാട്സ് ആപ്പിൽ വന്ന നമ്പർ സേവ് ചെയ്തു വച്ചശേഷം മെസേജ് ഡിലീറ്റ് ചെയ്തുകളഞ്ഞു.

"രാത്രിക്കുള്ള ചപ്പാത്തിക്ക് നിങ്ങൾക്കെന്നാ വേണ്ടത്. ഉച്ചക്കത്തെ പരിപ്പ് കറി ഇരിപ്പുണ്ട്. അതങ്ങ് ചൂടാക്കിയാൽ പോരേ? എന്നെകൊണ്ടു വയ്യ തരാതരം ഒണ്ടാക്കാൻ."

സുഗന്ധി അടുക്കളയിൽനിന്നും വിളിച്ചുചോദിച്ചത് കേട്ടെങ്കിലും

അയാൾ കേട്ടതായി ഭാവിച്ചില്ല. ഇതവളുടെ സ്ഥിരം ചോദ്യമാണ്. എന്തുത്തരം പറഞ്ഞാലും തീരുമാനം അവളുടേതാകും.

അയാൾക്കന്നേരം ആകാശത്തു പ്രഭ ചൊരിഞ്ഞു നില്ക്കുന്ന ചന്ദ്രികയെ നോക്കി ദിവാസ്വപ്നം കാണാനുള്ള മൂഡായിരുന്നു. മഞ്ഞു പൊഴിയുന്ന ഒരു രാത്രിയിൽ മനോഹരിയായ ഒരു യുവതിയുടെ മടിയിൽ ഇതുപോലെ ചന്ദ്രികയെ നോക്കി കിടക്കാൻ സാധിച്ചിരുന്നെങ്കിൽ. ഹോ, ഓർത്തിട്ട് തന്നെ കുളിര് കോരുന്നു. വാട്സ് ആപ്പിൽ വന്ന നമ്പറിലേക്ക് നാളെ തന്നെ വിളിക്കണം.

ഒത്തുകിട്ടുമ്പോൾ ഇതൊക്കെയൊന്നു ആസ്വദിക്കാൻ പറ്റിയില്ലെങ്കിൽ പിന്നെന്ത് ജീവിതം.

സമയം രാവിലെ 6.30

അയാൾ ദോശയ്ക്കുള്ള മാവ് എടുത്ത് പുറത്തു വച്ചിട്ട് പാലെടുത്ത് തിളപ്പിക്കാൻ തുടങ്ങുകയായിരുന്നു. തലേന്ന് രാത്രിയിൽ വന്ന മെസേജിന് മറുപടി അയക്കണോ അതോ വിളിക്കണോയെന്നാണ് അയാളന്നേരം ചിന്തിച്ചത്. സുഗന്ധിയെങ്ങാനും അറിഞ്ഞാൽ ജീവിതം തീരും. ശ്രദ്ധിച്ച് വേണം ഇറങ്ങിത്തിരിക്കാൻ. ദോശക്കല്ല് ചൂടായപ്പോൾ മാവു കോരിയൊഴിച്ചു കുറച്ചു നെയ്യും തൂവി മൊരിയുന്നത് നോക്കി നില്ക്കേ പാല് തിളച്ചു തൂവിപ്പോകുകയും ചെയ്തു. ലക്ഷണശാസ്ത്രം അത്ര നന്നല്ല. ഈ കാര്യത്തിൽ തന്റെ ശ്രദ്ധ പാളുമെന്ന് ഉറപ്പാണ്.

ദിനവും സ്കൂട്ടർ കൊണ്ടുപോയി റെയിൽവേ സ്റ്റേഷനിൽ വച്ചിട്ടാണ് അയാൾ ചേർത്തലയിൽനിന്നും എറണാകുളത്തേക്കുള്ള ട്രെയിൻ പിടിക്കുന്നത്. ഫോണിലേക്ക് കണ്ണും നട്ടിരുന്നാൽ പിന്നെ സൗത്ത് സ്റ്റേഷൻ എത്താനുള്ള സമയം പോകുന്നത് ടെംപിഡിയിലാണ്.

മിക്കവാറും ദിവസങ്ങളിൽ സീറ്റ് കിട്ടണമെന്നില്ല. അതുകൊണ്ട് തന്നെ ട്രെയിനിലേക്ക് കയറും മുമ്പ് ഇന്നലെ വന്ന നമ്പറിൽനിന്നു പുതിയ സന്ദേശം വല്ലതുമുണ്ടോയെന്ന് തിരക്കിട്ട് നോക്കി. ഒന്നുമുണ്ടായില്ല.

ട്രെയിനിറങ്ങി എം ജി റോഡിലേക്ക് തിരക്കിട്ട് നടക്കുമ്പോൾ ഫോൺ ബെല്ലടിച്ചു. പരിചയമില്ലാത്ത നമ്പറാണ്. ഹലോ എന്ന് പറഞ്ഞപ്പോൾ മറുപുറത്ത് മാധുര്യമുള്ള സ്ത്രീ ശബ്ദം.

"താങ്കൾ വിനയചന്ദ്രൻ അല്ലേ?"

"അതേ. നിങ്ങൾ ആരാണ്?"

"സർ. എന്റെ പേര് ശ്രേയ. ഇന്നലെ ഞാനാണ് വാട്സ് ആപ്പിലേക്ക് മെസേജ് അയച്ചത്. താങ്കൾ ഫ്രീ ആകുമ്പോൾ ഒന്നു തിരിച്ചു വിളിക്കാമോ?"

അന്നേരം ചെറിയൊരു ഞെട്ടൽ വിനയചന്ദ്രനിൽ ഉണ്ടായി. ഇങ്ങനെയൊരു ഫോൺ കോൾ യഥാർത്ഥത്തിൽ അയാളപ്പോൾ പ്രതീക്ഷിച്ചിരുന്നില്ല.

അതിന്റെ പരിഭ്രമത്തിൽ ഒരു കടയരികിലേക്ക് നീങ്ങി നിന്നുകൊണ്ടു

അയാൾ പറഞ്ഞത്.

"ഞാനിപ്പോൾ ഫ്രീയാണ് പറയൂ" എന്നായിരുന്നു.

"സർ ഞങ്ങളുടെ കമ്പനിയിൽനിന്നും താങ്കൾക്കയച്ച മെസേജ് വായിച്ചു കാണുമല്ലോ. അതിനൊരു റിപ്ലൈ കണ്ടില്ല. സാറിന് ഏത് പ്രായത്തിൽ ഉള്ള സ്ത്രീയെ ആണ് വേണ്ടതെന്ന് അറിയിച്ചാൽ അതുപോലെ ഒരു കൂട്ടുകാരിയെ ഞങ്ങൾക്ക് നല്കാൻ സാധിക്കും. വെറുതെ ശരീരം പങ്ക് വയ്ക്കാനൊരു സ്ത്രീയെ അല്ല ഞങ്ങൾ നല്കുന്നത്. പ്രണയിക്കാനൊരു സ്ത്രീയേയും മനോഹരമായ കുറച്ചു ദിനങ്ങളെയുമാണ്. ദൈനംദിന ജീവിതത്തിന്റെ വിരസത അകറ്റാൻ വിദേശ രാജ്യങ്ങളിൽ പലരും ഈ രീതി പിന്തുടരുന്നുണ്ട്. ഇന്ത്യയിൽ ഞങ്ങളുടെ കമ്പനിയാണ് ഇതാദ്യം അവതരിപ്പിക്കുന്നത്."

വിനയന് വാക്കുകൾ തൊണ്ടയിൽ കുരുങ്ങുന്നതുപോലെ അനുഭവപ്പെട്ടു.

"ഞാൻ ആലോചിച്ചു നാളെ പറഞ്ഞാൽ മതിയോ?"

"തീർച്ചയായും താങ്കൾ ഈ അവസരം ഉപയോഗിക്കുമെന്ന് തന്നെയാണ് ഞങ്ങൾ പ്രതീക്ഷിക്കുന്നത്. താങ്കൾക്ക് മഷ്റൂം കമ്പനിയുടെ ശുഭദിനാശംസകൾ"

മഷ്റൂം! എന്തൊരു വിചിത്രമായ പേരാണ്.

ഓഫീസിലെ തിരക്കിനിടയിൽ ഫോൺ ഓൺ ചെയ്യുന്ന പതിവില്ല. വൈകിട്ട് റെയിൽവേ സ്റ്റേഷനിൽ ചെന്നിരുന്നു നെറ്റ് ഓൺ ചെയ്തപ്പോൾ വാട്സ് ആപ്പിൽ ഇന്നലെ വന്ന അതേ നമ്പറിൽ കുറേയേറെ ഫോട്ടോസ് വന്നുകിടക്കുന്നു. ഓരോ ഫോട്ടോയും അയാളുടെ പ്രതീക്ഷയ്ക്കും അപ്പുറത്തായിരുന്നു. ഇരുപതിനും ഇരുപത്തിയഞ്ചിനും മദ്ധ്യേ പ്രായമുള്ള പെൺകുട്ടികളുടെ ചിത്രങ്ങളായിരുന്നു എല്ലാം തന്നെ. ഈ കാണുന്നതൊക്കെ സ്വപ്നമാണോ ഹെന്റീശ്വരാ.

പിറ്റേന്ന് വെളുപ്പിന് ഫോണിൽ പെൺകുട്ടിയുടെ മെസേജ്. അന്നേരം രണ്ടും കല്പിച്ച് വിനയൻ ഒരു ഹായ് പറഞ്ഞു.

"ഇന്ന് സർ ഫ്രീ ആണെങ്കിൽ സെൻട്രൽ സ്ക്വയർ മാളിൽ വരാമോ.

താങ്കൾ ആ ഫോട്ടോയിൽ കാണുന്ന ഒരു യുവതിയെ തെരഞ്ഞെടുത്താൽ ഇന്നത്തെ ദിവസം ഒരുമിച്ചൊരു സിനിമ."

"അയ്യോ. ഞാനതിനു ഒരു മറുപടിയും അയച്ചില്ലല്ലോ."

"അതിപ്പോഴും പറയാമല്ലോ സർ. താങ്കൾക്ക് ഇനിയിതുപോലെ ഒരവസരം കിട്ടില്ല എന്നോർക്കണം. ചേർത്തലയിലുള്ള താങ്കളുടെ ഭാര്യ കൊച്ചിയിലിരുന്നുകൊണ്ട് സാറൊരു സിനിമ കണ്ടാൽ എങ്ങനെ അറിയാനാണ്."

വിനയൻ പരിഭ്രാന്തിയിൽ സുഗന്ധി പിന്നിലുണ്ടോയെന്ന് നോക്കി.

അടുക്കളയിൽ പാത്രങ്ങൾ കലപില കൂട്ടുന്ന ശബ്ദം. മകൻ എഴുന്നേറ്റിട്ടുമില്ല. ആകെയുള്ള ഒരേയൊരു സാമീപ്യം മതിലിൽ ഇരിക്കുന്ന ഒരു പൂച്ചയാണ്. അതാണെങ്കിൽ മുഖം തിരിച്ചാണ് ഇരിപ്പ്. മതിലിനു

കീഴേക്ക് തൂങ്ങികിടക്കുന്ന അതിന്റെ വാലിൽ സുഗന്ധി അടുക്കള യിൽനിന്നും വലിച്ചെറിഞ്ഞ ആഹാരത്തിന്റെ അവശിഷ്ടങ്ങൾ ആകണം പറ്റിപ്പിടിച്ചിരിക്കുന്നത്.

"സർ." വീണ്ടും പെൺകുട്ടിയുടെ മെസേജ്.

താങ്കൾ മറുപടിയൊന്നും പറഞ്ഞില്ല.

"എനിക്കു നിങ്ങളുടെ കമ്പനിയെ വിശ്വസിക്കാമോ? നിങ്ങളുടെ ഫീസ് എത്രയാണെന്ന് അറിയാതെ എങ്ങനെ ഞാനൊരു തീരുമാനം അറിയിക്കും."

"ഓരോ സിറ്റിങ്ങിനുമുള്ള ഫീസ് അതതു സമയം ഞങ്ങളുടെ gpay യിലേക്ക് അയച്ചാൽ മതിയാകും. കസ്റ്റമറിന് താങ്ങാൻ പറ്റുന്ന ഫീസ് ആണ് ഇതിന്റെ ഏറ്റവും ആകർഷകമായ സ്കീം."

സുഗന്ധി അറിയാതെ ബാങ്കിൽ കുറച്ചു കാശ് ഇട്ടിട്ടുണ്ട്. അതെ ടുക്കാം.

പോരാതെ വന്നാൽ കുറച്ചു കടം വാങ്ങാം. എങ്ങനെയായാലും സുന്ദരിയായ ഒരു യുവതിയെ പ്രണയിക്കാൻ കിട്ടുന്ന അവസരം കളയാൻ പറ്റില്ല.

കൂടുതലൊന്നും ആലോചിച്ചു നില്ക്കാതെ വിനയൻ യെസ് എന്നൊരു മറുപടിയും ഫോട്ടോയിൽനിന്നും ഏറ്റവും സുന്ദരിയായ ഒരു യുവതിയുടെ ഫോട്ടോയും തെരഞ്ഞെടുത്ത് അയച്ചു.

* * * * * * *

ഒരടിക്ക് രണ്ടടി പകരം കൊടുക്കണമെന്നുള്ളത് അമ്മേടെ ഒറ്റവാ ശിയായിരുന്നു. എന്റെ പക്കലില്ലാത്ത ഏക ആയുധം മനോബലം മാത്ര മാണെന്ന് അമ്മയ്ക്കറിയാം. ഒട്ടും ആശങ്കയ്ക്ക് ഇടമില്ലെന്ന രീതിയിലാണ് അമ്മ മൂന്നാല് ദിവസമായി ഈ കാര്യം തന്നെ പറഞ്ഞു പറഞ്ഞു എന്റെ പിന്നാലെ നടക്കുന്നത്.

"നീയൊരു പെണ്ണൊരുത്തിയല്ല്യോ. നെന്റെ നെഞ്ചത്ത് കുത്തി യവനെ അങ്ങട്ട് കുത്തിയില്ലേൽ പിന്നെ എന്നാത്തിനാടീ ജീവിക്കുന്നെ. പോയി ചാക് മറ്റവളെ."

എന്തൊരു തള്ളയെന്നു അതിശയിച്ചുകൊണ്ട് ഞാനമ്മയെ തുറിച്ചു നോക്കി കൊറേ നേരമിരുന്നു. ഇവരെന്നെ കൊലയ്ക്കു കൊടുത്തേ അടങ്ങൂവെന്നുണ്ടോ.

"ഹെന്റമ്മേ അവരൊക്കെ വല്യ പുള്ളികളാ. ന്നെ കൊണ്ട് കൂട്ട്യാ കൂടൂല്ല."

"എന്റടി പോഴത്തി പെണ്ണൊരുമ്പെട്ടാ ഇളകാത്ത ഒരു നെയമോം ഈ നാട്ടിലില്ല. ഒരുമ്പെടണം. നെന്നെ കൊണ്ട് പറ്റുവേൽ ചെയ്യ്.

അല്ലേൽ ഞാൻ കൊറച്ച് കാശ് മൊടക്കേണ്ടി വരും. ഈ കോളനീല് ഇച്ചിരി കള്ളും കൊറച്ച് ബീഫും ചെലവാക്കിയാ ആമ്പിള്ളാരു പോയി മണീ മണീന്നു കാര്യം നടത്തീട്ടു പോരും. പക്ഷേല് നെനക്കത് കൊണ്ട് എന്തേലും സമാധാനം കിട്ടുവോ. തെറിക്കുത്തരം മുറിപ്പത്തല്. അതാ

നുമ്മട ഒരു നെലപാടു. നീയെന്ത് വേണേൽ തീരുമാനിക്ക്."

രാത്രീല് കെടന്നിട്ട് ഒരു വക ഉറക്കം വന്നില്ല. നെഞ്ചങ്ങനെ നീറി നീറി പുകയുന്നത് അങ്ങ് മാറുന്നില്ല. അയാളെന്നെ ആട്ടിയ ആട്ട് ഉള്ളി ലിരുന്നു വിങ്ങുന്നു.

"പ്രേമത്തിനൊക്കെ ചില നെയമങ്ങളുണ്ട് പെണ്ണേ. ജാതീടെ നെയമം, പണത്തിന്റേം പാരമ്പര്യത്തിന്റേം നെയമം. നീയിങ്ങനെ പഞ്ചാര വാക്കിന് വീഴുന്നവളാണെന്ന് അമ്മയ്ക്ക് തോന്നണില്ല. അതുകൊണ്ട് യെന്റെ മോള് പോഴത്തരത്തിന് നിക്കരുത്. സൂചീ കോർക്കണ ഒരു നൂലിഴയുടെ അകലമെങ്കിലും ഇട്ടേക്കണം നിന്റെ ഉള്ളില് എല്ലാരോടും."

ഒരു രാത്രി കൂടെ കിടക്കുമ്പോ തലയിലൂടെ നഖംകൊണ്ട് കുഞ്ഞ് കുഞ്ഞ് പേൻ പൊട്ടിക്കൽ നടത്തിക്കൊണ്ട് അമ്മ പറഞ്ഞത് അന്നേരവും അവളോർത്തു. അമ്മയങ്ങനെ കൂടെ കിടക്കുമ്പോ ഉറുമ്പടക്കം കെട്ടിപ്പി ടിക്കണ കൂട്ടത്തിലൊന്നുമല്ല. തനിച്ചു കിടന്നു ശീലിക്കണം പെണ്ണ്. തന്ന ത്താൻ കരഞ്ഞാശ്വസിക്കാൻ പഠിച്ചവളേ പൊരുതി ജയിക്കൂ എന്നൊക്കെ പറയും. അന്ന് പക്ഷേ, അമ്മ തന്നെ അണച്ച് പിടിച്ചിരുന്നു. പിള്ള നൊന്താൽ അതാദ്യം തള്ളയറിയുമെന്ന് പലവട്ടം അവൾക്ക് തോന്നി യിട്ടുണ്ട്.

അന്നൊരു കൊച്ചു കരച്ചിൽ അവളുടെയുള്ളിൽ ഇരുന്ന് വിങ്ങിവേദ നിച്ചിരുന്നു. ഒരു പത്താംക്ലാസുകാരിയുടെ പൊട്ട മനസ്സിൽ ആദ്യം മുളച്ച പ്രേമം ഒന്നര മാസത്തെ പുഞ്ചിരിക്കും, ഉള്ളു കാളലിനും ശേഷം അവനെ അടുത്ത ക്ലാസിലെ സുര സുന്ദരിക്ക് വിട്ടു കൊടുക്കേണ്ടി വന്നതിന്റെ ഒരേങ്ങൽ. അന്ന് അമ്മ പറഞ്ഞ വാക്കിൽ അവൾക്കൊരു വീറും വാശിയും ചിറകു മുളച്ചു. ഒറ്റയിരിപ്പിന് പഠിച്ചു നേടിയ ഒന്നാം ക്ലാസ് വിജയ ത്തിലുള്ള സ്വർണ്ണ മെഡലും കഴുത്തിൽ തൂക്കി അവളമ്മയുടെ കൈയിൽ തൂങ്ങിക്കൊണ്ട് ആ ചെറുക്കനും കൊടുത്തു ഒരു മിഠായി.

ഇക്കാര്യത്തിൽ പക്ഷേല് വീറും വാശിയും ഉള്ളിലങ്ങനെ മൊളപ്പി ക്കാൻ ശ്രമിച്ചിട്ടും കണ്ണീരു മുഴുവൻ അകത്തേക്കൊഴുകിയൊഴുകി ഉള്ളപ്പടി നനഞ്ഞു കുതിരുവാണ്.

എന്നാലും അമ്മ പറയുന്നതിൽ കാര്യമുണ്ടെന്ന് അവൾക്കറിയാം.

"നീ നായരാണോ?"

വിനയന്റെ അമ്മ തന്റെ മുഖത്തേക്ക് പുച്ഛത്തോടെ നോക്കി ആദ്യം ചോദിച്ച വാക്കുകൾ അതായിരുന്നു. അവരുടെ വെളുത്തു തുടുത്ത മുഖവും, ഇളം പച്ച കരയുള്ള സെറ്റ് മുണ്ടും, പച്ചക്കളർ സിൽക്ക് ബ്ലൗസും നെറ്റിയിൽ വീതിയിൽ വരച്ച ചന്ദനക്കുറിക്കു കീഴിലെ ചുവന്ന വലിയ സിന്ദൂരപ്പൊട്ടിലുമെല്ലാം അതേ പുച്ഛം എഴുന്നുനിന്ന് അവളുടെ ഇളം കറുപ്പ് തൊലിയെയും, വിലകുറഞ്ഞ കോട്ടൺ സാരിയെയും തോളിൽ തൂക്കിയ തികച്ചും സാധാരണ ബാഗിനെയുമെല്ലാം വെല്ലുവിളിച്ചു.

"അല്ല. സ്ത്രീയാണ്."

അതായിരുന്നു അവളാദ്യമായി ഭാവി അമ്മായിയമ്മയാകുമെന്ന്

പ്രതീക്ഷിച്ച സ്ത്രീയോട് പറഞ്ഞ ഉത്തരം.

വിനയൻ അവളെ അന്നേരം തുറിച്ച് നോക്കി. ആ തുറിച്ചു നോട്ടമാണ് അവരുടെ ചോദ്യത്തേക്കാൾ അവളെ ഉലച്ചത്.

"നീയിതൊന്നും ചോദിക്കാതെയും അറിയാതെയുമാണോ?"

വിനയന്റെ അമ്മ പരിഹാസത്തിൽ അത്രയും പറഞ്ഞിട്ട് എഴുന്നേറ്റ് അകത്തേക്ക് നടന്നു കളഞ്ഞു.

അവരുടെ വീട്. ആ വീട്ടിലേക്ക് വിനയൻ വിളിച്ചപ്പോൾ ഒട്ടും ആലോചിക്കാതെ കൂടെ പോയതും തെറ്റായിപ്പോയെന്ന് പിന്നീട് തോന്നി.

"മീരാ."

പുറത്തേക്കിറങ്ങി പോന്ന അവളുടെ പിന്നാലെ വന്ന് വിനയൻ പിടിച്ചു നിർത്തി.

"എന്താ?"

അവൾ പുരികം ഉയർത്തി വെല്ലുവിളിയോടെ ചോദിച്ചു.

"നീ നായരല്ലേ?"

"അങ്ങനെ ഞാൻ പറഞ്ഞിട്ടുണ്ടോ?"

അവൾ അതേ വീറിൽ തിരിച്ചു ചോദിച്ചു.

"ഹില്ല. പക്ഷേ, ഞാൻ നായരാണെന്ന് അറിയത്തില്ലേ? വിനയചന്ദ്രൻ നായർ എന്നാണല്ലോ മുഴുവൻ പേര്."

ഒറ്റ വാക്കിൽ പ്രതിഷേധവും അപമാനവും, തിരസ്കരണവും അവ ളറിഞ്ഞു.

ചരൽ വിരിച്ച മുറ്റത്ത് നിറയെ വീണു കിടക്കുന്ന മഞ്ഞ കോളാമ്പി പൂവിലേക്ക് ഏതാനും നിമിഷം തുറിച്ചു നോക്കി നിന്നിട്ട് എന്നത്തേ യുംപോലെ സ്നേഹത്തോടെ വിനയന്റെ ഷർട്ടിലെ ബട്ടണിൽ തെരു പിടിപ്പിച്ചുകൊണ്ട് അവൾ പറഞ്ഞു.

"മനുഷ്യനെന്ന് തെറ്റിദ്ധരിച്ചു. പോകട്ടെ."

അന്നേരം നല്ല മനോബലം ആയിരുന്നെന്നു ഇപ്പൊഴും മീരയ്ക്കോർ മ്മയുണ്ട്.

അടുത്ത ഒരാഴ്ച വിനയനെ കണ്ടേയില്ല. കാണാൻ മീരയും ശ്രമിച്ചില്ല.

ചില നേരം ഉള്ളിലൊരു പിടച്ചിൽ ഉയരും. അതൊന്ന് അതിജീവിച്ചെ ടുക്കാനാണ് മീര അമ്മയോടൊപ്പം അമ്പലമുക്കിലെ അവരുടെ കൊച്ചു പെട്ടിക്കടയിൽ പോയിരുന്ന് സമയം തള്ളിനീക്കിയത്. ബീഡി വാങ്ങാൻ വരുന്ന കാർന്നോന്മാരോട് നാട്ടുവിശേഷം പറഞ്ഞും, തൊഴിലുറപ്പ് പണിക്കു വരുന്ന പെണ്ണുങ്ങൾക്കു അല്ലറ ചില്ലറ സഹായ സഹ കരണങ്ങൾ ചെയ്തും അവളങ്ങനെ കൂടെ കൂടിയപ്പോൾ അമ്മ വാക്കു കൾക്കൊണ്ട് ഒന്നും ചോദിച്ചില്ല. പകരം അവളെ ഒന്നവളായി തിരി ച്ചെടുക്കാൻ അങ്ങോട്ടും ഇങ്ങോട്ടും ഓരോ കാര്യങ്ങൾക്കായി ഇട്ടോടിച്ചു.

പക്ഷേ, വിനയൻ ഒരുദിവസം വഴിവക്കിൽ കാത്തുനിന്നു. അയാളുടെ കല്യാണക്കുറി കൊടുത്തിട്ട് "എന്നാലും മീരേ നീയ് ജാതി മറച്ചു വച്ചത്

ഒട്ടും ശരിയായില്ല കേട്ടോ"യെന്ന് പറഞ്ഞപ്പോൾ പൊട്ടിപ്പോയ ഒരു കരച്ചിൽ തൊഴിലുറപ്പിന് വരുന്ന ജാനകിപെണ്ണിനെ കെട്ടിപ്പിടിച്ചുകൊണ്ടു മീര പരിസരം മറന്ന് ഒഴുക്കികളഞ്ഞപ്പോൾ അവളുടെ അമ്മ പൊറത്തിട്ട് ഒരെണ്ണം കൊടുത്തിട്ട് പറഞ്ഞു..

"പോയി മുറ്റം തൂത്തിട്ട് വിളക്ക് വയ്ക്കെടി പെണ്ണേ. ഒരു മോഴയെ കിട്ടാത്തതിന് കെടന്നു മോങ്ങുന്നു."

അമ്മയും അവളും വിനയനെക്കുറിച്ച് പിന്നീട് മിണ്ടിയതേയില്ല. എന്നാൽ ഒന്നരമാസത്തിന് ശേഷവും കൃത്യമായി എത്താറുള്ള മാസമുറ അടയാളം കാണിക്കാഞ്ഞപ്പോൾ മീരയിൽ അവശേഷിച്ച മനോബലം മുഴുവൻ തകർന്നുപോയി. നാട്ടുകാർ അറിഞ്ഞാലുള്ള മാനക്കേടല്ല അവളെ ഉൽക്കണ്ഠാകുലയാക്കിയത്. അമ്മയെ ഇങ്ങനെ ചതിച്ചു കളയാൻ മാത്രം ദുർബ്ബലയായിപ്പോയ ഏതാനും മിനിറ്റുകളെക്കുറിച്ചുള്ള വേവലാതിയാണ്. ആ വേവലാതിയിൽ അവളുടെ ഉടലും ഉയിരും എരിഞ്ഞു.

അമ്മയെ തീർത്തും തനിച്ചാക്കി മരിക്കാനുള്ള മനോബലവും മീരയ്ക്കില്ലായിരുന്നു.

അന്ന് വൈകിട്ട് കടപൂട്ടി വന്ന അമ്മ മകളുടെ വിളർത്ത മുഖത്തേക്കും വിങ്ങി വീർത്ത കൺപോളകളിലേക്കും ജാഗരൂകയായി നോക്കി.

"കൊച്ചേ." എന്നൊരൊറ്റ നിലവിളി അവരുടെ തൊണ്ടയിൽനിന്നും പുറത്തേക്ക് വരാതെ ഞരമ്പുകൾക്കിടയിൽ പിടഞ്ഞു മരിച്ചു.

പിറ്റേന്ന് രാവിലെ ടൗണിലെ ആശുപത്രിയിൽ മീരയെയും കൂട്ടി പുറപ്പെടുമ്പോ അമ്മ തികച്ചും ശാന്തയായിരുന്നു. ബസ് സ്റ്റോപ്പിൽ ഇറങ്ങി ആശുപത്രിയിലേക്ക് കയറും മുമ്പ് ഉഡുപ്പി ഹോട്ടലിൽനിന്നും അവൾക്കിഷ്ടമുള്ള മസാലദോശയും ബ്രൂ കാപ്പിയും വാങ്ങി നല്കാനും "വിഷമിക്കേണ്ട കഴിച്ചോ" എന്നു പറഞ്ഞു അവളെ ആശ്വസിപ്പിക്കാനും അവർ മറന്നില്ല.

ഡോക്ടറോട് പറഞ്ഞത് മകളെ ഒരാൾ ബലാൽക്കാരമായി റേപ്പ് ചെയ്തു എന്നാണ്.

ഡോക്ടർ രണ്ടുപേരെയും ഏതാനും നിമിഷം ഉറ്റുനോക്കി ഇരുന്നു. എന്നിട്ട് മീരയുടെ വിരലുകളിൽ മൃദുവായി പിടിച്ചുകൊണ്ട് പറഞ്ഞു.

"ആണുങ്ങൾ കഴുകന്മാരാണ്. പ്രേമത്തിലായാലും, ബലാത്സംഗത്തിൽ ആയാലും. നീയിത് കാര്യമാക്കണ്ട കൊച്ചേ."

മീരയുടെ തൊണ്ട അന്നേരം വരണ്ടുണങ്ങിയിരുന്നു. മരിക്കാൻ മാത്രമുള്ള സന്നദ്ധത ഉള്ളിൽ ആവാഹിച്ചെടുക്കാൻ പരിശ്രമിച്ചുകൊണ്ട് അവളന്നേരവും അമ്മയുടെ കൈകളിൽ മുറുകെപ്പിടിച്ചു അമ്മയോ അവളോ പിന്നീട് വിനയനെക്കുറിച്ച് ഒരക്ഷരം മിണ്ടിയില്ല.

വിനയനെ നാലോ അഞ്ചോ മാസങ്ങൾക്ക് ശേഷം തികച്ചും യാദൃച്ഛികമായി ടൗണിലെ മാളിൽ വച്ച് കാണും വരെ. വിനയന്റെ കൂടെയുള്ള

വെളുത്തു മെലിഞ്ഞ സുന്ദരിയെ തെല്ലൊരു സങ്കടത്തോടെ മകൾ നോക്കുന്നത് കണ്ടിട്ടും അവളുടെ അമ്മ അതൊട്ടും ഗൗനിച്ചില്ല.

എന്നാൽ വിനയൻ ഭാര്യയേയും കൂട്ടി അവരുടെ അടുത്തേക്ക് വരികയും മീരയെ ഭാര്യക്ക് പരിചയപ്പെടുത്തി കൊടുക്കുകയും ചെയ്തപ്പോൾ അവളുടെ അമ്മ ചെറുതായൊന്ന് ഉലഞ്ഞു.

"ഇതാണോ വിനയനെ ജാതി ഒളിപ്പിച്ചു പറ്റിച്ച മറ്റേ കക്ഷി?"

വിനയന്റെ മുഖം മീരയുടെയും അമ്മയുടെയും കണ്ണിൽ ഒരേസമയം വിളറുകയും, ഇരുളുകയും ചെയ്തു.

അന്ന് രാത്രിയാണ് ആദ്യമായി അമ്മ അവളോടു അവനിട്ടൊരു കുത്ത് കൊടുത്തില്ലേൽ നീയ് പെണ്ണാണോയെന്ന് ചോദിക്കുന്നതും. അത് കഴിഞ്ഞിട്ടിപ്പോ വർഷം എത്ര കഴിഞ്ഞു. അന്നേരത്തെ ദേഷ്യത്തിന് അമ്മ അയാൾക്കിട്ട് രണ്ടു പൊട്ടിക്കാനും മടിക്കില്ലായിരുന്നുവെന്ന് അവൾക്ക് ഭയമുണ്ടായിരുന്നു.

വീട്ടിൽ വന്നു കയറിയതും വായിൽവന്ന അറിയാവുന്ന തെറിയൊക്കെ അമ്മ വിനയനെ വിളിച്ചു. എന്നിട്ടും അരിശം മാറാതെ അടുക്കളയിൽ സൂക്ഷിച്ചിരുന്ന കയിലും ചട്ടുകവുമൊക്കെ അങ്ങട്ടും ഇങ്ങട്ടും തട്ടുകയും ചീനച്ചട്ടി എടുത്തു തളത്തിലേക്ക് എറിഞ്ഞിടുകയും ചെയ്തു.

"ദേ പെണ്ണേ ആ തെണ്ടിയെ രണ്ടെണ്ണം കൊടുക്കാൻ എന്നെക്കൊണ്ട് പറ്റാഞ്ഞിട്ടല്ല കേട്ടാ. ചെല സമയം സംയമനം പാലിച്ചില്ലേൽ നുമ്മളും നാറും എന്ന ഒറ്റ കാര്യമോർത്തിട്ടാ.

അല്ലാടീ മണ്ടീ റോട്ടീ കാണുമ്പ അവന്റെ ചെപ്പയ്ക്കിട്ട് രണ്ടെണ്ണം കൊടുക്കാൻ മേലെ. നെന്നെ കൊണ്ട് യെന്തിന് കൊള്ളാവെടീ."

അമ്മ കലിപ്പോടെ സാരി ഉരിഞ്ഞു അയയിലേക്ക് എറിഞ്ഞിട്ടു കട്ടിലിൽ കയറി ഒറ്റക്കിടപ്പ് കിടന്നു.

അമ്മ മൂച്ച് കേറ്റുന്നത് അവളെ ബാധിക്കാതെയിരുന്നില്ല. പക്ഷേ, കാശിന് കാശും, പിടിപാടുമൊക്കെ ഉള്ളവരോട് എങ്ങനെ കുത്താനാണ് എന്നൊന്നും അവൾക്കൊരു പിടിയും കിട്ടിയില്ല.

മീരയുടെ സങ്കടം തെല്ല് പോലും കുറയാതെ ഇലകൾ കൊഴിയുകയും, പൂക്കൾ വിരിയുകയും ചെയ്തു. രാജ്യത്ത് ഇന്റർനെറ്റിന്റെ അനന്തസാദ്ധ്യതകൾ തുറന്നിട്ടതു ആയിടയ്ക്കാണ്. മൊബൈൽ ഫോൺ എന്ന സംരംഭം കുറഞ്ഞ നിരക്കിൽ ഓരോ ദിവസവും വേണ്ടത്ര കാളുകൾ വിളിക്കാനും ഡാറ്റ ഉപയോഗിക്കാനും അവസരം ഒരുക്കിയതോടെ മീരയും അമ്മയും ഓരോ ആൻഡ്രോയിഡ് ഫോൺ വാങ്ങുകയും അതുവരെ ഉപയോഗിക്കാൻ മടിച്ച് മാറ്റിവച്ചിരുന്ന സോഷ്യൽ നെറ്റ് വർക്കുകൾ കൈകാര്യം ചെയ്യാനും തുടങ്ങി. അഞ്ചു അഞ്ചര കൊല്ലം കഴിഞ്ഞിട്ടും മീരയുടെ മനസ്സിൽ കത്തിത്തീരാതെ അവശേഷിച്ച കനൽ അവളെകൊണ്ട് വിനയന്റെ വാട്സ് ആപ്പ് ഡിപികൾ മാറുന്നതും ഫേസ്ബുക്ക് വിശേഷങ്ങൾ എത്തിനോക്കുന്നതിലേക്കും കൊണ്ടെത്തിക്കുകയും ചെയ്തു.

മീരയുടെ അമ്മ മകൾക്ക് വേണ്ടി കല്യാണാലോചനകൾ അന്വേഷിക്കുന്നതിനുപകരം അവളോട് ഏതെങ്കിലും ജോലി തരപ്പെടുത്തി വിദേശത്തോട്ടോ മറ്റോ പോകാനാണ് ശട്ടം കൂട്ടിക്കൊണ്ടിരുന്നത്.

"യെന്താണ് പെമ്പ്രന്നോരെ പെണ്ണിനെ കെട്ടിച്ചുവിടാൻ പാങ്ങില്ലാഞ്ഞിട്ടാണാ" എന്ന് ചോദിക്കുന്ന ചിലരുണ്ട്. അത്തരക്കാരോടു "ഉവ്വ ഇച്ചിരി കാശ് ലോണിന് അപേക്ഷിച്ചിട്ടോണ്ട്.കിട്ട്യാൽ കെട്ടിക്കും ഇല്ലേൽ ഇബടെ നിർത്തൂം" എന്നവർ ചിരിച്ചുകൊണ്ട് പറയുകയും ചെയ്യും.

പുറമക്കാരോട് അങ്ങനെ ചില മുട്ടാപ്പോക്ക് ഉത്തരങ്ങൾ പറയുമ്പോഴും അവരുടെ ഉള്ളിൽ സങ്കടം എരിഞ്ഞു കത്തിക്കൊണ്ടിരുന്നു. പെണ്ണ് വേറെ കല്യാണത്തിന് സമ്മതിക്കണമെങ്കിൽ എല്ലാമറിയുന്ന ഒരുത്തൻ എല്ലാമറിഞ്ഞുകൊണ്ട് വന്നാലേ ഒള്ളുവെന്ന് അവർക്കറിയാമായിരുന്നു.

ഭഗവതിക്കാവിൽ തൊഴുത് തിരിയും എണ്ണയും ഒഴിച്ച് കത്തിച്ച് പ്രാർത്ഥിച്ച് അവർ സ്വയം സമാധാനിക്കാൻ ചോദിക്കുന്ന ഒരു ചോദ്യമുണ്ട്.

"അല്ലാ ഭഗോതി യെന്തിനാപ്പോ കല്യാണം. ഓള് ജോലികിട്ടാൻ പഠിക്കാനൊള്ളതൊക്കെ യെന്നെക്കൊണ്ടു ആക്കിക്കൊടുത്ത്. പെണ്ണിന് ഒരു തെറ്റ് കുറ്റം പറ്റിപ്പോയി. അതറിഞ്ഞോണ്ട് ഒരുത്തൻ വന്നാലും അവന് പ്രാന്ത് മൂക്കുമ്പോ അവൾക്കിട്ട് അതും പറഞ്ഞു കുത്തും. ഓള് തന്നത്താൻ അങ്ങ് ജീവിക്കട്ടെ. അല്ലേ. വയസ്സാകുമ്പ ആരുമില്ലേൽ അനാഥാലയം ഒണ്ടല്ലോ അല്ലേ?"

കാവിലെ ഭഗവതി ജലദുർഗ്ഗയാണ്. അതുകൊണ്ടു അമ്പലത്തിന് മേല്ക്കൂരയില്ല . കൊടും കാടിനുള്ളിൽ തലമുറകളായി വിളക്കും തിരിയും കത്തിച്ചു പരിപാലിച്ചു പോന്നിരുന്ന വനദുർഗ്ഗയുടെ വിഗ്രഹം കഴിഞ്ഞ ആണ്ടിലാണ് അമ്പലം പണിതു നിത്യപൂജ തുടങ്ങിയത്. അതിനു മുമ്പ് മീരയുടെ കോളനിക്കാർ മാത്രം ആഴ്ചയിൽ ഒരിക്കൽ വന്നു അടിച്ചു തെളിച്ചു തിരി കത്തിച്ചു പോകുമെന്നല്ലാതെ വലിയ പരിഗണനയൊന്നുമില്ലാതെ ഭഗവതി കാട്ടിനുള്ളിൽ ഏകാകിയായി കഴിയുകയായിരുന്നു. മനയ്ക്കലെ പെൺകുട്ടിക്ക് മനോവിഭ്രാന്തി വന്നപ്പോൾ പ്രശ്നം വയ്ക്കാൻ വന്ന ജ്യോത്സ്യനാണ് ജലദുർഗ്ഗയുടെ ശക്തി വെളിച്ചത്ത് കൊണ്ടുവന്നത്. കോളനിക്കാരുടെ ദേവതയ്ക്ക് അമ്പലം പണിതു കുടിയിരുത്താൻ ആദ്യമൊക്കെ വൈമുഖ്യം കാണിച്ചിരുന്നെങ്കിലും നിവൃത്തിയില്ലാതെ തറവാട് കാരണവർക്ക് അതിനു മുതിരേണ്ടി വന്നു. വനദുർഗ്ഗയായവൾ പിന്നീട് ജലദുർഗ്ഗയായി. മേൽക്കൂരയില്ലാത്ത നാലു ചുമരുകൾക്കുള്ളിൽ മഴയും വെയിലും മഞ്ഞുമേറ്റ് അക്ഷോഭ്യയായി കാളിപ്പെണ്ണ് നിലകൊണ്ടു. അമ്പലം പണിതപ്പോൾ നിത്യപൂജയ്ക്ക് ഇല്ലത്തുനിന്നും ആളു വന്നു. ഇല്ലത്തെ ആണുങ്ങളും പെണ്ണുങ്ങളും അമാന്തിച്ച് അമാന്തിച്ച് തൊഴാൻ വന്നു തുടങ്ങുകയും ചെയ്തു.

കോളനിക്കാർ അപ്പോഴും പണ്ടേപ്പോലെ ചൊവ്വയും വെള്ളിയും എണ്ണയും, പഴേ സെറ്റുമുണ്ട് അലക്കിയുണക്കിയെടുത്ത് തിരി തെറു

ത്തതും, ചന്ദനത്തിരിക്കൂടുകളും, തീപ്പെട്ടിയുമായി ഭഗോതിക്കും, കാട്ടിൽ ഒഴിവാക്കപ്പെട്ടുപോയ മറ്റുള്ള കല്ലുകൾക്കുമുന്നിലും വിളക്ക് തെളിയിച്ച് പ്രാർത്ഥിക്കും. ആ പ്രാർത്ഥനകൾക്കിടയിൽ ഇടയ്ക്കിടെ മീര അമ്മയോട് ചോദിക്കുന്ന ചില കുസൃതികളുണ്ട്.

"അമ്മയിപ്പോ ആരോടാ പ്രാർത്ഥിച്ചേ. ഭഗോതിക്ക് ജാതിയിലേക്ക് സ്ഥാനക്കയറ്റം കിട്ടിയ നിലയ്ക്ക് നമ്പൂരിച്ചി ഭഗോതിയോടോ അതോ നുമ്മടെ കാളിപെണ്ണിനോടോ."

മീരയുടെ അമ്മ അന്നേരം ചിരി അടക്കാതെ അവളെ കിഴുക്കും. "ഭഗോതിക്ക് എന്തൂട്രി ജാതി. ഓള് മഴ നനഞ്ഞു കുളിർന്നങ്ങനെ ഇരിക്കയല്ലേ. എല്ലാം അങ്ങട് വെടിപ്പാക്കിയേ അടങ്ങൂന്ന മട്ടില്."

എന്നാൽ വെടിപ്പാക്കൽ ഭഗോതിക്ക് സാധിക്കും പോലെ മനുഷ്യർക്ക് സാധിക്കില്ലെന്നു മീരയ്ക്ക് മനസ്സിലായത് കോളേജ് റീ യൂണിയനിൽ വച്ചു ഒരിക്കൽ കൂടെ വിനയനെ കണ്ടപ്പോഴാണ്. റീ യൂണിയന് പോകാൻ മടിച്ചിരുന്ന അവളെ അമ്മയും കൂട്ടുകാരിയും കൂടി നിർബ്ബന്ധിച്ചാണ് പറഞ്ഞു വിട്ടത്.

വേദനകളെ അതിജീവിച്ചു മറക്കണമെന്ന് അമ്മ അവളോട് ദേഷ്യത്തിൽ പറഞ്ഞു.

"പോയിട്ട് വാടി കൊച്ചേ. അവൻ വന്നാൽ നല്ലോണം ചിരിച്ചേക്കണം കേട്ടാ."

മീരയ്ക്ക് മടിയും മടുപ്പും ഉണ്ടായിരുന്നു. പ്രൈവറ്റ് സ്ഥാപനത്തിൽ ആണേലും നല്ല ജോലി കിട്ടി. എങ്ങും പതറി നില്ക്കാൻ അമ്മ സമ്മതിച്ചിട്ടില്ല. പക്ഷേ, എന്നാലും എവിടെയും ശൂന്യമായ ജീവിതവുമായി ചെന്നു നില്ക്കാൻ അവളിലെ പെണ്ണിന് തളർച്ച അനുഭവപ്പെട്ടിരുന്നു.

വിനയൻ പണ്ടത്തേക്കാൾ മിനുങ്ങിയിരുന്നു. ചുവന്ന മുഖം കുറേകൂടി ചുവന്നിരിക്കുന്നു. അവൾ കണ്ട ഭാവം നടിച്ചില്ല. വിനയൻ ചിരിച്ചു.

ചുണ്ടിന്റെ കോണിൽ കോടിയ ചിരിയോടെ ഇടയ്ക്കിടെ മീരയെ പാളിനോക്കുകയും ചെയ്തു.

ഉച്ചയ്ക്ക് ഭക്ഷണ മേശയിൽ വിനയൻ അവൾക്കരികിലായി വന്നിരുന്നു.

എന്നിട്ട് കോടിയ അതേ ചിരിയോടെ ചോദിച്ചു.

"നീ കല്യാണം കഴിച്ചില്ലേ?"

മീരയുടെ തൊണ്ടയിൽ ചെറിയ വരൾച്ച അനുഭവപ്പെട്ടു.

അന്നേരം വിനയൻ ചെറുതായൊന്ന് ചിരിച്ചുകൊണ്ട് പറഞ്ഞു.

"സുഗന്ധി ഇടയ്ക്കിടെ നിന്റെ കാര്യം പറയും. പെണ്ണുങ്ങളല്ലേ. വഴക്കിടാൻ അവൾക്കെന്തേലും വിഷയം കിട്ടിയാൽ ഉടൻ നിന്റെ പേരെടുത്തിടും. അതുകൊണ്ടു നാണക്കേടുള്ള സംഗതിയാണേലും നിന്നെ ഇടയ്ക്കിടെ ഓർക്കേണ്ടി വരും."

"ഞാൻ ഓർക്കാറില്ല."

മീര തണുത്ത ഒച്ചയിൽ പറഞ്ഞു.

"ഹ ഹ. അത് നന്നായി. നീയെന്താ കല്യാണം കഴിക്കാത്തത്? മുന്തിയ ജാതി തന്നെ നോക്കുമെന്ന് ശപഥം വല്ലതുമുണ്ടോ. അതാണല്ലോ ഒരു സ്റ്റൈൽ. തേച്ചവനെ കുത്താൻ അവന്റെ ജാതിയിൽ തന്നെ ഒരുത്തനെ തപ്പിയെടുക്കുന്നത്."

മീരയ്ക്ക് മറുപടി പറയാൻ വാക്കുകൾ വീണ്ടും തൊണ്ടയിൽ തടഞ്ഞു.

അനേകായിരം വട്ടം അയാളുടെ മുഖത്ത് ആഞ്ഞടിക്കാനുള്ള കലി അവളുടെയുള്ളിലിരുന്നു തിളച്ചു മറിഞ്ഞെങ്കിലും അതിനു കഴിയാത്തവണ്ണം എന്തോ ഒരു തളർച്ച അവളെയന്നേരം ബാധിച്ചു. അമ്മയുടെ ധൈര്യത്തിന്റെ ഒരല്പം പോലും തനിക്ക് കിട്ടിയില്ലല്ലോയെന്നവൾക്ക് ഖേദം തോന്നി.

"നീ ചായ കുടിച്ചോ?"

വിനയന്റെ ആ ചോദ്യം മീരയെ വർഷങ്ങൾ പിന്നിലേക്ക് കൊണ്ടുപോയി.

കോഫി ഷോപ്പിൽ ഒരുമിച്ച് പോയിരുന്ന സായന്തനങ്ങൾ. ഒരു കപ്പിലെ ചായ പകുത്ത് കുടിച്ചിരുന്നത്. അതൊക്കെ സ്നേഹമായിരുന്നോ!

കൊച്ചിയിൽനിന്നും താൻ വൈക്കത്തേക്കും വിനയൻ ചേർത്തലയിലേക്കും ഒരുമിച്ച് പോയിരുന്ന വാരാന്ത്യയാത്രകൾ.

പിരിയാൻ നേരം വിനയൻ കൈയിൽ മുറുകെ പിടിക്കും. തിങ്കളാഴ്ച രാവിലെ ഒരേ ബസിൽ വീണ്ടും കൊച്ചിയിലെ കോളേജ് ഹോസ്റ്റലിലേക്ക്. ആ കാലത്തൊന്നും വിനയൻ നായരാണോയെന്ന് ശ്രദ്ധിച്ചിരുന്നില്ല.

"ജാതി ഒളിച്ചുവച്ചു ഞാനാരേയും പറ്റിക്കാൻ നോക്കിയിട്ടില്ല. അങ്ങനെ പറ്റിച്ചു സ്വന്തമാക്കാൻ തക്ക മുതലൊന്നുമല്ലായിരുന്നു അന്നും ഇന്നും നീ."

ഉള്ളിലെ രോഷം പൊട്ടിയൊഴുകിയ നിമിഷത്തിൽ മീര ദേഷ്യത്തിൽ പറഞ്ഞിട്ട് എഴുന്നേറ്റ് പോയി.

പിന്നെ വൈകുന്നേരം പിരിയുംവരെ വിനയൻ അവളുടെ മുഖത്ത് നോക്കിയില്ല.

വഴിപിരിഞ്ഞു പോയ കാമുകനെ വീണ്ടും കണ്ടാൽ കണ്ടഭാവം നടിക്കരുതെന്ന അറിവാണ് ഓരോ എക്സ് കാമുകിമാർക്കും വേണ്ടതെന്ന് അന്നേരംതൊട്ട് മീരയ്ക്ക് തോന്നി. അവർ മണത്തു മണത്തു വന്നാലും അപകടം മുന്നിൽ കണ്ടു ഒഴിഞ്ഞു മാറിക്കോണം. അല്ലെങ്കിൽ അപമാനത്തിൽ പുളഞ്ഞു അഴുകിച്ചാകും. വൈകുന്നേരമൊന്നു ആയിക്കിട്ടാൻ നോക്കിയിരുന്നപോലെ പരിപാടികൾ അവസാനിച്ചതും കൂട്ടുകാരോട് ഒപ്പിച്ചൊരു യാത്ര പറഞ്ഞ് അവൾ ഓടിച്ചാടി കിട്ടിയ ബസിൽ കയറിപറ്റി.

"മേലാൽ ഇത്തരം ചടങ്ങുകൾക്ക് എന്നെ ഉന്തിത്തള്ളി വിടരുത്.

ഞാനെങ്ങനെയും ഒന്ന് ജീവിച്ചുപോകാൻ അമ്മ സമ്മതിക്കില്ലല്ലേ."

വീട്ടിൽ ചെന്നപ്പാടെ ഉള്ളിലെ സങ്കടവും ദേഷ്യവുമെല്ലാം കൂടി അമ്മയുടെ മേലേക്ക് കുടഞ്ഞിട്ടുകൊണ്ട് അവൾ കുളിക്കപ്പോലും ചെയ്യാതെ കട്ടിലിൽ പുതച്ചുമൂടി ഒറ്റക്കിടപ്പ് കിടന്നു.

മീരയുടെ അമ്മ രാത്രിയിൽ ആഹാരം കഴിക്കാനൊന്നും അവളെ വിളിച്ചില്ല.

പിറ്റേന്ന് ആകാശം വെളുത്തപാടെ മകളുടെ കൂട്ടുകാരിയെ വീട്ടിൽ വിളിച്ചിരുത്തിയിട്ട് അവർ കടയിലേക്ക് പോയി.

വൈകുന്നേരം മീരയുടെ ഉള്ളിലുള്ള സങ്കടങ്ങളെല്ലാം കൂടി കൂട്ടുകാരി അമ്മയെ വിളിച്ചു പറയുംവരെ അവരും ആഹാരം കഴിച്ചില്ല.

വൈകുന്നേരം കടപൂട്ടി വീട്ടിൽ വരുമ്പോ അവരുടെ കൈയിൽ മകൾക്കിഷ്ടപ്പെട്ട ജിഞ്ചർ ചിക്കനും പൊറോട്ടയും ഉണ്ടായിരുന്നു.

അമ്മ കഴിക്കുന്നില്ലേയെന്ന് മകളും, നീ കഴിക്ക് എന്ന് അമ്മയും പരസ്പരം പറഞ്ഞപ്പോൾ മീരയുടെ കണ്ണുകൾ നിറയുകയും അവരുടെ ചുണ്ടിൽ പുഞ്ചിരി വിരിയുകയും ചെയ്തു.

"രണ്ടടിക്ക് രണ്ടടി കൊടുക്കുന്നതാ നുമ്മടെ ഒരു രീതി. ഇനി നീയത് വിട്ടേക്ക് ഞാൻ ചിലത് ചെയ്യും. അവസാനം അയ്യോ കുയ്യോ എന്നൊന്നും പറഞ്ഞേക്കരുത്. എനിക്കും നിനക്കും മുകളിലാകാശവും താഴെ ഭൂമിയുമാ. അല്ലാത്തവർ പേടിച്ചാൽ മതി. പോടീ പൊട്ടീ കെടന്നു പെടക്കാതെ."

മീര വേണ്ടന്നോ, വേണമെന്നോ പറഞ്ഞില്ല. നീറി നീറി കൊണ്ടിരുന്ന കനൽ ഒന്നൂടെ ഒന്നാളി. പൊറോട്ടയും ചിക്കനും രണ്ടു പാത്രങ്ങളിലാക്കി മേശപ്പുറത്തു കൊണ്ടുവച്ചിട്ട് അമ്മയുടെ മുഖത്ത് നോക്കാതെ കുനിഞ്ഞിരുന്നു കഴിക്കാൻ തുടങ്ങുകയും ചെയ്തു.

* * *

ഉച്ചമുതൽ തലവേദനയായതുകൊണ്ട് ഹാഫ് ഡേ ലീവ് എടുത്ത് മറൈൻ ഡ്രൈവിൽ പോയി ഇരിക്കുമ്പോഴാണ് മഷ്റൂം കമ്പനിയുടെ എം ഡി എന്നു പറഞ്ഞു പരിചയപ്പെടുത്തിക്കൊണ്ട് ഒരു യുവാവ് വിനയനെ വിളിച്ചത്.

മറുപുറത്ത് പുരുഷ ശബ്ദം കേട്ടതും ആദ്യമൊരു പരിഭ്രാന്തി വിനയനിലുണ്ടായി. എന്നാൽ അയാളുടെ മനസ്സ് വായിച്ചത് പോലെയാണ് മറുപുറത്ത് യുവാവ് സംസാരിച്ചത്.

അന്ന് ഏകദേശം പതിനഞ്ച് മിനിറ്റ് വിനയൻ യുവാവുമായി സംസാരിച്ചു.

മഷ്റൂം കമ്പനിയോടുള്ള വിനയന്റെ അവശേഷിച്ച സംശയം കൂടി ആ സംഭാഷണത്തോടെ അയാളുടെ മനസ്സിൽനിന്നും പോയി മറയുകയും ചെയ്തു.

ഗംഭീരമായ ആശയങ്ങളും പദ്ധതികളും ഉള്ളവരാണ് അവരെന്ന് വിനയന് തോന്നി.

പ്രണയത്തെക്കുറിച്ചുള്ള പഴഞ്ചൻ കാഴ്ചപ്പാടുകളെ തൂത്തെറിയുകയാണ് ഞങ്ങളുടെ ലക്ഷ്യമെന്ന് യുവാവ് പറഞ്ഞപ്പോൾ അയാളൊന്നു കോരിത്തരിക്കപ്പോലും ചെയ്തു. പ്രണയം കൊതിക്കുന്നത് പണ്ടത്തെ ആളുകളുടെ വിശ്വാസ സങ്കല്പങ്ങളെപ്പോലെ അവിവാഹിതരുടെയോ ചെറുപ്പക്കാരുടെയോ മാത്രം ലഹരിയായല്ല തങ്ങൾ കാണുന്നത്. പ്രണയം എല്ലാവരുടെയും ജീവിതത്തെ ഉന്മാദം കൊള്ളിക്കേണ്ടതും ഊർജ്ജം പകരേണ്ടതുമായ വികാരമാണ്. ആഗ്രഹങ്ങളെ കെട്ടിപ്പൂട്ടി വച്ച് ജീവിതം തീർത്തുകളയുന്നവരല്ല ബുദ്ധിമാന്മാർ എന്ന് ലോകത്തെ മനസ്സിലാക്കി കൊടുക്കുകയാണ് ഞങ്ങളുടെ ലക്ഷ്യം. തീർച്ചയായും സമൂഹത്തിൽ ഏറെ പ്പേരും ഇതെല്ലാം ആഗ്രഹിക്കുന്നവരാണ്. ഭയംകൊണ്ടും സദാചാര സങ്കല്പം സംരക്ഷിക്കാൻവേണ്ടിയും അടക്കിവയ്ക്കുന്നതൊക്കെ അധികനാൾ പിന്നീടും മുമ്പ് തകർന്നു പോകും. സർ താങ്കളിലൂടെയാകട്ടെ അതിനുള്ള തുടക്കവും എന്നൊക്കെ യുവാവ് പറഞ്ഞു നിർത്തിയപ്പോൾ വിനയൻ ആധുനികതയ്ക്കു തുടക്കം കുറിക്കാൻ വേണ്ടി ചാകാൻ വരെയുള്ള മാനോനിലയിലെത്തി.

ഹിന്ദി സിനിമ കാണുകപോലും ചെയ്യാത്ത അയാൾ പണ്ടെങ്ങോ കേട്ട ഏതോ ഹിന്ദി പാട്ടിന്റെ വരികൾ അവനവന് ആവും വിധത്തിനും അപ്പുറം കഷ്ടപ്പെട്ടു പാടി അന്ന് രാത്രി തന്നെ വാട്ട്സ് ആപ്പിലെ ഓഫീസ് ഗ്രൂപ്പിൽ പോസ്റ്റ് ചെയ്യുകയും ചെയ്തു..

* * * *

തേനിയിലുള്ള ഒരു റിസോർട്ടിൽ മൂന്ന് ദിവസത്തെ താമസത്തിന് എല്ലാവിധത്തിലുള്ള സൗകര്യങ്ങളും ഒരുക്കിയത് മഷ്റൂം കമ്പനി തന്നെയാണ്.

വിനയന് അവർ പറഞ്ഞ സ്ഥലത്തു എത്തിയാൽ മാത്രം മതിയായിരുന്നു.

പൂത്തു തളിർത്ത് നിന്ന മാവിൻ തോട്ടത്തിന് നടുവിലായിരുന്നു റിസോർട്ട്. മാവിൻ പൂവിന്റെ സുഗന്ധം വീശുന്ന കാറ്റും.

ഹൃദയഹാരിയായ പ്രകൃതിദൃശ്യവുമെല്ലാം കൂടി വിനയനെ മത്തു പിടിപ്പിക്കുന്ന നിലയിലെത്തിച്ചിരുന്നു. ഇതുപോലെയൊരു അനുഭവം ജീവിതത്തിലെന്നെങ്കിലും കൈവരുമെന്ന് സ്വപ്നംപോലും കണ്ടിട്ടില്ല.

ഇനിയാ സുന്ദരികൂടി വന്നു ചേർന്നാൽ മതി. ആലോചിച്ചപ്പോൾ ജീവിതമാകെ സുന്ദരമാണെന്ന തോന്നൽ അയാളിലുണ്ടായി.

കേരളീയ രീതിയിലുള്ള ഭക്ഷണം തന്നെയാണ് വിനയന് വേണ്ടി ഒരുക്കിയിരുന്നത്. തേങ്ങാക്കൊത്തിട്ട് ഉലർത്തിയ ബീഫ്, കരിമീൻ പൊള്ളിച്ചത്, കൊഞ്ച് തീയൽ, കൊണ്ടാട്ടം, ഉണക്കച്ചെമ്മീൻ ചമ്മന്തി, കുത്തരി ചോറ്.

മനം നിറഞ്ഞു, മതിമറന്നു എന്നതുപോലായി വിനയന്റെ അവസ്ഥ.

ഇത്രയ്ക്കൊക്കെ പ്രതീക്ഷിച്ചിരുന്നോ എന്നങ്ങട് അഞ്ചാറ് തവണ അയാൾ ആത്മഗതം ചോദിക്കുകയും ചെയ്തു.

ഇരുപത്തിയയ്യായിരം രൂപ ഒട്ടും കൂടുതലല്ല. ഇനി കാത്തിരിക്കുന്ന ആൾകൂടി ഇങ്ങെത്തിയാൽ മതി. ഇന്നത്തെ ദിവസം സുഗന്ധിയെ വിളിക്കണ്ട എന്നു നേരത്തെ തീരുമാനിച്ചതുകൊണ്ട് ഫോൺ ഓഫ് ചെയ്തു വച്ചിരുന്നു. മുറിയിൽ ഗുലാം അലിയുടെ സംഗീതം പൊഴിയുന്നു. ആഹാരം കഴിച്ചതിന്റെ മണം വായിൽ ബാക്കിയുള്ളത് പോകട്ടെ എന്നോർത്തുകൊണ്ട് ബ്രഷ് ചെയ്തിട്ടും മൗത്ത് വാഷ് എടുത്തു വായിൽ കൊണ്ടു കുലുക്കിത്തുപ്പി. പെട്ടിയിലിരിക്കുന്ന കോണ്ടത്തിന്റെ പാക്കറ്റിനെക്കുറിച്ചു ചിന്തിച്ചപ്പോൾ തന്നെ എതാണ്ടൊരു ഉൾക്കുളിര് അയാളുടെയുള്ളിൽ അനുഭവപ്പെട്ടു. പുറത്തു നല്ല നിലാവുണ്ട്. ഈ രാത്രിയിൽ അവളോടൊപ്പം പൂന്തോട്ടത്തിൽ ഇരുന്നുകൊണ്ടു നിലാവിന്റെ സൗന്ദര്യം കാണണം.

വിനയന് ആരെയെങ്കിലും ശരിക്കങ്ങോട്ട് പ്രണയിച്ചാൽ കൊള്ളാമെന്ന് കുറച്ചുനാളായി മോഹമില്ലാഞ്ഞിട്ടല്ല. ദാമ്പത്യ ജീവിതമെന്നൊക്കെ പറഞ്ഞാൽ ഏതാണ്ടൊരിതാ. ഒരു വളാ വളാ ജീവിതം.

അങ്ങോട്ടുമിങ്ങോട്ടും നോക്കിയാൽ തന്നെ കണക്കിന്റെ ഒരു കളിയേ ഉള്ളൂ. വീട് വച്ചതിന്റെ, കാർ വാങ്ങിയതിന്റെ, കൊച്ചിന്റെ ഡേ കെയർ ഫീസിന്റെ, എന്തിന് പാരസെറ്റമോൾ വാങ്ങിയാൽ അതുമൊരു കണക്കായി ബുക്കിൽ ഉണ്ടാകും. ചില നേരത്തെ സുഗന്ധിയെ കണ്ടാൽത്തന്നെ ഛർദ്ദിക്കാൻ വരും. ഭാര്യമാർക്കൊക്കെ ഏതാണ്ട് ഒരേ മുഖമാണെന്നാ ഓഫീസിലെ പ്രസന്നൻ പറയുന്നത്.

"പരാതിയുടെ മണവും, വിരസതയുടെ ശരീരവും. ഇടയ്ക്ക് വല്ലപ്പോഴും ഒരിച്ചിരി അത്തർ മണക്കാൻ നുമ്മക്ക് തോന്നിയാൽ എന്തേലും ഏനക്കേട് ഉണ്ടോ വിനയൻ സാറേ."

പ്രസന്നന്റെ ചോദ്യം കേൾക്കുമ്പോ സംഗതി ശരിയല്ലേയെന്ന് പല വട്ടം തോന്നിയിട്ടുണ്ട്.

അയാളുടെ ചിന്തകൾ അങ്ങനെ കാടുകയറാൻ അനുവദിക്കാതെ തന്നെ ഡോർ ബെല്ലടിച്ചു. വിനയന്റെ അടിവയറ്റിൽനിന്നും ഒരു കിടിലം മുകളിലേക്കുയർന്നു നെഞ്ചിൽ വരെയെത്തി. കൈകാലുകളിൽ നേർത്ത വിറയൽ. വിറയ്ക്കുന്ന വിരലോടെയാണ് വിനയൻ വാതിൽ തുറന്നത്.

വിനയനെ അമ്പരപ്പിച്ചുകൊണ്ട് വാതില്ക്കൽ നിന്നിരുന്നത് മീരയുടെ അമ്മയായിരുന്നു. അവർക്ക് പിന്നിൽ രണ്ടു ന്യൂ ജെൻ ആൺപിള്ളേരും. അതിലൊരുത്തൻ കുറെക്കാലം മീരയുടെ പിന്നാലേ സൈക്കിളും തുഴഞ്ഞു നടന്നിരുന്നവനാണ്. ചപ്രാ ചിപ്ര തലമുടിയും കഴുകാത്ത ജീൻസും അവന്റെയൊരു അഹങ്കാരം പിടിച്ച മുഖഭാവവും അന്നേ വിനയന് പിടിക്കില്ലായിരുന്നു. മീരയ്ക്കാകട്ടെ അവനൊരു ശല്യമായി തോന്നിയിരുന്നുമില്ല. "ആ കാണുന്ന വേഷംകെട്ടൊക്കെയെ ഒള്ള് ആളൊരു പാവത്താനാണെന്ന"തായിരുന്നു അവളുടെ മനോഭാവം.

ഈ നേരത്ത് ഈ തള്ളയും പെടപ്പുകളും ഇങ്ങോട്ട് കെട്ടിയെടുത്തത് എന്തു കാര്യത്തിനാണാവോ. വിനയന് ഓർത്തപ്പോഴേ നെഞ്ച് വീണ്ടും

കാളുവാൻ തുടങ്ങി. ആ പെണ്ണെങ്ങാനും കേറി വന്നാൽ നാറ്റക്കേസ് ആകും.

"വിനയൻ കാത്തിരുന്ന് മുഷിഞ്ഞോ, ഞങ്ങളാണ് മഷ്റൂം കമ്പ നിയുടെ എക്സിക്യൂട്ടീവ്സ്. ഇത് മനുവാണു കേട്ടോ. വെറും മനു, വാലൊന്നുമില്ല. യെവനെ പിന്നെ വിനയന് നേരത്തെ അറിയാവല്ലോ രമേഷ് കുമാർ. എന്റെ പേര് അജിത. നമ്മൾ തമ്മിൽ നേരത്തെ കണ്ടൊരു പരിചയമൊക്കെയുണ്ട്. വിനയന് ഓർമ്മ കാണാൻ വഴിയില്ല."

മീരയുടെ അമ്മ വിനയനെ നോക്കി പരിഹാസഭാവത്തിൽ പറഞ്ഞു.

വിനയന് നാവും ചുണ്ടും വരണ്ടുണങ്ങി. സിനിമയിൽ മാത്രം കണ്ടി ട്ടുള്ളതുപോലെയുള്ള ഈ രംഗങ്ങൾ താൻ സ്വപ്നം കാണുകയാണോ യെന്നയാൾക്ക് സംശയം തോന്നി. പിന്നല്ലാതെ ഇങ്ങനെ വല്ലതും നട ക്കുന്ന കാര്യമാണോ. ഏത് മഷ്റൂം കമ്പനി! സുഗന്ധിയല്ലേ തൊട്ടരികിൽ കിടക്കുന്നത്. അല്ലെങ്കിലും അതുമിതും ആഗ്രഹിച്ചു കിടന്നാൽ സ്വപ്ന ത്തിലും സംഭവിക്കും ചില ദുരന്തങ്ങൾ.

അങ്ങനെയൊക്കെ ആഗ്രഹിച്ചു പോയെങ്കിലും വിനയന് തൊട്ടു മുന്നിൽ നില്ക്കുന്ന സത്യത്തെ ഉൾക്കൊള്ളാതെ നിവൃത്തിയില്ലെന്നായി. വരണ്ട ചുണ്ട് നാവ് കൊണ്ട് നനച്ചുകൊണ്ടു അയാൾ ആഗതരെ തുറിച്ചു നോക്കിനിന്നു.

"വിനയാ. കുറച്ചങ്ങോട്ട് നീങ്ങിത്തന്നാൽ ഞങ്ങൾക്കങ്ങോട്ട് അക ത്തോട്ടു കയറാം. അല്ല പുറത്തു നിന്നു സീനാകണ്ടായെന്ന് നെനക്കു വേണമെന്നുണ്ടെൽ മാത്രം മതി കേട്ടാ. ഞങ്ങൾക്ക് യെല്ലാടോം ഒരേ പോലാ. അല്ലെടാ രമേഷെ?"

"പിന്നല്ലാതെ. വല്യ വല്യ സാറന്മാർക്കാണല്ലോ ഉളുപ്പ് വേണ്ടത്."

"നിങ്ങളെന്നെ കുരുക്കിയതാ അല്ലേ?"

മീരയുടെ അമ്മയുടെ മുന്നിൽ ചെറുതായി പോയതിന്റെ എല്ലാത്തരം അപകർഷതയോടുമൊപ്പം അയാൾ ചോദിച്ചു.

"ഫാ യെരണം കെട്ടവനെ. നാണം ഇല്ലേടാ നെനക്ക്. വ്യഭിചരിക്കാൻ വന്നിട്ട് കുരുക്കിയതാണോയെന്ന് പുലമ്പാൻ. എന്റെ മോളെ ചതിച്ച നെന്നെ ഞാൻ വച്ചേക്കുമെന്ന് തോന്നിയോ നായെ. നീയൊക്കെ ഇത്രക്കെ ഒള്ളുവെന്ന് തെളിഞ്ഞാൽ തീരാവുന്ന നീറ്റലെ യേത് പെണ്ണിനും ഒള്ളെട. നിന്റെ കെട്ടിയവൾക്കും കൊടുക്കുന്നൊണ്ട് ഓരോ വീഡിയോ.

വല്യ ജാതിക്കാരിയല്ല്യോ. കെട്ടിയവന് കൂട്ട് കെടക്കാൻ ജാതി പ്രശ്ന മില്ലെന്നു ഓളും അറിയട്ടെ."

വിനയൻ വായും പൊളിച്ചു നില്ക്കെ മൂന്ന് പേരും അയാളെ തള്ളി മാറ്റി അകത്തേക്ക് കയറി വാതിലടച്ച് കുറ്റിയിട്ടു.

"പിടിക്കടാ ചെറുക്കാ വീഡിയോ. ഈ എരണം കെട്ടവനെ കൊണ്ട് നുമ്മക്ക് ചെല സംഗതികളുണ്ട്."

മനു ക്യാമറ ഓൺ ചെയ്തിട്ടുകൊണ്ട് കട്ടിലിൽ ചാടിക്കയറി ഇരുന്നു.

"ഹ ഹ കൊള്ളാല്ലോ അജിതേച്ചി സെറ്റപ്പ്. നല്ല ഉശിരൻ മെത്ത." മനു കിടക്കയിൽ ഇരുന്നു പൊങ്ങുകയും താഴുകയും ചെയ്തു.

"എടാ മണ്ടാ നീ ആദ്യം വീഡിയോ നല്ലോണം പിടിക്ക്. ഈ തെണ്ടി ലോകത്തൊള്ള ദൈവങ്ങൾക്ക് മൊത്തം നേർച്ച നേർന്ന് കാണും ഈ നേരം കൊണ്ട്. പടം കിട്ടാതെപോയാ നുമ്മടെ കാശ് പോകുവേ.

വിനയചന്ദ്രൻ ഒരു കാര്യം ചെയ്യ് ഇട്ടിരിക്കണ പാന്റും ഷർട്ടുമൊക്കെ ഊരികളഞ്ഞിട്ട് ഈ ലുങ്കിയെടുത്തങ്ങോട്ട് ചുറ്റിക്കോ. നുമ്മക്കിന്ന് ഇവിടാ ആപ്പീസ് ജോലി."

അജിത ചിരിച്ചുകൊണ്ടു കവറിൽനിന്നും പഴകിയൊരു കൈലിയെ ടുത്ത് നീട്ടിക്കൊണ്ടു പറഞ്ഞു.

"ഭവാൻ ഇതുടുത്തോണ്ട് നേരെ ടോയ്‌ലറ്റിലോട്ട് കയറിയാട്ടെ. ടോയിലറ്റ് ക്ലീനീങ്ങാണു ആദ്യത്തെ വേല. വേല ചെയ്താൽ കൂലി വരമ്പത്ത് എന്നാണല്ലോ പ്രമാണം. ചെന്നാട്ടെ." അജിത കുലുങ്ങി ചിരിച്ചുകൊണ്ടു വിനയനെ നോക്കി പരിഹാസത്തോടെ പറഞ്ഞു.

വിനയന് പ്രതികരിക്കാനുള്ള ധൈര്യം കിട്ടിയില്ല.

"ക്ലീനീങ്ങിനുള്ള സാമഗ്രികളൊക്കെ എടുത്തു കൊടുക്കു രമേഷെ. സാറിന് വീട്ടിൽ പോകാൻ തിരക്കുള്ളതാ.

ജോലിയൊക്കെ വെടിപ്പായി ചെയ്യുന്നോന്നറിയാൻ ഞങ്ങളൊന്നു വീഡിയോ പിടിക്കും കേട്ടാ. ഉള്ള പണിപോയാലും സാറിന് ജീവിച്ചു പോകാൻ മാർഗ്ഗം തെളിച്ചു തരേണ്ടത് മഷ്‌റൂം കമ്പനിയുടെ ഉത്തരവാദിത്വമാണല്ലോ."

വിനയനെ ടോയിലെറ്റിലേക്ക് ഉന്തിത്തള്ളി വിട്ടിട്ട് രമേഷ് മനുവിനോടു കൈ കൊണ്ട് ആംഗ്യം കാണിച്ചു.

ക്ലോസറ്റിലേക്ക് നോക്കിയതും അടിവയറ്റിൽനിന്നും കഴിച്ചതൊക്കെ ഒറ്റയടിക്ക് തികട്ടിവന്നു. അന്നനാളം മുതൽ തൊണ്ടയോളം ക്ളായെ ന്നോരു നിലവിളിയോടെ ദഹിക്കാതെ കിടന്ന അവശിഷ്ടങ്ങൾ കുതിച്ചു പൊന്തി വിനയനെ ആകമാനം കത്തിയാളിച്ചു.

"സോറി വിനയാ. അതീ ചെറുക്കന്മാരുടെ വികൃതികളാ. നീയങ്ങു ക്ഷമിച്ചു കളയ്. ചെയ്യുന്ന ജോലി വെടിപ്പായി ചെയ്യുന്നതെങ്ങനെയെന്ന് ഇവന്മാരെ കാണിച്ചു കൊടുക്കണം. അല്ല പിന്നെ."

വിനയന് കമാ എന്നൊരു അക്ഷരം മിണ്ടാൻ കഴിഞ്ഞില്ല. അല്പം മുമ്പ് ആവിയായി പോയ മനോബലം അയാളുടെ കണ്ണിൽനിന്നും കുടുകൂടാ പുറത്തേക്ക് ചാടി.

മണിക്കൂറുകൾ പിന്നിട്ട അഭ്യാസങ്ങൾക്ക് ശേഷം തളർന്നവശനായ വിനയനെ മുറിയിലേക്ക് തിരിച്ചു വിളിച്ചിട്ട് അജിത ഒരു ചായയ്ക്ക് ഓർഡർ കൊടുത്തു.

"ഈ ചായ എന്റെ മോൾടെ ഒരാശയാ. മനു പാതി നീ കുടിച്ചിട്ട് ബാക്കി സാറിനും കൊടുത്തിട്ട് പോര്. ഞാൻ പുറത്തുണ്ടാകും.

ആ വീഡിയോ എന്തുചെയ്യണമെന്ന് ഞാനൊന്നാലോചിക്കട്ടെ.

എന്നാൽ പോട്ടെ വിനയാ. ചായ കുടിച്ച് റെസ്റ്റൊക്കെ ചെയ്യ്. നുമ്മക്ക് വീണ്ടും കാണേണ്ടി വരും."

വിനയന് വാ തുറന്ന് മിണ്ടാനുള്ള ത്രാണി പോലും ഉണ്ടായില്ല. നടന്ന സംഭവങ്ങൾ അവർ സുഗന്ധിയെ അറിയിച്ചാൽ എന്താവും സംഭവിക്കാൻ പോകുന്നതെന്നോർത്തിട്ട് മരിച്ചു കളയാനാണ് അയാൾക്ക് തോന്നിയത്.

ബാക്കി ഉള്ളവർ കൂടി മുറി വിട്ടു പോയതോടെ ഇറങ്ങിപ്പുറപ്പെട്ട നേരത്തെ ശപിച്ചുകൊണ്ട് തളർന്ന് തരിപ്പണമായി വിനയൻ ഇരിക്കെ റിസപ്ഷനിൽ നിന്നും കോൾ വന്നു.

ആധികൊണ്ട് ഫോൺ എടുക്കാനുള്ള മനോധൈര്യം ഇല്ലാതെ മരവിച്ചിരിക്കെ ഫോൺ അയാളുടെ ചെവിയേയും ഹൃദയധമനികളെയും തുളച്ചുകയറും പോലെ വീണ്ടും വീണ്ടും ശബ്ദമുണ്ടാക്കിക്കൊണ്ടിരുന്നു.

ഗത്യന്തരമില്ലാതെ വിനയൻ ഫോൺ എടുത്തു ചെവിയോട് ചേർത്തു.

"സർ റിസപ്ഷനിൽ നിന്നാണ്. റൂം വെക്കേറ്റ് ചെയ്തുവെന്ന് അറിയിച്ചു. ബിൽ പേ ചെയ്തിട്ടുണ്ട്. സർ വൈകാതെ ഇറങ്ങിയാൽ നന്നായിരിക്കും. രാത്രി 8 മണിക്കു അടുത്ത കസ്റ്റമറിന് റൂം കൊടുക്കേണ്ടതാണ്."

"ഈ രാത്രിയിൽ ഓർക്കാപ്പുറത്ത് റൂം വെക്കേറ്റ് ചെയ്താൽ ഞാനെങ്ങോട്ട് പോകും. നിങ്ങളെന്താ ആളെ കളിയാക്കുവാണോ." ഉള്ളിലെ മുഴുവൻ ദേഷ്യത്തോടെ വിനയൻ ആക്രോശിച്ചു.

"സോറി സർ. താങ്കൾ ഇവിടെ റൂം എടുത്തിട്ടില്ല. റൂം എടുത്തത് മിസ്സിസ് അജിതയാണ്. അവർ ബിൽ പേ ചെയ്തു റൂം ഒഴിയുന്നുവെന്ന് അറിയിക്കുകയും ചെയ്തു."

വിനയന് കരച്ചിൽ വന്നു തൊണ്ടയിൽ കെട്ടി നിന്നു. ഈ രാത്രി ഇനി റെയിൽവേ സ്റ്റേഷനിൽ ഇരുന്നു കഴിച്ചു കൂട്ടേണ്ടി വരും. കേട്ട പാതി കേൾക്കാത്ത പാതി ഇറങ്ങിത്തിരിച്ച നിമിഷത്തെ ആയിരം വട്ടം ശപിച്ചുകൊണ്ട് പെട്ടിയിലേക്ക് സാധനങ്ങളെടുത്ത് വലിച്ചു വാരിയിട്ടു.

കോണ്ടത്തിന്റെ പാക്കറ്റ് കണ്ടപ്പോൾ കലിപ്പോടെ എടുത്തു കിടക്കയിലേക്ക് തന്നെ വലിച്ചെറിയുകയും ചെയ്തു.

* * * *

കാവിൽ ആ കൊല്ലം മുതൽ ഉത്സവം നടത്തണമെന്നും ദേവിക്ക് പൊങ്കാല ഇടണമെന്നും മനയിൽ തിരുമേനി പ്രശ്നം വച്ചപ്പോൾ തെളിഞ്ഞു.

ഉത്സവത്തിന് മനയിൽനിന്നും മീരയുടെ കോളനിയിൽനിന്നുമായി തെക്കും വടക്കും ദിക്കുകളിൽ നിന്ന് താലം വന്നുകയറി.

വെളുത്തതും കറുത്തതും ഇരു നിറത്തിലുമുള്ള പെണ്ണുങ്ങൾ താലവുമായി നിരന്നു നിന്നു. ആൽത്തറയിലെ വിഷ്ണുവിനും കാഞ്ഞിരമരത്തിന് കീഴിലെ മുത്തപ്പനും പാലമരത്തിന് കീഴിലെ നാഗദൈവങ്ങൾക്കും പുതുതായി പണിത കല്വിളക്കുകളിൽ പെണ്ണുങ്ങൾ കൂട്ടം ചേർന്ന്

തിരികൊളുത്തി. എങ്കിലും തങ്ങൾക്കിടയിൽ അദൃശ്യമായ ഏതോ ഒരു മതിൽ അപ്പോഴും ബാക്കിയുണ്ടെന്ന് അവരോരുത്തർക്കും ഉള്ളുകൊണ്ടു ബോദ്ധ്യമുണ്ടായിരുന്നു. താലം കഴിഞ്ഞതും സർപ്പം തുള്ളൽ ആരംഭിച്ചു. മുറ്റത്ത് ഒരുക്കിയ വർണ്ണങ്ങളുടെ കളത്തിലൂടെ സർപ്പംതുള്ളൽക്കാരൻ ഉരഗത്തെപോലെ ഇഴഞ്ഞു. മനയിലെ പെണ്ണുങ്ങളുടെ കഴുത്തിലും കാതിലും കിടന്നു തിളങ്ങിയ ആഭരണങ്ങളും, തിളങ്ങുന്ന കസവുകര മുണ്ടിലേക്കും ആദരവോടും അമ്പരപ്പോടും നോക്കി നിന്ന ചില പെണ്ണുങ്ങൾ സർപ്പം തുള്ളൽ കാണാൻ പോലും മറന്നുപോയി.

വനദുർഗ്ഗയിൽനിന്നും ജലദുർഗ്ഗയിലേക്ക് പരിണാമം സംഭവിച്ച പെണ്ണൊരുത്തിയെ കളഭം പൂശി വെളുപ്പിച്ചു സുന്ദരിയാക്കിയിരുന്നു.

കാലാകാലത്തോളം വെയിലും മഞ്ഞും മഴയുമേറ്റ് കാരിരുമ്പായി പോയ കാളിപ്പെണ്ണിന് നാലു ചുമരുകൾക്കുള്ളിലേക്ക് കിനിഞ്ഞു വീഴുന്ന ചന്ദ്രപ്രഭയിലും ശങ്കിച്ചു ശങ്കിച്ചു വന്നുചേരുന്ന സൂര്യകിരണങ്ങളിലും പെട്ട് മനോവീര്യം നഷ്ടമാകുന്ന തോന്നലനുഭവപ്പെട്ടു. തുടുത്ത മുഖവുമായി നില്ക്കുന്ന ദേവിയുടെ രൂപത്തിലേക്ക് നോക്കിയപ്പോൾ തരളിതയായ ഏതോ പെൺകിടാവിനെ പോലെയെന്ന് മീരയ്ക്കു തോന്നി.

പിറ്റേന്ന് അതിരാവിലെ കുളിച്ചു തൊഴുത് പൊങ്കാല ഇടാൻ നില്ക്കെ മീരയുടെ അമ്മ അസുര നിഗ്രഹം കഴിഞ്ഞു വാളോങ്ങി നില്ക്കുന്ന ദേവീരൂപം കണ്ട് ഹെന്റെ ദേവ്യേ എന്നു കരഞ്ഞുകൊണ്ടു പിറകിലേക്ക് മറിഞ്ഞുവീണു.

"താഴ്ജാതിപ്പെട്ടോരുടെ ദേവിയല്ല്യോ. അവരെയേ കാണിച്ചു കൊടുക്കൂ." കൂട്ടം കൂടി നിന്ന മനയ്ക്കലെ പെണ്ണുങ്ങൾ അടക്കം പറഞ്ഞു.

അമ്മയുടെ അടുക്കൽ കുനിഞ്ഞിരിക്കേ മീരയ്ക്ക് അന്ധരായ ആ സ്ത്രീകളെയോർത്ത് നിരാശ തോന്നി. വീണ്ടും വീണ്ടും ചുരണ്ടിയാലും തൊലിക്കടിയിൽ അവശേഷിക്കുന്ന വികാരത്തിന്റെ പേരാണ് മതമെന്ന് വിളിച്ചു പറയാൻ തോന്നിയെങ്കിലും ആത്മനിയന്ത്രണം പാലിച്ചുകൊണ്ട് അവൾ 'അമ്മേ അമ്മേ'യെന്ന് അടക്കി വിളിച്ചു.

കുരുട്ടുമരം

വെയിൽ കത്തിനില്ക്കുന്ന ഒരുച്ചയിലാണ് നേരത്തെ നിശ്ചയിക്കപ്പെട്ട പ്രകാരം വീടിന്റെ ടെറസിലെ അലൂമിനിയം റൂഫിന്റെ ആവി പറക്കുന്ന പുഴുക്കത്തിലേക്ക് അവരോരുത്തരും കടന്നു വന്നത്. റൂഫിന് കീഴേക്ക് തൂക്കിയിട്ടിരിക്കുന്ന കൊളുത്തുകളിൽ ഉണങ്ങിത്തുടങ്ങിയ ഏതാനും വരത്തൻ ചെടികൾ തങ്ങളുടെ പൂർവകാല വസന്തത്തെ അനുസ്മരിപ്പിക്കും വിധത്തിലുള്ള വാടിയ പൂക്കളുമായി നിലകൊണ്ടിരുന്നു.

എന്താണ് ഈ ചെടികളുടെയൊക്കെ പേരെന്ന് ഓർക്കാൻ ശ്രമിച്ചപ്പോൾ ലൂഫോർബിയ, അഡീനിയ തുടങ്ങിയ പരിഷ്കൃത പേരുകൾ മാത്രമേ ഓർമ്മ വന്നുള്ളൂ. അങ്ങേയറ്റത്ത് നിന്നിരുന്നത് ഒരു കള്ളിമുൾ ചെടിയാണ്. നാട്ടിൻപുറം നഗരത്താൽ കവർന്നെടുക്കപ്പെടും മുമ്പ് വീടിന് മുന്നിലെ ഇടവഴിയിൽ കൂട്ടം കൂടി കാടുപോലെ നിന്നിരുന്ന അതേ ചെടിയാണ് ബോൺസായ് എന്ന മോഡേൺ രൂപത്തിൽ ചട്ടിയിൽ തളച്ചുവച്ചത് നേഴ്സറിയിൽനിന്നും വാങ്ങി ഞാൻ തന്നെ ചുമന്ന് ഇവിടെ പ്രതിഷ്ഠിച്ചത്. അപൂർണ്ണതയുടെ ഒരഭംഗി ബോൺസായ് ചെടികൾക്കുണ്ടെന്ന് പലവട്ടം എനിക്ക് തോന്നിയിട്ടുണ്ട്.

എങ്കിലും വാട്ടം തട്ടാതെ നിലകൊണ്ടത് അതുമാത്രമായിരുന്നു.

കുരുട്ടുമരം എന്നാണ് അച്ഛൻ അതിനെ പച്ചമലയാളത്തിൽ വിളിക്കുന്നത്. പേരാലിന്റെ ബോൺസായ് മരം അച്ഛൻ ദേഷ്യത്തിൽ ചട്ടിയോടെ കൊണ്ടുപോയി പിന്നാമ്പുറത്തു എറിഞ്ഞുടച്ചു. മേലാൽ ഈ വക സാധനങ്ങൾ ഇവിടെ കൊണ്ടുവന്നു വയ്ക്കരുതെന്ന് കർശന നിർദ്ദേശവും നല്കി. വൃക്ഷങ്ങളെ ചെടിച്ചട്ടികളിൽ മുരടിപ്പിച്ചു നിർത്തി മഹാപാപം ചെയ്യിക്കുന്നതിന് കൂട്ടുനില്ക്കരുത് നീ എന്ന ഓർമ്മപ്പെടുത്തലും.

"ജപ്പാനിലൊക്കെ ഇത് സർവ്വ സാധാരണമാണ്. അകത്തളങ്ങളെ മനോഹരമാക്കാൻ അവിടെയെല്ലാവരും ഇത്തരം ബോൺസായ് വൃക്ഷങ്ങൾ വയ്ക്കാറുണ്ടല്ലോ. നമ്മുടെ നാട്ടിലും ഇതെല്ലാം ആളുകൾ ചെയ്യാൻ തുടങ്ങി."

"വൃക്ഷങ്ങളെ തടവിൽ വച്ചതിന്റെ പാപമാവും അവിടെ എല്ലായ്പ്പോഴും ഭൂകമ്പവും സുനാമിയും വരുന്നത്."

അച്ഛമ്മ അച്ഛൻ പറഞ്ഞതിനെ ന്യായീകരിച്ചുകൊണ്ട് പ്രസ്താവിച്ചു.

അവരെ രണ്ടുപേരെയും പരിഹസിക്കാൻ ശ്രമിച്ചെങ്കിലും ദിവസങ്ങൾ കഴിയവെ വളർച്ച മുരടിച്ച കള്ളിമുൾച്ചെടിയെ നോക്കുമ്പോഴൊക്കെ ഒരുതരം അരോചകാവസ്ഥ എന്നെ പൊതിയാൻ തുടങ്ങി. ധാരാളം കാശിത്തുമ്പയും മുല്ലയും പാരിജാതവും തിങ്ങി നിറഞ്ഞു നിന്ന പറമ്പ് ഇപ്പോൾ കാടുപിടിച്ചു കിടപ്പാണ്. ഞങ്ങളുടെ കൗമാരം സുഗന്ധങ്ങളുടെ കാലമായിരുന്നു. ഞാനും അനുജത്തിയും കൊള്ളാവുന്ന ചെടികൾ എവിടെ കണ്ടാലും അതിന്റെ കമ്പോ, കായോ കൊണ്ടുവന്നു പൂന്തോട്ടം ഉണ്ടാക്കാൻ പരിശ്രമിച്ചിരുന്നു. ഓരോ ചെടിക്കും അതിൽ വിരിഞ്ഞ പൂക്കൾക്കും ധാരാളം കഥകൾ ഉണ്ടാകും പറയാൻ. വേലിയിൽ അള്ളിപ്പിടിച്ചു കയറി ഒരു രാജ്യം സ്വന്തമാക്കിയതിന്റെ അഹങ്കാരത്തോടെ നിന്നിരുന്ന പിച്ചിപ്പൂക്കൾ ഇറുത്തെടുത്ത് മാലകെട്ടിയാണ് സ്കൂളിലേക്ക് പോയിരുന്നത് തന്നെ. പുരയിടം അളന്നു പങ്കിട്ട് കൊടുത്തപ്പോൾ അതിർവേലികൾ പൊളിച്ചു മാറ്റപ്പെടുകയും പകരം ഹോളോബ്രിക്സ് കട്ടകൾ കൊണ്ടുള്ള തേക്കാത്ത മതിൽ പ്രത്യക്ഷപ്പെടുകയും ചെയ്തതിന്റെ പരിണാമം നടന്നത് മനസ്സുകളിൽ മാത്രമായിരുന്നില്ല ഭൂമിയിലും കൂടിയാണെന്ന് പതിയെയാണ് എനിക്കു ബോദ്ധ്യപ്പെട്ടത്. വീട്ടിൽനിന്നും മാറി നഗരത്തിന്റെ ആരവങ്ങളിലേക്ക് മുങ്ങാംകുഴിയിടാൻ തുടങ്ങിയത് കൊണ്ടാണോ എന്തോ നഷ്ടപ്പെട്ട സുഗന്ധങ്ങളെക്കുറിച്ച് ഞാനോ അനുജത്തിയോ ശ്രദ്ധിക്കാതെ പോയത്.

അച്ഛൻ ആദ്യമായി ബോൺസായ് എന്ന പദത്തെ പരിഹാസത്തോടെ ഉച്ചരിച്ചത് ഞാൻ കേട്ടതും അനുജത്തിയുടെ മകനെ നഗരത്തിലെ പഞ്ചനക്ഷത്ര സ്കൂളിൽ അഡ്മിഷൻ എടുക്കാനുള്ള ബാങ്ക് ലോൺ സംഘടിപ്പിക്കാനായി പോകും വഴി വിയർത്ത് കുളിച്ചു അവൾ വന്നു കയറിയപ്പോഴാണ്.

പേരക്കുട്ടി അച്ഛന്റെ അരികിൽ കസേരയിൽ ഇരുന്നു നാരങ്ങാവെള്ളം കുടിച്ചുകൊണ്ടിരിക്കെ ഏറ്റവും ലാഘവത്തോടെ തന്നെയാണ് അച്ഛൻ അവനെ ബോൺസായ് എന്നു വിളിച്ച് കളിയാക്കിയത്. അനുജത്തിക്ക് അതത്ര ഇഷ്ടപ്പെട്ടില്ലെന്നു മുഖം വ്യക്തമാക്കി.

"വാട്ട് ഇസ് ബോൺസായ് അപ്പൂപ്പാ?" എന്നു അന്തിച്ചുകൊണ്ട് ചോദിച്ചപ്പോൾ അച്ഛൻ ചിരിച്ചു കൊണ്ട് പറഞ്ഞു

"അതേ കുഞ്ഞാ. ഈ ബോൺസായ് എന്നുപറഞ്ഞാൽ സ്വപ്നം കാണാൻ സൗകര്യമില്ലാത്ത ഒരു ചെടിയാ."

"ചെടികൾ സ്വപ്നം കാണോ!"

അവൻ അവിശ്വാസത്തോടെ ഞങ്ങളെ എല്ലാവരെയും മാറി മാറി നോക്കി.

"പിന്നെ. കുഞ്ഞന് അതറിയില്ല. വിത്തിന് ചെടിയാവാനും, ചെടിക്ക് പൂവിടാനും, പൂവിന് കായാവാനും, കായ്ക്ക് ഒരു വൃക്ഷത്തെ സൃഷ്ടിക്കാനും മോഹം ഉണ്ടാകില്ലേ. ആ സ്വപ്നം ഇല്ലാത്ത ചെടികളാ ഈ ബോൺസായ്."

അനുജത്തി അപ്പോഴേക്കും കൂടുതൽ കേൾക്കാൻ നില്ക്കാതെ കൊച്ചിന്റെ കൈയിലെ നാരങ്ങാവെള്ളം പിടിച്ചു വാങ്ങി അമ്മയെ ഏല്പിച്ചിട്ട് തിരക്കിട്ട് ഇറങ്ങി നടക്കുകയും ചെയ്തു.

അന്നൊന്നും ചട്ടികളിൽ മുരടിപ്പിച്ച് നിർത്തിയ വൃക്ഷത്തൈകൾ ഞാൻ വാങ്ങിക്കൊണ്ടു വന്നു ടെറസ്സിൽ വച്ചിട്ടില്ലായിരുന്നു. ആകസ്മികമായി ഫ്ളവർ ഷോ കാണാൻ പോയപ്പോഴാണ് പേരാലിന്റെ ചെടിയും, കള്ളിമുൾച്ചെടിയും വാങ്ങിക്കൊണ്ട് വച്ചത്. നാലോ അഞ്ചോ ദിവസത്തിന് ശേഷമാണ് അച്ഛനതു കണ്ടുപിടിച്ചതും പറമ്പിന്റെ മൂലയിലേക്ക് ചട്ടി ഊക്കോടെ വീണതും. കള്ളിച്ചെടിയെ അച്ഛൻ ഗൗനിക്കാതിരുന്നത് കൊണ്ട് അതിപ്പോഴും അവശേഷിക്കുന്നു.

"അത്ര കൊതിയാണേൽ അമ്മയും മോളും കൂടി നാലു വെണ്ടയോ, ചീരയോ നട്ടു പിടിപ്പിക്ക്. പറമ്പിൽ മാത്രമല്ല ടെറസ്സിലും കൃഷി നടത്താമെന്ന് സിനിമക്കാരി പറഞ്ഞത് കേട്ടു രണ്ടും കൈയടിച്ചു രോമാഞ്ചപ്പെട്ടതല്ലേ."

അതോടെ മഹാ മടിച്ചിയായി രൂപമാറ്റം വന്ന എന്റെ ചെടിസ്നേഹം അസ്തമിക്കുകയും ചെയ്തു.

മുകൾ ഭാഗത്ത് പകുതി മാത്രമേ ഓപ്പൺ ടെറസ് ഉണ്ടായിരുന്നുള്ളൂ. പകുതിഭാഗം ചെറിയ ഒരു വർക്ക് ഏരിയയാണ്. വാഷിങ് മെഷീനും, തേപ്പ് മേശയും അടക്കമുള്ള ചില്ലറ ജോലികൾ ഇവിടെയാണ് ചെയ്യുക. എഴുതാനുള്ള സ്വകാര്യമായ ഒരിടം കൂടിയായിരുന്നു എനിക്കിവിടം. ദിനവും പല വട്ടം മുകളിലേക്കും താഴേക്കും കയറിയിറങ്ങുന്ന അമ്മയോ ഞാനോ തിരക്കുകൊണ്ട് ശ്രദ്ധിക്കാതെ പോയത് കൊണ്ട് മാത്രം കാലഹരണപ്പെട്ടുകൊണ്ടിരിക്കുന്ന ചെടികളെ നോക്കിനില്ക്കുമ്പോൾ അശ്രദ്ധ കൊണ്ട് അനാഥരാക്കപ്പെട്ടരുടെ കൂട്ടക്കരച്ചിൽ ചുറ്റും മുഴങ്ങുന്നതുപോലെ ഒരസ്വാരസ്യം എന്നെ ചൂഴ്ന്നു നിന്നു.

വരുന്നവർ ഓരോരുത്തർ ചുണ്ടിൽ തെളിഞ്ഞ പുച്ഛരസം കലർന്ന ചിരിയോടെ ഇതെല്ലാം നോക്കുമായിരിക്കുമെന്ന് ഞാൻ സംശയത്തോടെ ചിന്തിച്ചു പോകാതിരുന്നില്ല.

ഇന്ന് നടക്കാൻ പോകുന്നത് ഒരു പ്രത്യേക ചടങ്ങാണ്. ഉദ്ഘാടനമോ, സ്വാഗത പ്രസംഗമോ ഇല്ലാത്ത ഒരു പുസ്തക ചർച്ച. അത് മറ്റെങ്ങും വച്ചാകണ്ട കഥാപാത്രങ്ങൾ പിറന്ന ഈ വീട്ടിൽ തന്നെയാകട്ടെയെന്ന് തീരുമാനിക്കാൻ കാരണവും ഈ ചടങ്ങിന്റെ അതിവിശേഷം

അത്രയ്ക്കായത് കൊണ്ടാണെന്ന് നിങ്ങൾ മനസ്സിലാക്കാൻ പോകുന്നേയുള്ളൂ.

അതെന്താണെന്ന് ഞാൻ തന്നെ പറയേണ്ട ഒരവസ്ഥ ഇവിടെയുണ്ട്. പറഞ്ഞല്ലോ. ഈ ചടങ്ങിൽ സ്വാഗതമോ, ഉദ്ഘാടനമോ ഒന്നുമില്ല. പരിചയപ്പെടുത്താൻ പോകുന്നത് ഞങ്ങൾ ഞങ്ങളെ തന്നെയാണ്. അതായത് എഴുത്തുകാരിയും കഥാപാത്രങ്ങളും മാത്രം സംബന്ധിക്കുന്ന ഒന്നായത് കൊണ്ട് ഇവിടെ നടക്കുന്നത് ചിലപ്പോൾ ഒരു വിചാരണയാകാൻ സാദ്ധ്യതയുണ്ട്.

കഥാപാത്രങ്ങൾ രചയിതാവിന് മുമ്പിൽ നേർക്കുനേരെ ഇരുന്നു ചോദ്യമുന്നയിക്കുക എന്നതാണ് ഈ ചടങ്ങ് കൂടുതൽ വിശേഷപ്പെട്ടതാകാൻ കാരണം. സാധാരണ ഗതിയിൽ വായനക്കാരും രചയിതാവും തമ്മിലുള്ള ആശയവിനിമയവും പുസ്തകചർച്ചകളും ധാരാളമായി നടന്നു കണ്ടിട്ടുണ്ടാകും. അത്തരം ചടങ്ങുകൾക്ക് ഇരുന്നു കൊടുക്കാനുള്ള വൈമുഖ്യം കൊണ്ടാണ് പ്രസാധകരും വായനക്കാരും അനേകം തവണ നിർബ്ബന്ധിച്ചിട്ടും ഞാനതിനൊന്നും നാളിതുവരെ തയ്യാറാകാതിരുന്നത്.

എന്നാൽ ഈ ചടങ്ങ് എന്റെ കഥാപാത്രങ്ങളുടെ ആവശ്യപ്രകാരം ഒരുക്കിയതാണ്. ആറുമാസം കൊണ്ട് അനേകം പതിപ്പുകൾ ഇറങ്ങിയ പുസ്തകത്തിന്റെ രചയിതാവിനെ കാണാൻ കാത്തിരിക്കുന്ന വായനക്കാരെ എല്ലാവരെയും നിരാശപ്പെടുത്തിക്കൊണ്ടാണ് ഞാനിതുവരെ ഒരൊളിവു ജീവിതം ജീവിച്ചത്. ഇതുവരെ എന്നുപറഞ്ഞാൽ ഇനിയത് മാറ്റിക്കളയും എന്നൊന്നും അർത്ഥമില്ല. ഞാനങ്ങനെ ഒരു പ്രത്യേക തരക്കാരിയാണ്. ആൾക്കൂട്ടത്തെ കണ്ടാൽ കൈ വിറയ്ക്കുന്ന ഒരസുഖം എനിക്കുണ്ട്. എന്റെ പരിഭ്രമം കൊണ്ടാണ് വിക്ക് ഉണ്ടാകുന്നതെന്നും അതൊരു അസുഖമല്ലെന്നും സൈക്കോളജിസ്റ്റിന്റെ സർട്ടിഫിക്കറ്റ് ഉണ്ട്. പക്ഷേ, പരിഭ്രമം ഇല്ലാത്തപ്പോൾ പോലും ഓരോ വാക്കിനു മുന്നിലും നാവിന് സാഷ്ടാംഗം പ്രണമിക്കേണ്ടി വരുന്നത് എന്തുകൊണ്ടാണ്!

പക്ഷേ, കഥാപാത്രങ്ങൾ യാതൊരു വിധ വിട്ടുവീഴ്ചകൾക്കും തയ്യാറല്ലായിരുന്നു. ഓഫീസിൽനിന്നും ഇറങ്ങുന്നത് നോക്കി ചിലർ പിന്നാലെ കൂടും, മറ്റ് ചിലപ്പോൾ ചിലർ വീട്ടുപടിക്കൽ കാത്തുനില്ക്കും, ചിലർ ഉറക്കത്തിൽ വന്നു കുത്തിവിളിക്കും. അടുക്കളയിലും അമ്പലത്തിലും പാടത്തും കുളക്കടവിലും അവരെന്നെ പിന്തുടരുന്നു.

എന്നെ വെറുതെ വിടൂ എന്നുപറഞ്ഞതിന് ഒരിക്കൽ അതിലൊരാൾ എന്റെ മുഖത്തേക്ക് ഒരാട്ടാട്ടി. അവരെ പിന്നീട് റോഡിൽ വച്ചു കണ്ടപ്പോഴാകട്ടെ കണ്ടഭാവവും ഇല്ല. ആ സ്ത്രീയെ കണ്ടാൽ ചിരിക്കപോലും ചെയ്യരുതെന്ന് അമ്മ പറഞ്ഞിട്ടുള്ള കാര്യം അന്നേരം ഞാൻ മറന്നുപോയിരുന്നു.

ഇത്തരക്കാരികളെ കുടുംബത്തു കേറ്റാൻ പാടില്ലാന്നാ അമ്മ പറയാറുള്ളത്. അങ്ങനെയിരുന്നപ്പോൾ ഒരു ദിവസം വഴിയിൽനിന്നും

അവരെകൂടി കൂടെകൂട്ടിയാണ് ഞാൻ വീടിന്റെ പടി ചവിട്ടിയത്. പാവം അമ്മയുണ്ടോ അത് കാണുന്നു. മേശപ്പുറത്ത് ചായയും പഴം പൊരിയും വിളമ്പി അമ്മ അരികിൽ നിന്നു കഴിപ്പിക്കുമ്പോഴും അവരെന്റെ കൂടെ യുണ്ടായിരുന്നു. പിന്നീട് മുറിയിൽ ചെന്നിട്ട് ഞങ്ങൾ അഭിമുഖം ഇരുന്നു കഥ പറഞ്ഞു.

അങ്ങനെ അങ്ങനെ ഓരോ ദിവസവും നിഷേധിക്കപ്പെട്ട ഓരോരു ത്തരേയും കൂട്ടിയാണ് ഞാൻ വീട്ടിലേക്ക് മടങ്ങിച്ചെന്നിരുന്നത്.

ചൊക്കന്റെ ചെക്കനെ കൊണ്ടുവന്നപ്പോൾ എനിക്കിത്തിരി പരിഭ്രമം ഉണ്ടായിരുന്നു. ഉടുക്കിന്റെ ശബ്ദം അമ്മ കേൾക്കുമോയെന്ന്. പക്ഷേ, പുള്ളിക്കാരൻ ആകപ്പാടെ നിശ്ശബ്ദനായാണ് പെരുമാറിയത്. സത്യത്തിൽ അവരെയൊക്കെ കൂടെകൂട്ടിയപ്പോൾ കുറേയൊക്കെ പേടി എന്നെ ബാധി ക്കാതെയിരുന്നില്ല. എന്റെ കണ്ണു തെറ്റിയാൽ അടുക്കളയിലേക്കോ ഉമ്മ റത്തേക്കോ ഇറങ്ങിച്ചെന്നു ആരുടെയെങ്കിലും കണ്ണിൽപ്പെടുമോയെന്ന്. എന്നാൽ എന്നെത്തന്നെ അതിശയിപ്പിച്ചുകൊണ്ടു വന്നുകയറിയത് പോലെ തന്നെ ഓരോരുത്തർ ഓരോരുത്തർ ആയി മടങ്ങിപ്പോകുകയും ചെയ്തു. അങ്ങനെ ആകപ്പാടെ നിശ്ശബ്ദമായ എന്റെ ജീവിതം അങ്ങനെ യൊക്കെ തന്നെ കഴിഞ്ഞുപോകവേയാണ് ഈ പറഞ്ഞ ആളുകൾ അപ്രതീക്ഷിതമായി പിന്നാലേ കൂടുന്നത്. ഞാൻ പറഞ്ഞല്ലോ വായ നക്കാരെയും പ്രസാധകരെയും വിമർശിക്കാൻ പിന്നാലെ തക്കം പാർത്ത് കൂടുന്നവരെയൊന്നും ഞാൻ അടുപ്പിക്കാറില്ല. കാരണം എഴുതുന്ന തൊന്നും ചർച്ച ചെയ്യപ്പെടണമെന്നോ പുരസ്കാരങ്ങൾ വാങ്ങി കൂട്ടണമെന്നോ ആഗ്രഹിക്കുന്ന ഒരാളല്ലല്ലോ ഈ ഞാൻ.

പെണ്ണൊരുത്തി പിന്നാലെ കൂടി മുടിനിവർത്തി മാറിലേക്കിട്ടുകൊണ്ട് ഒരു സന്ധ്യക്ക് ഇടവഴിയിൽ വച്ച് എന്റെ മുന്നിലേക്ക് ഓടിക്കയറി നിന്ന് ഒറ്റ ചോദ്യം.

"ഭ്രാന്തുള്ളവരുടെയൊക്കെ മുടി മൊട്ടയടിക്കോ?"

എന്റമ്മേ. അടിവയറ്റീന്നു കൊളുത്തിപ്പിടുത്തം പാഞ്ഞത് മാത്രം ഞാനറിഞ്ഞു. ഓളുടെ മോത്തിട്ട് നോക്കാതെ ഒറ്റനടത്തം വച്ചുകൊടുത്തു വീട്ടിലേക്ക്. ചെന്നപാടെ പുസ്തകം നിവർത്തി അഞ്ചാമത്തെ അദ്ധ്യായം വായിച്ചു.

"ചൊക്കന്റെ ഭാര്യ എന്നെ വീടിനകത്തേക്ക് ക്ഷണിച്ചു. ഞാൻ കൂടോത്രം ചെയ്യാനാണ് വന്നതെന്നാണ് അവർ ധരിച്ചു വച്ചതെന്ന് എനിക്കു തോന്നിയെങ്കിലും അതിനല്ലെന്നു കമാ എന്ന് മിണ്ടാൻ നാവ് പൊന്തിയില്ല. അകത്തെ മുറിയിൽനിന്നും മീനുളുമ്പിന്റെ വാട എന്റെ മുഖത്തേക്കടിച്ചു. ഛർദ്ദിക്കാൻ തോന്നിയെങ്കിലും അതടക്കിക്കൊണ്ടു അവരെ അനുഗമിക്കാനേ എനിക്കു കഴിഞ്ഞുള്ളൂ. അകത്തെ മുറിയിൽ തൂണിനോട് ചേർത്ത് ബന്ധിപ്പിച്ച നിലയിൽ ഒരു പെൺകുട്ടി. ഞങ്ങളെ കണ്ടതും അവൾ തലയുയർത്തി നോക്കി. കുഴിഞ്ഞ കണ്ണുകൾ ഇരുണ്ട ഗോളങ്ങൾ മാത്രമാണെന്ന് എനിക്കു തോന്നി. മൊട്ടത്തലയിൽ അവിട

വിടെ കിളിർത്ത് വരുന്ന രോമങ്ങൾ. ഞാൻ മുഖം തിരിച്ചു കളഞ്ഞു പുറത്തേക്കിറങ്ങിയപ്പോൾ മുട്ടറ്റം മുടിയുണ്ടായിരുന്ന ഒരുവൾ നന്ത്യാർവട്ട ചെടിക്ക് വെള്ളമൊഴിച്ചുകൊണ്ട് നില്പുണ്ടാകുമെന്ന് ഞാനാശിച്ചു."

അവളാണ് എന്നെ തേടി ഇടവഴിയിൽ കാത്തുനിന്ന ആദ്യത്തെ കഥാപാത്രം. തോന്നലാകുമെന്ന് കരുതി മറക്കാൻ തുടങ്ങിയപ്പോൾ അടുത്തയാളെത്തി. ഇങ്ങനെയൊക്കെ സംഭവിക്കുമോയെന്ന് കേൾക്കുന്നവർക്ക് സംശയം തോന്നാം. എന്നാൽ അങ്ങനെയൊക്കെ സംഭവിക്കും. ചില കഥാപാത്രങ്ങൾ കഥകളിൽനിന്നും ഇറങ്ങി നടക്കും.

എഴുതിച്ചേർത്ത ചരിത്രമല്ല ഞങ്ങളുടെ കഥയെന്ന് ഓർമ്മിപ്പിച്ചുകൊണ്ടു അവർ പിന്നാലെ കൂടും. സംശയ നിവാരണം നടത്താൻ നോക്കുമ്പോൾ എ ഫോർ ഷീറ്റിന്റെ വെളുത്ത പ്രതലത്തിൽ അവർ നിവർന്നു നിന്നതിന്റെ കാല്പാടുകൾ. ചിലവ ആഴത്തിൽ. മറ്റ് ചിലത് മൃദുവായത്. ചിലർക്ക് കാല്പാടുകൾ ഇല്ല എങ്കിലും അവരെയും നമുക്ക് കാണാനാവും. അദൃശ്യരായി നിന്നാലും സാന്നിദ്ധ്യംകൊണ്ട് നമ്മെ അമ്പരപ്പിക്കും. ഈ കഥ അങ്ങനെ ഇറങ്ങി വന്ന് എന്നെ അമ്പരപ്പിച്ച കഥാപാത്രങ്ങളുടെയാണ്. ഓടിച്ചിട്ട് പിടിച്ചിരുത്തി ഞാൻ കഥ പറയിച്ചവർ, കൊന്നുകളഞ്ഞവർ, ശിക്ഷിച്ചവർ, വെറുത്തവർ, അവഹേളിക്കപ്പെട്ടവർ, സൗഹൃദം സമ്മാനിച്ചവർ.

നേരെ മുന്നിൽ നില്ക്കുന്നവരെയും ഇരു സൈഡിൽ നില്ക്കുന്നവരെയും അവ്യക്തമായി കാണാൻ സാധിച്ചു. പിന്നിൽ നില്ക്കുന്നവരെ നോക്കാനുള്ള മനോധൈര്യം എനിക്കുണ്ടായില്ല. അവരെ പിന്നിലേക്ക് തള്ളിയിട്ടത് ഞാൻ തന്നെയാണല്ലോ. എപ്പോഴും ഏത് സമയത്തും പിന്നിലാവുക അവരുടെ നിയോഗമാണെന്ന് ഞാനാശ്വസിച്ചു. ഏത് കാലത്തും അടികൊള്ളാൻ വിധിക്കപ്പെട്ടവർ. ആദ്യം മുന്നിൽ നിന്നാലും എങ്ങനെയെല്ലാമോ അവർ പിന്നിലേക്ക് തള്ളിമാറ്റപ്പെടും. അതാണ് സ്വന്തം വിധിയെന്ന് അവർക്കും മനസ്സിലായിക്കഴിഞ്ഞു. അതുകൊണ്ടാവാം ഈ മേശയ്ക്ക് പിന്നിലും അവർ സ്ഥാനം കണ്ടെത്തിയതും.

മുന്നിൽ നിന്നയാൾ എന്നെ നോക്കി വെളുക്കെ ചിരിച്ചു. അയാളാണ് എന്റെ കഥയിലെ നായകൻ, സാഹസികൻ, പ്രണയിതാവ്, വിപ്ലവകാരി, നിലപാടുകളിൽ ഉറച്ചു നിന്ന് എന്നെത്തന്നെ അമ്പരപ്പിച്ചയാൾ.

അയാൾ തന്റെ സ്വതേയുള്ള ഉറച്ച ശബ്ദത്തിൽ എന്നോടു ചോദിച്ചു

"വെള്ളം കുടിക്കാൻ തോന്നുന്നുണ്ടോ?"

ഉവ്വ് എന്നർത്ഥത്തിൽ ഞാൻ തലയാട്ടി.

നായകൻ തന്റെ അരികിൽ നില്ക്കുന്ന യുവതിയുടെ നേർക്ക് നോക്കി. അവളാണ് കഥയിലെ നായിക. അയാളുടെ പൂർവ്വ കാമുകി. അയാളുടെ നോട്ടത്തിന്റെ അർത്ഥം പോലും അവൾക്ക് മനഃപാഠമാണ്. ഇരുവരും ജീവിതംകൊണ്ട് വിപ്ലവം സൃഷ്ടിച്ചവരാണ്. അവൾക്കും ഉറച്ച നിലപാടുകൾ ഉണ്ടായിരുന്നു. എങ്കിലും ഇടയ്ക്കുവച്ച് ജീവിതത്തോടുള്ള

മനുഷ്യസഹജമായ കൊതി അവളേയും പിടികൂടി. ഒരുമിച്ചെടുത്ത നില പാടിൽനിന്നും ഒറ്റയ്ക്കൊരു തീരുമാനമെടുക്കേണ്ടി വന്നപ്പോൾ സുഖം എന്ന വാക്കിനായിരുന്നു അക്ഷരമാലയിലെ വ്യഞ്ജനാക്ഷരങ്ങൾ തമ്മിൽ ചേർന്നപ്പോൾ ത്യാഗം എന്ന വാക്കിനെക്കാൾ മനോഹരമായി അവൾക്ക് തോന്നിയത്.

നായിക താഴേക്കു പോയി സ്റ്റീൽ ഗ്ലാസിൽ വെള്ളവുമായി വന്നു.

എന്റെ തൊണ്ടയിൽ വരൾച്ച ഉണ്ടായിരുന്നെങ്കിലും വെള്ളം ഇറ ക്കാൻ നന്നേ പാടുപെടേണ്ടി വന്നു. ആദ്യത്തെ ഒരിറക്ക് കുടിച്ചപ്പോൾ നെഞ്ചിനുള്ളിൽ ഖരാവസ്ഥയിൽ എന്തോ ഒന്നു തടഞ്ഞു. ജീവിതത്തിനും മരണത്തിനുമിടയ്ക്കുള്ള ഹൃദയമിടിപ്പിന് ഏതാണ്ട് ഇതേ താളമാണെ ന്നാണ് കഴിഞ്ഞ കഥയിൽ ഞാനെഴുതിയതെന്ന് ഓർത്തപ്പോൾ വിസ്മയ ത്തേക്കാൾ അത്ഭുതകരമായ വൈകാരിക വാക്ക് കണ്ടെത്തേണ്ട ബാദ്ധ്യ തയെന്നെ അലട്ടി.

ജീവിതാസക്തി നിറഞ്ഞു തുളുമ്പുന്ന കുറെ മുഖങ്ങൾക്കിടയിൽ ഒരു മുഖത്തേക്ക് മാത്രം ഞാനിടയ്ക്കിടയ്ക്ക് പാളി നോക്കി. പിന്നിൽ നില്ക്കുന്നവർക്കിടയിലായിരുന്നു അവളുടെയും സ്ഥാനം. ചിരപരിചി തമായ അവളുടെ ഗന്ധമാണ് എനിക്കു കൂടുതൽ പരിചിതം. അവളുടെ അരികിലായി നിന്നിരുന്നത് ചൊക്കനാണ്. അയാളൊരു മന്ത്രവാദിയാണ്. അവളുടെ തന്നെ നാട്ടുകാരൻ. അയാൾക്ക് പിന്നിൽ ഞാൻ സൃഷ്ടിച്ചയച്ച ഓരോരോ കഥാപാത്രങ്ങൾ നിരന്നു നില്പുണ്ട്. അവരെല്ലാം കഥയിലെ പോലെ തന്നെ പിന്നിലാകാൻ വിധിക്കപ്പെട്ടവരാണ്.

ഒരിക്കൽ മകൾ ചോദിച്ച ചോദ്യം ഓർമ്മ വരുന്നു.

“ഇവരെയാണോ അമ്മാ ജൂനിയർ ആർട്ടിസ്റ്റുകളെന്ന് വിളിക്കുന്നത്?”

ജീവിതത്തിന്റെ പുറമ്പോക്കിലുള്ള ആളുകളെ വിളിക്കുന്ന പേരാണോ ജൂനിയർ ആർട്ടിസ്റ്റുകൾ. വൈഭവശേഷി അവർക്കാണോ കുറവ് വേണ്ടത്. അവളുടെ ചോദ്യത്തിന് എന്റെ ചിന്താശേഷിക്കും ഭാവ നാശേഷിക്കുമപ്പുറം ചില അർത്ഥതലങ്ങൾ ഉണ്ടല്ലോയെന്ന് അന്നേരം തോന്നിയില്ല. പക്ഷേ, ഇപ്പോൾ അങ്ങനെയൊരു തോന്നൽ ബാധിക്കാൻ തുടങ്ങിയിരിക്കുന്നു.

ഒരു സ്വപ്നത്തിനിപ്പുറം നിന്നുകൊണ്ടു കഥാപാത്രങ്ങൾ എന്നോടു ചോദ്യങ്ങൾ ചോദിക്കാൻ തുടങ്ങിയപ്പോൾ മുതൽ എനിക്കെന്നെ തന്നെ വിചാരണയ്ക്ക് വിട്ടു കൊടുക്കേണ്ടി വന്നിരിക്കുന്നു. ഇന്നാണ് ആ ദിനം. വേണമെങ്കിൽ ഈ ദിവസത്തെ സുദിനമെന്ന് വിളിക്കാം. അതങ്ങനെ യാണല്ലോ വരേണ്ടത്. ലോകത്ത് മറ്റേത് എഴുത്തുകാരിക്കാണ് ഇതു പോലെയൊരു ഭാഗ്യം വീണുകിട്ടിയിട്ടുള്ളത്.

നായിക കൊണ്ടുവന്ന വെള്ളം ആദ്യത്തെ ഒരിറക്ക് കുടിക്കാനേ പ്രയാസമുണ്ടായുള്ളൂ. അടുത്ത കവിൾ ആയാസരഹിതമായി ഇറക്കാൻ എനിക്കു സാധിച്ചു. എങ്കിലും അത്രയുംപേരുടെ സാന്നിദ്ധ്യം സൃഷ്ടിച്ച പരിഭ്രാന്തിയിൽ ഗ്ലാസിൽനിന്നും വെള്ളം തുളുമ്പി മടിയിലും മേല്ക്കു

പ്പായത്തിലും വീണത് എന്നെ ഒരല്പം ലജ്ജിപ്പിക്കാതിരുന്നില്ല. നായിക തന്നെ ഒരു തോർത്തെടുത്ത് എനിക്കുനേരെ നീട്ടി. അവളുടെ കണ്ണുകളിലേക്ക് നോക്കാനുള്ള മനോധൈര്യമില്ലാത്തതുകൊണ്ടു തലയുയർത്താതെയാണ് ഞാനത് കൈനീട്ടി വാങ്ങിയത്. ചുറ്റിലും നില്ക്കുന്നവരെ ഞാനൊന്നു പാളിനോക്കി. പലരും എന്റെ വീടിന് ചുറ്റുവട്ടത്തൊക്കെ തന്നെ ജീവിക്കുന്നവരും മരിച്ചു പോയവരുമാണ്. നാട്ടിലെ അമാന്യനായ മുതലാളി എന്റെ പല കഥകളിലും കടന്നു വന്നിട്ടുണ്ട്. മുതലാളിയാണെങ്കിലും അയാളൊരു ഖദർ ആരാധകനാണ്. ഖദറിനുള്ളിലെ മാംസപിണ്ഡത്തിന് എത്ര തലയും വാലും കൈകളുമുണ്ടെന്നതു വിഷയമല്ല. ഇയാളെക്കുറിച്ച് കഥകളിൽ ഞാനെഴുതി വച്ചതിന്റെ ആഘാതത്തിൽ മാസങ്ങളായി തല വെളിയിൽ കാണിക്കാറില്ലായെന്നാണ് കേൾക്കുന്നത്.

ഞാൻ നോക്കിയപ്പോൾ അയാളെന്നെ നോക്കി ഒരു വഷളൻ ചിരി ചിരിച്ചു. പിന്നീടത് ദയനീയമായ മോങ്ങലായി മാറുകയും ചെയ്തു.

അടുത്തു നില്ക്കുന്ന ദളിത് യുവതി ഞാൻ കുട്ടിയായിരിക്കുമ്പോൾ കൊല്ലപ്പെട്ടവളാണ്. മരിക്കുമ്പോൾ മുതലാളിയുടെ കുഞ്ഞ് അവളുടെ വയറ്റിൽ ഉണ്ടായിരുന്നുവെന്നാണ് പറഞ്ഞു കേട്ടിട്ടുള്ളത്. നേരത്തെ പറഞ്ഞ ചൊക്കന്റെ മൂത്ത മകളാണ് ഈ പെൺകുട്ടി. ചൊക്കന്റെ പ്രാധാന ആകർഷണം അയാളുടെ പോഴച്ചിരിയാണെന്ന് കഥയിൽ എഴുതിയത് വായിച്ചവർക്ക് ഓർമ്മ കാണും. പകലൊക്കെ പോഴച്ചിരിയും ചിരിച്ചു കിട്ടുന്ന പണിയും ചെയ്തു നടക്കുമെങ്കിലും രാത്രിയിൽ പൊക്കൻ ഒന്നാംതരം ദുർമ്മന്ത്രവാദിയാണ്. കൂടോത്രം ചെയ്യുന്ന കാര്യത്തിൽ മിടുമിടുക്കനും. മകൾ മരിച്ച മനോദുഃഖം ഏതാണ്ട് കുറഞ്ഞപ്പോൾ ചൊക്കൻ അവൾക്കിട്ട് പണിതവനിട്ട് മാന്ത്രികം പ്രയോഗിച്ചു കളഞ്ഞുവെന്നും അങ്ങനെയാണ് മുതലാളി ഈ ഗതിയിൽ ആയതെന്നുമാണ് നാട്ടുകാരുടെ ഒരിത്!

പിന്നിൽ നില്ക്കുന്നവരിൽ ഒരാൾ ചൊക്കന്റെ മകനാണ്. പുള്ളിക്കാരൻ രാവിലെ വാറ്റുചാരായം അടിച്ചു പൂസായി നില്ക്കുവാണ്. അത്യാവശ്യം സ്റ്റാമിന ഉള്ള കൂട്ടത്തിലാണ് എന്ന് കാലങ്ങളായി ഈ മനുഷ്യൻ തെളിയിച്ചിട്ടുള്ളതാണ്. കുടിച്ചു പള്ള നിറഞ്ഞാലും അങ്ങേര് രണ്ടു കാലിൽ തന്നെ നിവർന്നു നില്ക്കും. വീടിന്റെ ഉമ്മറത്ത് കുത്തിയിരുന്നു തൊണ്ട പൊട്ടുമാറ് പാട്ടുപാടി തകർക്കും. ചൊക്കന്റെ മകനാണ്, ദളിതനാണ് എങ്കിലും വെളുത്ത നിറവും ശബ്ദമാധുര്യമുള്ളവനുമാണ് ചെറുക്കൻ. നന്നായി ഉടുക്കുകൊട്ടും. ശബരിമല സീസണിൽ കക്ഷിയുടെ വക ഉടുക്ക് കൊട്ട് കേൾക്കാൻ നമ്പൂതിരിപെണ്ണുങ്ങൾ വരെ മിഴിഞ്ഞ കണ്ണുകളുമായി വന്നിരിക്കാറുണ്ട്. കക്ഷിക്ക് നാട്ടിൽ ഒരുത്തിയുമായി എരിപിരി കൊള്ളുന്ന പ്രണയവുണ്ട്. എന്നിട്ടും എന്തിനാണ് ഇങ്ങേരെ പിന്നിൽ നില്ക്കുന്നവരിൽ കൊണ്ടുപോയി നിർത്തിയതെന്ന് ചോദിച്ചാൽ ചില മുട്ടാപ്പോക്ക് ഉത്തരങ്ങൾ ഞാൻ തട്ടിവിടും.

അല്ലെങ്കിലും അങ്ങനല്ലേ. പിന്നിൽ നില്ക്കാൻ ആളുണ്ടായലല്ലേ

മുന്നിലുള്ളവരെ പരിഗണിക്കൂ എന്ന ഒരു തത്ത്വശാസ്ത്രം ഉണ്ടാക്കിവച്ച വർക്ക് കൂപ്പുകൈ. എങ്കിലും ധിഷണ ശാലിയായ ആ ചെറുപ്പക്കാരന്റെ കണ്ണുകളെ നേരിടാൻ എനിക്കു കരുത്തുണ്ടായില്ല. കഥയിൽ അയാൾക്കൊരു പേര് പോലും കൊടുക്കാൻ ഞാൻ മിനകെട്ടില്ല. ചൊക്കന്റെ ചെക്കൻ എന്നാണ് നാട്ടുകാർ പോലും അയാളെ വിളിച്ചിരുന്നത്. ഒരു സുപ്രഭാതത്തിൽ ചെയ്യാത്ത കളവിന്റെ പേരിൽ കുറ്റവാളിയായി ജയിലിലകപ്പെടുകയും മടങ്ങിവരവിൽ അപമാനവും മർദ്ദന മുറയുടെ ശാരീരിക വിഷമതകളും സഹിക്കാൻ വയ്യാതെ ജീവിതം പടുകുഴിയിലേക്ക് തള്ളിയിടപ്പെടുകയും ചെയ്തു. പെങ്ങളുടെ മരണത്തിന്റെ ആഘാതത്തിൽ തഴപ്പായിൽ ഉണക്കച്ചെമ്മീൻ പോലെ വളഞ്ഞു കിടന്ന അയാളെ കണ്ടു പ്രണയിച്ച പെൺകുട്ടി ഓക്കാനത്തോടെ ഇറങ്ങിപ്പോവുകയും ചെയ്തു. ചൊക്കന്റെ മകൻ എന്ന കഥാപാത്രം കഥയിൽ പിന്നീട് വെറും നിഴലാണ്. ചൊക്കന്റെ വീട് ചർച്ചാ വിഷയമാകുമ്പോൾ ആളുകൾക്ക് പറഞ്ഞു രസിക്കാനുള്ള ഒരാൾമാത്രം. കൂടോത്രത്തിന്റെ തിരിച്ചടിയാ ഇതൊക്കെ അനുഭവിക്കട്ടെ കാലൻ എന്ന് ചിലരെങ്കിലും അരിഞ്ഞുകുത്തി ചൊക്കനെ നോക്കി പ്രാകുന്നത് ഞാൻ കണ്ടിട്ടുണ്ട്.

പിന്നിൽ ഇനിയും കഥാപാത്രങ്ങളുണ്ട്. നാമമില്ലാത്തവർ. സ്വാഭാവികമായും ഒരു നാട്ടിൽ അത്യാവശ്യം ഉണ്ടായിരിക്കേണ്ടവരാണ് അവരൊക്കെ തന്നെ. ഏത് നാടിന്റെയും പൊതുവായ കള്ളൻ, പള്ളീലച്ചൻ, നാടിന്റെ സ്വന്തം വേശ്യ, ചില പരദൂഷണക്കാരികൾ, വേശ്യയുടെ കുലസ്ത്രീയായ മകൾ, താന്തോന്നിയായിപ്പോയ മകൻ, നായകന്റെ സുഹൃത്തുക്കൾ അങ്ങനെ പോകുന്ന നീണ്ട നിര.

ഞാൻ വെള്ളം കുടിച്ചിട്ട് ഗ്ലാസ് യുവതിയുടെ നേർക്ക് നീട്ടി. അവളുടെ മുഖത്തെ വിഷാദഭാവം അന്നേരം ശ്രദ്ധയിൽപ്പെടുകയും ചെയ്തു. എന്നെ അമ്പരപ്പിലാക്കിക്കൊണ്ട് മുൻ പരിചയമുള്ള ആരോ എന്നപോലെ എനിക്കരികിൽ ഇരിക്കുകയും കരം ഗ്രഹിക്കുകയും ചെയ്തു. മുന്നൊരുക്കങ്ങൾ ഒന്നുമില്ലാതെ ആ സ്ത്രീ തേങ്ങിക്കരയാൻ തുടങ്ങുകയും ചെയ്തു.

"എന്താണ് എന്തുപറ്റി?"

പരിഭ്രമത്തോടെ മുന്നിൽ നില്ക്കുന്നവരെ നോക്കിക്കൊണ്ടു ഞാൻ ചോദിച്ചു.

ആർത്തലച്ചു കരയുകയല്ലാതെ മറുപടിയൊന്നും ഉണ്ടായില്ല.

"അവൾ എങ്ങനെ കരയാതിരിക്കും. അത്രയ്ക്കൊക്കെയല്ലേ നിങ്ങൾ അവളെക്കുറിച്ച് എഴുതി വച്ചിരിക്കുന്നത്."

ശബ്ദം കേട്ടയിടത്തേക്ക് ഞാൻ ഞെട്ടി നോക്കി.

വേശ്യയുടെ മകളുടേതാണ് ചോദ്യം.

അകാരണമായ അപരാധ ബോധം ഒരു നിമിഷത്തേക്ക് എന്റെ മനസ്സിലൂടെ കയറിയിറങ്ങി.

"നോക്കൂ നോക്കൂ." കരച്ചിൽ നിർത്തിയിട്ട് ഒരേ പദം രണ്ടുവട്ടം

ആവർത്തിച്ചു ശ്രദ്ധ ക്ഷണിച്ചുകൊണ്ട് അവളെന്നോട് എന്തോ പറയാനാഞ്ഞു.

“എന്താ?” വിവശതയോടെ ഞാൻ ചോദിച്ചു.

“മനുഷ്യരെ മയക്കണ രീതിയിൽ കാര്യങ്ങൾ പറഞ്ഞു വശത്താക്കാനൊന്നും എനിക്കറിയില്ല കഥാകാരി. കുറച്ചു ആട്, കൊറേ കോഴികൾ, രണ്ടു പോത്ത്. ഇതായിരുന്നു അച്ഛൻ ചത്തപ്പോ ഞങ്ങൾക്കായി കിട്ടിയ സമ്പാദ്യം. അമ്മയും താഴെ രണ്ടു കൊച്ചു ചെക്കന്മാരും. പട്ടിണിയായിരുന്നു ഏറെയും. പ്രേമിക്കാനൊന്നും നേരോം മനസ്സും ഇല്ലാർന്നു. ഈ നില്ക്കുന്നയാള് യെന്റെ അമ്മാവന്റെ കൂട്ടുകാരനായിരുന്നു. കൊറേ സഹായിച്ചേട്ടൊണ്ട്. സൊസൈറ്റീല് ലോൺ കിട്ടാനും , പഞ്ചായത്തീന്നു ചില്ലറ സഹായങ്ങളൊക്കെ മേടിച്ചു തരാനും.

ഞാൻ പോത്തിനോടും ആടിനോടും കോഴീനോടും വർത്താനം പറഞ്ഞാ യെന്റെ ഓരോ കാര്യങ്ങളും മറക്കുന്നെ. പ്രായം കരകവിഞ്ഞു നില്ക്കുന്ന ഒരുത്തിയല്ല്യോ ചില്ലറ ആഗ്രഹങ്ങളൊക്കെ ശരീരത്തിനും കാണും. ഇങ്ങേര് നല്ല നല്ല വാക്കുകളും വലിയ വലിയ സിദ്ധാന്തങ്ങളും ഒക്കെ പറയും. പാടത്തും തൊഴുത്തിലുമൊക്കെ എന്റെ കൂടെ വന്നിരിക്കും. പാവങ്ങളോട് അനുകമ്പ ഉള്ള ഒരാളാണെന്നാ അന്നേരം തോന്നിയത്. ജാതീല് ഞങ്ങളേക്കാൾ കൂടിതാണെന്നൊക്കെ അറിയാം. പാർട്ടീ പ്രവർത്തനം എന്താണെന്നോ ഏതാണെന്നോ എന്നൊന്നും ഞാൻ ചിന്തിച്ചിട്ടില്ല. ഇവർ പറഞ്ഞു പാർട്ടീൽ ചേരാൻ. അങ്ങനെ ചേർന്ന്. ഇങ്ങേര് വിളിക്കുമ്പ നേരം ഇല്ലാഞ്ഞിട്ടും പലയിടത്തും കൂടെപ്പോയി.

അങ്ങനെയാ എന്നെ ഒരു ഹോട്ടൽ മുറീലേക്ക് കൊണ്ടുപോയതും. ആദ്യായിട്ടു എന്നെ തൊട്ടതും. സത്യം പറയാമല്ലോ ഞാനും അങ്ങ് വഴങ്ങികൊടുത്തു. പിന്നെ അതൊരു സ്ഥിരം ഏർപ്പാടായി. ഇങ്ങേര് സഹായമൊക്കെ ചെയ്തു തന്നിട്ടുള്ളത് കൊണ്ട് പിന്നെ പിന്നെ ഒരധികാര ഭാവമൊക്കെ ആയി. എന്തിനും ഏതിനും ചുമ്മാ ചീത്തവിളി, മുഴുത്ത തെറിവിളിയും.

കല്യാണം കഴിക്കാനും ഒരുമിച്ച് ജീവിക്കാനുമൊന്നും ഇങ്ങേർക്ക് താല്പര്യമില്ലാർന്നു. ഇങ്ങേരുടെ ഒരു കാര്യത്തിലും എടപെടാൻ എനിക്കു സ്വാതന്ത്ര്യം ഉണ്ടായിരുന്നില്ല. എന്നെയൊട്ട് അങ്ങോട്ടു മിങ്ങോട്ടും തിരിയാനും സമ്മതിക്കൂല്ലതാനും. ഇങ്ങേർക്ക് വേണംന്നു തോന്നുമ്പോ വിളിക്കും, അതിപ്പോ എനിക്കു വയ്യണ്ടാണോ അല്ലേ എന്നൊന്നും അറിയണ്ട. ആദ്യത്തെ രോമാഞ്ചമൊക്കെയോള്ള് ഈ ശാരീരികബന്ധത്തിലേ. പിന്നെ പിന്നെ പെണ്ണുങ്ങൾക്ക് അതൊരു കടുത്തുകഴിക്കലാ. ആണ് മനസ്സീ തൊട്ടാലെ ചാളെ കെടക്കണെ പെണ്ണായാലും ഒണരൂ. എനിക്കാണേൽ തൊഴുത്തില് ആടിനോടും, പോത്തിനോടും മിണ്ടിയാൽ ഇച്ചിരി കൂടെ സന്തോഷം കിട്ടും. കോഴികള് കൊത്തിപെറുക്കണെ കണ്ടിട്ടില്ലേ അവിടെ കൊത്തി, ഇവിടെ കൊത്തി, കാലുകൊണ്ടു ചിക്കി ചിക്കി, ചുണ്ടുകൊണ്ട് തെരഞ്ഞ് പിടിച്ച്. പെണ്ണിന്റെ

കണ്ണും ചികയലും ഏതാണ്ട് അങ്ങനെ തന്നെയാ. ചിക്കി ചിക്കി നോക്കി കല്ലും മണ്ണും തെരഞ്ഞ് തെരഞ്ഞ്. ആ കാലത്ത് കല്യാണ ആലോചനകള് ഞങ്ങട ജാതീന്നു കൊറേ വന്നതാ. ഇങ്ങേർ വാച്ചോണ്ടിരിക്കണ ഒരുത്തിയാണെന്ന് നാട്ടിലൊക്കെ പാട്ടായിരുന്നു. വന്നതൊക്കെ മുടങ്ങിപ്പോയി. അനിയന്മാർ വലുതായപ്പ അവർക്കും നാണക്കേടായി ത്തൊടങ്ങി.

എന്നെ കെട്ടാമോ എന്നു ചോദിച്ചപ്പ ഇങ്ങേർക്ക് നാടുചുറ്റാൻ പോണം പോലും. പെണ്ണും ബാദ്ധ്യതയൊന്നും ഏല്ക്കാൻ പറ്റൂല്ലന്ന്. അങ്ങനെയാ ഞാൻ നാടുവിട്ട് വീട്ടുജോലിക്ക് പോയത്. അവിടെ ഡ്രൈവർ ആയി നിന്നയാളാണ് ഇപ്പോ എന്റെ ഭർത്താവ്. ഭാര്യയും കുട്ടി കളും ഉള്ള ആളായിരുന്നു. വേറെയാരും എന്നെ കെട്ടാൻ വരൂല്ലാന്നു ഉറപ്പുള്ളത് കൊണ്ട് അങ്ങേര് വിളിച്ചപ്പോ കൂടെപ്പോയി. വീടെടുത്ത് പൊറുതി തുടങ്ങി. ഒരു പെണ്ണിന് എന്തെല്ലാം ഗതികേടുകളുണ്ടെന്ന് ആണുങ്ങൾക്ക് മനസ്സിലാവൂല്ലല്ലോ. പക്ഷേല് നിങ്ങള് ഒരു പെണ്ണല്ല്യോ മനസ്സീ തോന്നുന്നത് ചുമ്മാ അങ്ങനെ എഴുതിവച്ച് ആൾക്കാരുടെ മുന്നില് ന്നെ കൊള്ളൂല്ലാത്തവളാക്കാമോ."

പറഞ്ഞു നിർത്തിയതും അവൾ വീണ്ടും കരയാൻ തുടങ്ങി.

നായകന്റെ മുഖത്തെ അക്ഷോഭ്യമായ ഭാവം കണ്ടു വീണ്ടും എന്റെ തൊണ്ട വരണ്ടുണങ്ങി. ഇവൾ പറയുന്നത് ശരിയാണ്. എഴുതുമ്പോ കഥാപാത്രങ്ങളുടെ ഇമേജിനെക്കുറിച്ചു ഞാൻ ബോധവതി ആയ ിരുന്നില്ല. വായനക്കാരുടെ മുന്നിൽ കഥാപാത്രങ്ങളെ കൊണ്ട് നിർത്തി അവരെക്കൊണ്ടു തന്നെ കഥയ്ക്കുള്ളിൽ ആഖ്യാനങ്ങളും പുനരാഖ്യാ നങ്ങളും മെനഞ്ഞുണ്ടാക്കിക്കുന്ന എഴുത്തിന്റെ ടെക്നിക് മാത്രമേ മനസ്സി ലുണ്ടായിരുന്നുള്ളൂ.

"നിർത്ത്" പെട്ടന്നുള്ള അലർച്ച കേട്ടു കൂടി നിന്നവരിൽ നായിക ഒഴികെയുള്ളവർ ഞെട്ടിത്തരിച്ചു നോക്കി.

"പെണ്ണിന്റെ സാഹചര്യത്തെക്കുറിച്ചു നീ കുറെ പ്രസംഗിച്ചല്ലോ. പരസ്പരം വിവാഹിതരാകാമെന്ന ഉപാധിയിന്മേലാണോ നമ്മൾ തമ്മിൽ ബന്ധമുണ്ടായത്. അങ്ങനെ ജീവിക്കാൻ തയ്യാറുള്ള ഒരുത്തിയെന്ന നില യിലാണ് നിന്നോടെനിക്ക് അടുപ്പമുണ്ടായതും. നീ പറഞ്ഞത് പോലെ സഹായിച്ചതിനുള്ള മുതലെടുപ്പായിരുന്നു ശാരീരികബന്ധത്തിലേക്ക് നയിച്ചതെങ്കിൽ നാട്ടിലുള്ള അമ്പത് പെണ്ണുങ്ങളെ എനിക്കുപയോ ഗിക്കേണ്ടി വന്നേനെ. പക്ഷേ, ഫോണിന്റെ ഡിസ്പ്ലേയിൽ തെളിഞ്ഞ ഒരു മെസേജിൽ ഒതുക്കി കളഞ്ഞു നീയെന്നോട് പറഞ്ഞ യാത്രാമൊഴി പോലും. വേറൊരുത്തിയെ ഇന്നേരം വരെ ഞാൻ തേടിപോകാത്തിട ത്തോളം വഞ്ചകിയുടെ ഇമേജിൽ അല്ലാതെ വേറെങ്ങനെയാണ് ഇവർ നിന്റെ കഥാപാത്രത്തെ ഉൾപ്പെടുത്തേണ്ടത്."

നായിക മുഖമുയർത്തി ഞങ്ങളെ ഇരുവരെയും ദയനീയമായി നോക്കി. കണ്ണീരുണങ്ങാത്ത അവളുടെ മുഖത്ത് നോക്കിയപ്പോൾ ഹൃദയ

ത്തിലേക്ക് മാത്രം ഒഴുകിയിറങ്ങുന്ന എന്റെ സങ്കടങ്ങളെ എനിക്കിങ്ങനെയല്ലാതെ മറ്റെങ്ങനെയാണ് ഒഴുക്കിക്കളയാനാവുന്നതെന്നൊക്കെ ചോദിക്കാനുള്ള വെമ്പലുണ്ടായി. ഞാൻ നനഞ്ഞ മഴയെക്കുറിച്ചോ, പൊള്ളിയടരും വരെ കൊണ്ട വെയിലിനെക്കുറിച്ചോ പങ്ക് വയ്ക്കാൻ ജാള്യത അനുവദിച്ചിരുന്നില്ല. അങ്ങനെ വർണ്ണിക്കൻ കഴിഞ്ഞിരുന്നെങ്കിൽ ഞാനൊരു മഹാകാവ്യം രചിച്ചേനെ.

"അവരുടെ കാര്യമൊക്കെ കേട്ടുകഴിഞ്ഞെങ്കിൽ നിങ്ങ എനിക്കൊന്നു ചെവി താ."

മുതലാളി ഖദർ ഉലച്ചുകൊണ്ടു എന്നോട് മുരണ്ടു.

"നിങ്ങൾ എഴുതിയത് വായിച്ച് നാട്ടുകാർ എന്നെ കണ്ടാൽ തല്ലുമെന്ന മട്ടാണ്. പൊലീസ് എന്നാണ് കേസ് കുത്തിപ്പൊക്കി എന്നെ കൈയാമം വയ്ക്കുന്നതെന്ന് എനിക്കറിയില്ല. ഈ നില്ക്കണ പെണ്ണിനെ ഞാൻ കൊല്ലിച്ചുവെന്നത് നേര് തന്നെ. ഇവളെ ഞാൻ ഓടിച്ചിട്ടു പീഡിപ്പിച്ചതൊന്നുമല്ല. തോട്ടത്തിൽ പണിക്കു വരുന്ന ഇവളെ ഇവളുടെ കാമുകൻ തന്നേണു എന്റെ ബംഗ്ലാവിൽ കൊണ്ട് വന്നു തന്നത്. അവനും ഇവളെ പീഡിപ്പിച്ചിട്ടില്ലേന്ന് ചോദിച്ചു നോക്ക്. അവസാനം പെണ്ണിന് വയറ്റീ കുരുത്തപ്പോൾ അത് മുതലാളീടെ തലേൽ കെട്ടിവച്ചു. പോരാത്തതിന് പെണ്ണ് ദളിത. മുതലാളിമാർക്ക് അല്ലേലും കിടക്കപ്പൊറുതി ഇല്ലല്ലോ. എന്റെ കാര്യം വിട്, ഞാനത്ര നല്ല പുള്ളിയൊന്നുമല്ല പക്ഷേ, എന്റെ പെണ്ണുമ്പിള്ള എന്തു പിഴച്ചു. ഈ നില്ക്കണ ചൊക്കൻ കൂടോത്രം ചെയ്ത് അവളെ ഭ്രാന്തിയാക്കിയില്ലേ. നിങ്ങളാണെങ്കീ അതെന്റെ ചെയ്ത്തു ദോഷത്തിന്റെ ഫലമാണെന്ന് എഴുതി നാട്ടുകാരെ അറിയിച്ചു. മനുഷ്യരെ ശിക്ഷിക്കുമ്പ അതിനും വേണം ചില മര്യാദ."

കൊല്ലപ്പെട്ട യുവതിയുടെ നേർക്ക് ഞാൻ ചോദ്യപൂർവ്വം നോക്കി. അവൾ പകച്ച മുഖത്തോടെ ചുറ്റിലും കണ്ണുകൾ പായിച്ചുകൊണ്ട് പിറുപിറുത്തു.

"എനിക്കറിയില്ല, എനിക്കറിയില്ലന്നെ പറ്റിച്ചു. ന്നിട്ട് കൊന്നുകളഞ്ഞു, കൊന്നുകളഞ്ഞു." അവൾ ഉറക്കെ കരഞ്ഞുകൊണ്ടു അടുത്ത മുറിയിലേക്ക് ഓടിക്കയറി വാതിലടച്ചു.

അവൾ സ്വഭാവികമായും അങ്ങനെയെ ചെയ്യൂ എന്ന് ഞാൻ പ്രതീക്ഷിച്ചിരുന്നു.

പെട്ടന്നാണ് ഒരുടുക്കിന്റെ ശബ്ദം എന്റെ ശ്രദ്ധ തിരിച്ചത്. ചൊക്കന്റെ മകൻ കണ്ണുകൾ അടച്ചുപിടിച്ചുകൊണ്ടു നിലത്തു ചമ്രം പടിഞ്ഞിരുന്നു ഉടുക്ക് കൊട്ടുകയാണ്. അയാളുടെ അരികിലായി ഉലഞ്ഞ മുടിക്കെട്ടും കാലിൽ പൂണ്ടുകിടക്കുന്ന ചങ്ങലക്കൊളുത്തിന്റെ വേദന പോലും അറിയാതെയിരുന്നു ചിരിക്കുന്ന ഒരു യുവതിയും. ചൊക്കന്റെ മകൻ കണ്ണുകൾ തുറക്കുകയോ ഒരു വാക്ക് ഉരിയാടുകയോ ചെയ്തില്ല. എങ്കിലും അയാളുടെ ഉടുക്കിന്റെതാളം പോലെ മനസ്സിന്റെ ഭാഷയും എനിക്കു ഹൃദ്യമായിരുന്നു.

പിന്നിൽ ഒരു പോഴച്ചിരി അന്നേരം മുഴങ്ങുകയും ചെയ്തു. അത് ചൊക്കന്റേതാണെന്ന് തിരിഞ്ഞു നോക്കാതെ എനിക്കു വ്യക്തമായിരുന്നു.

"നുമ്മള് കൂടോത്രക്കാരൻ തന്നേണു. പക്ഷേങ്കി നുമ്മക്ക് വേണ്ടീട്ടു മാത്രല്ല ഇതൊന്നും ചെയ്യണത്. ന്നെ തേടി വരണത് നിങ്ങളൊക്കെ തന്നേണു. നുമ്മാക്കറിയാവുന്ന വേല ചെയ്തു ജീവിച്ചു. അതിനു കിട്ടിയ ശിക്ഷയാണ് ഈ കാണണതെന്ന് ഇങ്ങക്ക് തോന്നണണ്ടാ?"

ചൊക്കൻ മുന്നിലിരിക്കുന്ന മക്കളെ നോക്കിക്കൊണ്ടു മനം നൊന്ത് ചോദിച്ചു.

ചൊക്കന്റെ മോൾക്ക് പ്രാന്ത് വന്നപ്പോ ഒരിക്കൽ അമ്മയാണ് എന്നോടു പറഞ്ഞത് അത് കൂടോത്രം തിരിച്ചടിച്ചതാണെന്ന്. ചൊക്കന്റെ കഥയിൽ അങ്ങനെയെഴുതിയത് എന്റെ അന്ധവിശ്വാസം ഊട്ടിയുറപ്പിക്കുകയായിരുന്നില്ലേ.

"യെന്താണ് നിങ്ങ എന്റെ ചോദ്യത്തിന് മറുപടി പറയാത്തത്. ശത്രുവിനിട്ട് പണി കൊടുക്കാൻ പണക്കിഴിയും വൈരാഗ്യവുമായി ഞങ്ങട മുന്നിലെത്തണവർക്കില്ലാത്ത എന്തു ശിക്ഷയാണ് കുലത്തൊഴിൽ ചെയ്തു ജീവിക്കണ എനിക്കു കിട്ടണത്?"

ചൊക്കന്റെ ചോദ്യത്തിനുള്ളിലെ ഗഹനത എന്നെ കുഴപ്പിച്ചു കളഞ്ഞു. അനേകം അർത്ഥതലങ്ങളുണ്ടായിരുന്നു ആ വാക്കുകൾക്ക്. തെറ്റ് ചെയ്യുന്നവർക്ക് മാത്രം ലഭിക്കേണ്ടതാണോ ശിക്ഷ. കൂട്ടുനില്ക്കുന്നവർക്കും പങ്കാളിയാകുന്നവർക്കും ശിക്ഷയിൽ ഇളവ് ലഭിക്കുകയും മാപ്പുസാക്ഷിയാകുകയും ചെയ്തുകൊണ്ട് എങ്ങനെയാണ് രക്ഷപ്പെട്ടു നില്ക്കുന്നത്! എഴുത്തിന്റെ വിഭ്രാന്തിയിൽ എന്തുകൊണ്ട് ഞാനിതേക്കുറിച്ച് ചിന്തിച്ചില്ല. എനിക്കു മുന്നിൽ അറിവിന്റെ വെളിച്ചം വിതറിയ ഈ ചെറുമനുഷ്യന്റെ പോഴച്ചിരിക്ക് മുന്നിൽ കടങ്കഥയ്ക്കു ഉത്തരം കിട്ടാത്ത ഒരാളെപ്പോലെ ഞാൻ മിഴിച്ചു നോക്കിയിരുന്നു.

പരദൂഷണക്കാരികൾ പരസ്പരം എന്തോ കുശുകുശുത്തുകൊണ്ട് തങ്ങളുടെ സാന്നിദ്ധ്യം വെളിപ്പെടുത്തി. അവരിൽ പ്രത്യേകിച്ചൊരു വൈകാരികമാറ്റവും സംഭവിക്കാനിടയില്ല. ഒരറിവും അവിടെ വെളിച്ചം വിതറില്ല.

ചുറ്റിലും നില്ക്കുന്നവരെ ഓരോരുത്തരെയും ഞാൻ മാറി മാറി നോക്കി. മുന്നിലും പിന്നിലും പാർശ്വഭാഗങ്ങളിലും നില്ക്കുന്നവരെ. ഓരോ മുഖത്തും വിവേചിച്ചറിയാൻ കഴിയാത്ത വികാരങ്ങളുടെ വേലിയേറ്റത്തിൽ പരിഭ്രമിച്ചുകൊണ്ടു തൊണ്ട വീണ്ടും വരണ്ടുണങ്ങി.

വേശ്യസ്ത്രീയുടെ താന്തോന്നിയായ മകൻ ഊതിവിട്ട ലഹരിപ്പുക ഇനിയും ഉറപ്പില്ലാത്ത അവന്റെ പിതൃത്വബോധത്തിന്റെ അപമാനം പോലെ എനിക്കു ചുറ്റും വട്ടം കറങ്ങി.

കുറേയേറെപ്പേർ ഒരുമിച്ച് ചോദിച്ച ചോദ്യങ്ങളുടെ ഭാരം എന്റെ തലയ്ക്കു മീതെയിരുന്നു ഞെരിച്ചു വേദനിപ്പിക്കാൻ തുടങ്ങി. വേണമെങ്കിൽ തികഞ്ഞ ലാഘവത്തോടെ ഈ കഥാപാത്രങ്ങളെയൊക്കെ

അതാത് സ്ഥാനങ്ങളിൽ പിടിച്ചിരുത്തി എനിക്കെന്റെ വഴിതേടി പോകാം. പക്ഷേ, എ ഫോർ പേപ്പറിന്റെ വെളുത്ത പ്രതലത്തിലേക്ക് പൂഴ്ത്തിവച്ച് അവരുടെ നെടുവീർപ്പുകൾക്കുമേൽ ശില പോലൊരു മനസ്സുമായി കൗതുകത്തോടെ നോക്കി നില്ക്കലല്ല കഥപറച്ചിലുകാരുടെ മനസ്സെന്നു ആരാണ് മനസ്സിലാക്കുക. എനിക്കു മുന്നിൽ ചോദ്യചിഹനങ്ങൾ പോലെ നില്ക്കുന്ന നായകനും, നായികയും മുതലാളിയും, ചൊക്കനും, ചൊക്കന്റെ മകനും പിന്നിലൊതുങ്ങി നില്ക്കേണ്ടി വന്നവരും എല്ലാം ഞാൻ തന്നെയായിരുന്നു. അവരുടെയൊക്കെ വാക്കുകൾക്കും ചിന്ത കൾക്കും തെറ്റിനും ശരിക്കും ഇടയിൽ എന്റെ തന്നെ തകർന്ന സ്വപ്നങ്ങളുടെ സ്മാരകങ്ങളാണുള്ളത്.

ചുറ്റും നില്ക്കുന്നവരുടെയെല്ലാം മുഖങ്ങളിലേക്ക് മാറി മാറി നോക്കി യിട്ട് നിസ്സഹായതയുടെ പരകോടിയിൽ നിന്നുകൊണ്ടു ഞാൻ ചോദിച്ചു.

“കഥയിൽ ചോദ്യമില്ലായെന്ന് നിങ്ങൾക്കറിയില്ലേ?”

“ആ കാലമൊക്കെ കഴിഞ്ഞു പോയി എഴുത്തുകാരി. ഇനി മുതൽ വായനക്കാരല്ല ഞങ്ങൾ കഥാപാത്രങ്ങളാണ് നിങ്ങളെയൊക്കെ വിമർ ശിക്കാനും വിലയിരുത്താനും എത്തുന്നത്. അതങ്ങനെയല്ലേ സംഭവി ക്കേണ്ടത്. വിധികല്പിക്കുന്നവർക്ക് തോന്നുംപോലെ തട്ടികളിക്കാനുള്ള താണോ ഞങ്ങളുടെയൊക്കെ ജീവിതം. ഞങ്ങൾക്ക് കിട്ടേണ്ട നീതി നിങ്ങൾ തന്നില്ലെങ്കിൽ ചോദിച്ചു വാങ്ങാൻ തന്നെയാണ് ഉദ്ദേശ്യം. പലജാതി സമരമുറകൾ ജനം കണ്ടിട്ടുള്ളതല്ലേ. കഥാപാത്രങ്ങളുടെ ഒരു മതിലു തീർക്കാൻ തീരുമാനിച്ചാൽ തകർന്നു പോകാവുന്ന ആചാരങ്ങളേ ഈ നാട്ടിൽ നിലനില്ക്കൂവെന്ന് നിങ്ങളാരും മറക്കണ്ട.”

പറഞ്ഞത് നായകനാണ്. അങ്ങേരുടെ ഉള്ളിൽനിന്നും പഴയ തീവ്ര വാദി ഉയർത്തെഴുന്നേറ്റെന്നു എനിക്കു ബോദ്ധ്യമായി.

ഒരു നെടുശ്വാസം എന്നിൽനിന്നും ഉയർന്നു. ഒഴിഞ്ഞുമാറാൻ കഴി യില്ലെന്നു ബോദ്ധ്യമായി. വിരലുകൾ തമ്മിൽ കൂട്ടിയും പിണച്ചും ഞൊട്ട യൊടിച്ചും പരിഭ്രാന്തി അതിജീവിക്കാൻ ഞാനൊരു വിഫല ശ്രമം നടത്തി നോക്കി. ഇത്രയും പേരുടെ ചോദ്യത്തിന് മറുപടി പറയേണ്ട ബാദ്ധ്യത ഏറ്റെടുക്കാൻ തയ്യാറായാണ് ഈ അഭിമുഖ സംഭാഷണത്തിന് ഞാൻ വന്നിരുന്നതും. കേവലം വിമർശനത്തിനുള്ള മറുപടിയല്ല ഞാൻ കണ്ടെ ത്തേണ്ടതും. ഓരോ വാക്കിന് മുന്നിലും ലജ്ജാവതിയായി ഇഴയുന്ന എന്റെ നാവിന്റെ ബലഹീനത അടുത്തനിമിഷം മുതൽ സകലവിധ ത്തിലും തകർത്തുകളയാനിടയുള്ള അഭിമാനബോധത്തെയോർത്ത് ഉരു കിയൊലിച്ചു കൊണ്ട് എന്നിൽനിന്നും ആദ്യത്തെ വാക്ക് ഒരിടർച്ചയുമി ല്ലാതെ പുറത്തേക്ക് വന്നത് എന്നെ തന്നെ അത്ഭുതപ്പെടുത്തിക്കൊ ണ്ടാണ്.

കഥാപാത്രങ്ങളെ ചിട്ടയോടെ നയിച്ചുകൊണ്ട് ഒരു എ ഫോർ പേപ്പറിന്റെ വെളുത്ത പ്രതലത്തിലേക്കോ കമ്പ്യൂട്ടർ സ്ക്രീനിലേക്കോ കൊണ്ടിരുത്തി അവരുടെ നെടുവീർപ്പുകൾക്കുമേൽ കൗതുകത്തോടെ

നോക്കിയിരിക്കൽ മാത്രമല്ല കഥ പറച്ചിലുകാരിയുടെ ദൗത്യം. ഇവിടെ എന്റെ മുന്നിൽ വന്നു നില്ക്കുന്ന നായകനും നായികയും ചോദിച്ച ചോദ്യങ്ങൾക്ക് ഏത് കാലത്തും എഴുത്തുകാർക്ക് പറയാവുന്ന മറുപടി പറഞ്ഞെനിക്ക് ഒഴിഞ്ഞുമാറാം. പ്രണയത്തിനു വഞ്ചനയുടെയോ, ആത്മഹത്യയുടെയോ ചരിത്രമെഴുതാൻ ആരുടെയും അനുവാദം ഞങ്ങൾക്കാവശ്യമില്ലെന്നു. കാലാകാലങ്ങളായി ഉണ്ടായിട്ടുള്ള നടപ്പുരീതിയതാണല്ലോ. എന്നാൽ പകൽ മുഴുവൻ പോഴച്ചിരി ചിരിച്ചുകൊണ്ട് ആരുടെയെല്ലാമോ വിടുപണി ചെയ്യുകയും രാത്രിയിൽ തനിക്കറിയാവുന്ന കുലത്തൊഴിലിൽ സ്വയം രാജാവാകുകയും ചെയ്യുന്ന ചൊക്കൻ എന്റെ കൺമുന്നിൽ ജീവിക്കുന്ന മനുഷ്യനാണ്. അയാളെനിക്ക് കഥയെഴുതാനുള്ള കൗതുകവസ്തു മാത്രമായിരുന്നില്ല. അന്ധവിശ്വാസത്തിന്റെ പടുകുഴിയിൽ വീണു കൈകാലിട്ടടിക്കുന്ന അനേകം പേർ കാര്യസാദ്ധ്യത്തിനുവേണ്ടി ഉപയോഗിക്കുകയും പിന്നീട് പരിഹസിക്കുകയും ചെയ്യുന്ന ചൊക്കന്മാരുടെ മനസ്സ് എനിക്കു വെറും കളിപ്പാട്ടമായിരുന്നില്ല. പക്ഷേ, കഥയെഴുത്തിൽ അവരെപ്പോലെ തന്നെ ചൊക്കനെ വെറും പരിഹാസ കഥാപാത്രമാക്കിക്കളഞ്ഞത് യുക്തിവാദിയെന്ന് മേനി നടിക്കാനുള്ള എന്റെ സ്വാർത്ഥത ആയിരുന്നു.

ചൊക്കന്റെ ചെക്കന്മാർ ഏതുകാലത്തും വെറും പന്തുകളായിരുന്നു. കള്ളന്റെയും വേശ്യയുടെയും മക്കളെപ്പോലെ തന്നെ അവരേയും അധകൃതർ എന്ന് മുദ്രകുത്തി ചൊല്പടിക്ക് നിർത്താൻ സമൂഹം കാണിക്കുന്ന ലളിത സൂത്രവാക്യങ്ങൾ. മനോബലമില്ലാത്ത ചെക്കന്മാരെ മുന്നറിയിപ്പില്ലാതെ ആക്രമിച്ചും ഇടം കാലിന് തട്ടിവീഴ്ത്തിയും ഉന്മൂലനം ചെയ്യാൻ പരിശ്രമിക്കും.

അമാന്യന്മാരായ മുതലാളിമാർക്ക് എന്നും പറയാൻ ന്യായീകരണത്തിന്റെ ചില കഥകളുണ്ടാകും. വിഡ്ഢിയായ ദളിത് പെൺകുട്ടിക്ക് ചോദ്യം ചിഹ്നം പോലെ വളഞ്ഞു നില്ക്കയല്ലാതെ മറ്റെന്ത് പോംവഴി. ചൊക്കന്റെ മകൾ കണ്ടും കേട്ടും മനോനില നഷ്ടപ്പെട്ടവളാണ്. അവളെയാരും കൂട്ടത്തിൽ കൂട്ടില്ല.

ഇവരെ കൂടാതെ പിന്നിലാക്കപ്പെട്ട കുറെപ്പേർകൂടി നിശ്ശബ്ദരായി നിന്നിരുന്നു. എന്തുകൊണ്ട് തങ്ങൾ പിന്നിലായിപ്പോയിയെന്ന് ആരും എന്നോടു ചോദിച്ചില്ല. അങ്ങനെയൊരു ചോദ്യമുണ്ടായാൽ ഉത്തരം പറയാൻ എന്റെ നാവിന് അനേകവട്ടം സാഷ്ടാംഗം ഇഴയേണ്ടി വരുമെന്നുള്ള ഭയത്താൽ വീണ്ടുമെന്റെ തൊണ്ട വരണ്ടുണങ്ങാൻ തുടങ്ങി.

പക്ഷേ, ഇതൊന്നും ഇവരുടെ ചോദ്യങ്ങൾക്കുള്ള മറുപടിയല്ലെന്നു അറിയാവുന്നത് കൊണ്ട് കൈകൾ കൂപ്പിക്കൊണ്ടു ഞാൻ പറഞ്ഞു.

"നിങ്ങളുടെയെല്ലാം ചോദ്യങ്ങൾക്ക് തൃപ്തികരമായി ഉത്തരം പറയാനെനിക്ക് വാക്കുകളില്ല. വെറും ന്യായീകരണങ്ങൾ മാത്രമേയുള്ളൂ. കാരണം ഞാൻ തോറ്റുപോയവളാണ്. വിമർശകരെയും വായനക്കാരെയും നേരിടാനും മുഖം തിരിക്കാനും എനിക്കു സാധിക്കും. ഏത്

രചനയ്ക്കും അനേകം വായനകളും അനേകം കാഴ്ചപ്പാടുകളും ഉണ്ടെന്ന് തർക്കിക്കാം. എന്നാൽ പടുത്തുവിട്ടവർ ചോദ്യ ശരങ്ങൾ തീർക്കുമ്പോൾ എന്റെ മൊഴിയറ്റ് പോകുന്നു. ഞാൻ തോറ്റു പോയവളാണ്. നിങ്ങളെ ആഴത്തിൽ മനസ്സിലാക്കാനെനിക്ക് സാധിച്ചില്ല. ഇതൊരു തിരിച്ചറിവാണ്. ആ തിരിച്ചറിവിൽ നിന്നുകൊണ്ട് എഴുത്തു കടലാസിൽ പിടിച്ചിരുത്തിയ ഓരോരുത്തർക്കും സ്വാതന്ത്ര്യം നല്കുകയല്ലാതെ മറ്റൊന്നും എനിക്കു ചെയ്യാനില്ല."

തോറ്റുപോയ ഞാൻ മാത്രമാണ് ഇനിയുള്ള കഥാപാത്രം. കൈകൾ കൂപ്പിക്കൊണ്ടു കുമ്പസാരക്കൂട്ടിൽ നിന്നെന്ന പോലെ ഇറങ്ങിനടന്നു ഏകയായി ഞാൻ എ ഫോർ പേപ്പറിന്റെ ശൂന്യമായ വെളുത്ത പ്രതലത്തിൽ കയറിയിരുന്നു.

എന്താവും ഈ വെളുത്ത കടലാസിൽ എനിക്കുണ്ടാവാനിടയുള്ള സ്ഥാനമെന്ന് വെറുതെയൊന്ന് ഊഹിച്ചു നോക്കി.

കാല്പാടുകൾ പതിയാത്തവൾ! സാന്നിദ്ധ്യംകൊണ്ട് പോലും ആരാലും തിരിച്ചറിയപ്പെടാതെ പോകുന്നവൾ.

ബോൺസായ്!

ജനാധിപത്യം ഒരു വാക്കാണോ?

വീട്ടിൽനിന്നും ഇറങ്ങിയപ്പോഴേ ചെറുതായി ചാറ്റൽ മഴയുണ്ടായിരുന്നു. കുടയെടുക്കുന്ന ശീലം പണ്ടേ പഴനിസാമിക്കില്ല. അയാൾ കാലുകൾ വലിച്ചു വച്ചു നടന്നു. കാലിന്റെ നീരിന്റെ കാര്യം ഇറങ്ങാൻ നേരവും പത്മ സൂചിപ്പിച്ചതാണ്. അവളുടെ ആവലാതികൾ കണ്ടില്ലെന്നു നടിക്കുന്നതാണ് ഇപ്പോഴായി പഴനിസാമി നേരിടുന്ന പ്രധാന വെല്ലുവിളികളിൽ ഒന്ന്. ഏതാണ്ട് നാലുവർഷം കഴിഞ്ഞു പത്മ അയാൾക്ക് തുണയായി കൂടെക്കൂടിയിട്ട്. പത്മ മലയാളിയാണ്. പഴനിസാമിയേക്കാൾ പത്തൊമ്പത് വയസ്സിനു ഇളപ്പം. അവളുടെ അച്ഛൻ അമ്മയെ അരിവാളുകൊണ്ടു വെട്ടികൊന്ന രാത്രിയിൽ അനാഥരായി തീർന്ന നാലുമക്കളിൽ മൂത്തയാൾ. ഒരാണും മൂന്ന് പെൺകുട്ടികളും വാവിട്ട് കരഞ്ഞ ആ രാത്രിയെക്കുറിച്ച് ഓർക്കുമ്പോഴൊക്കെ അവൾ പഴനിസാമിയെ ഉറുമ്പടക്കം കെട്ടിപ്പിടിച്ചു കരയും.

പത്മ പതിനാലാം വയസ്സുമുതൽ ചെയ്യാത്ത ജോലികളില്ല. വീട്ടുജോലിമുതൽ കെട്ടിടം പണിവരെ ചെയ്തു തഴമ്പിച്ച കൈവിരലിലും സിമന്റ് വീണു ചെമ്പിച്ച് പോയ മുടിയിഴകളിലും വെയിൽകൊണ്ടു ഇരുൾ വീണുപോയ മുഖക്കുറുപ്പിലും ചോർന്ന് പോകാത്ത എന്തോ ഒരു ചൈതന്യം അവളുടെ മുഖത്തുണ്ടായിരുന്നുവെന്ന് പത്മയെ ആദ്യം കണ്ടപ്പോഴേ പഴനിസാമിക്ക് തോന്നിയിരുന്നു. കെട്ടിടം പണിക്കു മേസ്തിരിയായി നില്ക്കുന്ന കാലത്താണ് അയാൾ അവളെ ആദ്യം കാണുന്നത്.

അവൾ കൊണ്ട് വരുന്ന അച്ചിങ്ങാ മെഴുക്ക് പുരട്ടിയും വല്ലപ്പോഴും മാത്രം ചോറ് പാത്രത്തിൽ പ്രത്യക്ഷപെടുന്ന ഒരു കഷണം മീനും കഷണങ്ങളില്ലാതെ ഉള്ളിയും പരിപ്പും മാത്രം കൊണ്ടുണ്ടാക്കിയ ചെലവ് ചുരുക്കൽ സാമ്പാറും അയാൾക്ക് കൂടി പങ്കിട്ടപ്പോൾ പത്മയ്ക്കു

അയാളോട് തോന്നിയത് ഒരു കാരണവരോടുള്ള ബഹുമാനമായിരുന്നു. പതിനാലാം വയസ്സ് മുതൽ അവൾ സ്വയം തുഴഞ്ഞ വഞ്ചിയിലേക്ക് പത്മ ആവശ്യപ്പെടാതെയാണ് പഴനിസാമി പങ്കായമായി ചെന്നതും.

രണ്ടു അനുജത്തിമാരുടെ കല്യാണം നടത്തിയ കടം വീട്ടാനുള്ള ഓട്ട പ്പാച്ചിലിനിടയിൽ നട്ടം തിരിഞ്ഞ സമയത്ത് പഠിത്തം നിർത്തി അനുജൻ അടുത്തുള്ള സൂപ്പർ മാർക്കറ്റിൽ പണിക്കു കയറിയതോടെ പത്മയ്ക്ക് ഇത്തിരിയൊന്ന് നടുനിവർക്കാമെന്നായി. അപ്പോഴൊക്കെ പഴനിസാമി അവൾക്ക് തുണയായി നിന്നിരുന്നു. കല്യാണം നടത്താനും പണമുണ്ടാക്കാനും എന്നുവേണ്ട പന്തലിടാനും കലവറയൊരുക്കാനും എന്തിനും ഏതിനും അയാൾ മുന്നിട്ട് നിന്നിരുന്നു. ഇതാരാണ് ഈ തമിഴൻ എന്ന് ആരും അവളോടു ചോദിച്ചില്ല. പത്മയോ സഹോദരങ്ങളോ ആരോടും ഒന്നും വിശദീകരിക്കാനും നിന്നതുമില്ല.

പഴനിസാമിക്ക് വീടോ അടുത്ത ബന്ധുക്കളോ ഇല്ലായിരുന്നു. കൂടുതലൊന്നും അതേക്കുറിച്ചു ചോദിക്കാൻ അവളൊട്ടു മുതിർന്നതുമില്ല. വീട്ടിൽ അനുജനും അവളും മാത്രമായതോടെ. വീടിനോട് ചേർന്ന ചായ്പിൽ ചെറിയൊരു വാടകയ്ക്ക് പഴനിസാമി താമസിക്കാൻ തുടങ്ങി. വാടക വേണ്ടെന്ന് അവളും അനുജനും പറഞ്ഞിട്ടും നിർബ്ബന്ധപൂർവ്വം എല്ലാ മാസവും അയാളൊരു വിഹിതം കൃത്യമായി അവരെ ഏല്പിക്കാൻ മറന്നില്ല. രാത്രിയിൽ കിടക്കാൻ പോകും മുമ്പ് പത്മ അയാൾക്ക് കുടിക്കാനുള്ള ജീരകവെള്ളം ഒരു മൊന്തയിലാക്കി അനുജന്റെ കൈയിൽ കൊടുത്തയക്കും.

എന്നിട്ടും അനുജൻ കൂടെ ജോലി ചെയ്യുന്ന പെൺകുട്ടിയെ വിളിച്ചു കൊണ്ട് വന്ന ദിവസം മുതൽ പത്മയ്ക്കു ചോദ്യം ചെയ്യലുകളെ നേരിടേണ്ടി വന്നു. പലപ്പോഴും ഇരുപതു വയസ്സുള്ള പെൺകുട്ടിയുടെ മുന്നിൽ അവൾക്ക് ഉത്തരമില്ലാതെ വിറങ്ങലിച്ചു നില്ക്കേണ്ടി വന്നു.

അവൾക്ക് പഴനിസാമിയോട് ആദ്യം മുതലേ ഇഷ്ടക്കേടായിരുന്നു. എന്തിനാണ് ഈ തമിഴനെ ഇവിടെ താമസിപ്പിച്ചിരിക്കുന്നത് എന്നു പറഞ്ഞു ദിനവും പത്മയുമായി വഴക്കുണ്ടാക്കുന്നതായിരുന്നു അവളുടെ ഏക വിനോദം.

ആദ്യമാദ്യം കേട്ടില്ലെന്നു നടിച്ചിരുന്നെങ്കിലും പിന്നെപ്പിന്നെ പത്മയ്ക്ക് അവളോടു തിരിച്ചും ഒച്ചയിടാതെ പറ്റില്ലെന്നായി. രണ്ടു പെണ്ണുങ്ങളുടെ ഉറക്കെയുള്ള തല്ലുകൂടൽ കേട്ടുമാത്രമേ ദിനവും എഴുന്നേല്ക്കാനാവൂ എന്ന ഘട്ടം വന്നപ്പോൾ പഴനിസാമി മാറി താമസിക്കാൻ തയ്യാറായതുമാണ്. പത്മയെ സംബന്ധിച്ച് അതവളുടെ അഭിമാനത്തിന്റെ വിഷയം ആയിരുന്നു. എന്നാൽ അനുജൻ ഭാര്യയുടെ പക്ഷം ചേർന്ന് പറഞ്ഞ വാക്കുകൾ കേട്ട ദിവസമാണ് അവൾ പഴനിസാമിയെ ആദ്യമായി കെട്ടിപ്പിടിച്ചു കരഞ്ഞത്.

"എന്നാൽ ഒന്നിച്ചങ്ങു കെടന്നൂടെ. എന്തിനാ രണ്ടുംകൂടി ഈ ഇരുട്ടിൽ കളി. നാട്ടുകാരുടെ കണ്ണിൽ പൊടിയിടാൻ."

അന്നേരം പത്മ ഒരാളൽ ആളി. അനുജൻ അവൾക്ക് കുഞ്ഞായിരുന്നു. നാട്ടുകാർ കേൾക്കെ അവൻ വാക്കുകളാൽ അവളെ കൊന്നുകളഞ്ഞു.

അതിന്റെ പിറ്റേന്ന് പഴനിസാമി അവളെയും കൂട്ടി ആ വീട് വിട്ടിറങ്ങി. നാട്ടിലെ പരിചയക്കാരിൽ ചിലരെയൊക്കെ വിളിച്ച് പറഞ്ഞ് തിരുനൽവേലിയിൽ രണ്ടു പേർക്കും ജോലി ശരിയാക്കി. അവിടത്തെ മാരിയമ്മൻ കോവിലിൽ കൊണ്ടുപോയി പത്മയുടെ കഴുത്തിൽ മഞ്ഞച്ചരടിൽ കോർത്ത താലി ചാർത്തുകയും ചെയ്തു. അപ്പോൾ പത്മയ്ക്ക് പ്രായം നാല്പത്തിമൂന്നും പഴനിസാമിക്ക് അറുപത്തിരണ്ടുമായിരുന്നു.

"പാപ്പാ."

കല്യാണം കഴിഞ്ഞ രാത്രിയിൽ എന്നത്തേയും പോലെ തലയിണയും പായയുമെടുത്ത് വീടിന്റെ ഉമ്മറത്ത് വിരിച്ചിട്ട് കൊണ്ട് പഴനിസാമി അവളെ ആർദ്രതയോടെ വിളിച്ചു.

"ഞാൻ നിന്റെ തുണക്കാരൻ മാത്രം. നിന്റെ കഴുത്തിലെ താലി സമൂഹത്തിന്റെ ചോദ്യംചെയ്യലുകളെ നേരിടാനുള്ള ആയുധമായി കണ്ടാൽ മതി."

അപ്രതീക്ഷിതമായ മാറ്റങ്ങളോടും, സാഹചര്യങ്ങളോടും പൊരുത്തപ്പെടാൻ പത്മയ്ക്ക് പിന്നേയും മാസങ്ങൾ വേണ്ടി വന്നു. അതുവരെയും ഭർത്താവിന്റെ അധികാരത്തോടെ പഴനിസാമി അവളെ തൊടുകയോ ഇടപഴകുകയോ ചെയ്തില്ല. പിന്നീട് പത്മ സ്വയം തയ്യാറാകും വരെ. ഇപ്പോൾ പഴനിസാമിക്ക് പ്രായം അറുപത്തിയേഴ്. അവരുടെ സ്നേഹം അതുവരെ കെട്ടിനിർത്തിയ അണകെട്ട് പൊട്ടിച്ചു വിടുംപോലെ ഭ്രാന്തമായിരുന്നു, അവരുടെ പങ്കുവയ്ക്കലുകൾ പട്ടിണികിടന്നവരുടെ ആർത്തിക്ക് തുല്യമായിരുന്നു. അവരുടെ രതി കൂലം കുത്തിയൊഴുകുന്ന നദിക്കു തുല്യമായിരുന്നു. പഴനിസാമിക്ക് വയസ്സുകാലത്ത് താങ്ങാവുന്നതാണോ അതെന്ന് അയാളും അവളും ചിന്തിച്ചില്ല. എന്റെ കണ്ണാ എന്നൊരുവൾ വാർദ്ധക്യത്തിൽ അയാളുടെ ചെവിയിൽ മന്ത്രിച്ചപ്പോൾ അയാൾ പത്മയെ എന്റെ പൊന്നേ എന്നു വിളിച്ചു ആവേശത്തോടെ പുണർന്നപ്പോൾ നാൽപ്പത്തിയഞ്ചിൽ അവളിൽ പൂക്കൾ വിടരുകയും ചെയ്തു.

മലയാളികളായ ഏതാനും മുതലാളിമാർ ചേർന്ന് നടത്തുന്ന കൃഷിയിടത്തിലാണ് അവരിരുവരും ജോലി ചെയ്തു പോന്നത്. പത്മയ്ക്ക് മുട്ടുകാലിന് തേയ്മാനം വന്ന് ജോലിചെയ്യാൻ വയ്യാതായതോടെ പഴനിസാമി അവളെ ജോലിക്കു കൊണ്ടുപോകാതെയായി. പഴനിസാമിയെ പോലെ ധാരാളം തമിഴർ ആ കൃഷിയിടത്തിൽ ജോലിചെയ്യുന്നുണ്ടായിരുന്നു. സ്വന്തം മണ്ണിൽ അന്യനാട്ടുകാരന് പണിയെടുത്ത് കൊടുക്കുന്നുവെന്ന് ചിന്തിക്കാൻ മാത്രം കുശാഗ്ര ബുദ്ധിയില്ലാത്ത സാധുക്കൾ. അവരെ സംബന്ധിച്ച് ഏക വിഷയം വേല ചെയ്താൽ കൂലി എന്ന തത്ത്വം മാത്രമായിരുന്നു.

ശ്വാസകോശത്തിൽ തണുപ്പ് വീണുണ്ടായ ആയാസത്തെ അകറ്റാൻ

ആഞ്ഞു വലിച്ചുകൊണ്ട് പഴനിസാമി തോട്ടത്തിലേക്കുള്ള കയറ്റം കയറി. ഏക്കറുകണക്കിന് സ്ഥലത്ത് പച്ചയും റോസും നിറത്തിൽ വിളവെടുപ്പിന് പാകമായി കിടക്കുന്ന മുന്തിരിച്ചെടികൾക്കിടയിലൂടെ നടന്നുവേണം അയാൾക്ക് പച്ചക്കറിത്തോട്ടത്തിലെത്താൻ. പയർ, കാബേജ്, കോളി ഫ്ളവർ, ബീറ്റ്റൂട്ട്, മുളക്, വെണ്ട, പടവലം, ചുരയ്ക്ക തുടങ്ങി എല്ലാത്തരം പച്ചക്കറികളും വിളവെടുപ്പിന് പാകമായി നില്ക്കുന്നു. മഴ അധികമായാൽ പാകമാകും മുമ്പെ വിളവെടുപ്പ് നടക്കും. അത്രയും പച്ചക്കറികൾ ദിവ സങ്ങളോളം കേടുകൂടാതെ സൂക്ഷിക്കാൻ പാകത്തിനുള്ള ഗോഡൗൺ ആണുള്ളത്. വിത്ത് വിതയ്ക്കുമ്പോൾ മുതൽ പൂവിടുമ്പോഴും വിളവെടു ക്കുമ്പോഴും വീര്യം കൂടിയ കീടനാശിനികളാണ് അടിക്കുന്നത്. കഴിഞ്ഞ മൂന്ന് വർഷത്തിനുള്ളിൽ തോട്ടം തൊഴിലാളികളിൽ നാലുപേരാണ് ശ്വാസ കോശ ക്യാൻസർ വന്നു മരണപ്പെട്ടത്. കിഡ്നിക്ക് അസുഖം ബാധി ച്ചവർ പഴനിസാമി ഉൾപ്പെടെ ആറ് പേർ.

പഴനിസാമിയുടെ കാലിൽ ചെറിയ തോതിൽ നീര് വന്നത് കിഡ്നി തകരാർ കൊണ്ടാണെന്ന് അറിഞ്ഞതു മുതൽ പത്മയ്ക്ക് ആവലാ തിയാണ്. അവളെ വിഷമിപ്പിക്കേണ്ടന്ന് കരുതി വേദനയോ ബുദ്ധിമുട്ടു കളോ അറിയിക്കാതിരിക്കാൻ അയാളും കരുതലെടുക്കും. പഴനിസാമിയെ മുതലാളിമാർക്ക് വലിയ മതിപ്പാണ്. അദ്ധ്വാനി. സമയം നോക്കാതെ ജോലിചെയ്യാൻ മടിയില്ലാത്തയാൾ.

തലയിലൂടെ ഒലിച്ചിറങ്ങുന്ന വെള്ളച്ചാൽ ഇടംകൈ കൊണ്ട് തുടച്ചു കൊണ്ട് പഴനിസാമി ചെല്ലുമ്പോ മാനേജർ വിളിപ്പിച്ചുവെന്ന് പറഞ്ഞു കൊണ്ട് തൊഴിലാളികൾ കൂട്ടത്തോടെ ഓഫീസിന് നേർക്ക് പോകുന്നത് കണ്ടു.

കാര്യം തിരക്കിയപ്പോൾ ആർക്കും അറിയില്ലെന്നായിരുന്നു മറുപടി. അയാളും കൂട്ടത്തിൽ കൂടി ഓഫീസിന് നേർക്ക് നടന്നു. മാനേജർ നല്ല മനുഷ്യനാണ്. മുതലാളിമാർ മാസത്തിൽ രണ്ടോ മൂന്നോ തവണയേ വരാറുള്ളൂ. കണക്ക് നോക്കലും ആഘോഷങ്ങളുമൊക്കെയായി ആ ദിവസങ്ങൾ ഇവിടം ബഹളമയം ആയിരിക്കും. മദ്യവും പെണ്ണുങ്ങളും എല്ലാം ഉണ്ടാകും. കഴിഞ്ഞ തവണ കേരളത്തിലെ ചില മന്ത്രിമാരും ഉണ്ടായിരുന്നു ആഘോഷത്തിന്. അന്നത്തെ ആഘോഷം ഏതാണ്ട് ഒരാഴ്ചയോളം നീണ്ടു പോയി. കഴിഞ്ഞ പൊങ്കലിൽ സിനിമക്കൊട്ട കയിൽ പോയി കണ്ട സിനിമയിലെ നായികയും ആഘോഷം തീരുവോളം ഉണ്ടായത് പത്മയോട് ചെന്ന് പറഞ്ഞതും അവൾ വയ്യാത്ത കാലും വച്ച് സിനിമാ നടിയെ കാണാൻ തോട്ടത്തിലേക്ക് വന്നതുമെല്ലാം ഓർത്ത് പഴനി ഇടയ്ക്ക് ചിരിക്കാറുണ്ട്. തൊഴിലാളികളെ സംബന്ധിച്ച് വിത്തുകളുടെ ഗുണനിലവാരം നോക്കുക, നീളൻ തൂമ്പയും മൺവെട്ടിയും ഉപയോഗിച്ച് മണ്ണ് കിളച്ച് വാനം കോരുക, മണ്ണിന് വേണ്ടവിധം കുമ്മായവും രാസവളവും ചേർക്കുക, വിത്ത് മുളച്ചു തുടങ്ങുമ്പോ കീടനാശിനി പ്രയോഗിച്ച് സകലമാന പ്രാണി പരാഗണങ്ങളെയും

നിഷ്കാസനം ചെയ്യുക. വേണ്ട വണ്ണം നനവും വളവും നല്കുക തുടങ്ങിയ കാര്യങ്ങൾ മാത്രമേ ചിന്തയിലുണ്ടാവാറുള്ളൂ. അവർ സ്വിച്ച് ഓൺ ചെയ്തുവിട്ട മെഷീനുകളെ പോലെ വെയിലിലും മഴയിലും മഞ്ഞിലും ഒരേപോലെ ജോലി ചെയ്തു കൊണ്ടിരിക്കും. വേനലിൽ വലിയ പ്ലാസ്റ്റിക് കാനുകളിൽ വച്ചിരിക്കുന്ന വെള്ളം കോരിക്കുടിച്ചു ദാഹമകറ്റാൻ പരിശ്രമിച്ചുകൊണ്ടും ഉച്ചയ്ക്ക് ചോറ്റുപാത്രത്തിലെ പച്ചരിച്ചോറ് വാരി തിന്നു വിശപ്പടക്കിയും രാവന്തിയോളം പണി യെടുക്കുക എന്നതിനപ്പുറം ചിന്തയിൽ വിപ്ലവം നിറയ്ക്കാനുള്ള ജനാതിപത്യബോധത്തേക്കാൾ പശി എന്ന വികാരത്തെ തലച്ചോറിൽ പേറി നടക്കുന്ന പച്ചയായ മനുഷ്യർ.

ശമ്പളം കൈയിൽ കിട്ടുന്ന ആദ്യദിനങ്ങളിൽ ഏതെങ്കിലുമൊരു ദിവസം പഴനിസാമി പത്മയുടെ കൈ പിടിച്ചുകൊണ്ടു സായാഹ്നങ്ങളിൽ കൊട്ടകയിൽ പോയി സിനിമ കാണും. രണ്ടര മണിക്കൂർ നേരത്തെ ആസ്വാദന രസത്തേക്കാൾ അയാളെ അതിനു പ്രലോഭിപ്പിച്ചിരുന്നത് പത്മയെ ആനന്ദിപ്പിക്കുക എന്നതുമാത്രമായിരുന്നു.

അവളുടെ മുഖത്ത് ചിരി വിടരുമ്പോഴെല്ലാം പഴനിസാമിക്ക് പുരുഷ സഹജമായ അഭിമാനബോധം നെഞ്ചിൽ നിറയും.

കഴിഞ്ഞ രണ്ടു ദിവസങ്ങളായി ആപ്പിളിന്റെ വിളവെടുപ്പാണ് നട ക്കുന്നത്. ചുവന്നു തുടുത്ത ആപ്പിളുകൾ കൊട്ടയിൽ ചുമന്നുകൊണ്ട് ഗോഡൗണിലേക്ക് കൊണ്ടുപോകുന്ന മെലിഞ്ഞുണങ്ങിയ ആണുങ്ങളും പെണ്ണുങ്ങളും. തോട്ടത്തിൽ അതിഥികളായി വരുന്ന സുന്ദരികൾ വില കൂടിയ മൊബൈൽ ഫോണിലും ക്യാമറയിലും ദൃശ്യങ്ങൾ പകർത്തും. ഒട്ടിയ വയറും കുഴിയിലാണ്ട കണ്ണുകളും എല്ലിൻ കൂട് പൊന്തിയ മാറി ടവുമുള്ള സ്ത്രീകളെ നോക്കി അവർ ദീനാനുകമ്പ പ്രകടിപ്പിക്കുകയും ദാരിദ്ര്യത്തെക്കുറിച്ച് അതിശയോക്തി നിറഞ്ഞ കണ്ണുകളാൽ സംസാരി ക്കുകയും ചെയും. പച്ചക്കറിക്കൊട്ടയുമായി തിരക്കിട്ട് പായുന്നതിനിടയിൽ അറിയാതെ മുഖാമുഖം നേരിടേണ്ടി വന്നാൽ അവരിൽ ഏതെങ്കിലുമൊരു സുന്ദരി പുഞ്ചിരി പൊഴിച്ചാൽ പാവപ്പെട്ട തൊഴിലാളി സ്ത്രീയും മഞ്ഞച്ച പല്ല് കാണിച്ചു തുറന്നു ചിരിക്കും. ഏതാനും ദിവസങ്ങളിൽ അവരുടെ യുള്ളിൽ സിനിമാ നടിയുടെ ചിരി പ്രതിഫലിച്ചു കൊണ്ടിരിക്കും. ഉച്ചയ്ക്ക് ചോറ് വാരി തിന്നുന്നതിനിടയിലും വീട്ടിലേക്കുള്ള നടപ്പിലും കൂട്ടുകാ രോടും കിടക്കാൻ നേരം കെട്ടിയവനോടും അതേക്കുറിച്ച് ഉത്സാഹ ത്തോടെ പറയും. അത്രയും ചെറിയ സന്തോഷങ്ങളും പരിഗണനകളും കൊണ്ട് പ്രകാശം നിറയുന്നതായിരുന്നു അവരുടെ ചെറിയ ജീവിതങ്ങളും ഹൃദയങ്ങളും.

തൊഴിലാളികൾ മാനേജരുടെ മുറിക്ക് മുന്നിലെത്തിയപ്പോൾ അവിടെ തൊഴിലാളികൾ കൂട്ടമായി നില്ക്കുന്നത് കണ്ടു. കാര്യമായ എന്തോ പ്രശ് നമുണ്ടെന്ന് തോന്നുന്നു. അല്ലെങ്കിൽ മാനേജർ ഇങ്ങനെ വിളിച്ചു കൂട്ടുന്ന പതിവില്ല.

മാനേജരും സൂപ്പർ വൈസറും കൂടി വരാന്തയിൽ വന്നുനിന്നു തൊഴിലാളികളെ അഭിസംബോധന ചെയ്തു. മാനേജരാണ് സംസാരിച്ചത്.

"കേരളത്തിൽ വലിയ പ്രക്ഷോഭം നടക്കുന്നു. നമ്മുടെ പച്ചക്കറികളിൽ രാസവളവും കീടനാശിനിയും അമിതമായി പ്രയോഗിക്കുന്നത് ആരോപിച്ചു കേരളത്തിലേക്കുള്ള പച്ചക്കറി വിതരണം തടഞ്ഞു വച്ചിരിക്കുകയാണ്. ചാനലുകളിൽ അതൊക്കെ വലിയ വാർത്തയായിരിക്കുന്നു. ചെക്ക് പോസ്റ്റിൽ നമ്മുടെ ആറ് ലോറികളാണ് തടഞ്ഞു വച്ചിരിക്കുന്നത്. പ്രശ്നങ്ങൾ ഒത്തു തീർപ്പാക്കുന്നതുവരെ ലോഡുകൾ അയക്കാൻ കഴിയില്ല. പച്ചക്കറികളും പഴങ്ങളും കേടാകാതെ സൂക്ഷിക്കാനുള്ള കൂടുതൽ സജ്ജീകരണങ്ങൾ റെഡിയാക്കിയിട്ടുണ്ട്. സമരം എത്ര ദിവസം നീണ്ടു നില്ക്കും എന്നറിയില്ല. സർക്കാർ തലത്തിൽ പിടിപാടുള്ളവർ തന്നെയാണ് നമ്മുടെ മുതലാളിമാരും. അതുകൊണ്ടു അധിക ദിവസം നീണ്ടുപോകാൻ സാദ്ധ്യതയില്ല എന്നു കരുതാം. എങ്കിലും നമ്മൾ ചില മുൻ കരുതലുകൾ എടുത്തേ തീരൂ. അതിനു വേണ്ടിയാണ് നിങ്ങളെ ഏവരെയും വിളിച്ചു കൂട്ടിയിരിക്കുന്നത്."

തൊഴിലാളികൾ പരസ്പരം നോക്കുകയും അഭിപ്രായ പ്രകടനങ്ങളുടെ ചെറു മർമ്മരങ്ങൾ അവർക്കിടയിൽ ഉണ്ടാകുകയും ചെയ്തു.

"ഇനി പറയാൻ പോകുന്ന കാര്യങ്ങൾ നിങ്ങളെ ബാധിക്കുന്നതാണ്. അതുകൊണ്ടു ശ്രദ്ധിച്ച് കേൾക്കുക. നിങ്ങളുടെ സഹായ സഹകരണങ്ങൾ ഞങ്ങൾക്ക് കൂടിയേ തീരൂ." മാനേജർ ഓരോ മുഖങ്ങളിലേക്കും മാറി മാറി നോക്കിക്കൊണ്ടു പറഞ്ഞു.

പഴനിസാമി അടുത്തു നില്ക്കുന്ന സെൽവന്റെ ദുർബ്ബലമായ കൈയിൽ അമർത്തി പിടിച്ചു. ഇനി പറയാൻ പോകുന്ന കാര്യങ്ങൾ ചിലപ്പോൾ തങ്ങളെ മാത്രമേ ബാധിക്കൂ എന്നയാൾക്ക് തോന്നി.

മാനേജർ ശബ്ദം കുറെക്കൂടി മൃദുവാക്കിക്കൊണ്ട് പറഞ്ഞു. "നിങ്ങളുടെ ചുറ്റുപാടുകൾ അറിഞ്ഞുകൊണ്ടു ഇങ്ങനെയൊരാവശ്യം പറയുന്നതിൽ വിഷമമുണ്ട്. പക്ഷേ, ഈ സാഹചര്യത്തിൽ ഇതല്ലാതെ വേറെ പോംവഴിയില്ലായെന്ന് നിങ്ങളും മനസ്സിലാക്കണം." എന്തും നേരിടാൻ പാകത്തിനുള്ള മനക്കരുത്ത് ആർജ്ജിക്കാൻ ശ്രമിച്ചുകൊണ്ട് പഴനിസാമി ദീർഘമായൊന്ന് നിശ്വസിച്ചു.

മാനേജർ തുടർന്നു.

"സമരം എന്ന് തീരുമെന്ന് പറയാനാവില്ല. ലോഡുകൾ കയറ്റിപ്പോകാതെ വരുമാനം ഉണ്ടാകില്ലെന്നു നിങ്ങൾക്കും അറിയാമല്ലോ. സമരം തീരുംവരെ ശമ്പളത്തിന്റെ കാര്യത്തിൽ നിങ്ങളുടെ ഭാഗത്ത് നിന്ന് ചില വിട്ടുവീഴ്ചകൾ വേണ്ടിവരും."

അടുത്തു നിന്ന സ്ത്രീ മുഷിഞ്ഞ പരുത്തിസാരികൊണ്ട് മുഖത്തെ മഴത്തുള്ളികൾ തുടച്ചു മാറ്റിക്കൊണ്ടു പഴനിസാമിയുടെ നേർക്ക് മ്ലാനമായ നോട്ടം നോക്കി. നിസ്സംഗമായ മൗനം തൊഴിലാളികൾക്കിടയിൽ തളം കെട്ടി നിന്നിരുന്നു. ഓരോ വീടിനെ ചുറ്റിപ്പറ്റിയും ഓരോരുത്തരുടേതായ

രീതിയിലുള്ള അങ്കലാപ്പുകളുടെ മൗനമായിരുന്നു അത്. പ്രതികരണങ്ങൾ എല്ലാം തന്നെ ആത്മാവിലിരുന്നു മുറവിളി കൂട്ടുമ്പോഴും ശബ്ദം നഷ്ടപ്പെട്ടവരായിരുന്നു അവരെല്ലാവരും.

സൂപ്പർവൈസർ നിർദ്ദേശിച്ചതനുസരിച്ച് പാകമായ പച്ചക്കറികളും പഴങ്ങളും ആദ്യം വിളവെടുത്ത് ഗോഡൗണിലെത്തിച്ചു. ശക്തമായ കീടനാശിനികൾ അടിച്ചു. സജ്ജീകരിച്ച മുറികളിലേക്ക് മാറ്റി. ആഴ്ചകളോളം കേടാകാതിരിക്കാനുള്ള മാർഗ്ഗങ്ങൾ ഉള്ളതുകൊണ്ട് ഏതാനും ദിവസത്തെ സമരങ്ങൾ ഇവിടെ ബാധിക്കില്ലെന്നു മുതലാളിമാർക്ക് നന്നായറിയാം.

അന്ന് വൈകിട്ട് ഏറെ വൈകിയാണ് പഴനിസാമി വീട്ടിലെത്തിയത്. പത്മ അന്നേരം ടി വിയിൽ മലയാളം സീരിയൽ കാണുകയായിരുന്നു. പത്മയുമായി ഒരുമിച്ച് ജീവിക്കാൻ തുടങ്ങിയ ശേഷം പഴനിസാമിയും തമിഴ് ചാനലുകൾ കാണുന്നത് പതിവില്ലാതായി. അയാളെ കണ്ടതും പത്മ കട്ടൻ കാപ്പിയും മധുരക്കിഴങ്ങു പുഴുങ്ങിയതും കൊണ്ടുവച്ചു. ചെക്ക് പോസ്റ്റിലെ സമരത്തെക്കുറിച്ച് എന്തെങ്കിലും അറിയാൻ കഴിയുമോ എന്നോർത്തുകൊണ്ടു അയാൾ വാർത്താ ചാനൽ മാറ്റി മാറ്റി വച്ചു. ഉത്തരേന്ത്യയിൽ ആരെയോ കത്തിച്ചു കൊന്ന വാർത്തയായിരുന്നു എല്ലാ ചാനലിലും. ദളിതർ എവിടെയും വേട്ടയാടപ്പെടുന്നു എന്നു പറഞ്ഞുകൊണ്ട് വാർത്ത വായനക്കാരി അടുത്ത വിഷയത്തിലേക്ക് കടന്നു. ചെക്ക് പോസ്റ്റിൽ തടഞ്ഞിട്ടിരിക്കുന്ന ലോറികളുടെ ചിത്രവും വാർത്തയും ആയിരുന്നു അടുത്തത്. ചാനൽ ചർച്ചയിൽ പങ്കെടുത്ത നേതാവ് പച്ചക്കറിയിലെ കീടനാശിനി പ്രയോഗത്തെക്കുറിച്ചും തമിഴർ കേരളത്തോട് കാണിക്കുന്ന നെറികേടിനെക്കുറിച്ചും ഇടതടവില്ലാതെ സംസാരിച്ചു. ജനങ്ങളെ രോഗികളാക്കുന്ന ഇത്തരം ദുഷ് പ്രവൃത്തികൾക്കെതിരെ സർക്കാർ കർശനമായ തീരുമാനങ്ങൾ എടുക്കണമെന്ന് നിർദ്ദേശിച്ചുകൊണ്ടു സംസാരിച്ച നേതാവിന്റെ മുഖം കണ്ട് പഴനിസാമി അമ്പരന്നുപോയി. കഴിഞ്ഞ തവണ തോട്ടത്തിൽ വന്നു ആഘോഷത്തിൽ പങ്കെടുത്തുപോയ ഒരാളായിരുന്നു ആ നേതാവ്. യഥാർത്ഥത്തിൽ എന്താണ് നടക്കുന്നതെന്ന് ഒന്നും മനസ്സിലാകാതെ പത്മ കൊണ്ടുവച്ച കാപ്പി കുടിച്ചശേഷം പഴനിസാമി എഴുന്നേറ്റുപോയി കട്ടിലിൽ നീണ്ടു നിവർന്നു കിടന്നു. കാലിലെ നീര് വല്ലാതെ കൂടിയല്ലോ എന്നു പരിതപിച്ചുകൊണ്ട് പത്മ പിന്നാലെ ചെല്ലുകയും ചെയ്തു.

"എന്താ സുഖമില്ലേ?" പത്മ കട്ടിലിൽ കൂടെയിരുന്നുകൊണ്ട് അയാളുടെ മുഖത്ത് വിരലോടിച്ചു.

"ഒന്നുമില്ല." പഴനിസാമി പത്മയുടെ ഒട്ടിയ കവിളിലേക്ക് നോക്കികൊണ്ടു പറഞ്ഞു. ചൈതന്യമെല്ലാം വാർന്നുപോയ രൂപം. വരവിനേക്കാൾ അധികം ചെലവുള്ള പാവങ്ങളുടെ മുഖം ഇങ്ങനെയൊക്കെയാവുമെന്ന് സമാധാനിച്ചുകൊണ്ട് അയാൾ തന്റെ വൃദ്ധനേത്രങ്ങൾ അടച്ചുപിടിച്ചു.

പിറ്റേന്ന് കൈയിൽ ബാക്കി ഉണ്ടായിരുന്ന പൈസയെടുത്തുകൊണ്ടു പോയി പലചരക്ക് കടയിൽനിന്നും അരിയും കുറച്ചു പയറും പരിപ്പും വാങ്ങി. കടയിൽ നിരത്തി വച്ചിരിക്കുന്ന പഴവർഗ്ഗങ്ങൾ തന്നെ നോക്കി പരിഹസിക്കുന്നത് പോലെ അയാൾക്കനുഭവപ്പെട്ടു. തോട്ടത്തിൽനിന്നും ഗോഡൗണിലെ മരവിപ്പിലേക്ക് ചുമന്ന് കയറ്റിയ വിളകളെക്കുറിച്ചും, ചെക്ക് പോസ്റ്റിൽ കിടന്ന് ചീയുന്ന പച്ചക്കറികളെക്കുറിച്ചും ചിന്തിച്ചപ്പോൾ പത്മയുടെ വിളറിയ മുഖമാണ് പഴനിസാമിക്ക് ഓർമ്മ വന്നത്.

ഇന്നലെ ടി വിയിൽ മലയാളം വാർത്താ ചാനലിൽ ചർച്ചയിൽ പങ്കെടുത്ത നേതാവിന്റെ വാക്കുകൾ അയാളുടെ ഉള്ളിൽ തികട്ടി വന്നു.

ആ വാക്ക് എത്ര ആലോചിച്ചിട്ടും ഓർത്തെടുക്കാൻ അയാൾക്കായില്ല.

സന്ധ്യക്ക് ഉമ്മറത്തിരുന്ന് പത്മയോട് സംസാരിക്കവേ തന്റെ നീര് വച്ച കാലിലേക്ക് നോക്കി പഴനിസാമി അവരോടു ചോദിച്ചു.

"എന്തായിരുന്നു ഇന്നലെ നേതാവ് ടി വിയിൽ പറഞ്ഞ ആ വാക്ക്?"

ആദ്യം കേട്ടപ്പോൾ ഏത് വാക്കിനെക്കുറിച്ചാണ് സൂചിപ്പിക്കുന്നതെന്ന് പത്മയ്ക്ക് വ്യക്തമായില്ല.

''ചെക്ക് പോസ്റ്റിൽ ലോറികൾ തടഞ്ഞിട്ടതിനെക്കുറിച്ചുള്ള ചർച്ചയിൽ പറഞ്ഞ വാക്ക് നീയും കേട്ടതല്ലേ?"

ജനാധിപത്യം എന്നായിരുന്ന് ആ വാക്കെന്നു കണ്ടുപിടിക്കാൻ പത്മയ്ക്ക് ഏറെ ക്ലേശിക്കേണ്ടി വന്നു.

പത്മ പറഞ്ഞ അർത്ഥങ്ങളിലേക്കും വിശദീകരണങ്ങളിലേക്കും മനസ്സർപ്പിച്ച് ആശയപരമായി പരാജയപ്പെട്ട ഒരാളെപ്പോലെ പഴനിസാമി ആ വാക്കിന്റെ മുൾത്തുമ്പിൽ അന്തിച്ചിരുന്നു. ആമാശയത്തിൽ വിശപ്പ് കത്തിക്കാളുമ്പോൾ വഴിയിലുപേക്ഷിക്കാവുന്ന ജനാധിപത്യചിന്തകളേ തങ്ങളെ പോലുള്ളവർക്ക് ഉണ്ടാകാൻ പാടുള്ളൂ എന്ന് സ്വയം ആശ്വസിക്കുകയും ചെയ്തു.

പിറ്റേന്ന് രാവിലെ കുളിച്ചൊരുങ്ങി പഴനിസാമി പണിക്കിറങ്ങിയപ്പോൾ പത്മ കുറച്ചു ഉണക്ക കപ്പ എടുത്ത് പുഴുക്കുണ്ടാക്കി പാത്രത്തിലാക്കി അയാളുടെ സഞ്ചിയിൽ വച്ചു കൊടുത്തു. ഉള്ള അരിയെടുത്ത് തീർത്താൽ ശമ്പളം കിട്ടും വരെ കഴിച്ചു കൂട്ടാൻ ബാക്കിയൊന്നുമുണ്ടാകില്ലെന്നു നിശ്ശബ്ദയായി അയാളെ ബോധിപ്പിക്കും പോലെയൊരു ദൈന്യത അവരുടെ കണ്ണുകളിൽ വായിച്ചതിനാൽ അവളുടെ മുഖത്തേക്ക് നോക്കാൻ കെല്പില്ലാതെ അയാൾ ചോദിച്ചു.

"നിനക്കു കഴിക്കാൻ എന്തേലുമുണ്ടോ?"

"ഉണ്ട്."

പഴനിസാമി കൂടുതൽ ചോദ്യങ്ങൾക്ക് നില്ക്കാതെ ഇറങ്ങി നടന്നു. നടക്കുമ്പോഴും മുന്നിലെയോ ചുറ്റുവട്ടത്തേയോ കാഴ്ചകൾ ഒന്നും അയാളുടെ കണ്ണിൽ പെട്ടില്ല. മാനേജരോടു ചോദിച്ചാൽ കുറച്ചു പച്ചക്കറികളും പഴങ്ങളും തരാതിരിക്കില്ലെന്നു പത്മ പറഞ്ഞ വാചകം ഓർത്തപ്പോ

ഴൊക്കെ തരുമോ തരാതിരിക്കുമോ എന്നൊരു ആശങ്ക തലച്ചോറിലിരുന്നു വിങ്ങുന്നത് പോലെയാണ് അയാൾക്കനുഭവപ്പെട്ടത്. യാചിച്ചു ശീലമില്ലാത്തവന്റെ ഉള്ളിലെ അപമാനഭാരം നെഞ്ചിൽ കല്ലുപോലെ എടുത്തുവച്ചു കൊണ്ടാണ് സെൽവനോട് അതേക്കുറിച്ചു പറഞ്ഞത്.

"തരാതിരിക്കുമോ പഴനി?"

സെൽവൻ പ്രതീക്ഷ മുറുകെ പിടിച്ചു.

"തരുമായിരിക്കും."

ഉച്ചക്ക് ചോറ് പാത്രം തുറന്ന് കപ്പ പുഴുക്ക് കഴിക്കാനെടുത്തപ്പോൾ അയാളുടെ കൈകൾ വിറച്ചു.. കൂടെയുണ്ടായ സെൽവന്റെ പാത്രത്തിൽ കഞ്ഞിവെള്ളത്തിനൊപ്പം പ്രത്യക്ഷപ്പെട്ട ഏതാനും ചോറുതരികളിലേക്ക് നോക്കിയപ്പോൾ അയാളുടെ വയറിൽ വിശപ്പില്ലാതാകുകയും കപ്പ പുഴുക്കിന്റെ പാത്രം സെൽവന്റെ മുന്നിലേക്ക് നീക്കി വച്ചുകൊണ്ടു വയറിന് നല്ല സുഖമില്ല കഞ്ഞിവെള്ളം ഇങ്ങോട്ട് താ എന്നിട്ട് കപ്പ പുഴുക്ക് കഴിക്കെന്ന് പറയുകയും ചെയ്തു.

സെൽവന്റെ പെണ്ണ് പണിക്ക് വന്നിട്ടില്ല.

"ശ്വാസം മുട്ടലിന്റെ അസുഖം തണുപ്പ് കൂടുമ്പോ കലശലാകും. ഇനി രണ്ടുമൂന്ന് ദിവസത്തേക്കു വലിയോട് വലിയാവും."

സെൽവൻ നിരാശയോടെ പറഞ്ഞു.

കൂട്ടത്തിൽ പണിയെടുക്കുന്ന രണ്ടുമൂന്നുപേർ കൂടി അവർക്കടുത്തേക്ക് വന്നിരുന്നു.

"ശമ്പളം കിട്ടിയില്ലേൽ വീട്ടുകാര്യങ്ങളെല്ലാം താറുമാറാകും. ഉണ്ടായ കാശെല്ലാം തീർന്നു. പലചരക്ക് കടയിൽ സാധനങ്ങൾ തീർന്നെന്നാ കേൾക്കുന്നത്. പറ്റ്കാശ് കിട്ടാതെ ചരക്കെടുക്കാൻ പോകാൻ പറ്റില്ലാന്നാ കടക്കാരൻ പറയുന്നെ."

"മാനേജരോട് നമുക്ക് കുറച്ചു സാധനങ്ങൾ ചോദിക്കാം. അദ്ദേഹം തരാതിരിക്കില്ല. അലിവുള്ള മനുഷ്യനാ."

ഉച്ചഭക്ഷണം കഴിഞ്ഞതും പതിവുള്ള വിശ്രമം വേണ്ടന്ന് വച്ച് പഴനിസാമി ഏതാനും പേരെയും കൂട്ടി മാനേജരുടെ ക്വാർട്ടേഴ്സിലേക്ക് ചെന്നു.

തൊഴിലാളികൾ പറയുന്നത് നിശ്ശബ്ദം കേട്ടു നിന്നതിന് ശേഷം മാനേജർ മുതലാളിമാരോട് സംസാരിച്ച് ഒരു തീരുമാനം ഉണ്ടാക്കാം എന്നു പറയുകയും ചെയ്തു.

"മുതലാളിമാർ സമ്മതിക്കുമോ." കൂട്ടത്തിൽ ചെറുപ്പക്കാരനായ മുരുകൻ സംശയത്തോടെ ചോദിച്ചു.

"തരുമായിരിക്കും." പഴനിസാമി പറഞ്ഞു പരിശീലിച്ചതുപോലെ ആ വാക്ക് ആവർത്തിച്ചു.

"രണ്ടു മൂന്നു ദിവസം കഴിഞ്ഞാൽ സമരം മാറുമായിരിക്കുമല്ലേ?"

സെൽവൻ ആശങ്കയും പ്രതീക്ഷയും നിറഞ്ഞ ശബ്ദത്തിൽ ചോദിച്ചു.

"മാറുമായിരിക്കണം." പഴനിസാമി ഉറപ്പില്ലാത്തത് പോലെ നിരാശ

യോടെ പറഞ്ഞു.

സെൽവൻ പിന്നീട് കൂടുതൽ ചോദ്യങ്ങൾക്കൊന്നും നില്ക്കാതെ തൂമ്പ കൈയിലെടുത്തുകൊണ്ട് തോട്ടത്തിലേക്കിറങ്ങി. നടക്കുകയായിരുന്നെങ്കിലും മുന്നിലെയോ ചുറ്റുവട്ടത്തെയോ കാഴ്ചകൾ ഒന്നും തന്നെ അയാളുടെ കണ്ണിലോ മനസ്സിലോ കയറിക്കൂടിയില്ല. ഇതിന് മുമ്പൊരിക്കലും തോന്നാത്ത ഒരുൾപ്രേരണ അയാളെ പിടികൂടിയിരുന്നു. പടവലത്തിന് തടം കോരുമ്പോഴും വഴുതനങ്ങയ്ക്ക് മരുന്നടിക്കുമ്പോഴും ആപ്പിളും മുന്തിരിയും വാരി നിറച്ച കുട്ടകൾ പെണ്ണുങ്ങളുടെ തലയിലേക്ക് എടുത്തു വച്ചു കൊടുക്കുമ്പോഴും അയാളാ വികാരത്തെ രഹസ്യമായി ഉള്ളിൽ ചുമന്നു നടന്നു. പറ്റിയ സന്ദർഭത്തിന് കാത്തു നില്ക്കും പോലെ ജാഗരൂകമായിരുന്നു അയാളുടെ പ്രവൃത്തികൾ. അപ്പോഴെല്ലാം മുൻ പരിചയമില്ലാത്ത വേവലാതിയാൽ അയാളുടെ തൊണ്ട വരണ്ടുണങ്ങി.

വൈകിട്ട് പണിതീർത്തു കൈയും കാലും കഴുകാൻ പണിക്കാർ ഇറങ്ങിയപ്പോൾ സെൽവൻ തോട്ടത്തിൽ തന്നെ താളം ചവിട്ടി നില്ക്കുന്നത് പഴനിസാമി കാണുന്നുണ്ടായിരുന്നു.

വരുന്നില്ലേ എന്നു ആംഗ്യം കാണിച്ചു ചോദിച്ചപ്പോൾ അയാൾ തലയാട്ടുക മാത്രം ചെയ്തു.

കനാലിലെ തണുത്ത വെള്ളത്തിൽ വീണ്ടും വീണ്ടും കഴുകിയിട്ടും നെഞ്ചിലെ ആവിപ്പ് മാറാത്തത് പോലെയാണ് പഴനിസാമിക്ക് അനുഭവപ്പെട്ടത്. പണിക്കാർ ഓരോരുത്തരും കൂട്ടത്തോടെ വന്നു വെള്ളത്തിലേക്കിറങ്ങി ക്ഷീണം അകറ്റാൻ പരിശ്രമിച്ചു കൊണ്ടിരുന്നു. സന്ധ്യ ചായാൻ തുടങ്ങിയതിന്റെ സുവർണ്ണ രേഖകൾ ആകാശത്തെ കൂടുതൽ തുടുപ്പുള്ളതാക്കി. മേഘപടലങ്ങൾക്കിടയിൽ ഇടയ്ക്കിടെ കറുപ്പിന്റെ രാശി വീണിരിക്കുന്നത് കണ്ടുകൊണ്ട് ആരോ പറഞ്ഞു രാത്രിയും മഴയ്ക്ക് സാദ്ധ്യതയുണ്ട്.

രാവിലെ ചാറ്റൽ പെയ്തെങ്കിലും ഉച്ചയോടെ ആകാശം നന്നായി തെളിഞ്ഞതായിരുന്നു. കൈയും കാലും കഴുകി തിരികെ ചെന്നപ്പോൾ സെൽവനെ അവിടെയെങ്ങും കണ്ടില്ല. വിളിക്കാതെ പോകാൻ തരമില്ലല്ലോ എന്നോർത്തപ്പോൾ അതിശയം തോന്നുകയും ചെയ്തു. മാനേജരെ കണ്ട് ഒന്നുകൂടി കാര്യങ്ങൾ തിരക്കിയാലോ എന്നാലോചിച്ചുകൊണ്ട് പഴനി സാമി നേരെ ഓഫീസിന് നേർക്ക് നടന്നു.

പഴനിസാമിയെ കണ്ടപ്പോൾ മാനേജർ മ്ലാനമായ മുഖത്തോടെ ഒന്നു ചിരിച്ചു.

“ശമ്പളത്തിന്റെ കാര്യത്തിൽ തൽക്കാലത്തേക്ക് ഒരു തീരുമാനവും ഉണ്ടാകില്ല പഴനി. ലോഡ് കയറ്റി പോകാതെ എനിക്കുപോലും ശമ്പളം കിട്ടില്ലെന്നാണ് അറിയിപ്പ്. ഈ സാഹചര്യത്തിൽ കൂടുതൽ കടും പിടുത്തം നടത്താനും പറ്റില്ലല്ലോ. സാഹചര്യങ്ങൾ നമുക്കും അറിവുള്ളതല്ലേ. നിങ്ങൾക്കാവശ്യമുള്ള സാധനങ്ങൾ നല്കുന്ന കാര്യത്തിൽ അവർ ഇന്നോ നാളെയോ ആലോചിച്ചൊരു മറുപടി പറയും. അതുവരെ..”

മാനേജർ പൂർത്തിയാക്കുന്നത് കേൾക്കാതെ പഴനിസാമി തിരിച്ചു നടന്നു.

അയാൾ തിരികെയെത്തിയപ്പോൾ പണിക്കാർ എല്ലാവരും പോയിക്കഴിഞ്ഞിരുന്നു. സെൽവനെ അവിടെയെങ്ങും കണ്ടില്ല. മാനേജർ പറഞ്ഞ വാക്കുകൾ എങ്ങനെ സെൽവനോടു പറയണം എന്നോർത്തപ്പോൾ വിവിധ വിചാരങ്ങളുടെ പ്രക്ഷോഭം അയാളുടെ മനസ്സിലൂടെ കയറിയിറങ്ങി പോയി. അന്നേരമാണ് വിയർത്തുകുളിച്ചു പരവശപ്പെട്ട് സെൽവൻ ഇരുട്ടിലൂടെ പഴനിസാമിയുടെ അരികിലേക്ക് വന്നത്.

അയാളുടെ ചലനങ്ങളിൽ പരിഭ്രമവും ഭയവും മുന്നിട്ട് നിന്നിരുന്നു.

"നിങ്ങൾ എവിടെപ്പോയിരുന്നു. ഞാനിവിടം മുഴുവൻ തപ്പി നടന്നു." മാനേജരെ കണ്ട കാര്യം എങ്ങനെ പറയണം എന്ന ശങ്കയോടെ പഴനിസാമി സെൽവനോടു ചോദിച്ചു.

"ഞാനെവിടെ പോകാൻ ഇവിടെയൊക്കെത്തന്നെയുണ്ടായിരുന്നു."

സെൽവൻ അയാൾക്ക് മുഖം കൊടുക്കാതെ പറഞ്ഞു.

"നേരം ഇരുട്ടി പത്മ പരിഭ്രമിക്കും." പഴനിസാമി തിടുക്കത്തിൽ നടന്നു കൊണ്ട് പറഞ്ഞു.

"പഴനി." സെൽവൻ ശങ്കയോടെ വിളിച്ചു.

പഴനിസാമിക്ക് അയാളുടെ വിളിയിൽ അസ്വാഭാവികമായി എന്തോ ഒന്നനുഭവപ്പെട്ടു.

കൈയിൽ തൂക്കിപ്പിടിച്ച രണ്ടു സഞ്ചികളിൽ ഒന്ന് അയാളുടെ നേർക്ക് നീട്ടിക്കൊണ്ട് സെൽവൻ പറഞ്ഞു.

"നമുക്ക് ഗെയിറ്റിൽ കൂടി പുറത്തേക്ക് പോകണ്ട. കനാൽ റോഡ് വഴി പോകാം."

"എന്താ ഈ സഞ്ചിയിൽ?"

പഴനിസാമി മനസ്സിലാകാതെ ചോദിച്ചു

"കുറച്ചു ആപ്പിളും മുന്തിരിയും." സെൽവൻ വിക്കലോടെ പറഞ്ഞു. "വീട്ടിലിരിക്കുന്നവർക്ക് വിശക്കുമ്പോൾ എന്തേലും അകത്തോട്ടു ചെല്ലണ്ടേ."

പഴനിസാമി അവിശ്വസനീയതയോടെ സെൽവനെ തുറിച്ചു നോക്കി നിന്നു.

സെൽവൻ സഞ്ചികളിൽ ഒരെണ്ണം അയാളുടെ കൈകളിൽ ഏല്പിച്ചു കൊണ്ട് പറഞ്ഞു. "നമ്മുടെ വിയർപ്പാ ഈ കാണുന്നതെല്ലാം. അകത്തിരുന്നു മരവിക്കുന്നതും റോഡിൽക്കിടന്നു ചീയുന്നതുമെല്ലാം. പിന്നെന്തിനാ നമ്മള് പട്ടിണി കിടക്കുന്നെ. അല്ല പഴനി, മുതലാളിമാരു എന്തേലും തരുമെന്ന് നിങ്ങക്ക് തോന്നുന്നുണ്ടോ? തരാൻ മനസ്സൊണ്ടാരുന്നെങ്കി എപ്പഴേ തന്നേനെ. എത്ര ദിവസമായി അടുപ്പിൽ നേരാം വണ്ണം തീ പുകഞ്ഞിട്ട്."

പഴനിസാമിക്കു ഉമിനീര് വറ്റുന്നത് പോലെ അനുഭവപ്പെട്ടു. കൈയിൽ പിടിച്ച സഞ്ചിയുടെ ഭാരം ശരീരത്തിനല്ല ഹൃദയത്തിനാണ് താങ്ങാൻ

സാധിക്കാത്തത് എന്നയാൾക്ക് തോന്നി

"വാ." സെൽവൻ അയാളുടെ കൈയിൽ പിടിച്ചു മുന്നോട്ട് വലിച്ചു

പത്മയുടെ മുഖം മനസ്സിലേക്ക് വന്നതും സഞ്ചി മുറുകെപ്പിടിച്ചു കൊണ്ട് പഴനിസാമി കനാലിന്റെ ഓരം ചേർന്ന് സെൽവനെ അനുഗമിച്ചു. അങ്ങ് ദൂരെയായി പണിക്കാർ ഓരോരുത്തരായി വരി വരിയായി പോകുന്നത് കാണാം. അന്നേരം അയാളുടെ മനസ്സിലേക്ക് കഴിഞ്ഞ സന്ധ്യക്ക് പത്മയുമായി സംസാരിച്ച വാക്ക് ഓർമ്മ വന്നു.

കാലിലെ നീരിന്റെ ആയാസത്തേക്കാൾ കൂടുതലായി ജനാധിപത്യം എന്ന വാക്കിന്റെ ഭാരം അയാളെ അലട്ടി. പഴനിസാമിക്ക് കാലുകൾ ഇടറുന്നത് പോലെ തോന്നി.

കൈയിൽ മുറുകെ പിടിച്ച സഞ്ചിയുടെ ഭാരം താൻ മരണശേഷവും ചുമക്കേണ്ടി വരുമെന്നോർത്തു അയാളുടെ വൃദ്ധഹൃദയം തപിച്ചു കൊണ്ടിരുന്നു.

വീട്ടിൽച്ചെന്നു കയറുമ്പോൾ പത്മ പരിഭ്രമത്തോടെ ഉമ്മറത്ത് കാത്തു നില്പുണ്ടായിരുന്നു. സഞ്ചി അവളുടെ കൈയിൽ കൊടുത്തിട്ട് പഴനി സാമി കസേരയിൽ തളർന്നിരുന്നു.

രാത്രിയിൽ കട്ടിലിൽ തിരിഞ്ഞും മറിഞ്ഞും കിടന്നിട്ടും ഉറക്കം വരാതായപ്പോൾ പത്മ അറിയാതെ അയാളെഴുന്നേറ്റ് വീടിന് പുറത്തിറങ്ങി നിലാവ് നോക്കി നിന്നു. ആകാശത്തെ നിലാവെല്ലാം ഓരോ സമയവും ഓരോ തരത്തിലുള്ള കാഴ്ചകളാണ് തരുന്നതെന്ന് അയാൾക്ക് തോന്നി. ഇപ്പോൾ നോക്കുമ്പോൾ മഴക്കാറു മറച്ച അർദ്ധ ചന്ദ്രികയുടെ ഇരുണ്ട പ്രതലത്തിൽ ഒരാൾരൂപത്തിന്റെ പാതി ചിത്രം പോലെ തോന്നിക്കുന്ന എന്തോ ഒന്നാണ് കാണുന്നത്. മറ്റ് ചിലപ്പോൾ കുതിരയുടെ മുഖം പോലെയോ താടി നീട്ടിയ സന്ന്യാസിയുടെ രൂപം പോലെയോ ഒക്കെയാണ് കാണുക.

സെൽവന്റെ വീടിന് നേർക്ക് നോക്കിയപ്പോൾ അവിടെ വെളിച്ചം കണ്ടു. രാത്രിയിൽ അയാളുടെ ഭാര്യ ശ്വാസം മുട്ടൽ കൊണ്ട് ഉറങ്ങാതെ വലിക്കുന്നത് പതിവുള്ളതാണെന്ന് കേട്ടിട്ടുണ്ട്. ഇതിന് മുമ്പൊരിക്കലും ആ വീട്ടിലെ രാത്രിയണയാത്ത വിളക്ക് കണ്ടിട്ടില്ല. സ്വന്തം ഉറക്കം നഷ്ടപ്പെടുമ്പോ മാത്രം കണ്ണുകൾ പലതും തേടി പോകുമായിരിക്കുമെന്ന് അന്നേരം അയാൾക്ക് തോന്നി.

നേതാവ് ചാനൽ ചർച്ചയിൽ പറഞ്ഞ വാക്ക് അപ്പോഴേക്കും പഴനി സാമി വീണ്ടും മറന്നു പോയിരുന്നു. വഴിയിലെവിടെയോ മറന്നു കളഞ്ഞ വിലപിടിച്ച വസ്തു തിരയും പോലെ അയാൾ ഓർമ്മയിൽ തപ്പിത്തടഞ്ഞു. എന്തായിരുന്നു ആ വാക്ക്!

അത് ജനാധിപത്യം എന്നായിരുന്നോ!

അല്ലെങ്കിൽ ജനാധിപത്യം ഒരു വാക്കാണോ?

പാതിരാത്രിയിൽ വാടകവീടിന് മുറ്റത്ത് ഇറങ്ങി നിന്നുകൊണ്ടു ഉറങ്ങി കിടക്കുന്ന ലോകത്തിന് നേർക്ക് ചോദിക്കാവുന്ന ഏറ്റവും

ഉചിതമായ ചോദ്യം അയാളുടെയുള്ളിൽ നിലവിളിച്ചുകൊണ്ട് ചുറ്റിത്തിരിഞ്ഞു.

പെട്ടെന്ന് ഒരുൾപ്രേരണപോലെ വീടിനകത്തേക്ക് ചെന്ന് പത്മ കുട്ടയിലേക്ക് എടുത്തു വച്ച പഴങ്ങളെല്ലാം വീണ്ടും സഞ്ചിയിലേക്ക് വാരിയിട്ടുകൊണ്ട് പഴനിസാമി കനാൽ ലക്ഷ്യമാക്കി ഇരുൾ വീണ ഒറ്റയടിപ്പാതയിലൂടെ നീര് വിങ്ങിയ കാലിന്റെ എല്ലാ പരാധീനതകളും മറന്ന് അതിവേഗം നടന്നു. തോട്ടത്തിലേക്ക് കയറുന്നതിന്റെ പടിഞ്ഞാറേയറ്റത്താണ് കനാൽ റോഡ് തുടങ്ങുന്നത്. ഇടതിങ്ങിയ വൃക്ഷങ്ങൾ നില്ക്കുന്നതിനാൽ അതുവഴി ആൾസഞ്ചാരം കുറവാണ്. കനാലിനു തൊട്ട് മുന്നിലെത്തിയപ്പോഴേക്കും വൈകാരിക പ്രക്ഷോഭം കൊണ്ട് അയാൾ നന്നായി കിതയ്ക്കാൻ തുടങ്ങിയിരുന്നു. ഈ അർദ്ധ രാത്രിയിൽ എന്തിനാണ് താനീ സാഹസത്തിന് ഒരുങ്ങുന്നതെന്ന് ആലോചിച്ചാൽ പ്രായോഗികമായി തൃപ്തികരമാവുന്ന ഒരുത്തരവും തന്റെ പക്കൽ ഇല്ലായെന്ന് അയാൾക്കറിയാം. ആ നിമിഷം അവിടെ നിന്നുകൊണ്ട് ഉച്ചത്തിൽ കരയാനാണ് അയാൾക്കപ്പോൾ തോന്നിയതും. എത്രയനവധി കാലാവസ്ഥകളെ അതിജീവിച്ചു തീർന്നാലാണ് ഈ ഒരു ജന്മം തീരുകയെന്ന് ചിന്തിക്കുമ്പോഴും കരിഞ്ഞുണങ്ങിയ ജീവിതം കരുപ്പിടിപ്പിക്കാൻ പിന്നെയും നടത്തുന്ന ബദ്ധപ്പാടുകളുടെ വിഡ്ഢിത്തമോർത്തുള്ള കരച്ചിൽ അയാളുടെയുള്ളിൽ നിന്നും പുറത്തേക്ക് ചിതറിത്തെറിച്ചു. ഏതാനും നിമിഷം സഞ്ചിയും കൈയിൽ പിടിച്ചുകൊണ്ട് ആ ഇരുട്ടിൽ അയാൾ അന്ധാളിച്ചു നിന്നു. വിവിധ വികാരങ്ങളുടെ പ്രക്ഷോഭം മനസ്സിലൂടെ കയറിയിറങ്ങി അയാളെ തന്നെ പ്രകമ്പനം കൊള്ളിച്ചു. പത്മയുടെ മുഖം മനസ്സിലേക്ക് വന്നതും കണ്ണടച്ചു പിടിച്ചുകൊണ്ട് കനാലിലെ ഇരുണ്ടു കിടക്കുന്ന ജലോപരിതലത്തിലേക്ക് ഊക്കോടെ സഞ്ചി വലിച്ചെറിഞ്ഞ ശേഷം മുന്നിലുള്ള വഴിയുടെ ഇരുണ്ട അവ്യക്തതകളെ ഒട്ടും തന്നെ വക വയ്ക്കാതെ മുന്നോട്ട് നടക്കെ അയാൾ ആരോടെന്നില്ലാതെ പറഞ്ഞു.

അല്ലെങ്കിൽ ജനാധിപത്യം ഒരു വികാരമാണോ!

പർദ്ദക്കട

എം ബി എ കഴിഞ്ഞതിന് ശേഷം രണ്ടോ മൂന്നോ കമ്പനികളിൽ ജോലി നോക്കിയതിന്റെ വിരസതയും മടുപ്പും സൃഷ്ട്ടിച്ച അസ്കിതയിൽ നിന്നാണ് ഏതെങ്കിലും കച്ചവടം തുടങ്ങണമെന്നുള്ള ആശയം എന്റെ തലയിൽ ഉദിച്ചത്. ചെറുപ്പക്കാർ വിദ്യാഭ്യാസം കഴിഞ്ഞു ജോലി കിട്ടിയാൽ കേൾക്കുന്ന പതിവ് ചോദ്യങ്ങൾക്ക് ഈ ന്യൂ ജനറേഷൻ യുഗത്തിലും മാറ്റമൊന്നും ഉണ്ടായിട്ടില്ല. ചോദ്യത്തിന്റെ രീതിയിൽ ചില മാറ്റങ്ങൾ ഉണ്ടായി എന്നു മാത്രം

"എന്നാടാ കൂവേ പെണ്ണൊന്നുമായില്ലേ" എന്നൊരു കുത്തും കുത്തി തോളത്തൊരു അടിയും. അതുമല്ലെങ്കിൽ "ഫേസ് ബുക്കും വാട്സ് ആപ്പു മൊന്നും അങ്ങ് ഒക്കുന്നില്ല അല്ലേടാ മച്ചാ" എന്നൊരു കമന്റ് കൂട്ടുകാരുടെ വകയും.

സംഗതി ഒന്നുതന്നെ.

ഇപ്പോഴായി പെമ്പിള്ളേരും നമ്മളെ വിടുന്ന മട്ടില്ല. ശരത്തേട്ടാ പ്രൊഫൈൽ പിക്ചർ പൊളിച്ചൂട്ടോ എന്നിട്ടും ആരെയും തടഞ്ഞില്ല അല്ലേ എന്ന മട്ടിലാണ് അവളുമാരുടെ സംസാരം. ഒടുക്കത്തെ ഒരു ഇളിയും.

എന്റെ കല്യാണക്കാര്യത്തിൽ വീട്ടുകാർക്ക് അത്ര വിചാരമില്ലെങ്കിലും സത്യം പറയാമല്ലോ എനിക്കതിൽ കുറച്ചൊരു ആവലാതിയില്ലാതില്ല.

നീ പോയി നേരെ ചൊവ്വെ വല്ല ജോലിയിലും ഉറച്ചു നില്ക്ക് ചെക്കാ എന്നിട്ടല്ലേ കല്യാണം എന്ന മനോഭാവമാണ് അമ്മയ്ക്ക്.

ഈ അമ്മമാർ ബ്യൂട്ടി പാർലറിൽ പോയി ചെറുപ്പക്കാരികളായി ഇരിക്കുന്നത് തന്നെ നല്ല ലക്ഷണമല്ല. മക്കൾ കല്യാണം കഴിക്കുന്ന തോടെ വെറും അമ്മയിൽനിന്നും അമ്മായിയമ്മയിലേക്കുള്ള ദൂരം

കുറയുന്നത് എന്തോ ഈ വർഗ്ഗത്തിന് അത്രയ്ക്കൊന്നും പിടിക്കുന്നില്ല എന്നതല്ലേ അതിന്റെ യഥാർത്ഥ കാരണം. പരമാവധി മക്കളെ പഠിപ്പിച്ചു കല്യാണം വൈകിപ്പിക്കാനുള്ള എല്ലാ കുതന്ത്രവും ഇവർ നടത്തിക്കളയും.

എന്തു കുന്തമായാലും ഇരുപത്തിയെട്ട് വയസ്സിനുള്ളിൽ എനിക്കു കെട്ടണം. പക്ഷേ, ആരാന്റെ കീഴിലുള്ള ജോലി എനിക്കൊട്ടും ദഹിക്കുന്നില്ല. ഫേസ് ബുക്ക് നോക്കാൻ ഇപ്പോഴായി മനക്കരുത്തില്ല. കൂടെ പഠിച്ചവന്മാരൊക്കെ ഏതാണ്ടൊക്കെ ഒരു നിലയിലായി. അവന്മാരിൽ പലരും പെണ്ണുമ്പിള്ളമാരോടൊപ്പം നില്ക്കുന്ന ഫോട്ടോകളിടുന്നതു കാണുമ്പോഴാണ് പേരിനു ഒരു കാമുകിയെപ്പോലും സമ്പാദിക്കാൻ എനിക്കു സാധിച്ചില്ലല്ലോ എന്ന ഉരുക്കം നെഞ്ചിനെ കുത്തി വേദനിപ്പിക്കുന്നത്.

മാങ്ങാത്തൊലി ഫേസ് ബുക്ക്. മനുഷ്യന്റെ സമാധാനം കെടുത്തിയ സൂക്കൻ ബർഗ്ഗിനെ കണ്ടാൽ തല്ലിക്കൊല്ലണം. ജോലികൊണ്ടു ഒരു മേല്ഗതി ഉണ്ടാകില്ലെന്നു കണ്ടപ്പോഴാണ് കച്ചവടം തുടങ്ങിയാലോ എന്നൊരു ആശയം തലയിലുദിച്ചത്. വീട്ടിൽ സൂചിപ്പിച്ചപ്പോ അമ്മ വട്ടമുടക്കി.

“കടയിട്ടിരിക്കാനാണേൽ എന്തിനാ ചെക്കാ നിന്നെ എം ബി എ വരെ പഠിപ്പിച്ചത് പത്താം ക്ലാസും ഗുസ്തിയും കഴിഞ്ഞപ്പോൾ അങ്ങ് നിർത്തിയാൽ പോരായിരുന്നോ.”

“അതമ്മേ ഞാനിപ്പോ ബിസിനസ് പഠിച്ചിട്ടല്ലേ തുടങ്ങുന്നത്. അതല്ലേ അതിന്റെ ഒരു പ്രാക്ടിക്കൽ സൈഡ്.”

“ഓ ഒന്ന് ചുമ്മാതിരിക്ക് ചെക്കാ. ചോദിക്കുമ്പം നിവർന്ന് നിന്ന് പറയാനെങ്കിലും നീ വല്ല ബാംഗ്ലൂർക്കോ ചെന്നൈക്കോ എവിടെയായാലും വല്ല ജോലിക്കും പോകാൻ നോക്ക്.”

സത്യത്തിൽ ഞാനന്തം വിട്ടുപോയി. അച്ഛന് പണ്ട് ഡൽഹിയിൽ ജോലി കിട്ടിയപ്പോൾ ഇടിച്ചു നിലവിളിച്ചു യാത്ര മുടക്കിയ അച്ഛമ്മയെയാണ് എനിക്കോർമ്മ വന്നത്.

ഓ ജനറേഷൻ ഗ്യാപ്പ്!

എന്തായാലും ചിണുങ്ങിയും വാശിപിടിച്ചും അമ്മയും അച്ഛനും സമ്മതിച്ചു. പക്ഷേ, എന്തു കച്ചവടമാണ് തുടങ്ങുകയെന്ന കാര്യത്തിൽ ഇത്ര ദിവസമായിട്ടും തീരുമാനമെടുക്കാൻ എനിക്കായിട്ടില്ല. ടെക്സ്റ്റൈൽ തുടങ്ങി കോഫീ ഷോപ്പും, മൊബൈൽ കടയും അടക്കം പല പല കച്ചവടങ്ങൾ ആലോചനയിൽ വന്നു.

“ചെരുപ്പ് കടയായാലോ? അനിയന്റെ ആശയം. ആളുകൾക്ക് ചെരിപ്പിടാതെ പറ്റില്ലല്ലോ.”

ക്ഷമിക്കുക സാഹചര്യം അനുസരിച്ചു നമ്മൾ ഇമോജികൾ സങ്കല്പിക്കണം ഈ ആപ്പുകൾ പറ്റിച്ച ഓരോ ശീലങ്ങൾ

“ജങ്ഷനിൽ ഇപ്പോൾ തന്നെ നാലു ചെരുപ്പ് കടയുണ്ട്? ദുഃഖം”

“പാത്രക്കട തുടങ്ങാം. അതാകുമ്പോ ചീഞ്ഞു പോകില്ലല്ലോ.”

“എം ബി എ കഴിഞ്ഞ എന്റെ മോന് പാത്രക്കടയോ –” അമ്മ? കോപം

ട്ടോ. പെട്ടെന്നാണ് തലയിൽ ആശയം മിന്നിയത്. പർദ്ദക്കട.

നിലവിലെ സാഹചര്യത്തിൽ ഏറ്റവും കൂടുതൽ വിറ്റഴിക്കപ്പെടുന്ന വസ്ത്രം ചുരിദാറും സാരിയും മാത്രമല്ല പർദ്ദ കൂടിയാണ്. അതാണെങ്കിൽ ഒരുപാടു കളർ ഒന്നും വേണ്ട. വേണമെങ്കിൽ ഒരു ഫാഷൻ ഡിസൈനറെ നിയമിച്ച് പ്രത്യേകം പാറ്റേണുകൾ ഉള്ള ഡിസൈനിങ് പർദ്ദകൾ എന്ന പരസ്യത്തോടെ ആരംഭിക്കാം.

എന്തായാലും കവലയിൽ അടുത്തടുത്ത് മൂന്ന് മസ്ജിദുകൾ ഉണ്ട്. പക്ഷേ, പർദ്ദ വാങ്ങണമെങ്കിൽ ഇവിടുള്ളവർ ടൗണിൽ തന്നെ പോകണം. അടുത്തടുത്തുള്ള തുണിക്കടകൾ എല്ലാം തന്നെ എന്നെപ്പോലെയുള്ള നായരുടെയും മറ്റ് ഹിന്ദുക്കളുടേതുമാണ്. അതിലൊന്നിലും പർദ്ദ വില്ക്കുന്നുമില്ല. പിറവിയെടുക്കുമ്പോഴേ മതം രേഖപ്പെടുത്തിവയ്ക്കുന്ന ചില വസ്ത്രങ്ങളുണ്ട്. സുഹൃത്തായ മനാഫിനോടു പറഞ്ഞപ്പോൾ അവനും ആ ആശയം നല്ലതാണെന്ന് പറഞ്ഞു. എന്നിട്ടും ഞാൻ പർദ്ദക്കട തുടങ്ങുന്നത് ആലോചിച്ചപ്പോഴേ നാനാവിധം പ്രശ്നങ്ങൾ ഉയരാൻ തുടങ്ങി. അമ്മ കേട്ടപ്പോഴേ കൊടുവാൾ എടുത്തില്ലെന്നേയുള്ളൂ. അച്ഛന്റെ നോട്ടത്തിന്റെ രൂക്ഷതയിൽ എല്ലാം ഒന്നിച്ചു വായിക്കാമായിരുന്നു.

“അമ്മേ മത മൈത്രി വേണം മത മൈത്രി.”

അങ്ങനെയൊക്കെ പറഞ്ഞു വശത്താക്കാൻ നോക്കിയെങ്കിലും ഒന്നുമങ്ങട് ഏശിയില്ല. കരയോഗത്തിന്റെ പ്രസിഡന്റായ വല്യമ്മാവൻ രണ്ടു സുഹൃത്തുക്കളെയും കൂട്ടി വന്നു ഉശിരനൊരു ഉപദേശവും ശാസനയും തരാൻ മറന്നില്ല. ക്ലബ്ബിൽനിന്നും വീട്ടിലേക്ക് വരും വഴി തൊട്ടപ്പുറത്തെ വീട്ടിലെ ഹാരിസിന്റെ ബാപ്പ കുഞ്ഞുമുഹമ്മദിക്ക എന്നെ പിടിച്ച് നിർത്തി ചോദിച്ചു

“ഇജ്ജ് പർദ്ദക്കട തുടങ്ങാൻ പോണെന്ന് കേട്ടു?”

“അങ്ങനെയൊരു ആലോചനെണ്ട്.” ഞാൻ അഭിമാനത്തോടെ ഒന്നു ഞെളിഞ്ഞു. തീർച്ചയായും അങ്ങേരെന്നെ ബഹുമാനിക്കുമെന്ന് പ്രതീക്ഷിച്ച് അതേറ്റുവാങ്ങാൻ വിനയപൂർവ്വം സന്നദ്ധനായി ഞാൻ നിന്നു.

“ന്ടാ ചെക്കാ ഇജ്ജ് ബെണ്ടാത്ത പണിക്കൊന്നും പൊണ്ടാട്ടാ. കാര്യങ്ങള് ബഷളാകും. ഞമ്മള് പറഞ്ഞില്ലാന്നു ബെണ്ടാ. ങ്ങള് നായമ്മാർക്ക് വല്ല സെറ്റുമുണ്ടോ കോടിമുണ്ടോ ബീറ്റാങ്കില് മതീല്ലോ. പർദ്ദ വില്ക്കാനെക്കൊണ്ടു ഞമ്മന്റെ ജാതിൽ ഇശ്ട്ടംപോലെ ആൾക്കാരുണ്ട്.”

ഇങ്ങനെ പലവിധ എതിർപ്പുകൾ ഉയർന്നിട്ടും പർദ്ദ കച്ചവടത്തിൽ നിന്നും പിന്മാറാൻ എനിക്കു മനസ്സ് വന്നില്ല. പലതരത്തിലുള്ള പർദ്ദകൾ സ്വപ്നം കണ്ടുകൊണ്ട് ഞാന്നുറങ്ങാതെ കിടന്നു. പർദ്ദയ്ക്ക് എന്തെല്ലാം ഫാഷനുകൾ വരുത്താം എന്ന കാര്യത്തിൽ ഗൗരവമായി ആരെങ്കിലും ചിന്തിച്ചിട്ടുണ്ടോ! ചുരിദാറിനും സാരിക്കും ലഹങ്കയ്ക്കും എന്തിന് ഷർട്ടിനു വരെ ദിനം പ്രതി മാറ്റം വരുത്തുന്ന ഫാഷൻ സങ്കല്പങ്ങൾ എന്തുകൊണ്ട് പർദ്ദയുടെ കാര്യത്തിൽ ഉദാസീനത കാണിക്കുന്നു.

“ഒരു നായര് പർദ്ദക്കട തൊടങ്ങേ!”

ഈ വാർത്ത കേട്ടപ്പാതി കേൾക്കാത്ത പാതി സകലമാനജാതിക്കാരും ഐകകണ്ഠേന ഈ ചോദ്യമുന്നയിച്ചു.

എന്തായാലും ആ ഒരു കാര്യത്തിൽ ഐക്യത നിലവിൽ വന്നതിൽ ചെറിയൊരു സന്തോഷവും എനിക്കുണ്ടായി.

ഈ കണ്ട ബഹളങ്ങളും കുശുകുശുക്കലുകളും നടക്കുന്നതിനിടയിൽ കൊള്ളാവുന്ന ഒരു മുറി വാടകയ്ക്കെടുത്ത് ഞാനതിൽ ഫർണീഷിങ് ചെയ്യാൻ തുടങ്ങി. നാട്ടിലെ ഹിന്ദുവോ മുസ്ലിമോ കടമുറി തരില്ലെന്നു ഉറപ്പിച്ചെങ്കിലും ക്രിസ്ത്യാനിയായ മാമച്ചൻ മുതലാളി ദയവു കാണിച്ചു.

"ഇതിലിപ്പോ പർദ്ദക്കടയോ, മദ്യക്കടയോ എന്തുവേണേൽ നടത്ത്. എനിക്കു വാടക കൃത്യമായി കിട്ടണം അത്രേയുള്ളൂ" താക്കോൽ കൈയിൽ തരുമ്പോ മാമച്ചൻ മുതലാളി ഒന്നിരുത്തി പറഞ്ഞു. "കുറച്ചു കാശുള്ളവനെ എന്തിനാണോ മുതലാളി എന്നു പറഞ്ഞു കളിയാക്കി വിളിക്കുന്നെ."

"നസ്രാണീടെ ബുദ്ധി നിനക്കു മനസ്സിലായോഡാ ശരത്തെ?"

മനാഫ് സ്വകാര്യതയിൽ ചോദിച്ചു. "എടാ മണ്ടാ നീ കരുതും പോലെ നുമ്മള് മപ്ലാരും ഹിന്ദുക്കളും കൂടി തല്ലുണ്ടാക്കുമ്പോ ഓനൊക്കെ കൈകൊട്ടി ചിരിക്കാല്ലോ."

"ഒന്നു പോടാ നിന്റെയൊരു കുരുട്ടു ബുദ്ധി. അങ്ങേര് നല്ലൊന്നാന്തരം പാലാക്കാരൻ അച്ചായനാ. കച്ചോടോം ജാതീം രണ്ടും രണ്ടാണെന്ന് അങ്ങേർക്കറിയാം. എടാ മനാഫെ ഞങ്ങള് കൊള്ളാവുന്ന ബിരിയാണി കഴിക്കാൻ ഇങ്ങടെ ജാതീടെ ഹോട്ടലിൽ അല്ലേ കേറുന്നത്. ബിരിയാണീടെ പൊറത്ത് ഹിന്ദുക്കൾക്ക് ഹറാമാണെന്ന് എഴുതി ഒട്ടിച്ചിട്ടുണ്ടോ? ഹിന്ദുക്കളെ കണ്ടിട്ടല്ലേടാ ഈ കണ്ട ബിരിയാണിക്കട മുഴോൻ തുറന്നിരിക്കുന്നെ. അതുപോലെ തന്നാണ് ആര്യാസിലെ മസാലദോശയും. ദോശയുണ്ടാക്കാൻ ഹിന്ദുക്കൾക്ക് സ്വന്തം അടുക്കള പോരേ. അപ്പ അങ്ങട്ടും ഇങ്ങട്ടും ചില പാലങ്ങൾ കിടപ്പുണ്ട്. കാശിനും കച്ചവടത്തിനും ബാധകമാകാത്ത ജാതി പിന്നെ എവിടെയാടാ ബാധിക്കുന്നെ."

"എന്റെ ശരത്തെ നീ മൊത്തത്തിലങ്ങു റിസർച്ച് ചെയ്തു വച്ചേക്കുവാണല്ലേ. ചെക്കനങ്ങു കേറി പൊളിച്ചു." മനാഫ് അതും പറഞ്ഞെന്നെ ഒന്നാഞ്ഞു കെട്ടിപ്പിടിച്ചു.

കടയിലെ ഫർണീഷിങ് നടക്കുന്നതിനിടയിൽ ഞാനും മനാഫും വേറെ രണ്ടു സുഹൃത്തുക്കളും കൂടി തുണിയെടുക്കാൻ ബോംബയ്ക്ക് വണ്ടി കയറി. ഒരു കാര്യം പറയാൻ വിട്ടുപോയി. മനാഫിന് നാട്ടിൽ ചെറിയ തോതിൽ ഭീഷണിയൊക്കെ കിട്ടിത്തുടങ്ങിയിട്ടുണ്ട്. ഹിന്ദുച്ചെക്കന്റൊപ്പം പർദ്ദക്കട നടത്താൻ കൂടി മതത്തിന് എതിരെ നില്ക്കുന്നുവെന്നാണ് പൊതുവേയുള്ള ആരോപണം. യാത്രാക്ഷീണം മാറ്റാൻ ഇടയ്ക്ക് ഞാനൊന്നു കൈകൾ പൊക്കി ശ്വാസം ആഞ്ഞു വലിച്ചു.

"എന്തുവാടെ?"

ഷിജു കൈകൾ നിവർത്തി ഞൊട്ടയിട്ടുകൊണ്ട് ചോദിച്ചു.

"ഒന്നൂല്ലെയ്. മൊത്തത്തിൽ നമ്മുടെ പർദ്ദക്കട ഒന്നു കലക്കണം."

"പിന്നെ അതപ്പാടെ കലങ്ങി പോകുമോന്നാ യെന്റെ പേടി."

"ഒന്നു കരിനാക്ക് വളയ്ക്കാതെന്റെ ഷിജു."

"എടാ." ഞാൻ മനാഫിന്റെ നേർക്ക് തിരിഞ്ഞു ചോദിച്ചു.

"നെനക്ക് എന്റെ അച്ഛമ്മെനെ ഓർമ്മേണ്ടാ?"

"പിന്നില്ലാതെ പാവത്തിന്റ കാതിലെ തോട പോയപ്പോ ഞാനല്ലേ നോക്കിക്കൊടുത്തേ."

"ഞാനോർക്കുവായിരുന്നു മനാഫെ. എന്റെ അച്ഛമ്മേം അപ്പറത്തെ കുഞ്ഞ്മുഹമ്മദിക്കാന്റെ ഉമ്മേം തമ്മില് എന്തായിരുന്നു കൂട്ട്. അച്ചാമ്മ പറഞ്ഞു കേട്ടിട്ടുണ്ട് കുഞ്ഞുമുഹമ്മദിക്ക ജനിച്ചു പന്ത്രണ്ടു നാൾ തികയുന്നെ മുമ്പു ഉമ്മാന്റെ മൊല പഴുത്തു പൊട്ടി കൊച്ചിനു പാല് കൊടുക്കാൻ പറ്റാതായതും പിന്നെ എന്റച്ചനും കുഞ്ഞുമുഹമ്മദിക്കെം അച്ഛമ്മേടെ പാലുകുടിച്ചാ വളർന്നതെന്നും. വെളുത്ത മുണ്ടും, പല കളറിലുള്ള മേൽക്കുപ്പായവും ഇട്ടു വരുന്ന ഉമ്മുമ്മാനെ കാണാൻ എന്തായിരുന്നു ചേല്. അന്നൊന്നും പർദ്ദയില്ലായിരുന്നല്ലോ. അല്ലാടാ മനാഫെ ഈ പർദ്ദ യെന്നാ നൂമ്മടെ നാട്ടിലേക്കു വന്നത്?"

"ആർക്കറിയാം. ഹിന്ദുക്കൾ മുണ്ടും ജാക്കറ്റും, ക്രിസ്ത്യാനികൾ ചട്ടയും മുണ്ടുമൊക്കെ ഉപേക്ഷിച്ചു ചുരിദാർ, സാരി, ജീൻസ് തുടങ്ങിയ അത്യാധുനിക വേഷങ്ങളിലേക്ക് കയറികൂടിയപ്പോ എന്നാൽ നുമ്മക്കും ഇരിക്കട്ടെ ഇത്തിരി പരിഷ്കാരം എന്നു തോന്നിക്കാണും. എന്നാലും ജ്ജു പറയുന്നതു സത്യാട്ടോ ശരത്തെ. ഉമ്മുമ്മേ കാണാൻ എന്താരുന്നു ശേൽ. ആർക്കാണ് അങ്ങനെ ബർക്കത്തുള്ള പെണ്ണുങ്ങളെ കണ്ടാൽ ബേണ്ടാത്ത തോന്നലുണ്ടാകണത്. അങ്ങനെ തോന്നുന്നവർക്ക് ഇനി പർദ്ദയല്ല ഇരുമ്പ് ചട്ടയിട്ടാലും ഒന്നഴിക്കാൻ തോന്നും."

****** ******* ******

ബോംബയിൽനിന്നും തുണിത്തരങ്ങളുമായി വന്നശേഷം എനിക്കു വീട്ടിൽ ഇരിക്കാനോ നില്ക്കാനോ നേരം കിട്ടിയില്ല. അതിനകം നാട്ടിലൊക്കെ എന്റെ പർദ്ദക്കടയെ സംബന്ധിച്ചുള്ള ചർച്ചകളും വാഗ്വാദങ്ങളും കൊഴുക്കുന്നത് ഞാനത്ര ശ്രദ്ധിച്ചതുമില്ല.

മസ്ജിദിന്റെ മുമ്പിൽ ഹിന്ദുവിന്റെ പർദ്ദക്കടയോ എന്നൊരു നെറ്റിച്ചുളിക്കൽ നാട്ടിലെ സകലമാന മുസ്ലിങ്ങളുടെയും വീട്ടിലെ വിഷയമായി മാറി. മനാഫ് പറഞ്ഞു പള്ളിയിൽ മുസല്യാരും ചിലരും കൂടി എന്തൊക്കെയോ ഗൂഢാലോചനകൾ നടത്തുന്നുണ്ട് എന്ന്.

"എടാ പൊല്ലാപ്പാകുമോ?"

അമ്പലക്കമ്മിറ്റിക്കാരും കരയോഗക്കാരും തമ്മിൽ ചില ആസൂത്രണങ്ങൾ നടക്കുന്നതായി ഷിജുവും പറഞ്ഞു.

"എന്താടാ പ്രശ്നം നമ്മുടെ കൈവിട്ടോ?"

“ഇത് ഉത്തരേന്ത്യയൊന്നുമല്ലല്ലോ. കേരളമല്ലേ. എന്തായാലും പർദ്ദ യുടെ കാര്യത്തിൽ മാറ്റമൊന്നുമില്ല. ഞാനത് തുടങ്ങിയിരിക്കും.”

ഉദ്ഘാടനത്തിന്റെ തലേരാത്രി കടയുടെ മുന്നിൽ ഹിന്ദുക്കളും മുസ്ലി ങ്ങളും കൂടി ചില കശപിശ ഉണ്ടായി. നായർ പർദ്ദക്കട നടത്തണ്ട എന്ന കാര്യത്തിൽ ഏകപക്ഷീയമായ തീരുമാനത്തിലെത്തി അവർ പിരിയു കയും ചെയ്തു.

“ഹാവൂ. എടാ മനാഫെ ലോക ചരിത്രത്തിലാദ്യമായി രണ്ടുകൂട്ടരും ഒത്തൊരുമയോടെ ഒരു തീരുമാനത്തിലെത്തി.”

“കട അവരടിച്ചു പൊളിക്കുവോടെയ്?”

എനിക്കും ആ കാര്യത്തിൽ സന്ദേഹമില്ലായിരുന്നുവെന്ന് പറഞ്ഞു കൂടാ. എന്തായാലും രാവിലെ ഉദ്ഘാടനത്തിന് കടയുടെ മുമ്പിൽ ചെല്ലുമ്പോ വലിയൊരു ജനക്കൂട്ടം തന്നെയുണ്ട്. പ്രശ്നക്കാരായാലും കാണികളുണ്ടല്ലോ. അതോർത്തു സമാധാനിക്കാൻ ശ്രമിച്ചു. ഉദ്ഘാടി ക്കാൻ ഏതെങ്കിലും സിനിമാ നടിയെ കിട്ടുമോന്നു തിരക്കിയതാണ്. ബ ജറ്റിൽ കാര്യങ്ങൾ ഒതുങ്ങാത്തതുകൊണ്ട് അച്ഛനെക്കൊണ്ട് ഉദ്ഘാടി ക്കാമെന്ന് വച്ചു. മനസ്സില്ലാ മനസ്സോടെയാണ് വീർത്ത മുഖത്തോടെ അച്ഛൻ വന്നതും.

ഉദ്ഘാടനം നടക്കുമോയെന്ന കാര്യത്തിൽ എല്ലാവർക്കും ആശങ്ക യുണ്ടായിരുന്നു. ആദ്യം ഹിന്ദുക്കൾ തല്ലുമോ മുസ്ലിങ്ങൾ തല്ലുമോ എന്ന കാര്യത്തിലെയുള്ളൂ സംശയം. അത്യാവശ്യം ഉപയോഗിക്കേണ്ട ഉപകര ണങ്ങൾ എല്ലാവരും കരുതിയായിരിക്കും വന്നിട്ടുള്ളത്. ഏതായാലും ഇത്രയും പേരോട് മല്ലയുദ്ധത്തിന് പോകാൻ പറ്റില്ല. വരുന്നത് വരുന്നിടത്ത് വച്ചു കാണാം.

ആൾക്കൂട്ടത്തിൽ ചെറിയ ചലനം കണ്ടുതുടങ്ങിയതും ഷിജു ഓടി പ്പോയി ബോർഡിൽനിന്നും ടാർപ്പോള എടുത്തുമാറ്റി. അത് ഞങ്ങൾ മനഃ പൂർവ്വം ചെയ്തതാണ്. ഉദ്ഘാടന സമയത്തല്ലാതെ ബോർഡ് ആരും കാണേണ്ട എന്ന് കരുതി തന്നെ.

“പാത്തുമ്മ പർദ്ദാസ് ആൻഡ് ജാനകി നേര്യത്.”

ങേ! ഇതെന്തു നട്ടപ്രാന്ത് എന്ന മട്ടിൽ ഇളകിയ ജനം ഒന്നന്തം വിട്ടു നിന്ന സമയത്ത് അച്ഛൻ നാടമുറിച്ച് വിളക്കും കൊളുത്തി. കടയുടെ യുള്ളിൽ ഒരു ഭാഗം പർദ്ദയും മറുഭാഗം നേര്യതും മുണ്ടും അടുക്കി വച്ചിരുന്നു.

“ഒരു പർദ്ദയെടുത്താൽ ഒരു നേര്യതു ഫ്രീ. ഒരു നേര്യത്തെടുത്താല് അതേ വിലയുള്ള ഒരു പർദ്ദ ഫ്രീ. ഇതിനേക്കാൾ വലിയ മതേതരത്വം എവിടെ കാണുമെടാ.” മനാഫ് അടക്കിച്ചിരിച്ചു.

“സംഗതി ക്ലിക്കാകുമോ?”

“നോക്കാം.”

ആളുകൾക്കിടയിൽ അത്ര വലിയ ചലനങ്ങളൊന്നും കണ്ടില്ല. കുറച്ചു നേരം കഴിഞ്ഞപ്പോൾ ഒരാൾ വന്നു നേര്യത്തിന് വില ചോദിച്ചു.

കടയുടെ മുന്നിൽ നോക്കിനിന്ന മറ്റൊരാൾ അത് കണ്ടതും അകത്തേക്ക് കയറി.

കൂട്ടം കൂടി നില്ക്കുന്നവർ പരസ്പരം കുശുകുശുക്കുന്നത് കാണാം. അകത്തുനിന്നു രണ്ടുപേർ തമ്മിൽ പരസ്പരം സംസാരിക്കുന്നതു ഞങ്ങൾ നോക്കിനിന്നു. അവർ തമ്മിൽ ചില ധാരണകൾ കൈവന്നിട്ടുണ്ടെന്ന് ഞാൻ മനസ്സിലോർത്തു.

നേര്യതു വാങ്ങിയയാൾ ഫ്രീയായീ കിട്ടിയ പർദ്ദ വാങ്ങുമോയെന്ന് അടുത്തുനിന്നയാളോട് ചോദിക്കുന്നത് കേട്ട് അച്ഛൻ അന്ധാളിച്ചു നില്പുണ്ട്.

അയാൾക്ക് കിട്ടിയ നേര്യതു കൊടുത്തിട്ടു പർദ്ദ വാങ്ങാമെന്ന കരാറിൽ അവർ യോജിക്കുകയും ചെയ്തു.

റോഡിൽ നില്ക്കുന്ന പരസ്പര വിരുദ്ധരായ ഏതാനും പേർകൂടി കൈമാറ്റക്കച്ചവടത്തിന് തയ്യാറായി മുന്നോട്ട് വന്നു.

പ്രിയപ്പെട്ടവരേ പറഞ്ഞാൽ വിശ്വസിക്കില്ല ഏതാനും നിമിഷങ്ങൾ കൊണ്ട് കടയിൽ ആളുകൾ തിങ്ങി നിറഞ്ഞു. ഓഫർ അവസാനിച്ചുവെന്ന ബോർഡ് എടുത്തുവയ്ക്കാൻ കടയുടെ പുറത്തേക്കിറങ്ങാൻ എനിക്കിത്തിരി ക്ലേശിക്കേണ്ടിയും വന്നു.

ഒന്നായ നിന്നെയിഹ രണ്ടെന്നു ഞങ്ങൾ

പുഴക്കരയിലെ നിലാവിലാണ് അവരിരുവരും കണ്ടുമുട്ടിയത്. സുപ്രധാനമായ ചില തീരുമാനങ്ങൾ എത്രയും വേഗം എടുക്കേണ്ട ആവശ്യകത ഉള്ളതുകൊണ്ട് സാധാരണഗതിയിലെ അരുളപ്പാടുകൾ പോരാ എന്നു കണക്കിലെടുത്തു കൊണ്ടായിരുന്നു നേരിൽ കാണാമെന്നുള്ള തീരുമാനത്തിൽ അവർക്കെത്തേണ്ടി വന്നത്.

അത്താഴ പൂജ കഴിഞ്ഞു പൂജാരിയും കഴകക്കാരനും പോയതിന് ശേഷം മാത്രമേ തനിക്കെത്താൻ കഴിയൂ എന്നൊരു മുൻകൂർ ജാമ്യം അവൾ എടുത്തിരുന്നു. രാത്രിയിലെ കുർബ്ബാന കൂടി കഴിഞ്ഞാൽ താൻ സ്വതന്ത്രനാകും എന്നു അവൻ പുഞ്ചിരിയോടെ അറിയിച്ചു.

‘‘ഇന്നത്തെ നിലാവിന് എന്തൊരു വെൺമയാണ്. എനിക്കു തോന്നുന്നു നിന്റെ മുഖത്തെ ആത്മീയചൈതന്യമാണ് അതിനു കാരണമെന്ന്'' അവൾ അതിശയത്തോടെ പറഞ്ഞു.

“എനിക്കു നേരെ മറിച്ചാണ് തോന്നുന്നത്. ദേവിയുടെ വാളിന്റെയും ഉടയാടകളുടെയും കണ്ണഞ്ചുന്ന പ്രകാശം കൊണ്ടാണെന്ന്. ഒരുവേള എനിക്കു മോഹാലസ്യം പോലുമുണ്ടായിപ്പോയി.”

“അവരുടെ കാര്യത്തിൽ നാമെന്താണ് തീരുമാനിക്കേണ്ടത്? നീ പറയൂ.’’

‘‘ദേവിയുടെ അഭിപ്രായം മാനിക്കാൻ തന്നെയാണ് എന്റെ തീരുമാനം. അവൻ എനിക്കു നൂറ്റിമുപ്പതു മെഴുകുതിരി നേർന്നിട്ടുണ്ട്. കൊച്ചുനാൾ മുതൽ അവനങ്ങനാ. എന്തിനും ഓടി പള്ളീലോട്ട് വരും. പരീക്ഷയ്ക്ക് ഇത്തിരി മാർക്ക് കുറഞ്ഞാലോ അവന്റപ്പൻ അവിരാൻ അമ്മയ്ക്കിട്ട് രാത്രി തൊഴിക്കാൻ തുടങ്ങുമ്പോഴോ മുട്ടുമ്മേൽ നിന്നുള്ള പ്രാർത്ഥന ശീലമായി പോയി. എനിക്കെന്തോ ചെറുക്കനെ ഒരുപാടങ്ങു

ഇഷ്ടമാ. അവന് ആ പെണ്ണെന്നു വച്ചാൽ ജീവനാ. മെഴുകുതിരി മോഹിച്ചിട്ടൊന്നുമല്ല ദേവിയുടെ കൂട്ടത്തിൽ ഉള്ളവരുടെയാ ആ പെങ്കൊച്ച്. നമ്മളൊന്നു വിചാരിച്ചാ അതങ്ങ് നടത്തി കൊടുക്കാൻ പറ്റൂല്ലേ."

"അവളും ഇങ്ങനെയൊക്കെ തന്നെയാ. ഒരുപാട് തുളസിമാല ചാർത്തിയിട്ടുണ്ട് എന്റെ കഴുത്തിൽ. കുഞ്ഞുന്നാളിൽ നാമം ചൊല്ലിപ്പഠിക്കാൻ തുടങ്ങിയ കാലം തൊട്ട് എന്നെ വിളിക്കുന്നതല്ലേ ആ ഒരു വാത്സല്യം എനിക്കും ഉണ്ടെന്ന് കൂട്ടിക്കോ. ഈ കാര്യത്തിൽ യേശു എന്താണോ പറയുന്നത് അതുതന്നെയാ എന്റെയും ശരി. അവളെനിക്ക് നേർച്ചയൊന്നും നേർന്നിട്ടില്ല. നടത്തി തന്നോണം അല്ലേൽ ചത്തുകളയും എന്നൊരു ഭീഷണി മുഴക്കിയിട്ടാ പൊട്ടിപ്പെണ്ണ് പോയത്."

യേശു വലിയ വായിൽ പൊട്ടിച്ചിരിച്ചു.

"നീ ഇങ്ങനെ ചിരിക്കുന്നത് ഞാനാദ്യം കാണുകയാണ്." ദേവി അതിശയത്തോടെ പറഞ്ഞു.

"എങ്ങനെ ചിരിക്കാതിരിക്കും. എനിക്കു പ്രണയത്തെക്കുറിച്ച് ഒരു ചുക്കും അറിയില്ല. ഇപ്പോൾ തോന്നുന്നു ആത്മീയത മാത്രം പറഞ്ഞ് ജീവിത സൗന്ദര്യം പാഴാക്കിക്കളഞ്ഞെന്ന്."

പ്രണയത്തിന്റെ ഉണങ്ങിയ ചില്ലകൾ എണ്ണിനോക്കുക എത്ര വേദനാജനകമാണെന്ന് യേശുവിനറിയാമോ? അവളെക്കുറിച്ചോർക്കുമ്പോൾ അതാണെനിക്ക് സങ്കടം. നിലാവ് മങ്ങുന്നു. നമ്മൾ പിരിയുമ്പോൾ പരസ്പരം ഉറപ്പിച്ച ഈ വാഗ്ദാനം പാലിക്കുമെന്ന് ഉറപ്പല്ലേ."

"തീർച്ചയായും ദേവി." അവൻ കൈകൾ നീട്ടിയിട്ടു ആശങ്കയോടെ ചോദിച്ചു

"ഞാനൊന്നു തൊട്ടോട്ടെ?"

"പിന്നെന്താ."

നീട്ടിപ്പിടിച്ച അവന്റെ ഉള്ളംകൈയിൽ അപ്പോഴും ചോരകിനിയുന്നത് കണ്ട് പരിഭ്രമത്തോടെ ദേവി ചോദിച്ചു. "ഇതുണങ്ങിയില്ലേ?"

മറുത്തൊന്നും പറയാതെ നിലാവിനോളം മധുരമായ പുഞ്ചിരി സമ്മാനിച്ചുകൊണ്ടു യേശു വാൾത്തല പിടിച്ച് തഴമ്പിച്ച വിരലുകളിൽ ആർദ്രതയോടെ തന്റെ കരം ചേർത്ത് വച്ചു.

* * * * * *

സദാചാര കമ്മിറ്റിക്കാരുടെ ഘോരസംഭാഷണം കവലമുക്കിൽ ഊറ്റം കൊള്ളുന്ന നേരത്ത് തന്നെയാണ് അവരിരുവർക്കും തങ്ങളുടെ ആലയങ്ങളിലേക്ക് കടന്നുപോകേണ്ടി വന്നത്. മിന്നായം പോലൊരു ആൺരൂപവും, പെൺരൂപവും ഇതുവഴി പോയോ എന്നു പരസ്പരം ചോദിച്ചുകൊണ്ട് സംഭാഷണക്കാർ ചാടി എഴുന്നേറ്റു.

"അവൻ അവളെയും കൊണ്ട് കടന്നു കളഞ്ഞതാവുമോ. വേഗം വരിൻ നമുക്കിപ്പോ തന്നെ രണ്ടുകൂട്ടരെയും അറിയിച്ചിട്ടു തന്നെ കാര്യം. ഇപ്പോ പിറകെ ചെന്നാൽ പിടികൂടാം അധികദൂരം പോയിക്കാണില്ല."

ചെറുക്കന്റെ കൂട്ടരും പെണ്ണിന്റെ കൂട്ടരും ഇരുവഴിയായി ഓടി.

ഇരുവഴി ഓടിയ രണ്ടുകൂട്ടരും ഒരേസമയം പെണ്ണിന്റെ വീട്ടുമുറ്റത്ത് വച്ച് കണ്ടുമുട്ടുകയും ചെയ്തു. സാമൂഹ്യമര്യാദ ഏതാണ്ട് അങ്ങനെയാണല്ലോ. ചോരയ്ക്കു രുചി ആസ്വാദ്യകരമായത് അന്വേഷിച്ചു അവരൊരുമിക്കും.

ഉറക്കം തൂങ്ങിയ കണ്ണുകളോടെ വാതിൽ തുറന്ന ഗൃഹനാഥനോട് അങ്ങേയറ്റത്തെ ഉത്തരവാദിത്വബോധത്തോടെ അവരുണർത്തിച്ചു.

“മകളെ അവൻ പൊക്കിയോന്ന് നോക്കിക്കേ.”

ങേ എന്നൊരു പകച്ച ശബ്ദം ഗൃഹനാഥനിൽ നിന്നുമുണ്ടായി. മകൾ രണ്ടുദിനം മുമ്പ് ഹോസ്റ്റലിലേക്ക് പോയെന്ന് ചിലമ്പിച്ച ശബ്ദത്തിൽ പറയുമ്പോൾ അയാളുടെ ഉള്ളിൽ സംശയത്തിന്റെ തീയാളുകയും ചെയ്തു.

“എന്നാ പെണ്ണിനെ അവൻ പൊക്കീട്ടുണ്ട്. രണ്ടും കൂടി ഇത്തിരി മുമ്പാ കവലേക്കൂടി തെക്കോട്ട് പോയത്. അവന്റെ കൂട്ടരൊക്കെ അവിടല്ലേ. മാർക്കവാസികളാ മുഴോൻ. നാറ്റക്കേസുകൾ. നിങ്ങടെ പെണ്ണ് ചെന്ന് പെട്ടയിടം കൊള്ളാം. അവനവളെ മാമോദീസാ മുക്കിക്കും. എന്ന ക്രിസ്ത്യാനിയാക്കോ. മാർക്കവാസിയാല്യോ.”

“ചേട്ടോ. പെണ്ണിനെ വേണേൽ രായ്ക്കു രാമാനം പൊക്കണം. അവനെ തട്ടിയാലേ രക്ഷയൊള്ളോ എങ്കി അങ്ങനെ. നമ്മുടെ ജാതീപ്പെട്ട ഒരുത്തിയെ മാർക്കവാസീപ്പെട്ട ഒരുത്തൻ പൊറുപ്പിച്ചാൽ നമ്മളെന്തിനാഹേ ആണുങ്ങളാന്നു പറഞ്ഞു നെഞ്ചും തള്ളി നടക്കുന്നെ.”

ഗൃഹനാഥൻ പെട്ടെന്ന് അകത്തേക്കോടി പോയി വെട്ടുകത്തിയുമായി ചാടിയിറങ്ങി. “വരിനെടാ . അവനെ ഞാനിന്ന് കൊല്ലും. അല്ലേൽ രണ്ടിനെം തട്ടിയേച്ച് ജയിലിൽ പോകും. മാനം പോയിട്ട് എനിക്കിനി ജീവിക്കണ്ട.”

പിറ്റേന്ന് ക്ഷേത്രത്തിൽ തൊഴാൻ വന്ന സ്ത്രീകൾ അടക്കം പറയുന്നതു കേട്ട് അവളും പള്ളിയിൽ കപ്യാരും അച്ചനും കമ്മിറ്റിക്കാരുമായി നടത്തുന്ന ചൂടൻ ചർച്ചയിൽ നിന്നുമാണ് അവനും ചെറുക്കനെ കൊന്നു പുഴയിൽ തള്ളിയ വാർത്ത അറിയുന്നത്.

പള്ളിയിൽനിന്നും പുറത്തേക്കിറങ്ങിയോടി എങ്ങനെയും ദേവിയെ ഒന്നു കാണാനാണ് യേശുവിന് അന്നേരം തോന്നിയത്.

ഒട്ടും അമാന്തിക്കാതെ കുരിശിൽനിന്നും ചാടിയിറങ്ങി അതേവേഷത്തിൽ അമ്പലനടയിൽ ചെന്നപ്പോൾ ദേവിയതാ പുറത്തേക്കോടി വരുന്നു.

അവരിരുവരും കണ്ണിമവയ്ക്കാതെ ഉറ്റുനോക്കി നിന്നു. പൊട്ടിത്തകർന്ന നക്ഷത്ര ധൂളികൾ തങ്ങളുടെ ശിരസ്സിൽ പതിക്കുമോയെന്നവർ ഒരേസമയം ഭയപ്പെട്ടു. തകർന്ന് അന്തം നഷ്ടപ്പെട്ടുപോയ രണ്ടുപേരുടെ ഹൃദയമിടിപ്പുകൾക്ക് സമുദ്ര ഗർജ്ജനത്തിന്റെ മുഴക്കം ഉണ്ടായിരുന്നു. അസാധാരണമായ വിധത്തിൽ അതിജീവന സമരം നടത്തിയ അവനും . അതിനിഷ്ഠുരമായ രീതിയിൽ ശത്രുസംഹാരം നടത്തുന്ന അവളും അമ്പലമുറ്റത്തെ ആൽത്തറക്കീഴിൽ നിന്നുകൊണ്ടു കണ്ണീർ പൊഴിച്ചു.

“മരണം മരിച്ചവരുടെ ജീവിതത്തെ കൂടുതൽ പ്രകാശമാനമാക്കുന്നുവെന്ന് ഒരിക്കൽ ഞാനെന്റെ ശിഷ്യരോടു പറഞ്ഞത് തിരുത്തി

പറയട്ടെ ദേവി. ജീവിതം വിചിത്രങ്ങളായ സ്നേഹങ്ങളുടേതായി മാറുമെന്നും സ്നേഹ നിരാസികളും വൈരാഗികളുമായ മനുഷ്യർക്കിടയിൽ വേദാന്തം പാഴാണെന്നും കാലം തെറ്റിയാണ് ഞാൻ തിരിച്ചറിഞ്ഞത്." യേശു ഖേദത്തോടെ പറഞ്ഞു.

"കൊല്ലുന്ന നിയമം എന്റെ ഭക്തരെ പഠിപ്പിച്ചവൾ ഞാനാണ് യേശു. കൊല്ലേണ്ടത് അന്തരാത്മാവിന്റെ ആസുര ഭാവത്തെയാണെന്ന് എനിക്കവരെ പഠിപ്പിക്കാൻ സാധിച്ചില്ല. നമ്മൾ പരാജയപ്പെട്ടവർ ആണോ സ്നേഹിതാ?"

"എനിക്കെന്നെ വീണ്ടെടുക്കാൻ ഒരല്പനേരം കൂടെനടക്കാൻ മനസ്സുകാണിക്കാമോ യേശു?" ആ ചോദ്യം ചോദിക്കുമ്പോൾ ദേവിയുടെ ശബ്ദം ദുർബ്ബലമായിരുന്നു

പുഴക്കരയിലെ വഴുവഴുക്കുന്ന വഴികളിലൂടെ അവർ പരസ്പരം താങ്ങായി നടന്നു.

"ഇനിയൊരിക്കൽ അന്ന് നനഞ്ഞതുപോലൊരു നിലാമഴ നാമൊരുമിച്ചു നനയുമെന്ന് യേശുവിന് തോന്നുന്നുണ്ടോ. ഉണങ്ങി വരണ്ട കവലമുക്കിൽ വച്ച് പ്രതീക്ഷകൾ കൈമാറി പിരിഞ്ഞുപോയതുപോലെ ഇനിയൊരിക്കലും നമ്മളിൽ പ്രതീക്ഷകൾ ഉണരാൻ ഇടയാകില്ല. വലിയ കാറ്റിൽ ഉലഞ്ഞുവീഴാതെ ചില്ലകൾ കോർത്ത് നില്ക്കുന്ന വന്മരങ്ങൾ മാത്രമായി നമ്മൾ മാറിയേക്കാം. ഈ പുഴയിൽ കൊലചെയ്യപ്പെട്ട യുവാവിനെയോർത്ത് കരയുന്ന പെൺകുട്ടി നാളെയൊരിക്കൽ നമ്മളിൽ ആരുടെ മുന്നിൽ വേണമെങ്കിലും ചോദ്യചിഹ്നമായി വന്നു നില്ക്കും. അവൾക്കൊരുത്തരം നല്കാൻ ഇല്ലാത്തിടത്തോളം തിരിച്ചുള്ള യാത്ര നമ്മെ പരാജിതരാക്കില്ലേ?"

"ഓരോ പ്രണയവും ഭൂമിക്ക് മേലുള്ള കാൽവെയ്പ് തുടച്ചു മാറ്റുകയാണ് ദേവി. കാലാകാലങ്ങളായി മനുഷ്യർ പ്രണയത്തെ ഭയപ്പെട്ടാണ് ജീവിക്കുന്നത്. ഓരോ മനുഷ്യരും ഒരോളിച്ചോട്ടമെന്ന വിപത്തിനെ വൃഥ പേറിനടക്കുന്നുണ്ട്."

"തിരിച്ചു പോകുകയല്ലാതെ നമുക്ക് മുന്നിൽ മറ്റ് സാദ്ധ്യതകൾ ഇല്ലെന്നിരിക്കെ തിരികെ നടക്കാൻ നമ്മൾ ബാദ്ധ്യസ്ഥരാണ് അല്ലേ യേശു?"

"ഉവ്വ് ദേവി."

പുഴക്കരയിലെ കാറ്റിന് തീവ്രതയേറുകയും യേശുവിന്റെ മുടിച്ചുരുളുകൾ കാറ്റിൽ പാറി പറക്കുകയും ചെയ്തു. ആ രൂപത്തിൽ യേശുവിനെ നോക്കിനില്ക്കേ ദേവിക്ക് തോന്നി അവനെ ഒന്നാശ്ലേഷിക്കണമെന്ന്. തന്റെ മനോവിചാരങ്ങളെ യേശു എങ്ങനെ നോക്കി കാണുമെന്ന് ഒട്ടും തന്നെ ഭയക്കാതെ നിർഭയം അവൾ അവന്റെ തലമുടികൾ മാടിവച്ചു. എന്നിട്ട് വിരലുകളിൽ വിരൽ കോർത്തുകൊണ്ടു പറഞ്ഞു.

"നമുക്ക് മടങ്ങാം യേശു."

ഹോളോകോസ്റ്റ് — കഥ

[ആയിരത്തി എണ്ണൂറ്റി നാല്പത്തി മൂന്നിൽ ബ്രിട്ടീഷ് മലബാറിൽ അടിമത്തം നിയമപരമായി നിരോധിച്ചു. അടിമകളുടെ കുട്ടികൾക്കായി സ്കൂളുകളും ആരംഭിച്ചു. 1844 ജൂലൈ മാസം കോഴിക്കോടും ആഗസ്തിൽ തലശ്ശേരിയിലും സെപ്തംബറിൽ പാലക്കാടും അടിമ സ്കൂളുകൾ നിലവിൽ വന്നു. 1830 കൾക്ക് ശേഷം തോട്ടം മേഖലയിലെ പുലയരെ ക്രിസ്തുമതം പഠിപ്പിക്കുകയും അവർക്ക് വേണ്ടി ക്രിസ്തീയ ആരാധനാലയങ്ങൾ ആരംഭിക്കുകയും ചെയ്തു.]

പൗരാണികതയെന്ന പദം ചരിത്രത്തിന്റെ അടയാളമായി മാത്രം കാണാവുന്ന പരിതസ്ഥിതിയിലേക്ക് അരുണയുടെ മനസ്സ് രൂപാന്തരം സംഭവിച്ചുകഴിഞ്ഞിരുന്നു. പതിനൊന്നു മാസം കൊണ്ട്!

തന്റെ ശരീരത്തിന് അഭയകേന്ദ്രമായി മാറിയ ഈ കെട്ടിടം അരുണയെ ഇപ്പോൾ ആവേശം കൊള്ളിക്കാതെയായി. അഭിനിവേശം തോന്നിയിരുന്ന എല്ലാത്തിനോടും നിസ്സംഗമായിപ്പോകുന്ന ഒരുതരം ശൂന്യത ആ കെട്ടിടത്തിൽ വലയം ചെയ്യപ്പെട്ടിരുന്നു. ചരിത്രത്തിൽ ഗവേഷണം നടത്താൻ ഇറങ്ങിത്തിരിച്ച ഒരുവൾ ചത്തുമലച്ചുകിടന്ന് ഇടയ്ക്കവളെ നോക്കി പല്ലിളിക്കുന്നത് പതിവാക്കിയിരിക്കുന്നു. അരുണ അന്നേരമൊക്കെ ചെടിപ്പോടെ മുഖം തിരിച്ചുകളയും. പ്രതീക്ഷകൾക്കു നേരെയുള്ള പ്രതിഷേധമായിട്ടാണ് തന്റെ ശ്വാസഗതിയെ പോലും അവളിപ്പോൾ കണക്കാക്കുന്നത്.

പാമ്പ് പടം പൊഴിക്കുന്നത് ഈ കെട്ടിടത്തിൽ വച്ചാണ് അരുണ കണ്ടത്. വെളുപ്പിനെയുണർന്നു അങ്ങനെ കിടക്കെ വല്ലാത്തൊരു നാറ്റം മുറിയിൽ നിറഞ്ഞത് അവളെ ആശങ്കാകുലയാക്കികളഞ്ഞു. പഞ്ചേന്ദ്രിയങ്ങൾ എന്നുമവളെ മുന്നറിയിപ്പുകൾ കൊണ്ട് രക്ഷപ്പെടുത്തിയാണല്ലോ

ഇവിടേയും എത്തിച്ചത്. അതേപോലെ ഒരു മുന്നറിയിപ്പ് കട്ടിലിൽനിന്നും എഴുന്നേല്പിച്ചു നടത്തിക്കൊണ്ടുപോയി അടുക്കളയിൽ എത്തിച്ചു. മുറിയിൽ രാത്രിയിൽ കത്തിച്ചു വയ്ക്കാറുള്ള ചെറിയ വിളക്ക് മുനിഞ്ഞു കത്തികൊണ്ടിരുന്നു. അരുണ നോക്കുമ്പോൾ ജനൽക്കമ്പിയിൽ നിർവ്വാണാവസ്ഥയിലെന്നപോലെ ഒരു പാമ്പ്. അരുണ ഏതാനും നേരം അനങ്ങാതെ നിന്നു. ഉച്ചത്തിൽ വിളിച്ചാൽപോലും കേൾക്കാൻ ആരുമില്ലെന്നറിഞ്ഞ നിമിഷം മുതൽ അവളെ ആവേശിച്ച മനോധൈര്യത്തോടെ പാമ്പിനെ നോക്കികൊണ്ടു നിശ്ശബ്ദം നിന്നു. എന്താണ് അതിന്റെ ഉദ്ദേശമെന്ന് പിന്നെയാണ് മനസ്സിലായത്. ഒരു ജന്തു ജീവനുള്ള തന്റെ തോലുരിഞ്ഞുകളയുന്ന കാഴ്ച വിസ്മയകരമായിരുന്നു. അടർന്നുവീണ തൊലിയിൽ അത്രകാലം ഏറ്റ അനേകം ക്ഷതങ്ങളും കലകളും കാണുകയെന്നത് ജീവിതകാലത്തെ മുഴുവൻ അടയാളങ്ങളും കോറിയിട്ടാലും തീരാത്തത്ര അധികമായി അവളെ അനുഭവസ്ഥയാക്കിത്തീർക്കുകയും ചെയ്തു.

നിശ്ശബ്ദയായി തിരികെ നടക്കെ പാമ്പ് നേരിടുന്ന പ്രതികൂലസാഹചര്യങ്ങളെക്കുറിച്ചാണ് അവൾ ചിന്തിച്ചത്. ജനലഴികളിൽ ഉറുമ്പുകൾ ഉണ്ടായിരുന്നുവെങ്കിൽ പടം പൊഴിക്കുകയെന്ന കർമ്മത്തിൽ ഏർപ്പെട്ടു കൊണ്ടിരിക്കെ ആ ജീവി അനുഭവിക്കാവുന്ന നിസ്സഹായമായ വേദന എപ്രകാരം അതിജീവിക്കാൻ കഴിയുമായിരുന്നു. എന്നാലും ആ ജീവി തന്റെ കർമ്മം പൂർത്തിയാക്കുമായിരുന്നു.

അന്നേരമാണ് പതിനൊന്ന് മാസത്തിനു ശേഷം അരുണ ഹോളോകോസ്റ്റ് എന്ന വിഷയത്തെക്കുറിച്ച് ആദ്യവരി എഴുതിയത്. ചരിത്രം അന്നേരം അവളെനോക്കി നിസ്സഹായമായ ചിരി ചിരിച്ചു.

അരുണ ഡയറിയിൽ ഇങ്ങനെയെഴുതി.

"ജീവിതത്തിലെ സകല സാഹചര്യങ്ങളും പ്രതികൂലമായി നില്ക്കുമ്പോഴും ഏറ്റെടുത്ത ദൗത്യം പൂർത്തിയാക്കാൻ വിവേകിയായ ഒരാൾക്കുള്ള അവശേഷിക്കുന്ന ആശ്രയമാണ് പ്രതീക്ഷ."

വല്ലപ്പോഴും മാത്രം സ്മരണ പുതുക്കാൻ സാന്നിദ്ധ്യമറിയിക്കുന്ന റേഡിയോ നിലയത്തിലെ സ്റ്റേഷനിലിരുന്നുകൊണ്ടു ഏതോ ഒരു ദിവസം മുറിഞ്ഞുപോകുന്ന ശബ്ദത്തിന്റെ ഇടവേളയിലെപ്പോഴോ കേട്ട വാചകമാണ് ആ വരി കുറിച്ചപ്പോൾ അരുണയുടെ മനസ്സിലേക്ക് കടന്നു വന്നത്.

ഗന്ധർവന്മാർ ഒരിക്കൽ പാടിയ രാഗം പിന്നീട് പാടുകയില്ലത്രേ.

ബാക്കി വരികൾ കേൾക്കും മുമ്പേ സാധാരണ പോലെ റിലേ കട്ടായി. കാടിനുള്ളിലെ ഈ വീട്ടിലേക്ക് താമസത്തിന് വന്നപ്പോൾ റേഡിയോയും ഫോണും കൂടെകൂട്ടിയ വിഡ്ഢിത്തം ഓർത്ത് ആത്മനിന്ദ തോന്നിയിട്ടുണ്ട്.

ഒത്തുതീർപ്പിൽ ഏർപ്പെടുകയെന്ന വലിയ വിഷയത്തിലേക്ക് അരുണയുടെ ചിന്തകൾ വീണ്ടുമെത്തി.

കണ്ടതും കേട്ടതും അനുഭവിച്ചതുമായ വിഷയങ്ങളിൽത്തന്നെ കുരുങ്ങിക്കിടക്കുന്നതരം ചില ഒത്തുതീർപ്പുകളുണ്ട്. മാറ്റം അസാദ്ധ്യകരമായ രീതിയിൽ ജീവിതത്തെ മെരുക്കിയെടുക്കുന്ന മൂന്നാം മുറകൾ ആത്മ പരിശീലനം കൊണ്ട് നേടിയെടുക്കുന്ന ചിലർക്ക് മാത്രം സാദ്ധ്യമാകുന്ന തീർപ്പുകല്പിക്കലുകൾ.

അരുണ കുറച്ചുനേരം കൂടി കട്ടിലിൽ പോയി ചുരുണ്ടുകൂടിക്കിടന്നു. നാളെയോ മറ്റന്നാളോ പലവ്യഞ്ജന സാധനങ്ങളുമായി മിഥില വരും. തിരിച്ചുപോന്നുകൂടേയെന്ന് ഉദാസീനമായി പുലമ്പും.

തിരിച്ചുവന്നാൽ കടം തന്ന ജീവിതം മടക്കിത്തരുമോയെന്ന് അരുണയുടെ കണ്ണുകൾ അവളോടു ചോദിക്കും. മിഥില ആ കണ്ണുകളെ നേരിടാതെ പുറത്തേക്ക് നടന്നു കാറിൽ കയറിയിരിക്കും.

കിടപ്പ് മതിയാക്കി പുസ്തകങ്ങൾ കെട്ടുകളായി സൂക്ഷിച്ചിരുന്ന മുറിയിൽ പോയി താൻ തേടിക്കൊണ്ടിരുന്ന ഗ്രന്ഥം തിരയാൻ തുടങ്ങി. മുറിയിലെ അരണ്ട വെളിച്ചത്തിൽ കാഴ്ചകൾ വ്യക്തമല്ലായിരുന്നു. എങ്കിലും അരുണയ്ക്ക് ഒട്ടും മുഷിച്ചിൽ തോന്നിയില്ല. ആ പാമ്പിനെ കണ്ടതിനു ശേഷം തലച്ചോറിൽ ഉണർവ്വ് ലഭിച്ചിരിക്കുന്നു. പൊടിയും മാറാലയും ചേക്കേറിയ അലമാരകളിൽ അടുക്കിവച്ച പാതിയിലേറെയും പുസ്തകങ്ങൾ ഇതിനകം പരിശോധിച്ചു കഴിഞ്ഞിരുന്നു. നരബലിയെക്കുറിച്ചു വല്യമ്മൂമ്മ എഴുതിവച്ച ആ ഗ്രന്ഥം മാത്രം ഈ നിമിഷംവരെ അരുണയുടെ മുന്നിലെത്തിപ്പെടാതെ കബളിപ്പിച്ചുകൊണ്ടിരുന്നു. ആനന്ദിന്റെ അമ്മയാണ് അവരുടെ തറവാട്ടിൽ പണ്ട് നടത്തിക്കൊണ്ടിരുന്ന നരബലിയെക്കുറിച്ചു അവളോട് ആദ്യം പറഞ്ഞതും.

മുതിർന്നവർ തീരുമാനിച്ചുറപ്പിച്ച കല്യാണമായിരുന്നു അരുണയുടെയും ആനന്ദിന്റെയും. വിവാഹം നടക്കുന്ന കാലത്ത് അരുണ ഡൽഹി ഇൻസ്റ്റിറ്റ്യൂട്ട് ഓഫ് ആർക്കിയോളജി ഡിപ്പാർട്ട്മെന്റിൽ പഠിക്കാനായി ചേർന്നിട്ടേ ഉണ്ടായിരുന്നുള്ളൂ. പഴകിയ ആചാരങ്ങളും ശീലങ്ങളും പിന്തുടരുന്ന കുറെയധികം പേർ ആനന്ദിന്റെ വീട്ടിൽ അപ്പോഴുമുണ്ടായിരുന്നു. തിരികെ ഡൽഹിയിലേക്ക് മടങ്ങുന്ന തീരുമാനത്തിന് മുന്നിൽ അരുണയിലെ പെണ്ണിന് ചരിത്രത്തോടു സന്ധി പറയേണ്ടി വന്നതും അങ്ങനെയാണ്. കുറച്ചുദിവസം മൗനവ്രതം ആചരിച്ചുവെങ്കിലും അതൊന്നും ഗൗനിക്കാൻ തക്കവിധം മനുഷ്യരെ സ്നേഹിക്കുന്ന ആരും ആ കൊട്ടാരത്തിൽ ഇല്ലായെന്ന അറിവാണ് അവിടെനിന്നും അരുണ ആദ്യമായി ഖനനം ചെയ്തെടുത്തതും.

ആനന്ദിന്റെ വല്യമ്മൂമ്മ ധാരാളമായി വായിക്കുകയും എഴുതുകയും ചെയ്തിരുന്ന ഒരാളായിരുന്നുവെന്ന് അമ്മായിയമ്മയാണ് ഒരിക്കൽ പറഞ്ഞത്. അടുക്കളയിൽ ചായ പകർന്നു കൊണ്ടിരിക്കെ കഴുത്തിലെ ചുവന്ന് തിണർത്ത പാടിലേക്ക് ചൂണ്ടികാട്ടിക്കൊണ്ടു എന്തുപറ്റിയതാണ് അമ്മായീയെന്ന് അരുണ അവരോടു ചോദിച്ച ഒരു വെളുപ്പാൻ കാലത്താണ് അവർ തമ്മിൽ നരബലിയെന്ന വിഷയം യാദൃച്ഛികമായി

കടന്നുവന്നത്.

"സ്ത്രീകളിൽ എല്ലാവർക്കും വല്യമ്മൂമ്മയുടെ ആർജ്ജവം കിട്ടില്ലല്ലോ കുട്ടീ."

അമ്മായി കണ്ണുകളിൽ നിറഞ്ഞ ജലം തടുക്കാതെ പുഞ്ചിരിയോടെ പറഞ്ഞു.

മനുഷ്യന്റെ ഹൃദയഭാഷ എളുപ്പം മനസ്സിലാക്കാനുള്ള സിദ്ധി അരുണയുടെ ജന്മഗുണമായിരുന്നു .

കഴുത്തിലെ പാടിനെക്കുറിച്ചു കൂടുതൽ ചോദിക്കാതെ വല്യമ്മൂമ്മയിലേക്ക് വിഷയം മാറ്റിക്കൊണ്ടു പോകവേയാണ് ആനന്ദിന്റെ അമ്മ ചരിത്രത്തിന്റെ താളുകൾ അവൾക്കുമുന്നിൽ തുറന്നിട്ടത്.

"തിരുവായ്ക്ക് എതിർവാ ഇല്ലാതിരുന്ന കാലത്താണ് ആനന്ദിന്റെ വല്യമ്മൂമ്മ തമ്പുരാനെ ഉപേക്ഷിച്ചു കാടിന് നടുവിലുള്ള മാളികയിൽ പോയി താമസമാരംഭിച്ചത്. വല്യമ്മൂമ്മ എന്നൊക്കെ പറയുമെങ്കിലും മൂന്നാല് തലമുറയ്ക്ക് മുന്നിൽ ജീവിച്ചിരുന്ന ആളെക്കുറിച്ചാണ് കേട്ടോ അരുണാ ഞാനീ പറയുന്നത്. ഇംഗ്ലീഷ് വിദ്യാഭ്യാസം നേടിയ ആളായിരുന്നു വല്യമ്മൂമ്മ. അവരുടെ കൊട്ടാരത്തിൽ ലളിത കലകൾ പഠിപ്പിക്കാൻ മാത്രമല്ല സ്ത്രീകളെ ഭാഷ പഠിപ്പിക്കാനും അദ്ധ്യാപകർ ഉണ്ടായിരുന്നു. ആ കാലത്ത് ബ്രിട്ടനിൽ പോയി വിദ്യാഭ്യാസം ചെയ്ത ആളായിരുന്നു അവരുടെ ജ്യേഷ്ഠൻ തമ്പുരാൻ. അനുജത്തിയെ സകല വിദ്യകളിലും അറിവുള്ളവളാക്കി വളർത്തണമെന്നത് അദ്ദേഹത്തിന്റെ ആഗ്രഹമായിരുന്നു.

വിവാഹം കഴിഞ്ഞു ഇവിടെ വന്നപ്പോഴേ തമ്പുരാന് വഴിനീളെ സംബന്ധം ഉണ്ടായിരുന്ന കാര്യം അവരറിഞ്ഞു. അതോടെ വല്യമ്മൂമ്മ അദ്ദേഹത്തോടൊപ്പം ശയിക്കാൻ വിസമ്മതിച്ചു. എങ്കിലും അദ്ദേഹത്തെ ഉപേക്ഷിച്ചു തിരികെ മടങ്ങിയതുമില്ല.. വായിക്കാനും എഴുതാനുമായി ദിനചര്യയുടെ ഏറിയ സമയവും ചെലവിടുന്ന ഭാര്യയെ തമ്പുരാൻ വെറുത്തു. കാണുമ്പോഴൊക്കെ അദ്ദേഹമവരെ ആട്ടി. പരസ്ത്രീകളുമായി അന്തഃപുരത്തിൽ വേഴ്ച നടത്തി അവരോടു പകരം വീട്ടിക്കൊണ്ടിരുന്നു. അവരെ അതൊന്നും അലട്ടിയിരുന്നില്ലായെന്നതാണ് അത്ഭുതകരമായ വസ്തുത. വല്യമ്മൂമ്മയ്ക്ക് എല്ലാത്തിനോടും പ്രണയമായിരുന്നു. ആ പ്രണയമാകട്ടെ ശരീരത്തോടുള്ള ഭ്രമത്തിൽ കുടുങ്ങികിടക്കുന്ന ഒന്നായിരുന്നില്ല. അവരുടെ ഉള്ളിലെ ജ്ഞാനം കണ്ടെത്താൻ അദ്ദേഹത്തിന് കണ്ണുണ്ടായതുമില്ല. പൂർണ്ണമായ സ്വാതന്ത്ര്യം നല്കിക്കൊണ്ട് വല്യമ്മൂമ്മ തമ്പുരാനിൽനിന്നും മാറി നിന്നപ്പോഴും അവരുടെയുള്ളിൽ അഗാധമായി നിലനിന്നിരുന്ന ആത്മീയഭാവമാണ് ആ കാലത്ത് രചിച്ച എല്ലാ രചനകളിലും ഉണ്ടായിരുന്നത്."

"എവിടെയാണ് ആ പുസ്തകങ്ങളൊക്കെ സൂക്ഷിക്കുന്നത്?"

ആകാംക്ഷ അടക്കാനാവാതെ അരുണ ചോദിച്ചു.

"വല്യമ്മൂമ്മ എഴുതിയ ഒരൊറ്റ രചന പോലും അച്ചടിച്ചു വന്നിട്ടില്ല

അരുണാ. പുരുഷകേന്ദ്രീകൃതമായ ആ കാലത്ത് അതെല്ലാം വെറും കൈപ്പടയിൽ ഒതുങ്ങിപ്പോയി. മദ്ധ്യവയസ്സ് പിന്നിട്ടപ്പോൾ തന്നെ വാർദ്ധക്യത്തിന്റെ ലക്ഷണങ്ങൾ പ്രകടമാകാൻ തുടങ്ങിയ ശരീരപ്രകൃതിയുമായി ഈ കൊട്ടാരത്തിൽ നിശ്ശബ്ദയായി യുദ്ധം ചെയ്ത സ്ത്രീയോട് തമ്പുരാന് ഭയം കലർന്ന ആരാധന വളരാൻ തുടങ്ങി. അദ്ദേഹം ആ കാലത്തിനിടയിൽ പല രീതിയിൽ അവരോടു യുദ്ധം ചെയ്തു തോറ്റുവരികയായിരുന്നു. ആക്ഷേപിച്ചും, പരിഹസിച്ചും, അപമാനിച്ചും തന്നെകൊണ്ടാവും വിധം ദ്രോഹിച്ചിട്ടും തലയുയർത്തി പിടിച്ചുനിന്ന ആ സ്ത്രീ അദ്ദേഹത്തിന്റെ ഉറക്കം കെടുത്തി. അവർ രണ്ടുപേരും രണ്ടറകളിലായിരുന്നു ഉറക്കം. രാത്രികളിൽ ഉറക്കം നഷ്ടപ്പെട്ട് വല്യമ്മൂമ്മ കിടക്കുന്ന അറയ്ക്ക് മുന്നിൽ അദ്ദേഹം ശ്വാസം അടക്കിപ്പിടിച്ചു നില്ക്കാൻ തുടങ്ങി. അവർ കുളക്കടവിലേക്കും അമ്പലത്തിലേക്കും പോകുമ്പോൾ കണ്ണുകളും ഹൃദയവും പിന്തുടരുന്നത് അദ്ദേഹത്തെ രോഗിയാക്കിമാറ്റി.

താൻ മറ്റൊരാളിൽനിന്നും യാതൊരു വിധത്തിലും സവിശേഷതയുള്ള ഒരാളാണെന്ന് വല്യമ്മൂമ്മയുടെ പ്രവൃത്തിയിലോ പെരുമാറ്റത്തിലോ ഉണ്ടായിരുന്നില്ല. അവർക്ക് തമ്പുരാനോട് വെറുപ്പോ മമതയോ തോന്നിയില്ല എന്നതാവാം സത്യം. എന്നാൽ അതിനൊക്കെയപ്പുറമുള്ള രമ്യമായ ഇടപെടൽ കൊണ്ടാണ് അവർ അദ്ദേഹത്തെ തോല്പിച്ചുകളഞ്ഞത്."

"വല്യമ്മൂമ്മ എങ്ങനെയാണ് കാടിനുള്ളിലെ ആ മാളികയിലേക്ക് താമസം മാറ്റിയത്?"

"അന്വേഷണം. ധർമ്മത്തെ തെരഞ്ഞു ചെന്നുവെന്ന് പറയാം."

"ധർമ്മത്തെ തെരഞ്ഞോ?" അരുണ മനസ്സിലാകാതെ ചോദിച്ചു.

"കാടിനുള്ളിലെ ആ മാളികയിൽ നരബലി നടത്താറുണ്ട് എന്നറിഞ്ഞാണ് വല്യമ്മൂമ്മ അങ്ങോട്ട് താമസം മാറിയത്."

"നരബലിയോ!"

"അതേ അരുണ. അന്നീ കുടുംബവുമായി ബന്ധപ്പെട്ട് നിരവധി കഥകൾ ഉണ്ടായിരുന്നു. അതിലൊന്നാണ് കാടിനുള്ളിലെ മാളികയിൽ വച്ചു നടക്കാറുള്ള പൂജയും നരബലിയും. നരബലി നടത്തിയാൽ സമ്പത്തും ശ്രേയസ്സും തലമുറകളോളം നഷ്ടമാകില്ലെന്നുള്ള വിശ്വാസം നൂറ്റാണ്ടുകളായി പിന്തുടർന്നു വന്നിരുന്നു. തമ്പുരാന്റെ കാലമായപ്പോ ബലിയും പൂജയും രഹസ്യമായി ചെയ്യേണ്ട സാഹചര്യത്തിലേക്ക് സമൂഹം പരിവർത്തനം ചെയ്യപ്പെട്ടു തുടങ്ങിയിരുന്നു. കാടിനുള്ളിലെ മാളികയിൽ പെൺകുട്ടികളെ കൊണ്ടുചെന്നു കൊടുക്കുന്ന ചില വിരുതന്മാർ ആ കാലത്തുണ്ടായിരുന്നു. എന്റെ അറിവ് ശരിയാണെങ്കിൽ അന്നത്തെ കാലത്ത് ബലിക്കുകൊടുത്തു തമ്പുരാനോട് പ്രതിഫലം വാങ്ങാനായി പെൺമക്കളെ വളർത്തുന്നവരിൽ ചിലർ ആ പരിസരവുമായി ബന്ധപ്പെട്ട് താമസിച്ചിരുന്നു.

ഒരു പകൽ വല്യമ്മൂമ്മ എല്ലാവരോടും യാത്ര പറഞ്ഞു നേരെ കാള

വണ്ടിയിൽ കയറി കാടിനുള്ളിലെ മാളികയിൽ ചെന്നു താമസം തുടങ്ങി."

"ഹെന്ത്!"

അരുണയിൽനിന്നും ആശ്ചര്യമുയർന്നു.

"തമ്പുരാൻ എതിർത്തില്ലേ?"

"അവർ ഇറങ്ങുംമുമ്പ് മയിൽപ്പീലിത്തണ്ടിൽ മഷിമുക്കിയെഴുതിയ ഒരു ലേഖനം തമ്പുരാന്റെ അറയിൽ നിക്ഷേപിച്ചിരുന്നു."

"നമ്മുടെയും മറ്റുള്ളവരുടെയും വിശപ്പും ദാഹവും ഒന്നാണെന്ന് ഞാൻ തിരിച്ചറിഞ്ഞു കഴിഞ്ഞിരിക്കുന്നു. നമ്മളും അവരും ഒന്നാണെന്ന് ബോധമുണ്ടാകുന്ന പക്ഷം എന്നെ അന്വേഷിച്ചു വരിക. അല്ലെങ്കിൽ യാത്രയിൽ അനുഗമിക്കാതെയും തടസ്സപ്പെടുത്താതെയും ഇരിക്കുക. അങ്ങേക്ക് ശ്രേയസ്സുണ്ടാകാൻ എന്നേക്കാൾ മികച്ച മറ്റൊരു ബലിയുണ്ടാവാനിടയില്ല."

"വല്യമ്മൂമ്മ അവിടെ ചെന്ന ശേഷം നരബലി നടന്നിട്ടുണ്ടോ?"

"വല്യമ്മൂമ്മ പിന്നീട് കൊട്ടാരത്തിലേക്ക് തിരിച്ചു വന്നില്ല കുട്ടി. ഇടയ്ക്കെപ്പോഴോ അച്ഛൻ തമ്പുരാൻ അന്വേഷിച്ചു ചെന്നുവെന്നും തിരികെ വരാൻ വല്യമ്മൂമ്മ തയ്യാറായില്ലായെന്നും കേട്ടിട്ടുണ്ട്. വല്യമ്മൂമ്മയുടെ തമ്പുരാൻ മൂന്നാണ്ട് കഴിഞ്ഞു മരിക്കുകയും ചെയ്തു. വല്യമ്മൂമ്മ സന്ന്യാസിക്കാൻ പോയിയെന്നോ കാടു കയറി ആദിവാസികൾക്കിടയിലേക്ക് പോയെന്നൊക്കെയായി പല പല കഥകൾ കൊട്ടാരത്തിൽ പറഞ്ഞു കേട്ടിട്ടുണ്ട്. കുറേയേറെ കാലങ്ങൾ കഴിഞ്ഞാണ് കാടിനുള്ളിലെ മാളിക പുതുക്കി പണിയാനായി കൊട്ടാരത്തിലുള്ള അവകാശികൾ അവിടേക്ക് ചെല്ലുന്നത്. വല്യമ്മൂമ്മ എഴുതിയതെന്ന് വിശ്വസിക്കുന്ന അനേകം കുറിപ്പുകളും പുസ്തകങ്ങളും അന്നവിടെ കണ്ടിരുന്നുവെന്നൊക്കെ പറഞ്ഞുകേട്ടു. മാളിക വൃത്തിയാക്കി സൂക്ഷിച്ച കൂട്ടത്തിൽ ഒരു മുറി പുസ്തകശേഖരണത്തിനായി മാറ്റിവയ്ക്കുകയും ചെയ്തു. ഇടയ്ക്ക് ആനന്ദിന്റെ അച്ഛന്റെ പരിചയത്തിലുള്ള ചില വിനോദ സഞ്ചാരികൾ വരുമ്പോഴാണ് ആ മാളികയിൽ ആളും അനക്കവും ഉണ്ടാകുന്നത് തന്നെ."

"അതിനർത്ഥം നരബലി ഇപ്പൊഴും മറ്റൊരു രീതിയിൽ നടക്കുന്നുണ്ടെന്നാണോ?"

അമ്മായിയുടെ ശിരസ്സ് ചെറുതായി കുനിഞ്ഞു. അരുണയ്ക്ക് അങ്ങനെയൊരു ചോദ്യം ചോദിക്കേണ്ടിയിരുന്നില്ലായെന്ന് തോന്നുകയും ചെയ്തു.

* * * *

ഡൽഹിയിലേക്ക് ഒരു മടങ്ങിപ്പോക്കിനെക്കുറിച്ചു വീണ്ടും സംസാരിച്ച ദിവസമാണ് അരുണ ആനന്ദുമായി ആദ്യമായി മുഷിഞ്ഞു സംസാരിച്ചത്.

"നമ്മുടെ കല്യാണം നടക്കുമ്പോൾ പഠനം വേണ്ടെന്ന് വയ്ക്കാമെന്നുള്ള ഒരുറപ്പ് നിന്റെ വീട്ടുകാർ തന്നിരുന്നു. അരുണയ്ക്ക് ആ കാര്യം

അറിയാമായിരുന്നുവെന്നാണ് എന്റെ വിശ്വസം."

"പഠനം വേണ്ടെന്ന് വയ്ക്കാനോ? അങ്ങനെയൊരു കരാർ കല്യാണവുമായി ഉണ്ടായിരുന്നുവെന്ന് എനിക്കറിയില്ലായിരുന്നു.

അല്ലെങ്കിൽ തന്നെ എന്റെ തലച്ചോർ ഞാനാർക്കും പണയം വച്ചിട്ടില്ലായിരുന്നുവെന്ന തിരിച്ചറിവ് ആനന്ദിനുണ്ടായിരുന്നുവെന്നാ ഞാനോർത്തത്.

ഒരു കുടുംബത്തിനുള്ളിൽ നിയമങ്ങൾ ഉണ്ടാക്കുന്നത് വ്യക്തികൾക്ക് സമാധാനം ഉണ്ടാക്കുവാൻ വേണ്ടിയാണ് ആനന്ദ്. വ്യക്തിക്ക് അതിൽനിന്നും സന്തോഷം കിട്ടുന്നില്ലായെങ്കിൽ നിയമം പ്രായോഗികമല്ലയെന്നാണ് അർത്ഥം."

"ഈ വീട്ടിൽ ചില നിയമങ്ങൾ ഉണ്ട്. അരുണ അതനുസരിക്കാൻ ബാദ്ധ്യസ്ഥയായിക്കൊള്ളൂ."

അത്രയും പറഞ്ഞിട്ട് മുഷിച്ചിലോടെ ആനന്ദ് എഴുന്നേറ്റ് പോകുകയും ചെയ്തു.

ആ മുഷിച്ചിൽ അവരുടെ സ്നേഹത്തിലും രതിയിലും അനുഭവപ്പെടാൻ തുടങ്ങി. അയാൾ പരിരംഭണം ചെയ്യുമ്പോൾ അവൾക്ക് വല്യമ്മൂമ്മയെയും തമ്പുരാനെയും ഓർമ്മവരും. അയാൾ ചുംബിക്കുമ്പോൾ അവൾക്ക് ചുണ്ടുകൾ വരണ്ടു. അയാൾക്ക് കീഴ്പ്പെടുമ്പോ താനൊരു ബലിക്കല്ലിൽ ആണെന്ന വിചാരത്തിൽ അവൾ ഞെട്ടിവിറച്ചു.

അരുണ വീട്ടിലേക്ക് വിളിച്ച് കല്യാണവുമായി ബന്ധപ്പെട്ട് എന്തെങ്കിലും കരാർ ഉണ്ടായിരുന്നോയെന്ന് തിരക്കി.

അരുണയുടെ അച്ഛൻ കൃത്യമായി ഒരുത്തരം കൊടുക്കാതെ ഉരുണ്ടുകളിച്ചു.

"നമ്മുടെ ഇല്ലത്തെ സ്ഥിതി അറിയാമല്ലോ നിനക്ക്. താഴെ ഇനിയും രണ്ടു പെൺകുട്ടികൾ. കൊട്ടാരത്തിൽനിന്നും അങ്ങനെയൊരു ആലോചന നമുക്ക് ചിന്തിക്കാൻ പറ്റുന്ന കാര്യമാണോ. നിനക്കൊരു ജോലികിട്ടി താഴെ ഉള്ളതുങ്ങളെ രക്ഷിക്കുന്ന കാലംവരെ നോക്കിയിരിക്കാൻ പറ്റുമോ. കൊട്ടാരവുമായി ഒരു ബന്ധമായാൽ ഇളയതുങ്ങളുടെ കാര്യത്തിലും അവിടുന്നു സഹായം കിട്ടില്ലേ. ചില വിട്ടുവീഴ്ചകൾ നീയും ചെയ്യേണ്ടിവരും. നേരത്തെ നിന്നോടത് ആലോചിച്ചില്ല. അതൊരു തെറ്റായി എനിക്കോ അച്ഛനോ തോന്നണില്ല."

അരുണയുടെ ചോദ്യത്തിന് അമ്മയുടെ ഭാഗത്തുനിന്ന് കിട്ടിയ മറുപടി അതായിരുന്നു.

യഥാർത്ഥ ബലി പെൺമക്കൾ ജനിക്കുമ്പോൾ തന്നെ മാതാപിതാക്കന്മാരുടെ ഉള്ളിൽ നടക്കുന്നതാണ് എന്നോർത്തപ്പോൾ കുളക്കടവിൽ പോയിരുന്നു അരുണ ആർത്തലച്ചു കരഞ്ഞു.

ജീവിതത്തിൽ എന്നെങ്കിലും അമ്മ തന്നെ സ്നേഹിച്ചിരുന്നോയെന്ന് ഓർത്തെടുക്കാൻ അരുണ ശ്രമിച്ചു നോക്കി. അവഗണനയുടെ പുറമ്പോക്കിലായിരുന്നു ബാല്യവും കൗമാരവും. വൈവാഹിക ജീവിതത്തിൽ

അമ്മയ്ക്കുണ്ടായ അതൃപ്തി മുഴുവൻ ഗർഭാവസ്ഥയിലായിരിക്കുമ്പോഴേ അനുഭവിച്ചിട്ടുണ്ടെന്ന് ചിലപ്പോഴൊക്കെ അരുണയ്ക്ക് തോന്നിയിട്ടുണ്ട്. നല്ലവാക്കുകളോ ലാളനയോ അനുഭവിച്ചിട്ടില്ല. പരിതസ്ഥിതികളുമായി ഒത്തുപോകാൻ അരുണയെ ശീലിപ്പിച്ചതും സ്നേഹരാഹിത്യത്തിന്റെ കുട്ടിക്കാലം തന്നെയാണ്. ആനന്ദിന്റെ തീരുമാനത്തിനുമുന്നിൽ ഒത്തു പോകാൻ പരിശ്രമിച്ചപ്പോഴൊക്കെ കുട്ടികാലത്തനുഭവിച്ച അതേ നീറ്റലും വേദനയും അവളെ വരിഞ്ഞുമുറുക്കി വേദനിപ്പിച്ചുകൊണ്ടിരുന്നു.

ആ സമയത്തൊക്കെ ചെറുപ്പത്തിൽ ചെയ്യാറുള്ളത് പോലെ അവൾ അർജ്ജുനനെ സ്വപ്നം കാണാൻ ശ്രമിച്ചു. ഒരു പുരുഷനോട് പ്രണയം തോന്നേണ്ട പ്രായമെത്തിയ കാലം മുതൽ അർജ്ജുനനെയാണ് അരുണ മനസ്സിലേക്ക് ആവാഹിച്ചു കൊണ്ടുവന്നിരുന്നത്. പഞ്ചപാണ്ഡവരിൽ മൂന്നാമൻ. അരുണയുടെ ഈ വിഡ്ഢിത്തം കൂട്ടുകാരികൾ കളിയാക്കിയപ്പോഴും അതൊന്നും ബാധിക്കാത്തവിധം ഒരപരലോകം കെട്ടിപ്പടുക്കാനാണ് അവൾ ശ്രമിച്ചത്. ദ്രൗപതിയോ സുഭദ്രയോ ആകാനല്ല അവൾക്കും അർജ്ജുനനും മാത്രം പങ്ക് വയ്ക്കാവുന്ന ഒരന്യഗ്രഹജീവിതത്തിന്റെ സാദ്ധ്യതകളെക്കുറിച്ചായിരുന്നു അരുണയുടെ ചിന്തകൾ കാടു കയറിയിരുന്നത്. കൗമാരത്തിൽ രസംകൊല്ലിയായി തുടങ്ങിയ ആ കളികൾ കുറച്ചൂടെ മുതിർന്നപ്പോൾ അവൾക്ക് ജീവിക്കാനുള്ള പ്രതീക്ഷയായിത്തീർന്നു.

എന്നെങ്കിലും ഒരിക്കൽ സ്ത്രീയെ ബഹുമാനിക്കുന്ന ഒരാൾ വരുമെന്നും അയാളെ അർജ്ജുനൻ എന്ന് വിളിക്കുമെന്നും അരുണ സ്വന്തം പ്രതിബിംബത്തോട് രഹസ്യമായി പറഞ്ഞിരുന്നു. രാമനാമം ചൊല്ലാൻ അമ്മ എത്ര നിർബ്ബന്ധിച്ചാലും ഒരു പദം പോലും നാവിൽ വരാത്തവണ്ണം അരുണ രാമനെ വെറുത്തിരുന്നു. എന്തുകൊണ്ട് രാമനെ ആരാധിക്കുന്നുവെന്ന് എത്ര ആലോചിച്ചിട്ടും അവൾക്ക് പിടികിട്ടിയില്ല. അഭിമാനത്തെ തലയിൽ ചുമക്കുന്ന സാധാരണ പുരുഷനായി മാത്രമേ രാമനെ കാണാൻ അവൾക്ക് കഴിഞ്ഞിട്ടുള്ളൂ. അഭിമാനത്തിന്റെ ഭാരം ചുമക്കുന്നവർ ബഹുമാനം മാത്രം ഏവരിൽനിന്നും പ്രതീക്ഷിക്കും. അഭിമാനത്തെക്കാൾ വലുതായി സ്നേഹത്തെ കാണുന്ന പുരുഷന് മാത്രമേ സ്ത്രീയെ സ്നേഹിക്കാനാവൂ എന്നായിരുന്നു അരുണയുടെ കാഴ്ചപ്പാട്.

അമ്മയോട് സംസാരിച്ചു മുഷിഞ്ഞു ഫോൺ വച്ചതിന്റെ തൊട്ടടുത്ത ആഴ്ചയിലാണ് മിഥില ആനന്ദിന്റെ ഓഫീസിൽ ജോലിയിൽ പ്രവേശിക്കുന്നത്. പാതിയിൽ നിർത്തിയ അവളുടെ പി ജി പൂർത്തിയാക്കാതെ ജോലിയിൽ പ്രവേശിച്ചതിനോട് അരുണയ്ക്ക് എതിർപ്പ് ഉണ്ടായിരുന്നുവെങ്കിലും തന്റെ വാക്കുകൾക്ക് സാമ്പത്തിക അടിത്തറയുടെ പിൻബലമില്ലാത്തതുകൊണ്ട് തുറന്ന് പറയാനുള്ള ധൈര്യവും അരുണയ്ക്കില്ലായിരുന്നു. അനിയത്തി കൊട്ടാരത്തിൽ ഇടയ്ക്കിടെ വന്നുനില്ക്കുന്നതും ആനന്ദുമായി അതിരുകവിഞ്ഞു അടുക്കുന്നതും അരുണ അറിയുന്നുണ്ടായിരുന്നു. അമ്മായി ആ വിഷയം അവളോടു സൂചിപ്പിച്ചപ്പോഴും ആന

ന്ദിനെ വിശ്വസിക്കാൻ മാത്രം സ്നേഹം അവളിലപ്പോഴും ബാക്കിയുണ്ടായിരുന്നു.

മച്ചിൻ മുകളിലെ ഇരുട്ടിൽ തപ്പിനടന്ന് വല്യമ്മൂമ്മയുമായി ബന്ധപ്പെട്ട അടയാളങ്ങൾ വല്ലതുമുണ്ടോയെന്ന തിരച്ചിൽ നടത്തുന്നതിൽ മാത്രമായിരുന്നു അവളുടെ ശ്രദ്ധ. ഏതാനും താളിയോല ഗ്രന്ഥങ്ങളും, പഴകിയ ചില വസ്ത്രങ്ങളും അവരുടേതായി സൂക്ഷിച്ചു വച്ചിരുന്നു. അതിലൊന്ന് അവരുടെ ജാതകമായിരുന്നു.

പാതിയും പൊടിഞ്ഞു തുടങ്ങിയ ആ താളിയോലയിൽ അവ്യക്തമായ അക്ഷരങ്ങളിൽനിന്നും അപ്പോഴും മായാതെ തെളിഞ്ഞു കണ്ട തിരുമിലാംബ ദേവി എന്ന പേര് വായിച്ചതും അരുണയുടെ ശരീരത്തിലെ സർവ്വ രോമകൂപങ്ങളും എഴുന്നു നിന്നു.

ജനനം 1835..

തിരുമിലാംബദേവി.

അന്ന് രാത്രിയിൽ അരുണയെ ആശ്ലേഷിക്കവേ ആനന്ദ് അവളെ മിഥിലാ എന്ന് പേര് തെറ്റി വിളിച്ചു. സ്വന്തം കിടക്കറയിൽ വച്ചുതീർത്ത ബലിക്കല്ലിൽ വച്ച് ഹൃദയത്തിന്റെ മദ്ധ്യഭാഗം രണ്ടായി മുറിച്ചുകൊണ്ടു അരുണ സഹധർമ്മിണിയിലെ സഹശയനമെന്ന വാക്കിന് പൂർണ്ണത വരുത്തിയശേഷം കുളിച്ചു ഈറൻ വസ്ത്രവുമായി പൂജാമുറിയിൽ പോയിരുന്നു തിരുമിലാംബയുടെ ജാതകം തൊട്ടു വണങ്ങി.

അങ്ങനെയാണ് പതിനൊന്ന് മാസം മുമ്പ് പൂജാമുറിയിൽ നിന്നിറങ്ങിയ ശേഷം തന്റെ തോൾ ബാഗിൽ ഏതാനും വസ്ത്രങ്ങളും, മൊബൈൽ ഫോണും, സന്തത സഹചാരിയായ റേഡിയോയും അടുക്കി വച്ച് അരുണ ആനന്ദിന്റെ അച്ഛനോട് കാടിനുള്ളിലെ മാളികയിൽ പോയി കുറച്ചു ദിവസം താമസിക്കാൻ അനുവദിക്കണമെന്ന് ആവശ്യപ്പെട്ടതും.

അച്ഛൻ തമ്പുരാൻ വിശദീകരണത്തിനായി അവളെ ചോദ്യഭാവത്തിൽ നോക്കി.

"തിരുമിലാംബ ദേവിയെക്കുറിച്ചു ഒരു പുസ്തകമെഴുതാൻ ഞാനാഗ്രഹിക്കുന്നു. വല്യമ്മൂമ്മ അവിടെ താമസിച്ച കാലത്ത് എഴുതിയ ഗ്രന്ഥങ്ങൾ അവിടെയുണ്ടെന്നാണ് അറിഞ്ഞത്. കുറച്ചുദിവസം താമസിച്ച് അതൊക്കെയൊന്ന് കണ്ടുവരണമെന്നാണ് ആഗ്രഹം."

"ഒറ്റയ്ക്കോ?"

"ഒറ്റയ്ക്കാകുന്നതാണ് സൗകര്യം."

കൊട്ടാരത്തിനുള്ളിൽ മകനും മരുമകളുമായി നടക്കുന്ന പൊരുത്തമില്ലായ്മ തമ്പുരാനും കുറേയൊക്കെ അറിയുന്നുണ്ടായിരുന്നു. മരുമകളേക്കാൾ അവളുടെ അനുജത്തിയാണ് ആനന്ദിന് യോജ്യമായിരുന്നതെന്ന് ഒരിക്കൽ അദ്ദേഹം ഭാര്യയോട് മൊഴിയുകയും ചെയ്തിരുന്നു.

തിരുമിലാംബമാർ വീടിന് യോജിക്കില്ല. അദ്ദേഹം മടുപ്പോടെ പിറുപിറുത്തു. ഇതൊരു ഒഴിഞ്ഞുപോക്കാണെങ്കിൽ അങ്ങനെയാകുന്നതാണ് സൗകര്യമെന്ന് മനസ്സിലോർത്തുകൊണ്ടു തമ്പുരാൻ കാറ് വരുത്തി മരു

മകളെ യാത്രയാക്കി.

ഇറങ്ങും മുമ്പ് അമ്മായിയമ്മയെ ആലിംഗനം ചെയ്തുകൊണ്ട് അരുണ ചെറുതായി പുഞ്ചിരിച്ചു. അവരും ചിരിച്ചു.

* * * * * * * *

വല്യമ്മൂമ്മയുടേതെന്ന് സംശയം തോന്നിയ ഏതാനും ഗ്രന്ഥങ്ങളും കുറിപ്പുകളും അരുണയ്ക്കുമുന്നിൽ പ്രത്യക്ഷമായതും ഡയറിയിൽ ഹോളോകോസ്റ്റ് എന്നെഴുതിയ അതേ ദിവസം തന്നെയായിരുന്നു.

പെൻസിൽ കൊണ്ടെഴുതിയ മങ്ങിയ അക്ഷരങ്ങൾ അരുണയെ നോക്കി തെളിഞ്ഞു ചിരിച്ചു. എങ്കിലും അതിലെ വാചകങ്ങൾ അവളെ സന്തോഷിപ്പിക്കാൻ തക്കതായ യാതൊന്നും നല്കാൻ പര്യാപ്തമായിരുന്നില്ല.

"വംശീയ ശുദ്ധി നിലനിർത്താൻ പല കാലത്തും അനേകം മനുഷ്യർക്ക് തങ്ങളുടെ ജീവൻ ബലികഴിക്കേണ്ടി വന്നിട്ടുണ്ട്. രാജാക്കന്മാർക്കും പ്രഭുക്കന്മാർക്കും വേണ്ടി ബലിക്കല്ലിൽ ജീവിതം സമർപ്പിച്ചവരുടെ ചരിത്രം തെരഞ്ഞാണ് ഞാനീ മാളികയിൽ എത്തിയത്. സ്വയം കുരുതിയാവാനും തങ്ങളുടെ തലമുറകളെ ദാനം ചെയ്യാനും തയ്യാറായ ആശ്രിതരുടെ നിസ്സഹായമായ നിലവിളികളാണ് എന്നെ എതിരേറ്റത്. ഈ മാളികയുടെ ചുമരിൽ ചരിത്രം വിറങ്ങലിച്ചു നിന്നിരുന്നു. ഇതിന് ചുറ്റുമുള്ള കാട്ടുപ്രദേശത്ത് അനേകം പെൺകുട്ടികൾ അവരുടെ ഊഴം കാത്തുനില്ക്കുന്നുണ്ടെന്ന് പ്രകൃതി വിളിച്ചു പറഞ്ഞു. ആദ്യകാലത്ത് കൊട്ടാരത്തിനുള്ളിലെ ക്ഷേത്രത്തിൽ വച്ചാണ് നരബലി നടത്തിപ്പോന്നിരുന്നത്. കേട്ടുകേൾവി മാത്രമുള്ള ആചാരങ്ങൾ പിന്തുടർന്നിരുന്ന ഒരു പരിസരത്തേക്ക് ജീവിതം പറിച്ചുനടപ്പെട്ടപ്പോൾ ഭയമല്ല തോന്നിയത്. പകരം ധർമ്മം എന്ന പദത്തിന്റെ അർത്ഥം അറിയാനാണ്. ആ ധർമ്മം തിരഞ്ഞാണ് ആ കാലമത്രയും കഴിച്ചുകൂട്ടിയത്. ഈ മാളികയിൽ ഒടുങ്ങിയവസാനിക്കുന്ന ധർമ്മത്തെ വീണ്ടെടുക്കാനായാണ് സാഹസമെന്ന് തോന്നാവുന്ന പ്രവൃത്തിയിലേക്ക് കാലെടുത്ത് വച്ചതും.

ബലിക്കല്ലുകൾ കന്യകമാർക്ക് വേണ്ടി മാത്രം നിർമ്മിക്കപ്പെടുന്നത് എന്തുകൊണ്ടാവുമെന്ന് ഏതെങ്കിലുമൊരു സ്ത്രീ ചിന്തിച്ചിട്ടുണ്ടാകുമോ.

മേലാളനും കീഴാളനും എളുപ്പത്തിൽ ഉപേക്ഷിക്കാൻ പറ്റിയവൾ പെണ്ണ്.

ഇതിഹാസം വായിച്ച പുരുഷനും വായിച്ചറിവില്ലാത്ത പുരുഷനും ബാദ്ധ്യത പെണ്ണ്.

"ദക്ഷപ്രജാപതിയെ എന്തുകൊണ്ടാണ് പ്രജാപതിയെന്ന് വിളിക്കുന്നതെന്ന് തിരുമിലാംബയ്ക്കറിയുമോ?"

ഒരിക്കൽ ഏട്ടൻ ചോദിച്ചതാണ്. വിശദീകരണവും ഏട്ടൻ തന്നു.

"ദക്ഷപ്രജാപതിയുടെ പുത്രിമാരിൽ നിന്നാണത്രേ തലമുറകൾ പിറന്നത്. പുത്രിയെ ജനിപ്പിക്കുന്നവൻ പ്രജാപതിയാകുന്നതിന് കാരണവും അതാണ്."

ഈ മാളികയിൽ ധർമ്മം പാലിക്കാൻ എനിക്കിവിടെ താമസിക്കേണ്ടതുണ്ട്. ഇനിയും ധർമ്മം കുരുതി കൊടുക്കപ്പെട്ടേക്കാം. കാലത്തിനനുസരിച്ച് ബലിക്കല്ലുകൾക്ക് പരിവർത്തനം വരാം എന്നുമാത്രം.

ആ വരികളിൽ നിറഞ്ഞു നിന്നിരുന്ന നിരാശയുടെ അർത്ഥമെന്താവും. വല്യമ്മൂമ്മ വന്നതിനു ശേഷവും ഇവിടെ നരബലി നടത്തിയെന്നതാവുമോ.

അരുണയ്ക്ക് സങ്കടം സഹിക്കാൻ ആവാതായി . പുസ്തകങ്ങൾ ഓരോന്നായി വാരി വാരിയിട്ട് ആ സങ്കടം തീർക്കാനുതകുന്ന ഒന്നിന് വേണ്ടി ദാഹത്തോടെ തിരഞ്ഞു.

കുറേയേറെ തെരഞ്ഞു ക്ഷീണിച്ചപ്പോൾ അവിടെ തന്നെ കിടന്ന് അരുണ ഉറങ്ങുകയും ചെയ്തു. എഴുന്നേറ്റപ്പോൾ നേരം സന്ധ്യയായിരുന്നു. വല്ലപ്പോഴും വരാറുള്ള ചെല്ലനേയും മകളേയും കുറച്ചു ദിവസങ്ങളായി കാണുന്നില്ലല്ലോയെന്ന് ഓർത്തത് അന്നേരമാണ്. താനിവിടെ താമസത്തിന് വന്നതിനു ശേഷം അവരാണ് എന്തെങ്കിലുമൊക്കെ സഹായം ചെയ്തു കൂടെനിന്നിട്ടുള്ളത്. നരബലി നിർത്തലായ ഘട്ടം മുതലുള്ള കഥകളെക്കുറിച്ചു ചെല്ലനിൽ നിന്നാണ് അറിഞ്ഞത്. മാളികയിൽ എത്തുന്ന പ്രമാണിമാർക്ക് വേണ്ടി ഇപ്പോൾ നടത്തുന്ന ബലി വേറെയാണുപോലും. അതെന്തെന്ന് ചെല്ലൻ പറഞ്ഞതുമില്ല. അന്നേരം മകളുടെ മുഖം വിവർണ്ണമാകുന്നത് അരുണ ശ്രദ്ധിച്ചിരുന്നു.

ചായ ഉണ്ടാക്കി കുടിച്ചശേഷം അരുണ വീണ്ടും പുസ്തകങ്ങൾ അടുക്കാൻ തുടങ്ങി.

അട്ടയില്ലാത്ത ഒരു പുസ്തകം അവളുടെ മുന്നിലേക്ക് ഇതളുകൾ അടർന്ന് വീണത് അന്നേരമാണ്.

അതിലൊരു പേജിൽ ഒരേയൊരു വാക്ക് മാത്രം എഴുതിയിരുന്നു.

“ഹോളോകോസ്റ്റ്.”

നിലത്തുവീണു കിടന്ന മറ്റൊരു പേജ് കൂടിയെടുത്ത് അരുണ വായിച്ചു നോക്കി.

“ഞാൻ നെല്ലിയെ കാണുമ്പോ അവൾക്ക് പതിനാറ് കഴിഞ്ഞിട്ടേ ഉണ്ടായിരുന്നുള്ളൂ. മാളികയിലേക്ക് അവളെ കൊണ്ടുവന്നത് തോട്ടത്തിൽ പണിക്കു വരാറുള്ള ചോമനായിരുന്നു.

ഇളം കറുപ്പ് നിറമുള്ള മെലിഞ്ഞുണങ്ങിയ ഒരു പെണ്ണ്. തവിട്ടു നിറത്തിൽ പാറിപ്പറന്നുകിടക്കുന്ന മുടിയിഴകൾ. ഉന്തിയ കൃഷ്ണമണികൾ. മഞ്ഞയിൽ പൂക്കളുള്ള ജാക്കറ്റും മുണ്ടുമായിരുന്നു വേഷം.

“എന്താ നെന്റെ പേര്.” ഞാൻ ചോദിച്ചു.

“നെല്ലി”

“എവിടാ നെന്റെ നാട്, എന്താ നെന്റെ ജാതി?”

“കുട്ടനാട്. വയസ്സ് പതിനാറ്. പുലയ.”

“ഇവിടെ എങ്ങനെ എത്തിപ്പെട്ടു. ആരാ നിങ്ങളുടെ നാട്ടിലെ തമ്പുരാൻ?”

"മാത്തു തരകനാണ് തമ്പുരാൻ. ഞാൻ കുടിയിൽ കിടന്നുറങ്ങിയപ്പോൾ ഒരു കറുത്തു തടിച്ച മനുഷ്യൻ വന്ന് എന്നെ എടുത്തുകൊണ്ടുപോയി. അവിടുന്ന് കൊച്ചിയിലുള്ള ഒരു വെള്ളക്കാരനു കൊടുത്തു. വെള്ളക്കാരൻ വേറെയും കുട്ടികളെ വാങ്ങിയിരുന്നു. അവിടുന്നു ഞങ്ങളെ ചേറ്റുവായിലേക്ക് എത്തിച്ചു. രണ്ടു മാപ്പിളമാർ വന്നു ഞങ്ങളെ അവിടന്ന് അഞ്ചുതെങ്ങിലേക്ക് വാങ്ങിക്കൊണ്ടുപോയി. അവിടുന്ന് ഓരോരുത്തരേയും പലയിടത്തേക്ക് ആളുകൾ വാങ്ങിക്കൊണ്ടുപോയി. എന്നെ ഇവിടെ എത്തിച്ചു."

"ആരാണ് നിന്നെ വാങ്ങിയത്?"

"അറിഞ്ഞൂടാ. വെളുത്തു തടിച്ച ഒരാൾ വന്നു. വേണ്ട വില നല്കി. പണിക്കാണെന്ന് പറഞ്ഞു ഇയാടെ കൂടെ കൂട്ടി വിട്ടു."

നെല്ലിയെ ഞാനുറ്റു നോക്കി നിന്നു. അവൾക്ക് വിശക്കുന്നുണ്ടാവുമെന്ന് അപ്പോഴാണ് ഞാനോർത്തത്.

"വല്ലതും കഴിച്ചോ?"

"കപ്പ."

"ചോമൻ നെന്നെ വല്ലതും ചെയ്തോ?"

"പാവാടയ്ക്കുള്ളിൽ കൈയിട്ടു."

നെല്ലി നിസ്സഹായതയോടെ പറഞ്ഞു.

എന്റെ ഉള്ളിൽ ഉഷ്ണക്കാറ്റ് വീശി.

"ശരി. നീ കുളത്തിൽ പോയി മുങ്ങിക്കുളിച്ചിട്ട് വാ. മാറാനുള്ള തുണി തരാം. കഞ്ഞി കുടിച്ചിട്ട് ബാക്കി."

ചോമനെ അവിടെയൊക്കെ നോക്കിയിട്ടും കാണാതിരുന്നത് കൊണ്ട് ചോദ്യംചെയ്യലുകൾക്ക് അവസരം കിട്ടിയില്ല. നെല്ലിയെ എന്തിനാവും അയാൾ കൂട്ടിക്കൊണ്ടു വന്നതെന്ന് ഊഹിക്കാനെനിക്ക് സാധിക്കുന്നുണ്ടായിരുന്നു. അവളുടെ അപ്പനമ്മമാർ വേദനിക്കുന്നുണ്ടാവുമോയെന്ന് സങ്കല്പിച്ചു നോക്കാൻ എനിക്ക് ധൈര്യമുണ്ടായില്ല. അഞ്ചുതെങ്ങ് കേന്ദ്രീകരിച്ചു നടക്കുന്ന അടിമക്കച്ചവടത്തിലേക്ക് പെൺകുട്ടികൾ എത്തുന്നത് തന്നെ സ്വന്തം വീട്ടുകാർ അറിയാതെയല്ലായെന്നൊക്കെ കേട്ടിട്ടുണ്ട്. നെല്ലിയെ അവളുടെ അമ്മകൂടി അറിഞ്ഞുകൊണ്ടു വിറ്റതാകുമോ. വെള്ളക്കാരുടെ കൈകളിലൂടെ കടന്നുവരുന്ന പെൺകുട്ടികളുടെ അണഞ്ഞുപോയ ബാല്യം നെല്ലിയുടെ ചുണ്ടിലും കവിൾത്തടത്തിലും മുദ്രപതിച്ചു വച്ചിട്ടുണ്ടായിരുന്നു.

നെല്ലി കുളിച്ചു വന്നപ്പോഴേക്കും ചോമൻ ചിരിച്ചുകൊണ്ട് കേറി വന്നു.

"ഇന്ന് ഇവിടെ പൂജയുണ്ട്. സന്ധ്യക്ക് തമ്പുരാക്കന്മാരും തന്ത്രിമാരും എത്തും. ഇന്നത്തേക്ക് തമ്പുരാട്ടി മുറിക്ക് പുറത്തേക്കിറങ്ങണ്ട."

അത് പറയുമ്പോഴും ചോമന്റെ കണ്ണുകൾ നെല്ലിയുടെ മുട്ടുകാലിന് മുകളിലായിരുന്നു.

"ഇന്നത്തെ പൂജ നടക്കില്ലെന്നു പറഞ്ഞേക്കൂ ചോമാ. ഇന്നത്തെ

യെന്നല്ല ഇനിയിവിടെ ഒരു കാലത്തും പൂജ നടക്കില്ലായെന്നും."

ചോമന്റെ മുഖം വലിഞ്ഞു മുറുകുന്നത് കാണാൻ നില്ക്കാതെ നെല്ലിയെയും കൂട്ടി ഞാനകത്തേക്ക് പോയി.

കഞ്ഞിയും പപ്പടം ചുട്ടതും ചമ്മന്തിയും മുന്നിൽ വച്ചപ്പോൾ പെണ്ണിന്റെ മുഖം വിടർന്നത് കാണാൻ നല്ല ചന്തമായിരുന്നു.

വൈകുന്നേരം സംഭവിക്കാൻ പോകുന്ന പ്രശ്നങ്ങളെ എങ്ങനെ നേരിടണമെന്ന് ഓർത്തപ്പോൾ ഭയം തോന്നാതിരുന്നില്ല. എങ്കിലും നെല്ലി യുടെ മുഖത്തേക്ക് നോക്കിയപ്പോൾ മരണത്തോടുള്ള എന്റെ ആശങ്ക പോയി മറയുകയും ചെയ്തു.

"അവരിന്ന് എന്നെ കൊല്ലുമോ?"

ഓർക്കാപ്പുറത്ത് നെല്ലി ചോദിച്ചു

"കൊല്ലുമെന്ന് ആരാണ് നിന്നോടു പറഞ്ഞത്." ഞാൻ ചിരി വരുത്താൻ ശ്രമിച്ചുകൊണ്ടു മറുചോദ്യം ചോദിച്ചു.

"ആരും പറഞ്ഞില്ല."

കഞ്ഞി കുടിച്ചിട്ട് പാത്രവുമായി അവൾ പുറത്തേക്ക് പോയി. കുറച്ചു കഴിഞ്ഞപ്പോൾ മുറ്റം തൂക്കുന്ന ഒച്ചകേട്ടു. പറമ്പിൽ കൂട്ടിയിട്ടിരുന്ന വിറക് വെട്ടുന്ന ഒച്ചകേട്ട് ചോമൻ അവളെ വഴക്കു പറയുന്നതു കേൾക്കാമായിരുന്നു.

"ആരോട് ചോദിച്ചിട്ടാണ് പെണ്ണേ ഇതൊക്കെ ചെയ്യുന്നേ. നെന്നെ മേടിച്ചവർ വരട്ടെ. അവരാ നെനക്ക് പണി തരുന്നത്. ആ തമ്പുരാട്ടിക്ക് പ്രാന്താ. അതിന്റെ വാക്കും കേട്ട് തുള്ളണ്ട."

ചോമൻ ചിലച്ചുകൊണ്ട് അവിടവിടെ കുറച്ചു നേരം നിന്നു. നെല്ലി അതൊന്നും കണ്ട മട്ടു നടിച്ചതുമില്ല.

വൈകുന്നേരത്തിന് മുന്നേ ഞാനവളെയും കൂട്ടി നേരെ കാടിനുള്ളിലേക്ക് കടന്നു. മൂപ്പന്റെ വീട്ടിൽ അവളെ എത്തിച്ചാൽ പിന്നത്തെ കാര്യം മൂപ്പൻ നോക്കിക്കൊള്ളുമെന്ന ധൈര്യം ഉണ്ടായിരുന്നു. ചോമനോ തമ്പുരാക്കന്മാർക്കോ അങ്ങോട്ട് ചെന്നു കേറാനുള്ള ധൈര്യം കാണില്ലായെന്നതായിരുന്നു ആകപ്പാടെയുള്ള സമാധാനം. നെല്ലിയെ അവിടെത്തിച്ചു കാടിറങ്ങി തിരികെ എത്തിയപ്പോൾ നേരം സന്ധ്യയായിരുന്നു. മാളികയുടെ മുന്നിൽ കുതിരവണ്ടി കണ്ടപ്പോഴേ തമ്പുരാൻ എത്തിക്കഴിഞ്ഞെന്ന് മനസ്സിലായി. എന്നെ കണ്ടതും ചോമൻ പരിഭ്രമിച്ചുകൊണ്ട് നെല്ലി എന്തിയേ എന്ന് ആർത്തലച്ചു.

അകത്തെ മുറിയിൽ അച്ഛൻ തമ്പുരാൻ ചുവന്നു തുടുത്ത മുഖവുമായി ഇരുന്നിരുന്നു. എന്നെ കണ്ടതും അദ്ദേഹം ചാടിയെഴുന്നേറ്റു.

"ആ പെണ്ണെന്ത്യേ?"

"തമ്പുരാൻ ഇരിക്കൂ. അനുവാദം തന്നാൽ എനിക്കും ഇരുന്നു കൊണ്ടു ചിലത് പറയാമായിരുന്നു."

എൺപത്തിയേഴാം വയസ്സിലും കാത്തുസൂക്ഷിച്ചിരുന്ന യൗവനത്തോടും ക്ഷോഭത്തോടും തമ്പുരാൻ എന്നെ നിന്ദയോടെ നോക്കി.

കത്തുന്ന കണ്ണുകളിൽ അധികാരത്തിന്റെ ഗർവ്വ്.

ഇരിക്കാനുള്ള അനുവാദം കിട്ടില്ലെന്നു അറിഞ്ഞുകൊണ്ടു അദ്ദേഹത്തിന് മുന്നിൽ കസേര വലിച്ചിട്ട് ഇരുന്നുകൊണ്ടു ഞാൻ ചോദിച്ചു.

"കൊല്ലവർഷം 1843 ൽ ബ്രിട്ടീഷ് മലബാറിൽ അടിമത്തം നിയമപരമായി നിരോധിച്ചത് തമ്പുരാൻ അറിഞ്ഞുകാണുമെന്നാണ് എന്റെ വിശ്വാസം. നിയമം അനുസരിച്ച് പെൺകുട്ടികളെയോ ആൺകുട്ടികളെയോ അടക്കം മനുഷ്യച്ചരക്ക് നിരോധനം ഏർപ്പെടുത്തിയതാണ്. എന്നിട്ടും ഒളിഞ്ഞും മറഞ്ഞും ഇപ്പോഴും നടക്കുന്ന അടിമക്കച്ചവടം നിയമവിരുദ്ധമാണെന്ന് അറിഞ്ഞുകൊണ്ടാണോ അങ്ങ് എന്നോടു ചോദ്യം ചെയ്യാൻ വരുന്നത്. പൂജയുടെ പേരിൽ മാളികയിൽ കാലാകാലങ്ങളായി നടക്കുന്ന നരബലിക്കാണ് പെൺകുട്ടികളെ കൊണ്ടുവരുന്നതെന്ന് മജിസ്ട്രേറ്റ് കോടതിയിൽ ഒരു കേസ് വന്നാലുള്ള ഭവിഷ്യത്തിനെക്കുറിച്ചു അങ്ങ് ഒന്നുകൂടെ ചിന്തിക്കുന്നതാണ് നന്ന്."

"തിരുമിലാംബ." തമ്പുരാൻ ആക്രോശിച്ചുകൊണ്ട് ചാടിത്തുള്ളി എന്റെ നേർക്ക് വന്നു.

"അരുത് തമ്പുരാൻ, ഞാനിപ്പോഴും അങ്ങയുടെ പുത്ര വധുവാണ്. എന്റെ സ്വന്തം കൊട്ടാരത്തിൽ ഇപ്പോഴും അധികാരവും അവകാശവും ബാക്കിയുള്ളവളും."

പരോക്ഷമായി എങ്കിലും ഏട്ടനെക്കുറിച്ചുള്ള ഓർമ്മപ്പെടുത്തൽ അദ്ദേഹത്തെ വിവശനാക്കിയെന്ന് എനിക്ക് മനസ്സിലായി. ഏട്ടന് അനിയത്തിയോടുള്ള മമതയെക്കുറിച്ചൊക്കെ അച്ഛൻ തമ്പുരാനും ബോദ്ധ്യമുള്ളതാണ്. നിയമപരമായി മുന്നോട്ട് പോയാലുണ്ടാകുന്ന ഭവിഷ്യത്തിനെ കുറിച്ചു ബോദ്ധ്യമുള്ളതുകൊണ്ടാകാം അച്ഛൻ തമ്പുരാൻ കൂടുതൽ ബഹളത്തിന് നില്ക്കാതെ ഇറങ്ങിപ്പോയി.

അദ്ദേഹം കുനിഞ്ഞ ശിരസ്സോടെ കുതിരവണ്ടിയിൽ കയറി ഇരിക്കുന്നത് നോക്കി ഞാനൊന്നു പുഞ്ചിരിച്ചു.

താഴെ വീണ പേജുകൾ ഒന്നൊന്നായി അരുണ പെറുക്കിയെടുത്തു.

ആ കാലഘട്ടത്തിലും കേരളത്തിൽ നില നിന്നിരുന്ന അടിമക്കച്ചവടത്തെക്കുറിച്ചുള്ളതായിരുന്നു ബാക്കിയുള്ളതെല്ലാം. മനുഷ്യനെ ജംഗമവസ്തുവായി കരുതി വാങ്ങുകയും വില്ക്കുകയും ചെയ്തിരുന്ന സമ്പ്രദായത്തെക്കുറിച്ചുള്ള വിവരണങ്ങളും ചരിത്രപരമായ രേഖകളും കൃത്യമായി എഴുതി വച്ചിരുന്നു. നിർഭാഗ്യവാന്മാരായ അനേകം മനുഷ്യരെ കപ്പലിലും ചന്തയിലുമെല്ലാം വില്പനയ്ക്ക് വച്ചിരുന്നു. തട്ടിക്കൊണ്ടു വരികയും വില്ക്കപ്പെടുകയും ചെയ്യുന്ന പെൺകുട്ടികളുടെ നരകയാതനകൾ നിറഞ്ഞ ഭാവിജീവിതത്തെക്കുറിച്ചു വല്യമ്മൂമ്മ എഴുതി വച്ചത് വായിച്ചപ്പോൾ അരുണയുടെ കണ്ണുകൾ നിറഞ്ഞൊഴുകി.

നിയമംകൊണ്ട് അവസാനിപ്പിക്കാൻ പറ്റാത്ത ചില ആചാരങ്ങൾ ഏത് കാലത്തും മനുഷ്യകുലത്തിൽ അവശേഷിക്കും. തങ്ങൾക്ക് വേണ്ടി പതിച്ചു തരപ്പെട്ടതെന്ന് വിശ്വസിക്കുന്ന ചില സമ്പ്രദായങ്ങളുടെ

ഇരകളായ മനുഷ്യരുടെ ഹൃദയത്തിൽ. നരബലി അന്നും ചിലയിടങ്ങളിൽ ഗോപ്യമായി നടന്നുവന്നിരുന്നത് അങ്ങനെയാവണം. വല്യമ്മൂമ്മ കഷ്ടപ്പെട്ട് നേടിയ ചെറിയ ചെറിയ വിജയങ്ങൾ വെളിച്ചം പകരുമ്പോഴും ചുറ്റുമുണ്ടായിരുന്ന കുറ്റാക്കുറ്റിരുട്ടിൽ ഇപ്പോഴും ജീവിച്ചു മരിക്കുന്ന എത്രയോ പേർ കാണുമെന്ന് അരുണ ഓർത്തു.

അടുത്ത പേജിൽ അരുണയുടെ കണ്ണുടക്കി. ആ പേജിന് ഒരു പ്രത്യേകത ഉണ്ടായിരുന്നു.

മഷി മുക്കി എഴുതിയ വരികൾ തെളിച്ചമുള്ളതായിരുന്നു.

'ബലികൾ ജീവിതത്തിന് നേർക്കുള്ള വിരാമ ചിഹ്നമായിട്ടല്ല ഞാൻ കണ്ടത്. അതെന്റെ ഹൃദയത്തെ കൂടുതൽ ആർദ്രമാക്കി, പഴകുന്തോറും വേദനകൾ മധുരിക്കാനാരംഭിക്കുമെന്ന് ശീലം കൊണ്ടറിഞ്ഞു. കൂട്ടക്കുരുതികൊണ്ട് സത്യത്തെ ഉന്മൂലന നാശം വരുത്താൻ പരിശ്രമിക്കുന്നവർ ഇതിഹാസങ്ങളിൽ മാത്രമല്ല ഉണ്ടായിട്ടുള്ളത്. സകല യുഗത്തിലും ചിലർ ബലിക്കല്ലുകൾ തീർക്കും. എങ്കിലും ചിലർ അവിടെയും ദീപം ജ്വലിപ്പിക്കും. ഇന്ന് ഞാനൊരു തിരി കൊളുത്താൻ പരിശ്രമിക്കുന്നു. എന്നെ പിന്തുടർന്നു ഒരുവൾ വരും. അവൾക്ക് പിന്നാലേ മറ്റൊരുവൾ. അവരോരുത്തരുമായി ധർമ്മത്തെ അലക്കി വെളുപ്പിക്കാൻ പരിശ്രമിക്കും. അവരാണ് യഥാർത്ഥ ബലിയായി മാറുന്നവർ. കല്ലിൽ ചോര വീഴ്ത്താതെ ജീവിതം അർപ്പിക്കാൻ പ്രാപ്തി നേടിയവർ. ആ ബലി മാത്രമേ ചരിത്രത്തിന്റെ താളുകളെ സമ്പന്നമാക്കിത്തീർക്കൂ.'

അർദ്ധം

ഒരു പതിവ്രതയെ അന്വേഷിച്ചാണ് അയാൾ തന്റെ നാല്പത്തിയൊമ്പതാമത്തെ വിവാഹാലോചനയ്ക്ക് ഇറങ്ങിത്തിരിച്ചത്. പതിവ്രതയുടെ ലക്ഷണങ്ങൾ എങ്ങനെയുള്ളതായിരിക്കാം എന്നതിനെക്കുറിച്ച് ഈ അമ്പത്തിയൊന്ന് വയസ്സിനിടയിൽ ഒട്ടേറെ ഗവേഷണങ്ങൾ അയാൾ നടത്തികഴിഞ്ഞു. യൂ ട്യൂബ് വരും മുമ്പു കിട്ടാവുന്ന പുസ്തകങ്ങൾ എല്ലാം തപ്പിയെടുത്ത് പാതിവ്രത്യത്തിന്റെ അടയാളങ്ങൾ സ്വായത്തമാക്കിയെങ്കിലും പിന്നീട് യൂ ട്യൂബ് വലിയൊരു സാദ്ധ്യതയായിരുന്നു അയാൾക്ക് മുന്നിൽ തുറന്നു കൊടുത്തത്.

പതിവ്രതയുടെ കാലുകൾ, കണ്ണുകൾ, വിരലുകൾ തുടങ്ങി രോമങ്ങൾ തൊട്ട് നഖങ്ങൾ വരെ ഏത് തരം ആയിരിക്കണം എന്നു മനഃപാഠമാക്കിയപ്പോൾ അയാളുടെ നോട്ടത്തിൽ പേരിനുപോലും ഒരു പതിവ്രത സ്വന്തം വീട്ടിലോ നാട്ടിലോ ഉണ്ടായിരുന്നില്ല.

അതുകൊണ്ടൊക്കെത്തന്നെ കല്യാണാലോചനയുമായി വരുന്ന ദല്ലാൾമാരോട് ഈ നാട്ടിൽനിന്നും പെണ്ണ് വേണ്ട എന്നു കട്ടായം പറയാൻ യാതൊരു മടിയും അയാൾക്കുണ്ടായിരുന്നില്ല.

ഇന്നത്തെ ദിവസം അയാൾക്ക് അമ്പത്തിയൊന്ന് കഴിഞ്ഞെന്ന് വീട്ടിലെ ഏറ്റവും പ്രായം ചെന്ന സ്ത്രീ ഓർമ്മിപ്പിച്ചു. അയാളുടെ അമ്മ ഏതാനും വർഷം മുമ്പു നൈരാശ്യം നിറഞ്ഞ ഒരെക്കിട്ടം ഇട്ടുകൊണ്ട് അയാളുടെ കൈയിൽ കിടന്നാണ് മരിച്ചത്. ആ മരണം അത്ര വലിയ ഉലച്ചിൽ ആ വീട്ടിലോ അയാളുടെ ജീവിതത്തിലോ ഉണ്ടാക്കിയതുമില്ല.

അത്ഭുതകരമായ ഒരു സത്യം പറയട്ടെ, അയാൾ ഒരു സർക്കാർ ഉദ്യോഗസ്ഥനോ അദ്ധ്യാപകനോ അല്ല. ഇത്തരത്തിലുള്ള ഒരാൾ ഏത് തരം തൊഴിൽ ചെയ്യുന്ന ആളാണെന്നാണ് നിങ്ങൾ പ്രതീക്ഷിക്കുന്നത്.

എന്നാൽ അയാൾ ഇതൊന്നുമല്ല എന്നുള്ളതാണ് സത്യം.

പൊതു ശ്മശാനത്തിന്റെ ജോലിക്കാരനായി കഴിഞ്ഞ ഇരുപതു വർഷമായി സേവനമനുഷ്ഠിക്കുന്ന ഈ മനുഷ്യൻ പാതിവ്രത്യം എന്ന വാക്കിനോടു കാണിക്കുന്ന അന്ധമായ ഈ മമത നാട്ടുകാരെ കുറച്ചൊന്നുമല്ല രസിപ്പിച്ചിട്ടുള്ളത്.

ഒരിക്കൽ അയാൾ തന്റെ സ്നേഹിതനോടു പറഞ്ഞു. പിശാചിനെ കുറിച്ചൊരു വിശുദ്ധ പുസ്തകം എഴുതുന്നതാണ് തന്റെ ലക്ഷ്യമെന്ന്.

അങ്ങനെയെങ്കിൽ അയാളെ ഒരെഴുത്തുകാരൻ എന്നു വിളിക്കാം.

പക്ഷേ, നിലവിൽ അയാൾ ഇതൊന്നുമല്ല.

ഈ പെണ്ണ് കാണലും അതൃപ്തികരമായി അവസാനിച്ചു. കീഴ്ചുണ്ടിൽ കാക്കപ്പുള്ളിയുള്ളവൾ പരപുരുഷനെ തേടും എന്നുള്ള ലക്ഷണശാസ്ത്രം പറയുമ്പോൾ നല്ല ഏലയ്ക്ക ചേർത്ത, ആവശ്യത്തിന് മധുരവും കടുപ്പവുമുള്ള ചായ കുടിക്കുകയായിരുന്നു പെൺവീട്ടിലിരുന്നുകൊണ്ട്.

ജീവിതത്തിൽ ഏറ്റവും ആസ്വദിച്ചു കുടിച്ച ചായയായിരുന്നു ഇതെന്ന് വീടെത്തും മുമ്പു മൂന്നോ നാലോ തവണ അയാൾ ആത്മഗതം പോലെ പറയുകയും ചെയ്തു .....

"ഒരു കാര്യം ചോദിച്ചാൽ സത്യം പറയുമോ?" ദല്ലാൾ കരുതലോടെ ചോദിച്ചു.

"നിങ്ങൾ പ്രതീക്ഷിക്കുന്നുണ്ടോ എന്നെങ്കിലും പതിവ്രതയുടെ ലക്ഷണങ്ങൾ ഉള്ള ഒരുവളെ കാണാൻ കഴിയുമെന്ന്?"

"ഇല്ല." ഒട്ടും അമാന്തമില്ലാതെയായിരുന്നു അയാളുടെ മറുപടി.

"പിന്നെ ഈ നാടകം?" ദല്ലാൾ പുച്ഛത്തോടെ ചോദിച്ചു.

"അത്രയ്ക്ക് വികാരരഹിതമായ വ്യാഖ്യാനം നല്കാനായി ഈ ചോദ്യത്തിനൊരു ഉത്തരം കണ്ടെത്താൻ എനിക്കു കഴിഞ്ഞിട്ടില്ല."

"നിങ്ങൾ വെറും അന്ധവിശ്വാസിയാണ്." ഏറ്റവും മുഷിച്ചിൽ നിറഞ്ഞ ശബ്ദത്തിൽ പറഞ്ഞിട്ട് ദല്ലാൾ കെറുവിച്ച് നടന്നുപോയി.

വീടിന്റെ ഗെയ്റ്റ് തുറന്ന് അകത്തേക്ക് കയറും മുമ്പ് ദല്ലാളെ തിരികെ വിളിച്ചാലോ എന്നയാൾ ചിന്തിച്ചതാണ്. പക്ഷേ, താൻ സത്യം പറഞ്ഞു പോകുമോ എന്നൊരു ഭയം ഭീതിദമായ ഒരപമാനഭാരം പോലെ അയാളുടെ ഉള്ളിൽ കൊളുത്തിട്ട് വലിച്ചു.

യഥാർത്ഥത്തിൽ എന്താണ് പതിവ്രത എന്നതിനെക്കുറിച്ച് അയാൾക്കൊരു രൂപവും ഉണ്ടായിരുന്നില്ല. ഒരു പതിവ്രതയെക്കൊണ്ട് തന്റെ ജീവിതത്തിൽ ഉജ്ജ്വലമായ മാറ്റങ്ങൾ വരുത്താൻ കഴിയുമെന്നോ, അവളുടെ സാമീപ്യം ജീവിതത്തെ കൂടുതൽ മനോഹരമാക്കുമെന്നോ കരുതുന്നില്ല. സ്ത്രീയെ പതിവ്രത എന്നു വിശേഷിപ്പിക്കുന്നത് ചെറുപ്പം മുതലേ അയാൾ കേൾക്കുന്നതാണ്. അയാളുടെ അച്ഛൻ പറയുമായിരുന്നു പെണ്ണിന്റെ പാതിവ്രത്യം പോയാൽ തീർന്നു എല്ലാം എന്ന്.

ഈ കാലഘട്ടത്തിനിടയിൽ എത്രയോ ശരീരങ്ങൾ അയാൾ അഗ്നി

ക്കിരയാക്കി. ആണും പെണ്ണുമടക്കം. എല്ലാം ഒരേപോലെ കത്തിയമർന്നു, പൊട്ടിത്തെറിച്ചു. അതിലൊന്നിൽപ്പോലും അവശേഷിക്കാതെ പോയ അടയാളങ്ങൾ അയാളെ വ്യസനിപ്പിച്ചു കൊണ്ടിരുന്നു.

ശരീരത്തിന്റെ ശേഷിപ്പല്ല പതിവ്രത്യത്തിന്റെ അടയാളം എന്ന് എഴുതിവച്ചിട്ട് തന്റെ അമ്പത്തിയൊന്നാം വയസ്സിൽ നാല്പത്തിയൊമ്പതാമത്തെ പെണ്ണ് കാണലിന് ശേഷം രണ്ടു ജോഡി വസ്ത്രങ്ങൾ ബാഗിൽ തിരുകി അയാൾ വീട് വിട്ടിറങ്ങി.

ആ ഇറങ്ങിപ്പോകൽ നടത്തുംമുമ്പ് പുരുഷത്വത്തിന്റെയെന്ന് ഒട്ടും തന്നെ അഭിമാനമില്ലാതെ കൊണ്ട് നടന്ന ചില ശേഷിപ്പുകൾ അയാളവിടെ ഉപേക്ഷിച്ചു കളയാൻ മറന്നില്ല.

നദിയോ കരയോ എന്ന് സ്വയം തിരിച്ചറിയാതെ നിന്ന അനേകായിരം കൗതുക കൗമാരങ്ങളെ, കരയോളമോ നദിയോളമോ പൂർണ്ണമല്ലെന്നു ബോദ്ധ്യം വന്ന യൗവ്വനത്തിന്റെ ജന്മദുഃഖത്തെ, ജീവിതവിരാമത്തിനൊരു ഫുൾ സ്റ്റോപ്പിടാൻ മനോധൈര്യം നഷ്ടമായിത്തീർന്ന മദ്ധ്യവയസ്സിനെ...... അങ്ങനെ ഉപേക്ഷിക്കാൻ അയാൾക്ക് വേണ്ടുവോളം ഉണ്ടായിരുന്നു.

വേണ്ടുവോളം ഉണ്ടായതിനാൽ ഇല്ലാത്തതിൽ അയാൾ ദരിദ്രനോ ഉള്ളതിൽ സമ്പന്നനോ ആയിരുന്നുമില്ല.

മുത്തലാക്ക്

അമ്മായീടെ മോളെ തലാക്ക് ചൊല്ലി വീട്ടിൽ കൊണ്ട് വന്നാക്കിയ ദിവസം മുത്തലാക്ക് ഒരനീതിയാണെന്ന് പ്രസ്താവിച്ചു പോയതിന്റെ പേരിൽ ഉമ്മ അവളുടെ വാ പൊത്തിയ അതേ ദിവസമാണ് ഉപ്പച്ചി ഉമ്മു കൊലുസുവിന് തടിമിൽ മാനേജരായ അബ്ദുൾ റസാഖിന്റെ കല്യാണാ ലോചന കൊണ്ടുവന്നത്. അവളുടെയുള്ളിലെ നിലാവും ചുവന്നു തുടുത്ത സന്ധ്യയും പാരിജാത ഗന്ധവും അപ്പാടെ ഇല്ലാതായ ദിവസം.

സ്നേഹം ഏത് കാലത്തും സാഹസികമാണെന്ന് അവൾക്കറിയാ മായിരുന്നു. അത് നൂറ്റാണ്ടുകൾക്ക് മുമ്പും കാഞ്ചനമാലയുടെ കാലത്തും, ഇപ്പോ തന്റെ കാലഘട്ടത്തിലും. അവൾക്ക് സാഹസികയാവാനുള്ള ധൈര്യമില്ലായിരുന്നു. നാനാവശത്തുകൂടിയും ചിന്തിച്ചല്ലാതെ ജീവിത ത്തിലിന്നോളം തീരുമാനങ്ങൾ എടുത്തിട്ടുമില്ല. തന്റേതല്ലാത്ത പ്രാർത്ഥ നകൾ, ശീലിക്കാത്ത ശീലങ്ങൾ, അങ്ങനെ പലവിധ തടസ്സങ്ങൾ മുന്നിലു ണ്ടായിരുന്നു. വ്യക്തിയോടുള്ള ഇഷ്ടം മാത്രമല്ല ജീവിതം എന്നു കൂട്ടു കാരിയുടെ വക ഓർമ്മപ്പെടുത്തലും..

ബി എസ് സി നഴ്സിങ് പഠിക്കാനായി തെരഞ്ഞെടുത്തപ്പോഴും ഉപ്പച്ചിയുടെയും ഉമ്മച്ചിയുടെയും വീട്ടുകാരും ബന്ധുക്കളും ശക്തമായി എതിർപ്പ് പ്രകടിപ്പിച്ചുകൊണ്ട് രംഗത്ത് വന്നതാണ്.

അന്നേരം അതുവരെയില്ലാത്ത ധൈര്യം അവളും, മകൾക്കൊപ്പം നില്ക്കാനുള്ള മനക്കരുത്ത് ഉപ്പച്ചിയും കാണിച്ചു. ഉമ്മച്ചി വാവിട്ട് കര ഞ്ഞുകൊണ്ടു പിന്നാലേ നടന്നത് ഓർമ്മയുണ്ട്.

"ഉമ്മു അനക്ക് ബേറെ എന്തേലും പഠിക്കാർന്നില്ലേ. നഴ്സിങ് ഞമ്മന്റെ ജാതിക്കാർക്ക് പറ്റൂല്ല മോളെ."

"എന്റുമ്മാ ഞമ്മന്റെ ജാതി, മറ്റവരുടെ ജാതീ എന്നൊന്നും

പറഞ്ഞതില്ല. ഓർത്തോളി ആസൂത്രീല് നഴ്സുമാർ ഇല്ലേൽ ഞമ്മന്റെ ജാതിക്കാര് വന്നു നിക്കോ. കുത്താനും, മരുന്നുവെക്കാനും ജാതീമില്ല മതോമില്ല."

അവളുടെ ഉമ്മേച്ചിക്ക് തർക്കിക്കാൻ മാത്രമുള്ള അറിവുണ്ടായിരുന്നില്ല. ഉപ്പുപ്പ പറഞ്ഞാൽ അതാണ് ശരി, മാമമാർ പറഞ്ഞാൽ അതാണ് ശരി, ബന്ധുക്കൾ പറഞ്ഞാൽ അതും ശരി.

അനേകം ശരികൾക്കിടയിൽ ഒരു വലിയ ശരി ഒളിഞ്ഞിരിപ്പുണ്ടെന്ന് ഉമ്മുകൊലുസ് ഉമ്മയെ കളിയാക്കും.

പതിന്നാലിലും, പതിനെട്ടിലും, ഇരുപത്തിയൊന്നിലും അങ്ങനെ പല പ്രായത്തിൽ, പല ഘട്ടങ്ങളിൽ ചില ഇഷ്ടങ്ങൾ മനസ്സിൽ സൂക്ഷിച്ചു എന്നതൊഴിച്ചാൽ പ്രണയത്തിന്റെ കാര്യത്തിൽ ഉമ്മുകൊലുസൂന് മുൻ പരിചയം ഇല്ലായിരുന്നു.

ഹോസ്പിറ്റലിലെ മൂന്നാം നിലയിലായിരുന്നു സർജിക്കൽ വാർഡ്. വിഷ്ണുവിന്റെ റൂം പടിഞ്ഞാറേ അറ്റത്താണ്. ഉച്ചസമയത്ത് നല്ല കാറ്റ് കിട്ടുന്നതിനാൽ ഫാൻ ഓഫ് ചെയ്തിടുവിച്ച് അയാൾ ജനാലകൾ തുറന്നിടുവിക്കും. മിക്കദിവസങ്ങളിലും ഉമ്മുകൊലുസുവിനാണ് ആ വാർഡിൽ ഡ്യൂട്ടി കിട്ടുക. അയാളുടെ മുറിയിൽ ആകെ കണ്ടിട്ടുള്ളത് മദ്ധ്യവയസ്സ് പിന്നിട്ട ഒരു സ്ത്രീയെ മാത്രമാണ്. അവരുടെ മുഖമാവട്ടെ സദാ സമയം കനപ്പെട്ടിരിക്കും. ഉമ്മു ആ മുറിയിൽ പ്രവേശിക്കുമ്പോഴേ അവർ വിഷ്ണുവിന്റെ കട്ടിലിനോടു ചേർന്ന് കസേര വലിച്ചിട്ടിരിക്കും.

എത്ര പറഞ്ഞാലും ജനൽ തുറക്കാൻ അവർ സമ്മതിക്കില്ലായിരുന്നു. രോഗിക്ക് അണുബാധ ഉണ്ടാവും എന്നാണ് വാദം. ഒരു ദിവസം ഇഞ്ചക്ഷൻ എടുക്കാൻ ചെന്നപ്പോഴാണ് ഉമ്മുകൊലുസ് ആ ജനാലകൾ തുറന്നിട്ടത്. പടിഞ്ഞാറേ ഭാഗത്ത് നിറഞ്ഞൊഴുകുന്ന പുഴയായിരുന്നു. പുഴയരികോട് ചേർന്ന് കിടക്കുന്ന പാടങ്ങളും തെങ്ങിൻ തോപ്പും ഹോസ്പിറ്റൽ മാനേജ്മെന്റ് വകയായിരുന്നു.

"നന്ദി. ഈ ജനാലകൾ തുറന്നിരുന്നെങ്കിൽ എന്നു ഞാൻ ആഗ്രഹിച്ചതേയുള്ളൂ."

വിഷ്ണു പറഞ്ഞ ആദ്യത്തെ വാചകം അതായിരുന്നു.

"കാലിന് എന്തു പറ്റി?"

അവൾ സൗഹാർദ്ദപൂർവ്വം ചോദിച്ചു.

"ഒരു ചെറിയ മുറിവ്. കാര്യമാക്കിയില്ല ഇപ്പോൾ വല്ലാത്ത സ്റ്റേജ് ആയി."

"സർജറി കഴിഞ്ഞില്ലേ. ഇനിയെന്ത് പേടിക്കാൻ?"

"ആര് പറഞ്ഞു പേടിയാണെന്ന്. ജനൽ തുറന്നിടാൻ പറഞ്ഞത് ഇത്ര വലിയ അപരാധമാണോ ഈ ഹോസ്പിറ്റലിൽ?"

"ആള് സരസനാണല്ലോ." ഉമ്മുകൊലുസ് ചിരിയോടെ പറഞ്ഞു.

"ഉവ്വ്. സരസതയാണല്ലോ നമ്മുടെ തൊഴിൽ." അയാൾ ഉറക്കെ ചിരിച്ചുകൊണ്ട് പറഞ്ഞു.

"എന്നു വച്ചാൽ?"

"മിമിക്രിയാണ് നമ്മുടെ തൊഴിലെന്ന്. ദാ ഇരിക്കണ മൂപ്പത്തിയുണ്ടല്ലോ എന്റെ അമ്മ നല്ലോന്നാന്തരം നാടകക്കാരിയാ. ഇപ്പോ അഭിനയമൊക്കെ വീട്ടിലാണെന്ന് മാത്രം. തട്ടെ കേറിയാ ഉറക്കം വരും."

"ഒന്നു പോടാ ചെക്കാ." കൂടെ ഉണ്ടായ സ്ത്രീ കെറുവിച്ചുകൊണ്ട് മുഖം വീർപ്പിച്ചിരുന്നു.

യഥാർത്ഥത്തിൽ അപ്പോഴാണ് അവരുടെ മുഖത്തിന് അത്ര ചന്തമുണ്ടെന്ന് ഉമ്മുകൊലുസുവിന് തോന്നിയത്. സ്ത്രീകളുടെ ചന്തം നിഷ്കളങ്കതയിലാണ് വെളിവാകുക എന്നത് സത്യം തന്നെയെന്ന് ഓർത്ത് അവളും ചിരിച്ചു.

"ഓരോ മനുഷ്യനും ഓരോ മതമുണ്ട് ഉമ്മു." കൂട്ടുകാരിയുടെ വാക്കുകൾ അന്നേരവും മനസ്സിൽ മുഴങ്ങി.

ഉമ്മുവിന്റെ സങ്കല്പത്തിലെ പുരുഷ രൂപവുമായി ഒരു സമാനതയും ഇല്ലാത്തയാളായിരുന്നു അബ്ദുൽ റസാഖ്. സുന്ദരനല്ല എന്നു പറഞ്ഞു കൂടാ. വെളുത്ത് തുടുത്ത് ആപ്പിൾ പോലെ മുഖമുള്ള ഒരാളായിരുന്നില്ല അവളുടെ മനസ്സിൽ. ഇരുനിറത്തിൽ മെലിഞ്ഞു കൊലുന്നനെയുള്ള താടി വച്ച വിഷ്ണുവിന്റെ രൂപവും, അയാളുടെ തമാശകളും അന്നേരവും മനസ്സിലേക്കോടിയെത്തി.

രണ്ടു കൂട്ടർക്കും സൗകര്യമുള്ള ദിവസം നോക്കി നിശ്ചയം നടത്താമെന്ന് ചെക്കന്റെ എളേപ്പാ വിളിച്ചു പറഞ്ഞതോടെ കാര്യങ്ങളിൽ തീരുമാനമായെന്ന് അവൾക്ക് ബോദ്ധ്യമായി. പരസ്പരം സംസാരിക്കുകയോ തന്റെ ഇഷ്ടം തിരക്കുകയോ ചെയ്തില്ല. വഞ്ചിക്കപ്പെട്ട ഒരു പ്രതീതി അവൾക്കുള്ളിൽ തോന്നി. വഞ്ചിക്കപ്പെട്ടത് പോലെ അത് സ്വീകരിക്കാൻ അവൾ തയ്യാറാകുകയും ചെയ്തു.

"ഉപ്പച്ചി എന്റെ ജോലി?"

അതിനപ്പുറം പറയാൻ ഉമ്മച്ചി സമ്മതിച്ചില്ല.

"ജോലി കൂലി എന്നൊന്നും പറഞ്ഞാൽ ഓന് പിടിക്കൂല്ല ഉമ്മൂ. ഓര് ഇച്ചിരി മുന്ത്യേ കൂട്ടരാ. ആടെ പെണ്ണുങ്ങള് അത്രയ്ക്കത്രയ്ക്ക് പഠിച്ചാൽ മതി പോലും. നെയ്ച്ചോറും ബിരിയാനീം ഉണ്ടാക്കാനുള്ള അറിവൊക്കേ മതീന്ന് പെൺകുട്ട്യോൾക്ക്."

"അപ്പോ ഞമ്മടെ എം എസ് സി ക്ലാസോ?"

"അതൊക്കെ മറന്നേക്ക് ഉമ്മൂ."

അവളുടെ നെഞ്ച് ഒന്ന് കത്തി. ആ കത്തൽ അങ്ങനെതന്നെ വച്ച് കൊണ്ട് കല്യാണത്തിന് സ്വർണ്ണമെടുക്കാനും വസ്ത്രമെടുക്കാനും പോയി. കൂട്ടുകാരികൾ കൈയിൽ മൈലാഞ്ചിയിട്ടപ്പോൾ അബ്ദുൽ റസാഖിന്റെ "എ" എന്നക്ഷരം ഉള്ളം കൈയിൽ എഴുതിയപ്പോൾ കാരണമെന്തെന്നറിയാതെ അവൾക്കവളോട് തന്നെ അവജ്ഞ തോന്നി.

അയാളോട് പ്രണയം തോന്നാത്തത് എന്തുകൊണ്ടാണ്! കൂട്ടുകാരികൾ പലരും കല്യാണ നിശ്ചയ ശേഷം ചെറുക്കനെക്കുറിച്ച്

പറയുമ്പോൾ ചുവന്ന് തുടുത്ത് നില്ക്കുംമ്പോലെ തന്റെ മുഖം തുടുക്കാത്തതെന്ത്.

യാ അള്ളാ. നെഞ്ചിന് മുകളിൽ കനമുള്ളത് എന്തോ കെട്ടി നില്ക്കും പോലെ തോന്നിയപ്പോൾ ഉമ്മുമ്മാനോട് മൂന്നാല് വായു ഗുളിക വാങ്ങി ഇളം ചൂട് വെള്ളവും കൂട്ടി ചവച്ചരച്ച് കഴിച്ചു. നെഞ്ചിലെ കത്തൽ എന്നിട്ടും മാറിയില്ല.

നിക്കാഹിന്റന്നു പുയ്യപ്ലായുടെ ഭാഗത്തൂന്നു പ്രതീക്ഷിച്ചതിനെക്കാൾ കൂടുതൽ ആളുകൾ വന്നത് കൊണ്ട് നെയ്ച്ചോറ് വച്ചത് തികഞ്ഞില്ല. അതിന്റെ പേരിൽ ചെന്നു കയറിയ ഉടനെ ആദ്യത്തെ കുത്തുവാക്ക് കേട്ടു.

അര നിമിഷം കൊണ്ട് ഒരു പിച്ചക്കാരിയായി മാറിയതിന്റെ അപമാനം അവൾക്കനുഭവപ്പെട്ടു. പുറത്ത് ദുർബ്ബലമായ മഴ പെയ്യുന്നുണ്ടായിരുന്നു. അത് വരെ മഴയുടേതായ ലക്ഷണങ്ങൾ ഒന്നുമുണ്ടായിരുന്നില്ല. ചെറിയ രീതിയിൽ കാറ്റ് വീശുന്നുണ്ടായിരുന്നു. അത്രമാത്രം.

ഉമ്മുവിന് ആ വീടും, ആളുകളുടെ തുറിച്ചുനോട്ടവും, അവിടെയൊക്കെ പരന്നിരുന്ന ഗന്ധവും അസഹ്യമായി തോന്നി. ഏറെ പഴകിയ വീടായിരുന്നു അത്. ഈ വീട്ടിൽ എത്ര തലമുറ ജനിക്കുകയും മരിക്കുകയും ചെയ്തിരിക്കാമെന്ന് കണക്ക് കൂട്ടി നോക്കാൻ തന്നെ ഭയം തോന്നും. വീടിനകം ലൈറ്റിട്ടാൽ മാത്രമേ വെളിച്ചമുണ്ടാകൂ. ഒരാൾ കഴുത്തിലൊന്ന് ഞെരിച്ചാൽ സ്പർശനം കൊണ്ടറിയാമെന്നല്ലാതെ മറ്റ് തിരിച്ചറിയലുകൾ അസാദ്ധ്യമാവും വിധം ഇരുട്ട്.

കുട്ടികൾ പുറത്ത് പന്തലിൽ കല പില കൂട്ടി ഓടി കളിക്കുന്നതിന്റെ ശബ്ദം കേൾക്കാം. ആരോ അവളെ ഹാള് പോലുള്ള ആ മുറിയിൽ കൊണ്ടുപോയി ഇരുത്തിയിട്ട് പോയതാണ്. ചെറുക്കനും പെണ്ണിനും പാലും പഴവും തരുന്ന ചടങ്ങ് തീർന്ന ഉടനെ പുയ്യാപ്ല പുറത്തേക്കിറങ്ങിപ്പോയതാണ്. അവൾക്ക് വസ്ത്രം മാറണമെന്നും, അതിനേക്കാൾ അത്യാവശ്യമായി ഒന്ന് മൂത്രമൊഴിക്കണമെന്നും ഒക്കെയുള്ള ചില ആവശ്യങ്ങൾ ഉണ്ടായിരുന്നു. ആരും ഒന്നും ചോദിച്ചില്ല. ആവശ്യപ്പെടാനുള്ള മനഃശക്തി അവൾക്ക് നഷ്ടപ്പെടുകയും ചെയ്തു.

ഏതാണ്ട് ഒരു മണിക്കൂറോളം അതേ ഇരിപ്പ് ഇരുന്ന ശേഷമാണ് അമ്മായിയെന്ന് സ്വയം പരിചയപ്പെടുത്തിയ ഒരു സ്ത്രീ അവളെ കൊണ്ടുപോയി മണിയറയിൽ ഇരുത്തിയത്.

“ഇബ്ടിരുന്നോ. ഭക്ഷണം ഇങ്ങോട്ട് കൊണ്ടുവരാം. ഉമ്മുകൊലുസ് കഴിച്ചിട്ട് കുളിച്ചിരുന്നോ. റസാഖ് വരാൻ ഇച്ചിരി ബയ്കും. ഇബടെ പെൺകുട്ട്യോള് ഒരുമിച്ചിരുന്നു കഴിക്കൂല്ല.”

തന്നെ അടിമച്ചന്തയിലേക്കാണോ ഉപ്പച്ചി കയറ്റി അയച്ചത് എന്നൊരു നിലവിളി അവളുടെ ഉള്ളിൽ ചുറ്റിത്തിരിഞ്ഞു.

സാമാന്യം വലിയ മുറിയായിരുന്നു അത്. ടി വി അടക്കമുള്ള സൗകര്യങ്ങൾ, അമ്മായി വച്ചിട്ടു പോയ സാരിയും ബ്ലൗസും എടുത്ത് കുളിച്ചു വന്നിരുന്നു. ഉച്ചമുതൽ പിടിച്ചു വച്ച മൂത്രമൊഴിച്ചു കളഞ്ഞപ്പോഴാണ്

ആശ്വാസം തോന്നിയത്.

പക്ഷേ, രാത്രിയിൽ പുയ്യാപ്ല പൂശിയ സെന്റിന്റെ മണം തനിക്ക് പിടിക്കൂല്ലാന്നു മണിയറ പൂട്ടി ഏതാനും നിമിഷങ്ങൾ കഴിഞ്ഞപ്പോഴേ ബോദ്ധ്യായി. കടുപ്പം കൂടിയ പല മണങ്ങളും തലയിൽ ചൊരുക്ക് വരുത്തും. ഈ സൂക്കേട് തുടങ്ങിയാൽ പിന്നെ കണ്ണു കാണില്ല. വയറ്റിൽ ഉരുണ്ടു കയറും.

ട്യൂബ് ലൈറ്റിന്റെ വെട്ടത്തിൽ യാതൊരു മുന്നൊരുക്കങ്ങളും ഇല്ലാതെ പുയ്യാപ്ല സാരി അഴിച്ചു മാറ്റാൻ തുടങ്ങിയതും അവൾ ഛർദ്ദിച്ചു കഴിഞ്ഞു.

ഒരു ചെന്നിക്കുത്ത് ഛർദ്ദി കൊണ്ട് എന്തൊക്കെ പുകിലുകൾ വരാമെന്ന് അന്നേരം മുതൽ അനുഭവിക്കാൻ ഇരിക്കുന്നതേയുള്ളൂവെന്ന് മുൻകരുതൽ എടുക്കാൻ മാത്രം കാപട്യം ഉള്ളവളായിരുന്നില്ല ഉമ്മുകൊലുസ്.

ഛർദ്ദി കണ്ടതും പുയ്യാപ്ല വാതിൽ തുറന്ന് പുറത്തേക്ക് ഓടിയതും ഉമ്മാ എളേമ്മാ എന്നൊക്കെ ഒച്ചയുണ്ടാക്കാൻ തുടങ്ങിയതും ഉമ്മുവിനെ അമ്പരപ്പിക്കുകയും ചെയ്തു. തലവേദനയുടെ മൂർദ്ധന്യത്തിൽ കൈയും കാലും വിറയ്ക്കാൻ തുടങ്ങും, ഒരു തരത്തിൽ ഛർദ്ദിച്ചു കുഴഞ്ഞ് മുഖം കഴുകി കുളിമുറിയിൽനിന്നും വന്നപ്പോൾ വീട്ടിലുള്ള സകലരും മുറിയിലുണ്ട്.

എളേമ്മാ എന്ന് വിളിക്കപ്പെടുന്ന സ്ത്രീ ഉമ്മുവിന്റെ കാതിൽ ചുണ്ട് ചേർത്ത് ചോദിച്ചു. “എന്തെര് ഉമ്മു ബയറ്റി പിടിക്കാത്ത ബല്ലതും?”

“ഞമ്മക്ക്.”

അത്രയും പറയാനേ അവൾക്ക് സാധിച്ചുള്ളൂ.

“അല്ലാ ഉമ്മു ചൊയിലീന്റെ ദീനം ബല്ലതും ഒണ്ടാ. ആകപ്പാടെ ബെറക്കാനല്ലാ. സത്യം പറഞ്ഞോളീ അങ്ങനെ ബല്ലതും?”

“എന്റുമ്മാ.” അവളുടെ ഉള്ള് കിടുകിടുത്തു. “എന്തൂട്ടാ ഈ കേൾക്കണത്.” പകച്ച മുഖത്തോടെ ചുറ്റിലും നില്ക്കുന്നവരുടെ മുഖത്തേക്ക് നോക്കിയപ്പോൾ എല്ലാവരും ഏതോ അന്യഗ്രഹ ജീവിയെ നോക്കും പോലെ തന്നെ നോക്കി നില്ക്കുന്നതാണ് കണ്ടത്.

തല വേദനിച്ചു പൊളിയുന്നു. ഒന്നു കിടന്നാൽ മതിയെന്നാണ് തോന്നിയത്. വെളിച്ചത്തിലേക്ക് നോക്കും തോറും കണ്ണുകൾ പുളിച്ചു വേദനിക്കുന്നു.

അല്പനേരംകൂടി ചുറ്റിപ്പറ്റി നിന്നശേഷം പുയ്യാപ്ല ഉൾപ്പെടെയുള്ളവർ ഓരോരുത്തരായി ഇറങ്ങിപ്പോയി. അവിടെ കിടന്നിരുന്ന പുതപ്പ് ഒരെണ്ണം എടുത്ത് പുതച്ചു മൂടി അവൾ കിടന്നുറങ്ങുകയും ചെയ്തു.

രാവിലെ എഴുന്നേല്ക്കുമ്പോഴും അവൾക്ക് തല പെരുത്ത് കൊണ്ടിരുന്നു. ശരീരം വേച്ചു പോയി. മുറിയിൽ അപ്പോഴും സെന്റിന്റെ തീക്ഷ്ണ ഗന്ധം. ഈ വീട്ടിലെ ചിട്ടവട്ടങ്ങൾ എന്തൊക്കെയാണെന്ന് അറിയില്ല. പല്ല് തേച്ച് മുഖം കഴുകി ഹാളിലേക്ക് ചെല്ലുമ്പോഴേ അടുക്കളയിൽനിന്നും ബിരിയാണിയുടെ ഗന്ധം മൂക്കിലേക്കടിച്ചു കയറി. നടന്ന് നടന്ന് ഡൈനിങ്

റൂമിൽ എത്തിയപ്പോൾ അവിടെ കുറെ പേരിരുന്നു ഭക്ഷണം കഴിക്കുന്നുണ്ട്. നേരം ഇത്രയും ആയോ എന്നൊരു പരിഭ്രാന്തി അവളുടെ ഉള്ളിലൂടെ കടന്നു പോയി.

അവളെ കണ്ടതും ഒരു സ്ത്രീ ചായ കൊണ്ടുവന്നു കൊടുത്തു. ചായക്കപ്പ് കൊടുക്കുമ്പോൾ ആ സ്ത്രീ ഉമ്മുവിനെ ആപാദചൂഡം നോക്കാനും മറന്നില്ല.

ആറിത്തുടങ്ങിയ ചായ ചുണ്ടോട് ചേർത്തതും ഇറച്ചിയുടെ ഉളുമ്പു നാറ്റം മൂക്കിലേക്കടിച്ചു കയറി. എത്ര നിയന്ത്രിച്ചിട്ടും ഉമ്മുവിന് ഓക്കാനം പിടിച്ചു നിർത്താൻ സാധിച്ചില്ല.

വീടാകെ ശ്മശാന മൂകതയിലേക്ക് മാറിയത് ഏറെക്കഴിഞ്ഞാണ് അവൾ ശ്രദ്ധിച്ചത്. പുയ്യാപ്ലയെ ആ പരിസരത്തൊന്നും കണ്ടില്ല. വീട്ടുകാർ അവിടവിടെ കൂടിയിരുന്നു കൂടിയാലോചന നടത്തുന്നുണ്ട്. പെണ്ണുങ്ങൾ ചത്ത മുഖത്തോടെ വാതിൽപ്പടിയിലും അടുക്കളയുടെ പിന്നിലുമായി നില്പുണ്ട്. കാർന്നോന്മാരെന്ന് തോന്നുന്നവർ ഹാളിൽ മുഖാമുഖം നോക്കിയിരിക്കുന്നു. അയൽക്കാരിൽ ചിലർ മുറ്റത്തവിടവിടെ വന്ന് എത്തി നോക്കുന്നു. എന്താവാം കാരണമെന്ന് അവൾക്ക് മനസ്സിലായതേയില്ല. അപരിചിതമായ സാഹചര്യത്തിൽ പെട്ടുപോയ ഒരാളുടെ പരിഭ്രമവും ആകുലതയും ഉള്ളിൽ നിറയുന്നു.

ഉമ്മുകൊലുസാ എന്നുള്ള ഉപ്പച്ചിയുടെ നീണ്ട വിളി ചെവിയിൽ മുഴങ്ങുന്ന പോലെ. ഉമ്മു കൊലുസാ ഉമ്മൂ....

തലവേദന വരുമ്പോഴൊക്കെ ഗുളിക കഴിച്ചു തലവഴി പുതച്ചു കിടന്നുറങ്ങാനും, ഛർദ്ദിച്ചു കുഴയുമ്പോൾ ഉമ്മച്ചി തരുന്ന കട്ടൻ ചായ കുടിച്ചു വീണ്ടും കിടന്നുറങ്ങാനും കഴിഞ്ഞിരുന്ന അനവധി ചെന്നിക്കുത്ത് ദിനങ്ങൾ അവളുടെ മനസ്സിലൂടെ കടന്നു പോയി. ഒരൊറ്റ ദിനം കൊണ്ട് ഒരായുസ്സിന്റെ അകല്ചയിലേക്ക് പറിച്ചു നടപ്പെടുന്ന അനേകം പെൺ ജീവിതങ്ങളെ ഓർത്ത് ഉമ്മുവിന് വേദന തോന്നി.

ആ ദിവസം മുഴുവൻ ബന്ധുക്കൾ ഓരോരുത്തരും നാനാവിധ ചോദ്യങ്ങളാലും നിരീക്ഷണങ്ങളാലും അവൾക്ക് ചുറ്റും ഉപഗ്രഹങ്ങളുടെ ഉത്തരവാദിത്വബോധത്തോടെ ഭ്രമണം വച്ചുകൊണ്ടിരുന്നു.

ആരെയൊക്കെ എന്തൊക്കെ പറഞ്ഞു മനസ്സിലാക്കണമെന്ന് അവൾക്കറിയില്ലായിരുന്നു. എന്താണ് തന്നിൽനിന്നും അവർ കേൾക്കാനാഗ്രഹിക്കുന്ന മറുപടി. അവർ ആഗ്രഹിക്കുന്ന മറുപടിയാണോ തനിക്ക് നല്കാനാവുക. പുയ്യാപ്ല മാത്രം അപ്പോഴും ശക്തമായ അകലം പാലിച്ചു കൊണ്ട് മാറിനിന്നു. അയാൾ ഒന്ന് മിണ്ടിയിരുന്നെങ്കിൽ എന്നവൾക്ക് തീവ്രമായ ആഗ്രഹം തോന്നുന്നുണ്ടായിരുന്നു. തനിക്ക് സ്വയം വെളിപ്പെടുത്താനാവുക അയാളുടെ മുന്നിൽ മാത്രമാണ്. പക്ഷേ, അങ്ങനെയൊരു ബന്ധത്തിലേക്ക് എത്തിച്ചേരണമെങ്കിൽ ഇപ്പോൾ പാലിക്കുന്ന അപരിചിതത്വത്തിന്റെ മറ നീക്കിയേ തീരൂ.

എന്താണ് വിവാഹ ബന്ധം! ഇന്നലെ പകൽ 11 നു ഉപ്പച്ചി തന്നെ

ഒരാൾക്ക് നിക്കാഹ് ചെയ്തു കൊടുത്തു. അപ്പോഴും അയാളുടെ മുഖം തനിക്ക് പരിചിതമായിരുന്നില്ല. അപരിചിതനായ ഒരാൾ, അപരിചിതമായ ഏതോ ഒരു വീട്, പരിചിതമല്ലാത്ത രുചികൾ, ഗന്ധങ്ങൾ, നിക്കാഹിന് മുമ്പു ഒരുപാട് ആലോചിച്ചിട്ടുള്ള ചില കാര്യങ്ങളുണ്ട്. എന്തായിരിക്കും അയാളുടെ മണമെന്ന്. അയാൾക്ക് വിയർപ്പ് നാറ്റമുണ്ടാകുമോ, വൃത്തി യായി പല്ല് തേക്കുകയും കുളിക്കുകയും ചെയ്യുന്ന ഒരാളാവില്ലേ. അടു ക്കളയിൽ അഴുക്ക് പുരണ്ട പാത്രങ്ങളും വഴുവഴുക്കുന്ന ശുചി മുറിയും ആയിരിക്കുമോ. അയാളുടെ ഉമ്മ വേദനിപ്പിക്കും വിധം കുത്തുവാക്ക് പറയുന്ന ഒരുവളാണെങ്കിൽ ആരോടെല്ലാം എന്തിനോടെല്ലാം തനിക്ക് പൊരുത്തപ്പെടേണ്ടി വരും. നാനാതരം വേവലാതികളോട്, നാനാതരം സാഹചര്യങ്ങളോട്, നാനാതരം ആകുലതകളോട്.

അവൾ വീണ്ടും മണിയറയിൽ തനിച്ചായി. തലേന്ന് അലങ്കരിച്ച മുല്ലപ്പൂക്കളുടെ വാടിയ ഗന്ധം തിങ്ങി നിറഞ്ഞ മുറിയിൽ തനിച്ചിരിക്കെ അവൾക്ക് വീട് ഓർമ്മ വന്നു, വല്യുമ്മച്ചിയുടെ വാസനപ്പാക്കിന്റെ നറുമണം ഓർമ്മ വന്നു, ഉപ്പച്ചിയുടെ നീട്ടിയ വിളിയും ആട്ടിൻ കൂടും ഓർമ്മ വന്നു. ഓരോ വീടിനും ആ വീടിന്റേതായ ഗന്ധവും, സ്വഭാവവും കാണുമെന്ന് സമാധാനിച്ചുകൊണ്ട് മണിയറയിൽ ഏകയായി ഇരിക്കെ ഈ വീട്ടിൽ എന്താണ് താൻ ചെയ്യേണ്ടത് എന്നൊരു ആശയക്കുഴപ്പം അവളിലുണ്ടായി.

എന്തെങ്കിലും ജോലി ചെയ്യേണ്ടതുണ്ടോ. ക്ഷണിക്കപ്പെടാതെ അടു ക്കളയിലെ പെൺക്കൂട്ടങ്ങൾക്കിടയിലേക്ക് കയറിച്ചെല്ലാൻ ആശങ്കയും ജാള്യതയും അനുവദിക്കുന്നില്ല.

രാത്രി അബ്ദുൽ റസാഖ് മുറിയിൽ വരും വരെ ഉമ്മുകൊലുസുവിന് അവിടെ തനിച്ചിരിക്കേണ്ടി വന്നു. തലേന്നത്തെപ്പോലെ ഭക്ഷണം മുറി യിലെത്തിച്ചു തന്നു. അയാൾ മുറിയിലേക്ക് വന്നതും നിമിഷനേരം കൊണ്ട് അവളുടെ തല പെരുത്ത് തുടങ്ങി. പക്ഷേ, ഇനിയും ഛർദ്ദിച്ചാൽ ഇപ്പോഴുള്ളതിനേക്കാൾ സങ്കീർണ്ണമാകും പ്രശ്നങ്ങൾ എന്ന് അറിയാ വുന്നത് കൊണ്ട് കടിച്ചു പിടിച്ചു നിന്നു.

അബ്ദുൾ റസാഖ് അവളുടെ തോളിൽ കൈവച്ചു. ആപ്പിളുപോലുള്ള അയാളുടെ മുഖം കൂടുതൽ ചുവന്നു തുടുത്തു.

"ഇന്നലെ സുഖമില്ലാരുന്നാ?"

അയാളുടെ ശബ്ദം ചെവിക്കരികിൽ.

ഉമ്മുവിന് തലയിൽ അപ്പോഴേക്കും ആയിരം വണ്ടുകൾ മൂളി തുടങ്ങിയിരുന്നു. അത്ര തീക്ഷ്ണമായിരുന്നു പെർഫ്യൂമിന്റെ ഗന്ധം.

"ഇബിടിരിക്ക്." ഉമ്മുവിനെ കട്ടിലിൽ പിടിച്ചിരുത്തിയിട്ട് അയാൾ ഷർട്ട് അഴിച്ചു ഹാങ്ങറിൽ തൂക്കി.

മറ്റൊരു പുരുഷനെ തനിച്ചു ഇത്ര അടുത്ത് ഈ രൂപത്തിൽ അവ ളാദ്യം കാണുകയായിരുന്നു. അവൾക്കെന്തോ വല്ലായ്മ തോന്നി. ഈ സമയത്ത് അയാൾ ഷർട്ടഴിക്കരുതായിരുന്നു. അങ്ങനെയുള്ള ഒരാളല്ലാ

യിരുന്നു അവളുടെ മനസ്സിൽ. എങ്കിലും ഒരാളെ ഇഷ്ടപ്പെടാൻ മറ്റനേകം സംഗതികൾ വേറെ കാണുമല്ലോ എന്നാശ്വസിച്ചു. തൊണ്ട വരണ്ടുണങ്ങിപ്പോകും പോലെ ഒരവസ്ഥ അവൾക്കുണ്ടായി.

"ഇത്തിരി വെള്ളം." മടിച്ചു മടിച്ചാണ് അവൾ ചോദിച്ചത്.

"ഉമ്മൂന് പേടിണ്ടാ?" അബ്ദുൾ റസാഖ് പരവശമായ ശബ്ദത്തിൽ ചോദിച്ചു.

"ഇല്ല."

"അടുക്കള പൂട്ടികാണും ഇനീപ്പ വെള്ളം." അയാൾ നിസ്സംഗതയോടെ പറഞ്ഞു.

"വേണ്ടാ." തൊണ്ട കൂടുതൽ വരണ്ടെങ്കിലും അവൾക്കങ്ങനെ പറയാനാണ് തോന്നിയത്. പക്ഷേ, തലയിലെ ചൊരുക്ക് കൂടുന്നത് സഹിക്കാവുന്നതിനും അപ്പുറത്തായി എന്ന് തോന്നിയതും അവൾക്ക് എങ്ങനെയും തന്റെ അസുഖത്തെക്കുറിച്ച് പറഞ്ഞേ തീരൂ എന്നായി.

"ഞമ്മക്ക്." അത്രയും പറയാനേ കഴിഞ്ഞുള്ളൂ.

അപ്പോഴേക്കും അബ്ദുൾ റസാഖ് അവളുടെ മുഖത്തേക്ക് മുഖം ചേർത്ത് ഉമ്മൂ എന്ന് വിളിച്ച് കഴിഞ്ഞു.

വയറ്റിൽ ഉരുണ്ടുകൂടിയ ഓക്കാനം പിടിച്ചുനിർത്താൻ ഉമ്മുവിന് അന്നേരം കഴിഞ്ഞതുമില്ല. വാ പൊത്തിക്കൊണ്ട് അവൾ കുളിമുറിയിലേക്ക് ഓടി.

ആ രാത്രി തലേന്നത്തെപ്പോലെ അല്ലായിരുന്നു. ആണുങ്ങളും പെണ്ണുങ്ങളും ഉറക്കെ ഒച്ചവയ്ക്കുകയും ഉമ്മുവിന്റെ വീട്ടുകാരെയും കല്യാണ ദല്ലാളെയും ചീത്ത വിളിക്കുകയുംചെയ്തു. ആ പ്രശ്നം അവിടെ തീരില്ലെന്നും ജീവിതം എന്നേക്കുമായി മാറിമറിയുമെന്നും തിരിച്ചറിയാൻ ഉമ്മുവിന് പിറ്റേന്ന് നേരം വെളുക്കുവോളം കാത്തിരിക്കേണ്ടി വന്നു.

രാവിലെ ജോലിക്കാരി വന്ന് വീട്ടിലേക്ക് ആളെ അയച്ചിട്ടുണ്ട് ഒരുങ്ങിയിരുന്നോളി എന്നു പറഞ്ഞ നിമിഷം ഉമ്മുവിന്റെ മനസ്സിലേക്ക് അമ്മായിയുടെ മകളുടെ കറുപ്പ് വീണ കൺതടങ്ങൾ ഓർമ്മ വന്നു.

മണിയറയിൽ രണ്ടു ദിവസം ഛർദ്ദിച്ചവൾക്ക് കാര്യമായ എന്തോ കുഴപ്പമുണ്ടെന്ന് സംസാര വിഷയമായിക്കഴിഞ്ഞിരുന്നു. നിക്കാഹ് കഴിഞ്ഞു രണ്ടാം നാൾ വീട്ടിലേക്ക് തിരിച്ചയക്കപ്പെടുന്നവളുടെ അപമാനമല്ല അവളെ വേദനിപ്പിച്ചത്. സുദീർഘമായ ദാമ്പത്യത്തിന്റെ മാധുര്യം ഇപ്പൊഴും അനുഭവിക്കുന്ന ഉപ്പച്ചിയുടെയും ഉമ്മയുടെയും കണ്ണിലെ കണ്ണീരാകാനാണല്ലോ തന്റെ നിയോഗമെന്ന സങ്കടമായിരുന്നു.

ഉമ്മു ചെല്ലുമ്പോ ഹാളിൽ ഉപ്പച്ചി അബ്ദുൾ റസാഖിന്റെ ബന്ധുക്കളെ കാര്യങ്ങൾ പറഞ്ഞു മനസ്സിലാക്കാൻ പരിശ്രമിക്കുകയായിരുന്നു. ആരും തന്നെ ആ വാക്കുകൾ കേൾക്കാൻ താല്പര്യം കാണിച്ചില്ല. പുയ്യാപ്ല സെറ്റിയിൽ ഇരിപ്പുണ്ട്. അയാൾ അവളുടെ മുഖത്തേക്ക് നോക്കിയില്ല. അവൾ നോക്കി. നിമിഷങ്ങളോളം ഉറ്റുനോക്കി നിന്നു. ഏതാനും നിമി

ഷങ്ങൾ തന്റെ മുന്നിൽ അർദ്ധ നഗ്നനായി നിന്ന ഒരാൾ. അത്രയും മാത്രമേ ഈ വ്യക്തിയുമായി ബന്ധമുള്ളൂ. താൻ സ്നേഹിച്ചിട്ടില്ല, സ്നേഹിച്ചു തുടങ്ങാൻ മാത്രം അറിഞ്ഞു തുടങ്ങിയിരുന്നില്ല. എന്നിട്ടും ഇറങ്ങിപ്പോകാൻ നേരം ഉമ്മു അയാളെ ഉറ്റു നോക്കി നിന്നു.

പിറ്റേന്ന് കല്യാണ ദല്ലാൾ വന്ന് അബ്ദുൾ റസാഖ് അവളെ തലാക് ചൊല്ലി എന്ന് പറഞ്ഞപ്പോൾ അവളുടെ ഉമ്മയിൽനിന്നും ഹെന്റെ റബ്ബേ എന്നൊരു വിളി ഉയർന്നു.

അവളെ ആ വാക്കുകൾ നടുക്കിയില്ല. ഭാവി എന്നൊരു ചോദ്യചിഹ്നത്തിന് മുന്നിൽ തരിച്ചു നില്ക്കാൻ ഒരുക്കമല്ലാത്തതിനാൽ ഉമ്മു ഉപ്പച്ചിയോട് വീണ്ടും ജോലിക്കു പോയാലോ എന്നാരാഞ്ഞു.

"ബേണ്ടാ"

ഒരു വാക്ക് മാത്രമായിരുന്നു മറുപടി. അതിനപ്പുറം വിശദീകരണമോ, ഇനിയൊരു മനം മാറ്റമോ ഉണ്ടാകത്തവിധം വിരാമമിട്ട മറുപടി.

ദിവസങ്ങൾ, ആഴ്ചകൾ, മാസങ്ങൾ വീട്ടിലും, പറമ്പിലുമായി അവളുഴറി നടന്നു. അയൽക്കാരിൽ ചിലർ അവളുടെ വയർ വീർത്തോ, ചുഴലി ബാധിച്ച് വീഴുന്നുണ്ടോ എന്നറിയാൻ വേണ്ടിമാത്രം വേലിക്കൽനിന്നും കുശലാന്വേഷണം നടത്തി.

ഉമ്മൂമ്മയുടെ ആട് മൂന്ന് കുഞ്ഞുങ്ങളെ ഒരുമിച്ച് പെറ്റു എന്നതായിരുന്നു ആകെയുണ്ടായ വിശേഷം. ഇടയ്ക്ക് വല്ലപ്പോഴും അവൾ വിഷ്ണുവിനെ ഓർത്തു. അയാളുടെ തമാശകളെ, പൊട്ടിച്ചിരികളെ, ചിരിച്ചു കൊണ്ടു തന്നെ അവളോടു പറഞ്ഞ പ്രണയത്തെക്കുറിച്ച് ഓർക്കുമ്പോഴൊക്കെ അവൾ വിഷാദവതിയാകും. ഓരോ മനുഷ്യനും ഒരു മതമുണ്ട് എന്ന് പറഞ്ഞ കൂട്ടുകാരിയെ ഓർത്ത് സഹതപിക്കും.

"അനക്ക് തയ്യല് പടിച്ചൂടെ?"

ഒരിക്കൽ വേലിക്കൽ വന്നു നിന്ന് വിശേഷം തിരക്കവേ കൂട്ടുകാരി ചോദിച്ചു.

അവളുടെ കൈയിലെ സുവോളജി ബുക്കിലേക്ക് ആർത്തിയോടെ നോക്കവേ ഉപ്പിലിട്ട നെല്ലിക്ക കണ്ടതുപോലെ ഉമ്മുവിന്റെ നാവിൽ വെള്ളമൂറി.

മറുപടി പറയാതെ തിരിച്ചു നടന്നെങ്കിലും രാത്രിയിൽ അവൾ ഉമ്മയോട് തയ്യൽ പഠിക്കുന്നതിനെക്കുറിച്ച് പറഞ്ഞു.

"ഹെന്റെ ഉമ്മൂ" എന്ന് ഉമ്മ ഒരൊറ്റ വിളി വിളിച്ചു.

രാത്രിയിൽ കഞ്ഞി കുടിച്ചുകൊണ്ടിരിക്കുന്ന ഉപ്പച്ചിയോട് പതറിയ ശബ്ദത്തിൽ ഉമ്മ അവളുടെ തയ്യൽ പഠനം ചർച്ച ചെയ്യുന്നത് ഉമ്മു ആകാംക്ഷയോടെ കാതോർത്തിരുന്നു.

"ഓള് പോട്ടെ. എന്തേലും കൈത്തൊഴില് പഠിച്ചാൽ വീട്ടിലിരുന്ന് മുഷിയണ്ടല്ലാ." ഉമ്മ സ്വരം താഴ്ത്തി പറയുകയാണ്.

"ബേണ്ടാ."

ഒറ്റ വാക്കിൽ മറുപടി.

ചെറിയ താളത്തിൽ കറങ്ങിക്കൊണ്ടിരിക്കുന്ന ഫാനിലേക്ക് കണ്ണുനട്ട് കിടക്കുകയായിരുന്നു അവൾ. മറ്റൊന്നും ചെയ്യാനില്ലാത്തതിനാൽ ഇങ്ങനെ നിർജ്ജീവങ്ങളായ വസ്തുക്കളെ ഉറ്റുനോക്കി സമയം കളയുകയാണ് ഒരേയൊരു പോംവഴി.

ദിവസത്തെ പതിനായിരം നാരുകളായി കീറി വിതറിയിടും പോലെയാണത്. വീട്, ആട്ടിൻ കൂട്, മുറ്റം, പറമ്പിന്റെ നാലതിരുകൾ ഇങ്ങനെ ഓരോ മണിക്കൂറിൽ വീതം വച്ചാലും പിന്നെയും ബാക്കിയാവുന്ന സമയത്തിന്റെ അളവുകൾ.

അവൾക്ക് പ്രതീക്ഷയുണ്ടായിരുന്നില്ല. എന്നിട്ടും ഉപ്പച്ചിയുടെ വാക്ക് ഹൃദയത്തെ കീറിമുറിച്ചു.

ഉമ്മുകൊലുസൂ... ഉമ്മൂ എന്ന് എത്രയോ നാളായി ഉപ്പച്ചി ഒന്നു വിളിച്ചിട്ട്.

പിറ്റേന്ന് രാവിലെ ജോലിക്കു പോകാനിറങ്ങവേ ഉപ്പച്ചിയെ അവൾ പിന്നിൽനിന്നും വിളിച്ചു.

നാളുകൾക്ക് ശേഷമാണ് ഉപ്പച്ചിയെ ഇങ്ങനെ വിളിക്കുന്നത്.

"ഞമ്മക്കൊരു പർദ്ദ വേണം."

അവളുടെ ശബ്ദം ശാന്തമായിരുന്നു.

ഉപ്പച്ചി അവളെ മിഴിച്ചു നോക്കി.

"ഞമ്മക്കൊരു പർദ്ദ വാങ്ങിത്തരൂ ഉപ്പച്ചി. പറ്റുമെങ്കിൽ ഇരുമ്പു ചട്ടയുള്ളത്, എനിക്കെന്നെ ഒന്നൊളിപ്പിക്കണം. മുഖം മറയ്ക്കുന്ന ഇരുമ്പു പടുത കൂടിയുള്ളത്, എന്റെ കണ്ണുകൾ കൂടി മറയ്ക്കാൻ പറ്റിയ ഒന്ന്....."

അപ്നാ ദേശ് യാ അപ്നാ ഖൂൻ
അഥവാ ജീവന്റെ തുടിപ്പ്

കോളനിയിൽ മുമ്പൊരിക്കലും ഇതുപോലൊരു നിശ്ശബ്ദത എനിക്കനുഭവപ്പെട്ടിട്ടില്ല. ആ നിശ്ശബ്ദതയിലേക്കാണ് ദക്ഷ കയറി വന്നത്. മൂന്നാല് ദിവസമായി വീടിനകത്തു തന്നെ കഴിച്ചു കൂട്ടിയ ഞാൻ അവളുടെ ആവശ്യം മാനിച്ചാണ് ഇന്ന് പുറത്തേക്കിറങ്ങാൻ സന്നദ്ധനായത്. കോളനിയാകെ ഉലച്ചു കളഞ്ഞ സംഭവം നടന്നിട്ട് നാലു നാൾ കഴിഞ്ഞെങ്കിലും ആ നടുക്കത്തിന്റെ അടയാളങ്ങൾ വിട്ടുമാറാത്ത നിരത്തിലൂടെ നിശ്ശബ്ദരായി ഞങ്ങൾ നടന്നു.

ആ ദിവസം വെളുപ്പിന് ഭാര്യ പൂജാമുറിയിൽ വിളക്ക് കൊളുത്തും നേരം തെരുവിന്റെ തെക്കേ അതിരിൽ വലിയൊരു സ്ഫോടന ശബ്ദം കേട്ടാണ് ഞങ്ങളെല്ലാവരും ഉദ്വേഗത്തോടെ പുറത്തേക്കോടിയത്. രണ്ടു മൂന്നാഴ്ചയായി കോളനിയിൽ നിരോധനാജ്ഞ നിലനില്ക്കുന്നതു കൊണ്ടു അസാധാരണമായ എന്തു ശബ്ദം കേൾക്കുന്നതും ഭീതിയോടെയാണ്. മനുഷ്യർക്ക് പരസ്പരമുള്ള ആശയവിനിമയ മാർഗ്ഗങ്ങളിൽപ്പോലും നിയന്ത്രണങ്ങളുണ്ട്. കോളനിക്ക് പുറത്തേക്കും അകത്തേക്കുമുള്ള സഞ്ചാരങ്ങൾ പൊലീസ് നിരീക്ഷണവിധേയമായി മാത്രമാണ് സാദ്ധ്യമാകുന്നത്. ആളുകൾ ജോലിക്കു പോകുന്നു, വരുന്നു. വച്ചുണ്ടാക്കുന്ന വിഭവങ്ങൾ വായ്ക്കു രുചിയില്ലാതെ എന്തിനോ കഴിക്കുന്നു, കുടിക്കുന്നു, ഉറങ്ങാൻ പരിശ്രമിക്കുന്നു, ഭയം മാറ്റാൻ സംഭോഗത്തിൽ ഏർപ്പെടുന്നു. ഇതിനുമുമ്പ് മനുഷ്യരുടേതായ എന്തെങ്കിലുമൊക്കെ അനുഭവിച്ചിരുന്നുവെങ്കിൽ അതൊന്നുമിപ്പോൾ ഓർമ്മയിൽ വരുന്നില്ല. പട്ടിണിയെക്കാളും ഭീതിജനകമായ മരണഭയം ഞങ്ങളെ പ്രജ്ഞ നഷ്ടപ്പെട്ടവരാക്കി തീർത്തിരിക്കുന്നു. രാജ്യം മുഴുവൻ നിരോധനാജ്ഞ പ്രഖ്യാപിക്കാൻ സാദ്ധ്യതയുണ്ടെന്ന് കേൾക്കുന്നു. സോഷ്യൽ നെറ്റ് വർക്കുകൾ എല്ലാം തന്നെ ദിവസങ്ങളായി വിച്ഛേദിക്കപ്പെട്ടു കഴിഞ്ഞു.

ആശയപരമായ സ്വാതന്ത്ര്യമെന്നത് ഇനി സ്വപ്നങ്ങളിൽ മാത്രമാകുമോ യെന്നാണ് ആശങ്ക.

തെരുവിന്റെ തെക്കേ അതിര് കുട്ടികൾക്കുള്ള പാർക്കാണ്. മകനേയും കൊണ്ട് വൈകുന്നേരങ്ങളിൽ ഞാനും ഭാര്യയും അവിടെ കാറ്റ് കൊള്ളാൻ പോകാറുള്ളതാണ്. കുഞ്ഞുങ്ങൾ അവരുടേതായ ലോകം തീർക്കുന്ന നേരങ്ങളിൽ മുതിർന്ന ആളുകൾ ചുറ്റും കൂടിയിരുന്നു പലതരം കളികളിൽ ഏർപ്പെടും. നാനാ തരം ഭക്ഷണ സാധനങ്ങൾ ഓരോരുത്തരും പൊതിഞ്ഞു കൊണ്ടുവരും. ആണുങ്ങൾ രാഷ്ട്രീയവും പെണ്ണുങ്ങൾ നാട്ടുവിശേഷങ്ങളും പങ്കുവയ്ക്കും. നല്ല ചൂടൻ കപ്പലണ്ടിയുമായി ബാബ അന്നേരമാവും കടന്നുവരുന്നത്. എന്റെ മകന് ബാബയോടു പ്രത്യേക ഒരിഷ്ടമുണ്ട്. അദ്ദേഹം ഈ നാട്ടിലേക്കു വന്നിട്ട് അധികകാലമായിട്ടില്ല. ബംഗ്ലാദേശിൽനിന്നും 2012 ൽ വന്ന ഒരാളാണ് ബാബ. 141 മില്യൺ ജനങ്ങളുള്ള രാജ്യത്തുനിന്നും ഭാരതമെന്ന രാജ്യത്തേക്ക് നദികളും കരകളും താണ്ടി ജീവിതം കണ്ടെത്താൻ വന്ന അനേകം ബംഗ്ലാദേശികളിൽ ഒരാൾ. മകന്റെ വിദ്യാഭ്യാസവുമായി ബന്ധപ്പെട്ടാണ് ബാബ ഡൽഹിയിലേക്ക് വന്നത്. അതോടെ ബാബയും ഭാര്യയും ഇവിടെത്തന്നെ സ്ഥിരതാമസമാക്കി. ഏതാനും നാളുകൾക്ക് മുമ്പ് ഭാര്യ മരിച്ചതോടെ ഇന്ത്യ വിട്ടുപോകാനാവാത്ത വിധം ആത്മബന്ധം ഞങ്ങളോടൊക്കെയായി അദ്ദേഹത്തിനുണ്ടാകുകയും ചെയ്തു.

ഇടത്തരക്കാർ താമസിക്കുന്ന ഈ കോളനിയിൽ നാനാജാതി മതസ്ഥരുണ്ട്. ആരും തമ്മിൽ ഇതുവരെ അഭിപ്രായവ്യത്യാസങ്ങൾ ഉണ്ടായിട്ടില്ല. ബാബയാണെങ്കിൽ ഏത് മതത്തിൽപ്പെട്ടയാളുടെ വീടാണെങ്കിലും ആവശ്യങ്ങൾക്ക് കൈയും മെയ്യും മറന്നു സഹായിക്കുന്നൊരാളും. ബാബയുടെ കുടുംബം ഇറാനിൽനിന്നും ബംഗ്ലാദേശിലേക്ക് കുടിയേറിപ്പാർത്ത അറബ് മുസ്ലിം വിഭാഗക്കാർ ആണെന്നാണ് കേട്ടിട്ടുള്ളത്. പലായനത്തിന്റെ ഭീകരതയും അപമാനങ്ങളും അനുഭവിച്ചു തഴക്കം വന്ന മനസ്സായത് കൊണ്ടാകാം ബാബ ആരോടും ദേഷ്യപ്പെട്ടു കണ്ടിട്ടില്ല. മുഖത്ത് സദാസമയം തെളിഞ്ഞു നില്ക്കുന്ന കാരുണ്യഭാവം അന്യഥാ ബോധം തീണ്ടാതെ ആരെയും വലിച്ചടുപ്പിക്കുന്നതായിരുന്നു.

ഏതാനും ആഴ്ചകളായി രാജ്യത്തു നടന്നുകൊണ്ടിരിക്കുന്ന കലാപങ്ങളും പ്രതിരോധങ്ങളും മൂർദ്ധന്യാവസ്ഥയിലെത്തിയിരിക്കുന്നു. കൈയിൽ പണമുണ്ടെങ്കിലും ചെലവഴിക്കാനും ജീവിക്കാനുമുള്ള മാർഗ്ഗങ്ങൾ അടച്ചുവച്ചിരിക്കുന്നതുകൊണ്ട് ഭക്ഷണമോ, ചികിത്സയോ കിട്ടാതെ ആരും ഏതുനിമിഷവും മരിച്ചുവീഴാം. രാജ്യത്ത് ഇങ്ങനെയൊരു പ്രതിസന്ധി വന്നുചേരുമെന്ന് കുടിയേറിപ്പാർത്ത ആരും തന്നെ സങ്കല്പിച്ചിട്ടു പോലുമുണ്ടാവില്ല. കോളനിയിലെ ഇപ്പോഴുള്ള പ്രശ്നങ്ങൾക്ക് കാരണമായത് ബാബയ്ക്ക് പാക് തീവ്രവാദി സംഘടനയുമായി ബന്ധമുണ്ടെന്നുള്ള സംശയാസ്പദമായ കണ്ടെത്തലായിരുന്നു. തെളിവിനുള്ള രേഖകളൊന്നും പൊലീസിന് കിട്ടിയിട്ടില്ലായെന്നാണ് കോളനി പ്രസിഡന്റ് പറഞ്ഞത്. എന്നിട്ടും അധികാരികൾ കോളനിക്കാർക്ക് എതിരെ പ്രഖ്യാ

പിച്ച കർശന നിലപാടിന് ഒരിളവും ഇതുവരെ ലഭിച്ചില്ല. ഈ അവസ്ഥ കുറച്ചുനാളെക്കേ ഉണ്ടാകൂ എന്നാണ് അധികാരികൾ ഞങ്ങളെ പറഞ്ഞ് ആശ്വസിപ്പിച്ചിരിക്കുന്നത്. താല്ക്കാലികമായ ആശ്വാസവചനങ്ങൾ എന്ന തിനപ്പുറം അത്തരം പൊള്ളയായ വാക്കുകൾക്ക് ഞങ്ങളാരും വിലകൊടു ക്കാതെയായി.

* * * * *

കല്യാണപ്പെണ്ണിന്റെ പുതുമോടി മാറാത്ത കണ്ണുകളോടെയാണ് അമ്മു ആദ്യമായി ഡൽഹിയിൽ വരുന്നത്. ഭർത്താവിന്റെ കൈ പിടിച്ചു കൊണ്ട് കേട്ടു പരിചയമുള്ള പൗരാണിക സ്മാരകങ്ങളും അനേകം ഖലികളുമെല്ലാം മാസങ്ങൾ കൊണ്ടുതന്നെ അന്ധാളിപ്പ് നിറഞ്ഞ കണ്ണു കളോടെ അമ്മു ഓടിപ്പാഞ്ഞു നടന്നുകണ്ടു. ആഗ്രയിൽ കുത്തബ് മിനാറിൽ, ജുമാമസ്ജിദിൽ, നാഷണൽ പാർക്കിൽ, എല്ലാമെല്ലാം കൗതുകം നിറഞ്ഞ കണ്ണും മനസ്സുമായി നടന്നുകണ്ടശേഷം അമ്മു നാട്ടിലെ തന്റെ സ്നേഹിതയ്ക്ക് മെസേജ് അയച്ചു.

"ഭൂപടത്തിൽ കാണുന്ന ഇന്ത്യയല്ല യഥാർത്ഥ ഇന്ത്യയെന്ന് അറി യണമെങ്കിൽ നമ്മൾ അകക്കണ്ണുകൂടി തുറന്നുവച്ചുകൊണ്ടു സഞ്ചരി ക്കണം."

അവർ താമസിക്കുന്ന കോളനിയിൽ ഏതാനും പേർ ചേർന്ന് ഏറ്റു മുട്ടൽ ഉണ്ടാവുകയും രാഷ്ട്രീയക്കാരും മാധ്യമപ്രവർത്തകരും ഏറ്റെ ടുത്ത് അതൊരു മതപ്രശ്നമാക്കി തീർക്കുകയും ചെയ്തപ്പോഴാണ് അമ്മു വിന്റെ ഭർത്താവിനും മറ്റ് ചിലർക്കും പരിക്കേറ്റ് ആശുപത്രിയിൽ കിട ക്കേണ്ടിവന്നത്. ശരീരത്തിൽനിന്നും വാർന്നുപോയ രക്തത്തിന്റെ അള വിനൊത്തു രക്തം ലഭിച്ചില്ലായെങ്കിൽ ജീവൻ നഷ്ടപ്പെട്ടേക്കുമെന്ന് ഡോക്ടർമാർ മുന്നറിയിപ്പ് കൊടുക്കുമ്പോൾ അവളുടെ കൂടെ ഉണ്ടാ യിരുന്നത് ബാബ മാത്രമായിരുന്നു. എന്താണ് ചെയ്യേണ്ടതെന്നോ ആരോ ടാണ് സഹായം ചോദിക്കേണ്ടതെന്നോ അറിയാതെ വിങ്ങിപ്പൊട്ടി നിന്ന അവളുടെ നേർക്ക് ആ മനുഷ്യൻ ഒരു പിതാവിന്റെ കരുതലോടെ വിഷ മിക്കേണ്ട മകളെയെന്ന് ആശ്വസിപ്പിക്കുകയും മകനെ കോളേജിൽനിന്നും വിളിച്ചുവരുത്തി രക്തദാനമെന്ന സവിശേഷ പദം അർത്ഥമുള്ളതാക്കുക വഴി രണ്ടു മതത്തെയും രണ്ടു രാജ്യത്തെയും ലയിപ്പിച്ചെടുക്കാൻ സാധി ക്കുമെന്ന് അമ്മുവിനോട് തമാശ പറഞ്ഞു ചിരിക്കുകയും ചെയ്തു.

കോളനിയിൽ പൊലീസ് ലാത്തിച്ചാർജ് ഏറ്റവർ വേറെയും ഉണ്ടാ യിരുന്നു. ഇടയ്ക്കിടെ തെരുവിൽ ഗുണ്ടകൾ തമ്മിലുള്ള അടിപിടികൾ ഉണ്ടാകാറുള്ളതാണ്. രാജീവ് ഈ കൂട്ടത്തിലൊന്നും പെടുന്ന ആളായി രുന്നില്ല. വൈകിട്ട് വീട്ടിലേക്ക് നടന്നുവരുമ്പോൾ പാർക്കിന്റെ സൈഡിൽ മൂന്നാല് പേർ ചേർന്ന് ഒരുത്തനെയിട്ട് ചവിട്ടിക്കൂട്ടുന്നു. നിമിഷങ്ങൾ കൊണ്ട് ചവിട്ടുകൊള്ളുന്നവന്റെ ഗ്യാങ് പാഞ്ഞെത്തി. അടിപിടി കൂടുതൽ കൊഴുത്തു. പൊലീസ് സ്ഥലത്തെത്തുമ്പോ രണ്ടു സംഘവും പലവഴി പിരിയാൻ തുടങ്ങിയിരുന്നു.

സ്ഥലത്തെ എം എൽ എയ്ക്കു വേണ്ടപ്പെട്ട ഒരുത്തൻ അടികൊ

ടുത്ത ഗ്രൂപ്പിൽ ഉള്ളതുകൊണ്ട് ന്യായത്തിന്റെ പക്ഷമൊന്നും നോക്കാതെ കൈയിൽ കിട്ടിയവനെയൊക്കെ അവരങ്ങു പൂശി. രണ്ടു ദിവസം കഴിഞ്ഞപ്പോൾ ആ അടിപിടി കേസ് മതവിഭാഗങ്ങൾ തമ്മിലുള്ള വൈരമാണെന്ന് രാഷ്ട്രീയക്കാരും പൊലീസും കൂടി വരുത്തി തീർത്തു. മാധ്യമങ്ങൾ വേണ്ടത്ര പ്രചാരം വാർത്തയ്ക്ക് കൊടുക്കുകയും ചെയ്തപ്പോൾ തെരുവിൽ രണ്ടു വിഭാഗത്തിന്റെയും ആളുകൾ തമ്മിൽ വീണ്ടും തല്ലുണ്ടായി. യഥാർത്ഥത്തിൽ വന്നവരിൽ ഭൂരിഭാഗവും പുറത്തുനിന്ന് ഇറക്കിയ രാഷ്ട്രീയ ഗുണ്ടകൾ ആയിരുന്നു. കടയിലേക്ക് പോകാനിറങ്ങിയ രാജീവിനെയും അവർ വെറുതെ വിട്ടില്ല. പാർക്കിൽ തല്ല് നടക്കുമ്പോൾ നോക്കി നിന്നവരുടെ കൂട്ടത്തിലുണ്ടായിരുന്ന രാജീവിന്റെ മുഖം അവർ സ്കെച്ച് ചെയ്തു വച്ചിരുന്നു.

മുമ്പൊരിക്കൽ അമ്മുവിന് പനികൂടി ആശുപത്രിയിൽ അഡ്മിറ്റ് ചെയ്തപ്പോഴും ബാബയാണ് രാജീവിനെ ജോലിക്ക് പറഞ്ഞുവിട്ട് അവൾക്ക് കൂട്ടിരുന്നത്. കോളനിയിലുള്ള ഓരോരുത്തർക്ക് വേണ്ടിയും അദ്ദേഹം ഇതേ മനുഷ്യത്വം കാണിച്ചിരുന്നു. ആ ബാബയാണ് പാക് തീവ്രവാദത്തിന് വേണ്ടി ഈ രാജ്യത്തെ ഒറ്റുകൊടുക്കാനായി പ്രവർത്തിച്ചിരുന്നതെന്ന് ഉൾകൊള്ളാൻ ഈ നിമിഷംവരെ അമ്മുവിന് സാധിച്ചിട്ടില്ല.

രാജീവിന് നഗരത്തിൽ ചെറിയൊരു ഇന്റർനെറ്റ് കഫേയും ഫോട്ടോസ്റ്റാറ്റ് ഷോപ്പും ഉണ്ടായത് പൊലീസ് പൂട്ടി സീൽ വച്ചു. സർക്കാർ പൗരത്വ ഭേദഗതി ബിൽ നടപ്പിലാക്കുന്നുവെന്നും അതിനെതിരായി രംഗത്ത് വന്നവരെല്ലാം പൊലീസിന്റെ നോട്ടപ്പുള്ളികളാണെന്നും പത്രത്തിലും വാർത്തകളിലും കാണുന്നുണ്ട്. പക്ഷേ, അത്തരം പ്രവർത്തനങ്ങളുമായി യാതൊരുവിധ ബന്ധവുമില്ലാത്ത തന്റെ ഭർത്താവിന്റെ കട എന്തിന്റെ അടിസ്ഥാനത്തിലാണ് പൂട്ടിയതെന്ന് അമ്മുവിന് എത്ര ആലോചിച്ചിട്ടും മനസ്സിലാകുന്നുണ്ടായിരുന്നില്ല.

ഹോസ്പിറ്റലിൽനിന്നും ഡിസ്ചാർജ് വാങ്ങി കോളനിയിലെ ഒറ്റമുറി ഫ്ളാറ്റിൽ തിരികെ വന്നതിനുശേഷം അമ്മുവോ ഭർത്താവോ ബാബയെ കണ്ടിട്ടില്ല. അന്വേഷിച്ചപ്പോൾ ബാബയെ സംശയത്തിന്റെ പേരിൽ പൊലീസ് അറസ്റ്റ് ചെയ്തുവെന്നും അദ്ദേഹത്തിന്റെ മകനെ ഏതാനും ദിവസങ്ങളായി കാണാനില്ലായെന്നും പറഞ്ഞുകേട്ടു. ബാബയും മുഹമ്മദ് ഇസ്മയിൽ എന്ന മകനും യഥാർത്ഥത്തിൽ ആരായിരിക്കാം എന്ന സംശയങ്ങൾ പല രൂപത്തിലും ഭാവത്തിലും കോളനിയിലുള്ളവർ വർണ്ണിച്ചുകൊണ്ടിരുന്നു. ബാബയ്ക്ക് തീവ്രവാദി സംഘടനയുമായി ബന്ധമുണ്ടെന്നും ഇസ്മയിൽ പഠിക്കാൻ വേണ്ടിയെന്ന വ്യാജേന ഇന്ത്യയിൽ വന്നതുതന്നെ രാജ്യത്തിനെതിരെ പ്രവർത്തിക്കുന്ന തീവ്രവാദി സംഘടനയുടെ ചാരനായിട്ടാണെന്നുമാണ് പൊലീസ് ഭാഷ്യം.

ഇറാനിൽനിന്നും അഭയാർത്ഥിയായി വന്ന് ബംഗ്ലാദേശിൽ കുടിയേറി പാർത്ത മുഹമ്മദ് ഫറോക്ക് ഘസി എന്ന ബാബയും മകൻ മുഹമ്മദ് ഇസ്മയിലും ചാരന്മാർ ആയിട്ടാണ് തങ്ങളുടെ കൂട്ടത്തിൽ ജീവിച്ചതെന്ന്

ഈ കോളനിയിൽ ആരും വിശ്വസിക്കില്ലായെന്ന അമ്മുവിന്റെ ധാരണയെ തകിടം മറിച്ചുകൊണ്ട് അവളുടെ ഭർത്താവ് രാജീവും കോളനി പ്രസിഡന്റും അടക്കം ചിലരെല്ലാം സന്ധ്യക്ക് ഒത്തുകൂടി. ബാബയും മകനും തിരികെ വന്നാൽ കോളനിയിൽ പ്രവേശിപ്പിക്കുന്ന കാര്യത്തിൽ എടുക്കേണ്ട നിലപാടുകളെക്കുറിച്ചുള്ള ചർച്ചകൾ നടത്തിത്തുടങ്ങുകയും ചെയ്തു.

"രാജീവേട്ടാ" രാത്രിയിൽ അയാളുടെ തലയിലെ മുറിപ്പാടിൽ തലോടിക്കൊണ്ട് അമ്മു ആശങ്കയോടെ വിളിച്ചു.

"ഊം" മുറിഞ്ഞുപോയ തന്റെ ചിന്താ ധാരയെ തടസ്സപ്പെടുത്തിയതിന്റെ ഈർഷ്യയോടെ അയാൾ മൂളി.

"ബാബ കുറ്റവാളിയാണെന്ന് രാജീവേട്ടൻ വിശ്വസിക്കുന്നുണ്ടോ."

"ആരും നമ്മളാരും കരുതുംപോലെ സാത്വികരൊന്നുമല്ല അമ്മു. അല്ലെങ്കിൽ പിന്നെ അയാളും മകനും എന്തിനാ ഇന്ത്യയിൽ തുടരുന്നത്? ചെറുക്കന്റെ വിദ്യാഭ്യാസം കഴിഞ്ഞ നിലയ്ക്ക് തിരികെ നാട്ടിൽ പോകരുതോ! പകരം ഒന്ന് തീരുമ്പോ അടുത്ത കോഴ്സ്. അങ്ങേര് ബംഗ്ലാദേശീയല്ല ഇറാനിയാണ് എന്നൊക്കെയാണ് പൊലീസ് പറയുന്നത്. ആരാണെന്ന് ആർക്കറിയാം. എന്തായാലും ഈ നാടു കുട്ടിച്ചോറാക്കാൻ അവരുടെ ജാതിക്കാര് ഒരുപാട് പേരെ ഇറക്കീട്ടുണ്ടല്ലോ."

"അവരുടെ ജാതിക്കാരോ?" അമ്മു അമ്പരപ്പോടെ അയാളുടെ കൈത്തണ്ടയിൽ മുറുകെ പിടിച്ചു. ഏതാനും ആഴ്ചകൾക്ക് മുമ്പ് ബാബയുടെ മകന്റെ ശരീരത്തിൽനിന്നും ഊറ്റിക്കൊടുത്ത ചോരയുടെ ബലത്തിൽ മിടിപ്പ് നിലയ്ക്കാത്ത ധമനികൾ അവളുടെ ഉള്ളം കൈ ബലത്തിൽ ഞെരിഞ്ഞു.

"ഹോ. നെന്റെ നഖം. "രാജീവ് ദേഷ്യത്തിൽ അവളുടെ കൈ കുടഞ്ഞെറിഞ്ഞു

"അല്ലെങ്കിലും അയാളുടെ മകനെ കുറെനാൾ കടയിൽ നിർത്തിയതിന്റെ പേരിൽ ഞാനനുഭവിക്കാൻ ഇനിയൊന്നും ബാക്കിയില്ല. അപ്പോഴാ അവളുടെ മനുഷ്യസ്നേഹം."

അന്നേരമാണ് എന്തിന്റെ പേരിലാണ് പൊലീസ് രാജീവിന്റെ ഇന്റർനെറ്റ് ഷോപ്പ് പൂട്ടി സീൽ വച്ചതെന്ന് അമ്മുവിന് മനസ്സിലായത്.

ഇസ്മയിലിനെ കുറച്ചുനാളേക്ക് ഇന്റർനെറ്റ് ഷോപ്പിൽ രാജീവ് സഹായത്തിന് നിർത്തിയിരുന്നു. പി ജി കഴിഞ്ഞു ജോലിക്കായി ശ്രമിച്ചുകൊണ്ട് മകൻ വീട്ടിലിരുന്നു മുഷിയുന്നുവെന്ന് ബാബ ഒരിക്കൽ ആവലാതി പറഞ്ഞപ്പോഴാണ് രാജീവ് അവനെ കടയിൽ നിർത്തിയത്. സത്യത്തിൽ സഹായത്തിന് നിന്നിരുന്ന പയ്യൻമാരിൽ ഒരാൾ ജോലിനിർത്തി നാട്ടിലേക്കു പോയതിനിടയിൽ പെടാപ്പാട് പെടുന്ന സമയത്തായതുകൊണ്ടാണ് പിശുക്കനായ തന്റെ ഭർത്താവ് അങ്ങനെയൊരു സൽപ്രവൃത്തി ചെയ്തതെന്ന് അമ്മു ഇടയ്ക്കിടെ കളിയാക്കിപ്പറയും. ഒന്നു രണ്ടു മാസം കഴിഞ്ഞപ്പോൾ അവൻ അടുത്ത പി ജി എടുക്കാനായി കോളേജിൽ ചേരുകയും ചെയ്തു.

ഇസ്മായിലിലേക്കുള്ള വഴിയായിട്ടാവും പൊലീസ് രാജീവേട്ടനെ തിരക്കി വന്നതും കട സീൽ വയ്പിച്ചതും. അങ്ങനെയൊരു സംഭവ വികാസം ഉണ്ടായ നിലയ്ക്ക് ഇനിയങ്ങോട്ട് ബാബയുമായുള്ള എല്ലാ ബന്ധവും നിഷേധിക്കാൻ ഇടയുണ്ട്. രാജീവിന്റെ അച്ഛനും അമ്മയുമൊക്കെ അല്ലെങ്കിലും കുറച്ചുനാളായി മാറിയ നിലപാടുകൾകൊണ്ട് അമ്മുവിനെ അമ്പരപ്പിക്കുന്നു. കല്യാണ സമയത്തൊക്കെ ഇടതു രാഷ്ട്രീയവും അല്ലറ ചില്ലറ പാർട്ടി പ്രവർത്തനങ്ങളുമൊക്കെയായി നടന്നിരുന്ന അച്ഛൻ ഇപ്പോൾ നാട്ടിലെ ഹിന്ദുക്കളെ എങ്ങനെ സംരക്ഷിക്കണമെന്ന ബദ്ധപ്പാടിലാണ്. അമ്മയാകട്ടെ അച്ഛൻ പറയുന്ന തിനപ്പുറം വാക്കിനും ചിന്തയ്ക്കും എതിർവാക്കില്ല. "നമ്മള് ഹിന്ദുക്കൾ ഒറ്റകെട്ടായി നില്ക്കണം എന്നാലേ ഇനിയത്തെ കാലത്ത് രക്ഷയുള്ളൂ മോളെ"യെന്നാണ് കഴിഞ്ഞ സന്ദർശനത്തിൽ അച്ഛൻ പറഞ്ഞ ആപ്ത വാക്യം. രാജീവേട്ടൻ ആ ഉപദേശം കൃത്യമായി പാലിക്കാനും തുടങ്ങിയിട്ടുണ്ട്.

* * * * *

ശബ്ദം കേട്ടയിടം ലക്ഷ്യമാക്കിയുള്ള ഓട്ടത്തിനിടയിൽ ബാബയെ അവസാനമായി കണ്ട ദിവസത്തെക്കുറിച്ചാണ് ഞാനോർത്തത്. നേരം വെളുത്തു പത്തുമണി ആയിട്ടുണ്ടാവും. മഞ്ഞുവീഴ്ചയ്ക്ക് യാതൊരു വിധ കുറവും ഉണ്ടായിരുന്നില്ല. പരസ്പരം കാണാൻ ആവാത്ത വിധമാണ് വെളുപ്പാൻ കാലത്തെ അവസ്ഥ. ഡൽഹിയിൽ ഈ നൂറ്റാണ്ടിലെ ഏറ്റവും കൂടിയ തണുപ്പാണ്.

തണുത്ത് കൂട്ടിയിടിക്കുന്ന താടിയെല്ലുകളും വിറച്ചുകോച്ചുന്ന ശരീരവുമായി കോട്ടും സ്യൂട്ടും, ഗ്ലൗസും, കാലുകൾ മറയ്ക്കുന്ന ഷൂസുമൊക്കെ ധരിച്ചാണ് പുറത്തേക്കിറങ്ങുന്നത്. ആ വെളുപ്പിന് കിടപ്പറയിലെ ജനാലയിലൂടെ നോക്കുമ്പോൾ സ്ട്രീറ്റ് ലൈറ്റിന്റെ വെളിച്ചക്കീറുകൾ വീണു കിടക്കുന്ന പാതയോരത്ത് തുളച്ചുകയറുന്ന തണുപ്പിനെ വകവയ്ക്കാതെ കുത്തിയിരിക്കുന്ന ഒരു മനുഷ്യൻ. അത് ബാബ തന്നെയാണോയെന്ന് തിരിച്ചറിയാൻ കൊടിയ തണുപ്പിനെ അവഗണിച്ചുകൊണ്ട് എനിക്കു ബൽക്കണിയിലേക്കുള്ള വാതിൽ തുറക്കേണ്ടി വന്നു. ആ പാതയോരത്ത് ഈ സമയം ബാബ ഇരിക്കുന്നത് ആരുടെയെങ്കിലും ശ്രദ്ധയിൽ പെട്ടാൽ എന്താവും അവസ്ഥയെന്ന് ആലോചിക്കാൻ പോലും എനിക്കു ഭയം അനുഭവപ്പെട്ടു. അന്നേരം മറ്റൊന്നും ആലോചിക്കാതെ തലയിലൊരു മങ്കി ക്യാപ്പ് ധരിച്ചുകൊണ്ട് രണ്ടുംകല്പിച്ച് ഞാൻ ചാടി റോഡിലേക്കിറങ്ങി.

അടുത്തു ചെന്നു ബാബ എന്നു വിളിച്ചിട്ടും അദ്ദേഹം മുഖമുയർത്തി നോക്കിയില്ല. കുനിഞ്ഞു അദ്ദേഹത്തിന്റെ തോളിൽ തൊട്ട് ഒന്നുകൂടി വിളിച്ചു. മുഖമുയർത്തിയപ്പോൾ അദ്ദേഹത്തിന്റെ തിളങ്ങുന്ന കണ്ണുകൾ നിറഞ്ഞൊഴുകുന്നതാണ് കണ്ടത്. ആ തണുപ്പിലും മുഖത്തും താടിരോമങ്ങളിലും കണ്ണീരിന്റെ ചൂട് ഞാൻ തൊട്ടറിഞ്ഞു.

"രമേഷ് ബാബു, ഈ നാട് ഞങ്ങളുടെ കൂടി രാജ്യമാണ്. ഞാനോ എന്റെ മകനോ നമ്മുടെ രാജ്യത്തെ ഒറ്റുകൊടുക്കുമെന്ന് നിങ്ങൾ വിശ്വ

സിക്കുന്നുണ്ടോ? എന്റെ മകൻ ഇസ്മയിൽ ഇപ്പോൾ എവിടെയാണെന്ന് എനിക്കറിയില്ല. അവനെ പൊലീസ് കൊന്നോ അതോ ജയിലിൽ അടച്ചോ. ഞങ്ങളെ പൊലീസ് ഇവിടുന്ന് ഓടിച്ചു വിടുമോ രമേഷ് ബാബു. അവന്റുമ്മ ഇവിടുത്തെ മണ്ണിലാണ് ഉറങ്ങുന്നത്. ഈ മണ്ണിൽ കിടന്നു വേണം എനിക്കു മരിക്കാൻ. ഞാനും എന്റെ മകനുമൊക്കെ നിങ്ങൾക്ക് ശത്രുക്കളാണോ രമേഷ് ബാബു?"

ബാബയുടെ മുഖത്തൂടെ അതുവരെ കണ്ടിട്ടില്ലാത്ത നിസ്സഹായത യുടെയും ഭയത്തിന്റെയും അടയാളങ്ങൾ ഒഴുകിയിറങ്ങി.

എന്തു പറഞ്ഞാണ് ആശ്വസിപ്പിക്കേണ്ടതെന്ന് ഒരു രൂപവും കിട്ടി യില്ല. വാക്കുകൾ അർത്ഥശൂന്യമെന്ന് തോന്നിയതുകൊണ്ട് അദ്ദേഹത്തെ ബലമായി പിടിച്ചെഴുന്നേല്പിച്ചു ഫ്ളാറ്റിലേക്ക് കൊണ്ടുവരികയല്ലാതെ മറ്റൊരു വഴിയും എനിക്കു മുന്നിലില്ലായിരുന്നു.

ഞങ്ങൾ ചെല്ലുമ്പോ എന്നെ കാണാതെ ഭാര്യ വാതിൽ തുറന്നു നോക്കി നില്പുണ്ടായിരുന്നു.

"മീരാ ബാബയ്ക്ക് നല്ലൊരു കാപ്പിയിട്ടു കൊടുക്കൂ."

"വേണ്ടാ മകളെ" ബാബ അകത്തേക്ക് കയറാൻ മടിച്ചുകൊണ്ട് പറഞ്ഞു.

"ഇരിക്കൂ ബാബ. കാപ്പി കുടിച്ചിട്ടു വീട്ടിൽ ചെന്നു കിടക്കൂ. നിങ്ങ ളുടെ കാര്യത്തിൽ കോളനിയിൽ ചില ആലോചനകളൊക്കെ നടക്കു ന്നുണ്ട്. ഇസ്മയിൽ മടങ്ങി വരും. ഈ സാഹചര്യത്തിൽനിന്നും അവൻ മാറി നിന്നതാകാം."

"എന്തിന്? മാറി നില്ക്കാൻ അവൻ അപരാധിയാണോ!"

"ബാബ, ഞാൻ പറയുന്നതിൽ വിഷമം വിചാരിക്കരുത്. ഒരുപക്ഷേ, ഇസ്മയിലിന് നമ്മളറിയാത്ത എന്തെങ്കിലും ഇടപാടുകൾ?"

"ഭാരത് മാതാ!" ബാബ നെഞ്ചിൽ കൈവച്ചുകൊണ്ടു മുകളിലേക്കു കണ്ണുകളുയർത്തി ഏതാനും നിമിഷം പ്രാർത്ഥനാനിരതനായി നിന്നു. പിന്നെ എന്നോടോ ഭാര്യയോടോ ഒരു വാക്ക് ഉരിയിടാതെ പുറത്തെ തുള ച്ചുകയറുന്ന തണുപ്പിലേക്ക് ഇറങ്ങിപ്പോയി. മഞ്ഞുമൂടി കിടക്കുന്ന പാത യിലൂടെ നിർഭയം നടന്നുനീങ്ങുന്ന ആ മനുഷ്യനെ നോക്കി കുണ്ഠിത ത്തോടെ നില്ക്കുമ്പോൾ ഞാൻ സ്വയം ശപിച്ചു. ആ ചോദ്യം അനാവ ശ്യമായിരുന്നു.

****

ഇസ്മയിൽ എനിക്കു വെറും സുഹൃത്ത് മാത്രമായിരുന്നില്ല. നാലര വർഷത്തെ ഞങ്ങളുടെ ആത്മബന്ധത്തെ വെറും പ്രണയമെന്ന് പേരിട്ടു വിളിക്കാൻ ഞങ്ങളെ അറിയുന്ന ആരും മുതിരില്ല. സഖേ എന്നാണ് ഇസ്മ യിൽ എന്നെ വിളിച്ചിരുന്നത്. സഖിയിലെ മാധുര്യവും സഖാവിലെ ഉജ്ജ്വ ലതയും കൂടിച്ചേരുമ്പോൾ ഈണമല്ല പകരം ഊർജ്ജമായിട്ടായിരുന്നു ആ വിളി എന്നിലേക്ക് ഇസ്മയിലിനെ അടുപ്പിച്ചത്.

കഴിഞ്ഞ തിരഞ്ഞെടുപ്പ് കാലത്ത് ഇസ്മയിലും ഞാനുമടക്കം പ്രവർ

ത്തിച്ചിരുന്ന "ജനനി ജൻ സേവ" എന്ന സംഘടന യൂണിവേഴ്സിറ്റിയിൽ വിദ്യാർത്ഥികൾ നേരിടുന്ന അനീതികൾക്കെതിരെ അവതരിപ്പിച്ച നാടകം തിയറ്ററിൽ പ്രദർശിപ്പിച്ചത് മുതലാണ് അധികാരികളുടെ കണ്ണിൽ ഞങ്ങൾ നോട്ടപ്പുള്ളികളായത്. ഞങ്ങൾ പന്ത്രണ്ടു പേരെ കോളേജിൽ നിന്നും സസ്പെന്റ് ചെയ്യുകയും അതിനെതിരെ വിദ്യാർത്ഥികൾ പ്രിൻസിപ്പൽ അടക്കമുള്ളവരെ തടഞ്ഞു വയ്ക്കുകയും ചെയ്തു. മാധ്യമ ഇടപെടലും ബഹളവും ആകുമെന്ന് ഉറപ്പായ സന്ദർഭത്തിൽ കോളേജ് അധികൃതർ വിദ്യാർത്ഥി നേതാക്കളെ രഹസ്യമായി വിളിച്ചുകൂട്ടുകയും സസ്പെൻഷൻ പിൻവലിക്കാമെന്ന് ഉറപ്പുനല്കുകയും ചെയ്തു. അതോടെ ആ വിഷയം അവസാനിച്ചുവെങ്കിലും ഞങ്ങളുടെ നാടകം ഏല്പിച്ച തരംഗം അത്ര ചെറുതായിരുന്നില്ല.

ഇസ്മയിൽ എഴുതിയ ലേഖനം ആ ആഴ്ചയിൽ ഒരു ഇംഗ്ലീഷ് പത്രത്തിൽ അച്ചടിച്ചു വന്നതോടെ നിലവിൽ ഉണ്ടായിരുന്ന പ്രശ്നങ്ങൾക്ക് ആക്കം കൂട്ടുകയും ചെയ്തു. ഓരോ രാജ്യവും അഭയാർത്ഥികളോട് കാണിക്കുന്ന അനീതികളും കുടിയിറക്കപ്പെട്ടവരുടെ നിസ്സഹായതയുമായിരുന്നു ലേഖനത്തിന്റെ പ്രമേയം.

"ദക്ഷാ നീ ഒന്നാലോചിച്ചു നോക്കൂ. ഈ മനുഷ്യരിൽ ഏറെപ്പേരും ഓരോ ദിനവും ഓരോ നിമിഷത്തിലും കടന്നുപോകുന്ന സംശയ ഗ്രസ്തമായ കൂർത്ത നോട്ടങ്ങളെയും അപമാനങ്ങളെയും കുറിച്ച്. ഞാനുൾപ്പെടുന്ന മനുഷ്യർക്ക് സ്വന്തമായി ഒരു തരി മണ്ണോ അവകാശമോ വേണമെന്ന് പറയുന്നില്ല. പക്ഷേ, ഈ അപമാനം, ആട്ടിയോടിക്കൽ കണ്ടും കേട്ടും മടുത്തു. അതീ രാജ്യത്തിലെ മാത്രം പ്രശ്നമായി ഞാൻ ചുരുക്കി കളയുന്നില്ല. എല്ലായിടത്തും വരത്തൻമാർ വരത്തൻമാരാണ്. ആനന്ദിക്കാനും ആഹ്ലാദിക്കാനും അവകാശമില്ലാത്തവർ. കടലും കരയും സ്വന്തമായില്ലെങ്കിൽ പിന്നെ എങ്ങോട്ടാണ് ഞങ്ങൾ പോകേണ്ടത്?

ഇസ്മയിൽ അന്നെനിക്ക് നേരെ ചോദിച്ച ചോദ്യങ്ങൾ അധികാരികളുടെ നേർക്കുള്ള പ്രതികരണങ്ങളായി മാറാൻ അധികനാൾ വേണ്ടി വന്നില്ല. അതിനു പിന്നിലും ചില രാഷ്ട്രീയ മുതലെടുപ്പുകൾ ഉണ്ടായിരുന്നു. ഇസ്മയിലിനെ കാണാൻ ശുഭ്ര വസ്ത്രം ധരിച്ച ചിലർ ഞങ്ങൾ സംഘടിച്ചിരുന്ന ലൈബ്രറി കെട്ടിടത്തിനു മുന്നിൽ വന്നിറങ്ങിയതായിരുന്നു തുടക്കം. അവരുടെ ആവശ്യം മാനിച്ച് ഞങ്ങളുടെ സംഘടന അവർക്കുവേണ്ടി ചില രാഷ്ട്രീയ നാടകങ്ങൾ കൂടി അവതരിപ്പിക്കാൻ തയ്യാറായി. കൂടാതെ സോഷ്യൽ മീഡിയയിൽ നാടകം പ്രചരിപ്പിക്കുകയും ചെയ്തു. പരസ്യമായുള്ള ആ വെല്ലുവിളിയിൽ ഇസ്മയിൽ നോട്ടപ്പുള്ളിയാവുകയും ചെയ്തു.

ഇസ്മയിൽ താമസിക്കുന്ന കോളനിയിൽ സംഘർഷം ഉണ്ടായ രാത്രിയിൽ അവനെനിക്കൊരു സന്ദേശം അയച്ചു.

"ഭരണത്തിൽ ഇരിക്കുന്നവർക്കും പ്രതിപക്ഷത്ത് ഇരിക്കുന്നവർക്കും ഒരൊറ്റ ലക്ഷ്യമേയുള്ളൂ. ആയുധം സൃഷ്ടിക്കുക. കത്തിയും തോക്കും ബോംബും മാത്രമല്ല ഏറ്റവും അപകടകരമായ ആയുധമെന്ന് എനിക്കി

പ്പോൾ തോന്നുന്നു. മനുഷ്യനു മതത്തോടുള്ള വൈകാരിക സമീപനത്തിനേ ആഴത്തിൽ മുറിവേൽപ്പിക്കാൻ സാധിക്കൂ. ഈ രാജ്യം ഇപ്പോൾ ആയുധം കൈകാര്യം ചെയ്യാൻ മിടുക്കുള്ളവരുടെ കളരിയായിക്കഴിഞ്ഞു. ഈ മനുഷ്യരോട് എനിക്കിപ്പോൾ അന്യഥാ ബോധം തോന്നുന്നു സഖേ."

ആ രാത്രിക്കും പിന്നീടുള്ള പകലുകളിലും സംഭവിച്ചതും ഇനി സംഭവിക്കാനിരിക്കുന്നതും എന്താണെന്ന് എനിക്കൊരു രൂപവും കിട്ടിയില്ല. ആശയ വിനിമയങ്ങളുടെ സ്രോതസ്സുകളെല്ലാം അടഞ്ഞതുകൊണ്ടു പിന്നീട് ഇസ്മായിലിനെക്കുറിച്ച് അറിയാനുള്ള മാർഗ്ഗവും അടഞ്ഞു.

വർഷങ്ങൾക്ക് ശേഷം ഞാനെന്നിലേക്ക് തിരിഞ്ഞു നോക്കിയതും അന്നാണ്. വീട് വിട്ടു ഡൽഹിയിലേക്ക് വന്നിട്ട് അഞ്ചു വർഷം കഴിഞ്ഞിരിക്കുന്നു. ചെറുപ്പകാലത്തെക്കുറിച്ച് ഓർക്കുമ്പോൾ വീടിനകത്ത് നേരിട്ട കലാപങ്ങൾ മാത്രേ ഓർമ്മ വരുന്നുള്ളൂ. ഒരു പൗരൻ രാജ്യത്തുനിന്നു നേരിടുന്ന അവഹേളനത്തേക്കാൾ അപമാനകരമായ സംഗതിയായാണ് ഞാനതിനെ കണ്ടതും അനുഭവിച്ചതും. നമ്മുടേതായതെന്ന് വിചാരിക്കുന്ന ഒന്നും നമ്മുടേതല്ലായെന്ന ഓർമ്മപ്പെടുത്തലാണ് ഓരോ സൗകര്യങ്ങളും. ഉടുക്കുന്ന വസ്ത്രം മുതൽ തിന്നുന്നതും, കുടിക്കുന്നതും, കാണുന്നതും കേൾക്കുന്നതും വരെ ഔദാര്യങ്ങളെന്ന് ഓർമ്മപ്പെടുത്തിക്കൊണ്ടിരിക്കുന്ന മുഖങ്ങൾ മാത്രം ചുറ്റിലും. എന്റെ പേര് ദക്ഷ. അതെന്റെ സ്വന്തമല്ല. എന്റെ ഇഷ്ടമോ തെരഞ്ഞെടുപ്പോ ഇല്ലാതെ ലഭിച്ച ആദ്യത്തെ ഐഡന്റിറ്റി. അവിടം മുതൽ നോക്കിയാൽ കഴിഞ്ഞ അഞ്ചു കൊല്ലം മുമ്പ് വരെ അസ്വാതന്ത്ര്യത്തിന്റെ അനേകം ചതുപ്പുകൾ ചുമന്നു ചുമന്നു വളഞ്ഞ മുതുക് മാത്രമായിരുന്നു സ്വന്തമായുണ്ടായിരുന്നത്. വീട് വിട്ടിറങ്ങിയപ്പോൾ ഉള്ളിൽ അതുവരെ എരിഞ്ഞുകൊണ്ടിരുന്ന കനൽ സർവ്വ വിധത്തിലും ആളിക്കത്താൻ തുടങ്ങി. ആ കനലിലാണ് ഞാനെന്നെ ജ്വലിപ്പിച്ചത്. ഏതാനും വർഷങ്ങളായി സ്വതന്ത്രയാണ് എന്നഭിമാനിച്ചിരുന്ന അല്ലെങ്കിൽ സ്വാതന്ത്ര്യം സ്വയം നേടാം എന്ന് വിശ്വസിച്ചിരുന്ന എന്റെയും ഞാനടക്കമുള്ള തലമുറയുടെയും സകല ധാരണകളെയും തകിടം മറിച്ചാണ് രാജ്യത്ത് നിയമങ്ങൾ അടിച്ചേല്പിക്കപ്പെടുന്നത്. ഓരോ നിയമവും നീതിക്കനുസരിച്ചാണ് നടപ്പിലാക്കേണ്ടതെന്നും അതിന് ജനങ്ങളുടെ പൂർണ്ണ പിന്തുണ വേണമെന്നുമുള്ള വിശ്വാസം നഷ്ടമായി.

ഞാനും ഇസ്മായിലും അടക്കമുള്ളവർ ആശയവിനിമയം നടത്തിയിരുന്ന ഭാഷ ഞങ്ങൾക്ക് മനസ്സിലാക്കാൻ ആയാസകരമായിരുന്നില്ല. ആ ഭാഷ ആളുകൾ വിചാരിക്കുമ്പോലെ ഏതെങ്കിലും നാടിന്റെ ലിഖിത ഭാഷ മാത്രമായിരുന്നില്ല. എന്റെ വീട്ടിൽ ഞാൻ സംസാരിച്ചിരുന്നത് ആ നാട്ടിലെ പൊതുവായ ഭാഷയായിരുന്നു. എന്റെ നാടിന്റെ ഉച്ചാരണങ്ങളും, നീട്ടലും, കുറുകലുമൊക്കെയുള്ള ഏകീകൃതമായ ഒരു ആശയവിനിമയ ഉപാധി. എന്നാൽ ഞാൻ പറയുന്നത് അവർക്കോ, അവർ പറയുന്നത് എനിക്കോ ഒരിക്കലും വ്യക്തമായില്ല. നാടു വിട്ട് അപരിചിതമായ ഒരു ദേശത്ത് വന്നുപെട്ടപ്പോൾ ഏതൊരു അന്യദേശക്കാരിയേയും പോലെ ഭാഷ എന്നെ

ഭയപ്പെടുത്തി. എന്റെ സ്വത്വം ഞാൻ ഉദ്ദേശിക്കുന്ന രീതിയിൽ മനസ്സിലാക്കിയെടുക്കാൻ പുതിയതായി ജീവിതത്തിലേക്ക് വരുന്നവർക്ക് മനസ്സിലാകുമോയെന്നായിരുന്നു ആദ്യത്തെയും എന്നത്തെയും ഭയം.

എന്നാൽ ഇസ്മയിലും കൂടെയുള്ളവരും എന്നെ ആകപ്പാടെ അതിശയിപ്പിച്ചു കളഞ്ഞു. ഭാഷയ്ക്ക് അതീതമായി ഞങ്ങളുടെ തലച്ചോറുകളും, ഹൃദയവും സംവദിച്ചു. എന്റെ ഭാഷ അനായാസം പഠിച്ചു പറഞ്ഞുകൊണ്ട് ഒരിക്കൽ ഇസ്മായിലെന്നെ അക്ഷരാർത്ഥത്തിൽ ഞെട്ടിച്ചു കളഞ്ഞു. സഖീ എന്നും സഖേ എന്നുമുള്ള വാക്കുകൾ അങ്ങനെയാണ് അവന്റെ നാവിൽനിന്നും ആദ്യം ശ്രവിച്ചത്. പക്ഷേ, അധികാരം സർവ്വതിനെയും ചുട്ടെരിച്ചു കളയുന്ന തീയാണെന്ന് കുറച്ചുനാളായി ഞങ്ങളെ ബോദ്ധ്യപ്പെടുത്താൻ ആരെല്ലാമോ ശ്രമിക്കുന്നു. ഞങ്ങളാകട്ടെ പൊരുതാനും തീരുമാനിച്ചു. നമ്മുടെ ആശയങ്ങൾ പറഞ്ഞു മനസ്സിലാക്കാൻ കെൽപ്പുള്ള ഒരു ആശയവിനിമയ ഉപാധി നഷ്ടപ്പെടുന്നത് പോലെ ഭീകരമായിരുന്നു കണ്ണടച്ചു നിയമം നടപ്പിലാക്കുന്നവർക്ക് നേരെയുള്ള സമരങ്ങളും. യാതൊരു വിധത്തിലും മനുഷ്യന്റെ സങ്കടങ്ങൾ ഉൾക്കൊള്ളാൻ സാധിക്കില്ലെന്ന് കുറച്ചുപേർ ശാഠ്യം പിടിച്ചാൽ യാതൊന്നും നമുക്ക് ചെയ്യാൻ കഴിയില്ലെന്നു ആദ്യം തോന്നും. പിന്നെയുള്ളത് ഭയം നഷ്ടമാകലാണ്. ഭയം നഷ്ടമാകുന്നത് സ്വയം ഉപേക്ഷിക്കുന്നതിന് തുല്യമാണ്. അതായത് മരണത്തോളം പോന്ന വീറ്.

ഞങ്ങളുടെ സംഘത്തെ ചോദ്യംചെയ്ത പൊലീസ് പറഞ്ഞത് ബാബയും മകനും കൃത്യമായി ഏത് രാജ്യത്തുനിന്നും വന്നവരാണെന്ന് തെളിയിക്കാൻ സാധിച്ചിട്ടില്ലായെന്നായിരുന്നു. ഒരു ദിവസം നേരം വെളുക്കുമ്പോൾ ആധാരവും, റേഷൻ കാർഡും, തിരിച്ചറിയൽ രേഖകളുമെല്ലാം അടിസ്ഥാനമില്ലാതെയാകുന്നു. നിങ്ങൾ വലിഞ്ഞു കയറി വന്നവരാണ്, ഇതുവരെ ഈ നാട്ടിൽ നിങ്ങൾ കൊടുത്ത അദ്ധ്വാനം, നിങ്ങളുടെ രക്തം വിയർപ്പാക്കി നേടിയ മൂല്യങ്ങൾ ഇതൊക്കെ ഔദാര്യങ്ങളായിരുന്നുവെന്ന് ചിലർ ചൂണ്ടിക്കാണിക്കുന്നു.

അന്നേരം ഞാനെന്റെ വീട് ഓർത്തു, നാട് ഓർത്തു, എനിക്കിതുവരെ ആരെയും പറഞ്ഞു മനസ്സിലാക്കാൻ സാധിക്കാതെയിരുന്ന ആശയങ്ങളെ ഓർത്തു. ഏത് ഭാഷയിലായിരുന്നു ഞാനന്നു സംസാരിക്കേണ്ടിയിരുന്നത്. ജനിച്ച നാൾ മുതൽ പറഞ്ഞു പഠിച്ച ഭാഷ അർത്ഥശൂന്യമെന്നു തിരിച്ചറിഞ്ഞു ഓടിപ്പോന്ന എന്റെ മുന്നിൽ വീണ്ടും വാക്കുകൾ നഷ്ടമായി. ആടിനെ പട്ടിയാക്കാൻ കെല്പുള്ള അധികാരത്തോടുള്ള വിശ്വാസത്തകർച്ച വീണ്ടുമെന്നെ പിടികൂടി. പന്ത്രണ്ടിൽ ഒരാൾ അപ്രത്യക്ഷനായിരിക്കുന്നു. ഒളിച്ചോടിയ ആളുടെ ഭാഷയാണോ ഒച്ചയെടുക്കുന്നവരുടെ ഭാഷയാണോ വിശ്വസിക്കേണ്ടതെന്നുള്ള അങ്കലാപ്പ് മാത്രമായിരുന്നു അന്നത്തെ ദിവസം ഞങ്ങളെ പിടികൂടിയിരുന്നത്. കാണാതായ എല്ലാവരും ഒളിച്ചോടുന്നവരല്ലെന്ന തിരിച്ചറിവ് ഉണ്ടാകാൻ ഏതാനും മണിക്കൂറുകളുടെ പരിഭ്രാന്തിക്ക് ശേഷം ഞങ്ങൾക്ക് സാധിക്കുകയും

ചെയ്തു. കാണാതാകുന്നത് ഇല്ലാതാക്കുന്നത് കൂടിയാണ്. ഇല്ലാതാക്കപ്പെടുന്നവരെക്കുറിച്ച് നിലനില്ക്കുന്നവർ ബോധവാന്മാർ ആകുന്ന നിമിഷംവരെ മാത്രമേ തെറ്റിദ്ധരിപ്പിക്കൽ വിലപ്പോകുകയുള്ളൂ. ഞങ്ങൾ ചോദ്യം ചെയ്യാൻ തീരുമാനിച്ചു. പതിനൊന്നുപേർക്ക് പിന്നിലേക്ക് ഇറങ്ങിവരാൻ ധൈര്യം കാണിച്ചത് ഒരു കലാലയം മുഴുവനുമായിരുന്നു. തെരുവിലേക്കാണെന്നു തന്നെയാണെന്ന് അറിഞ്ഞുകൊണ്ടു ഇറങ്ങിത്തിരിച്ചവർ. ഉപേക്ഷിക്കാൻ ഞങ്ങൾക്കുള്ളത് അടിച്ചേൽപ്പിക്കപ്പെട്ട എന്തെല്ലാമോ ആശയസംഹിതകളും. കാണാതായ ഒരു സഹപാഠിക്കു വേണ്ടി മാത്രമായിരുന്നില്ല ആ സമരം. എങ്കിലും ആരായിരുന്നു ഇസ്മയിലെന്ന് ആരെങ്കിലും ചോദിച്ചാൽ ഓർമ്മ വരിക കാരുണ്യമെന്ന പദമാണ്.

ഹോസ്റ്റൽ ഫീസ് അടയ്ക്കാൻ വിഷമിച്ച നാളുകളിൽ കടം വാങ്ങിയ പണവുമായി സഹപാഠിയെ സഹായിക്കാൻ ഓടിപ്പാഞ്ഞെത്തിയ ഇസ്മയിൽ ഞങ്ങൾക്ക് മനുഷ്യനായിരുന്നു. അടികൊണ്ടു ചോരവാർന്നു കിടക്കുന്ന അയൽക്കാരനെ സഹായിക്കാൻ പരീക്ഷകാലത്ത് ആശുപത്രി വരാന്തയിൽ കാത്തുനിന്ന ഇസ്മയിൽ ചിലർക്ക് സഹോദരനായിരുന്നു.

എനിക്കോ. ദക്ഷ തന്നോടു തന്നെ ചോദിച്ചു. പ്രണയം! അങ്ങനെയൊരു പദം ഉച്ചരിക്കാൻ മറന്നുവച്ച വൈകാരിക വേദനയായി എന്നെയോ അവനെയോ മരണംവരെ ഇനി അലട്ടിയേക്കാം. ഇനി അവനെ കണ്ടുകിട്ടുമെന്ന പ്രതീക്ഷ അവസാനിച്ചിരിക്കുന്നു. ഓരോ രേഖകളും മനുഷ്യന്റെ ജീവിതത്തെ ക്രോഡീകരിക്കുന്ന ജ്യോമിട്രീയ രൂപങ്ങൾ ആണെന്ന് അവൾക്ക് തോന്നി. ഒന്നു പിഴച്ചാൽ മറ്റൊന്നിനോട് ചേർത്തു വയ്ക്കൽ അസാദ്ധ്യമായത്. എവിടെയും കണക്കുകളാണ്. ഇസ്മയിലിനെപ്പോലെ കണക്കിൽ കൊള്ളാത്ത മനുഷ്യരെ ഏകീകരിച്ചു നിർത്താനുള്ള മാത്തമാറ്റിക്സിന്റെ സൂത്രവാക്യങ്ങൾ. പരാജയപ്പെടുന്നത് വെട്ടിമാറ്റപ്പെടുന്ന പേരുകളുടെ രൂപത്തിൽ ഏതാനും ദിവസങ്ങൾക്കകം വെളിപ്പെട്ടു തുടങ്ങും

താൻ ഏതു രാജ്യക്കാരിയാണെന്ന് അവൾക്കന്നേരമൊരു സന്ദേഹം അനുഭവപ്പെട്ടു. തന്റെ പൂർവ്വികർ ചിലപ്പോൾ അനേകം മരുഭൂമികളും, സമുദ്രങ്ങളും താണ്ടി വന്നവരാണെങ്കിലോ. തന്റെ മുത്തച്ഛന്റെ മുഖത്തിന്റെ വിദൂര ഛായ ഓർത്തെടുക്കാൻ അവൾ പരിശ്രമിച്ചു നോക്കി. അദ്ദേഹത്തിന് മൂപ്പെത്താത്ത ഗോതമ്പിന്റെ നിറമായിരുന്നു. നീണ്ട താടിരോമങ്ങൾക്ക് തവിട്ടു നിറവും. അച്ഛന്റെ വെള്ളാരം കണ്ണുകൾ അച്ഛമ്മയുടെ കണ്ണുകൾ പറിച്ചു വച്ചതുപോലെ തന്നെയായിരുന്നു. ഇതൊക്കെ ഈ രാജ്യത്തിന്റെ ശാരീരിക അടയാളങ്ങൾ തന്നെയാണോ. നിറം കൊണ്ടും രൂപം കൊണ്ടും, ഭാഷ കൊണ്ടും രുചിഭേദങ്ങൾ കൊണ്ടും വൈവിദ്ധ്യം പുലർത്തുന്ന അനേകം രാജ്യങ്ങളിൽ അലഞ്ഞുതിരിഞ്ഞു നടക്കുന്ന കുറെ മനുഷ്യരെ ഭാവനയിൽ കണ്ടുനോക്കാൻ ദക്ഷ ശ്രമിച്ചു നോക്കി. മരിച്ചാൽ അടക്കം ചെയ്യാനുള്ള രേഖകളില്ലാത്തതിന്റെ പേരിൽ ജനസംഖ്യ കണക്കെടുപ്പിൽപെടാത്ത അവരുടെയൊക്കെ അളിഞ്ഞു നാറാവുന്ന ജീവചരിത്രം ഏത് മതഗ്രന്ഥമാകും നാളത്തെ

മിത്താക്കി മാറ്റുന്നത്.

****

സ്ഫോടനം നടന്ന ഭാഗം ലക്ഷ്യമാക്കി ഓടികിതച്ച് ഞങ്ങളോരോരുത്തരും എത്തിയപ്പോൾ പാർക്കിന് ചുറ്റും ജനക്കൂട്ടം. കോളനിയിൽ ഉള്ളവർക്ക് പുറമെ റോഡിൽ പോകുന്നവർ പാഞ്ഞോടി വരുന്നത് കാണാം.

പാർക്കിന് അപ്പുറത്തെ മുള്ളുവേലികൊണ്ടു തിരിച്ചിരിക്കുന്ന ഗ്രൗണ്ടിൽ കളിക്കാൻ വന്ന കുട്ടികൾ അന്ധാളിച്ചു നില്ക്കുന്നു. അതിനപ്പുറത്തെ വന്മതിൽക്കെട്ടുള്ള ലക്ഷ്വറി ഫ്ളാറ്റിൽ വാതിലുകളും ജനാലകളും തുറന്നു ആളുകൾ നില്ക്കുന്നത് കാണാം. എന്താണ് സംഭവിച്ചതെന്ന് പെട്ടെന്നെനിക്ക് മനസ്സിലായില്ല.

"എന്താ എന്താ സംഭവിച്ചത്?"

അടുത്തു നിന്നയാളോട് കിതച്ചുകൊണ്ടു ഞാൻ ചോദിച്ചു. അന്നേരം അകാരണമായി എന്റെ കൈകാലുകൾ വിറയ്ക്കാൻ തുടങ്ങി. എന്റെ ഭാര്യ കുഞ്ഞിനേയും എടുത്തുകൊണ്ട് ഏന്തി വലിഞ്ഞു പിന്നാലെ വരുന്നുണ്ടായിരുന്നു. പാർക്കിന്റെ ചുറ്റിലും നട്ടുപിടിപ്പിച്ച കരിഞ്ഞുപോയ ചെടികളിലേക്കും ആൾക്കൂട്ടത്തിനപ്പുറത്ത് ഉയരുന്ന പുകപടലങ്ങളുമെല്ലാം കൂടി എന്റെ ചിന്താമണ്ഡലത്തെ ഏതാനും നിമിഷത്തേക്ക് ഇരുളിലാഴ്ത്തി.

ഈ കോളനിയിലുള്ള ബാബ എന്നൊരാൾ ആത്മഹത്യ ചെയ്തതാണ്, രാത്രിയിൽ വീട്ടുസാധനങ്ങൾ എല്ലാം കൊണ്ടുവന്ന് ഇവിടെ കൂട്ടിയിട്ടിരുന്നുപോലും. നേരം പുലർന്ന് തുടങ്ങിയപ്പോൾ ആകണം തീയിട്ടത്.

എനിക്കു ചുറ്റും സർവ്വ ചരാചരങ്ങളും അനേകവട്ടം തിരിഞ്ഞു കറങ്ങി. പ്രജ്ഞ നഷ്ടപ്പെട്ട നിലയിൽ ടാർ റോഡിലേക്ക് ഞാൻ കുത്തിയിരുന്നു. നിരോധിക്കപ്പെട്ട നോട്ടുകൾ പോലെ രാത്രി ഇരുട്ടി വെളുക്കുമ്പോൾ മൂല്യം നഷ്ടപ്പെടുന്ന മനുഷ്യരെയോർത്തപ്പോൾ എനിക്കെന്നോട് തന്നെ വെറുപ്പ് തോന്നി. നിരോധിക്കപ്പെട്ട നോട്ടുകൾ കുട്ടികൾക്ക് കളിവള്ളങ്ങൾ ഉണ്ടാക്കിക്കളിക്കാം. അതല്ലെങ്കിൽ അടുപ്പിൽ തീകൂട്ടാൻ ഉപയോഗിക്കാം. നിരോധിക്കപ്പെട്ട മനുഷ്യരോ!

****

ഇന്നത്തേക്ക് നാലാമത്തെ ദിവസമായി ബാബ മരണപ്പെട്ടിട്ട്. അടക്കം ചെയ്യാൻ രേഖകളില്ലാത്തതിന്റെ പേരിൽ ചീഞ്ഞുനാറാൻ നില്ക്കാതെ ഒരുപിടി ഭസ്മമായി തീർന്ന ചരിത്രത്തിന്റെ കാവല്ക്കാരാണ് ഇന്നീ കോളനിയിലെ ഓരോ മനുഷ്യരും. ഇന്നലെ പകൽ ബാബയുടെ അടച്ചിട്ട വീടിന് മുന്നിൽ ഏതാനും നിമിഷം നോക്കി നിന്നശേഷം ഒരു പെൺകുട്ടി ഞങ്ങളുടെ വീടിനകത്തേക്ക് ആശങ്കയോടെ വന്നുകയറി.

അവളുടെ പേര് ദക്ഷ എന്നായിരുന്നു.

ഞങ്ങൾ വീടിനകത്തെ ചെറിയ ഹാളിൽ നിശ്ശബ്ദം ഇരുന്നു. അവൾക്ക് എന്താണ് പറയാനുള്ളതെന്ന് ചോദിക്കാൻ എനിക്കോ

ഭാര്യക്കോ മനോധൈര്യം ഉണ്ടായില്ല. ബാബ പറഞ്ഞുകേട്ടു പരിചയമുള്ള പരിചയത്തിനപ്പുറത്തേക്ക് ഏതാനും ദിവസങ്ങളായി വാർത്തകളിൽ നിറഞ്ഞുനില്ക്കുന്ന മുഖം ദക്ഷ ശ്രീനിവാസ് എന്ന മലയാളി പെൺകുട്ടി.

കുറേയേറെ നിമിഷങ്ങൾക്കു ശേഷം മടിച്ച് മടിച്ച് അവളെന്നോട് അമ്മുവിനെ കണ്ടാൽ കൊള്ളാമായിരുന്നുവെന്ന് ആഗ്രഹം പ്രകടിപ്പിച്ചു.

അവളെയും കൂട്ടി അമ്മുവിന്റെ ഫ്ളാറ്റിൽ ബെല്ലടിച്ചു കാത്തുനിന്നപ്പോൾ ഞാനൂഹിച്ചത് പോലെ തന്നെ കുളിക്കാനോ ഉറങ്ങാനോ മറന്നുപോയ ഒരാളുടെ രൂപഭാവത്തോടെ അമ്മു വാതിൽ തുറന്ന് ഞങ്ങളെ അന്തം വിട്ടു നോക്കിനിന്നു. ബാബയുടെ മരണം ഏറ്റവുമധികം തകർത്തുകളഞ്ഞത് അവളെയാണ്..

ദക്ഷ അവളുടെ കൈയിൽ പിടിച്ച് നിശ്ശബ്ദം ഏതാനും നിമിഷം ഉറ്റുനോക്കി നിന്നു. എന്നിട്ട് ചോദിച്ചു.

"നിങ്ങളുടെ ഭർത്താവ് ഇവിടുണ്ടോ?"

"വരൂ."

അമ്മു അവളുടെ കൈ പിടിച്ചുകൊണ്ടു അകത്തേക്ക് നടന്നു.

സോഫയിൽ ഇരുന്നു ടി വി കാണുന്ന മനുഷ്യന്റെ അരികിൽ സങ്കോചമില്ലാതെ ഇരുന്നിട്ട് ദക്ഷ അയാളുടെ കൈകളിൽ അമർത്തി പിടിച്ചു.

"ഹേ എന്താ, എന്താ.."

രാജീവ് ഒന്നും മനസ്സിലാക്കാതെ ചാടിയെഴുന്നേല്ക്കാൻ ഭാവിച്ചു.

"എനിക്ക് ഇസ്മയിലിനെ ഒന്നു തൊടാൻ തോന്നി. വെറുതെ, വെറുതെ..."

രാജീവ് ദേഷ്യപ്പെടുമെന്ന് വിചാരിച്ചെങ്കിലും അതുണ്ടായില്ല. ജീവിതത്തിൽ അന്നേവരെ കണ്ടിട്ടില്ലാത്ത നിസ്സംഗത അയാളുടെ മുഖത്ത് ഞങ്ങളന്നേരം തെളിഞ്ഞു കണ്ടു.

"പോട്ടെ" അമ്മു കൊണ്ടുവച്ച നാരങ്ങാ വെള്ളം ഒറ്റവലിക്ക് കുടിച്ചിട്ട് പുറത്തേക്ക് നടക്കേ അവളുടെ കണ്ണിൽനിന്നും കണ്ണീരൊഴുകുന്നത് ഞാൻ വ്യക്തമായി കണ്ടു.

ഞങ്ങൾ നോക്കിനില്ക്കേ റോഡിലേക്ക് ഇറങ്ങി അവൾ വേഗത്തിൽ നടന്നുപോയി.

"രമേഷ് ചേട്ടാ. ഭൂപടത്തിൽ കാണുന്ന ഇന്ത്യയല്ല യഥാർത്ഥ ഇന്ത്യയല്ലേ?"

അന്നേരം അമ്മു അയാളെ നോക്കി സങ്കടത്തിൽ ചോദിച്ചു.

ചതുരവടിവുള്ള ആകാശം

ആൻ മരിയ തന്റെ പുസ്തകത്തിന്റെ പ്രസാധകനുള്ള മറുപടി കത്തിൽ ഇങ്ങനെ എഴുതി:

"പൂർത്തിയാക്കപ്പെട്ട ആ രചനയ്ക്കുമേൽ ഇനി രചയിതാവിനെ ആവശ്യമില്ല. യഥാർത്ഥ ആകസ്മികതകൾ വായനക്കാർ കണ്ടെത്തട്ടെ. കഥ പറഞ്ഞയാൾ കഥയ്ക്കുള്ളിൽ മറഞ്ഞിരിക്കുന്നതല്ലേ അതിന്റെ മനോഹാരിത. സൂക്ഷ്മമമായ എന്തിനേയും കണ്ടെത്താൻ ശ്രമിക്കുന്ന മനുഷ്യസഹജമായ കൗതുകം കഥയിൽനിന്നും എന്നെ കണ്ടെത്തുന്നതിൽ വായനക്കാർ എത്തിച്ചേരുകയാണെങ്കിൽ അവിടെയല്ലേ എന്റെ വിജയം."

നഗരത്തിലെ തിരക്കേറിയ ഒരു റെസ്റ്റോറന്റിൽ ബാല്യകാല സുഹൃത്തിനെ കാത്തിരുന്ന് കൊണ്ടാണ് ആൻ മരിയ ആ കുറിപ്പെഴുതിയത്. അന്നേരം അവളുടെ ഉള്ളംകൈ വിയർക്കുകയും കൈയിൽനിന്നും പേന വഴുതി വീഴുകയും ചെയ്തു. മനശ്ചാഞ്ചല്യം ഉണ്ടാകുന്ന സന്ദർഭങ്ങളിൽ എപ്പോഴും ചെയ്യാറുള്ളത് പോലെ ഹാൻഡ് കർച്ചീഫ് എടുത്തു മുഖം അമർത്തി തുടച്ചു.

ജോണിനെപ്പറ്റി ഓർത്തപ്പോൾ വിചിത്രമായ സ്നേഹങ്ങളുടെയും ആകുലതകളുടെയും സ്മരണകൾ അവളുടെ ഉള്ളിലൂടെ കടന്നു പോയി. വേർപാട് സ്നേഹത്തെക്കുറിച്ചുള്ള ഓർമ്മകളെ കൂടുതൽ കൂടുതൽ ഉജ്ജ്വലമാക്കുമെന്നും പഞ്ചേന്ദ്രിയങ്ങളിൽ പലയിടങ്ങളിലായി കുടുങ്ങിക്കിടന്ന പ്രകാശത്തിന്റെ കണികകൾ പുറത്തേക്ക് പ്രസരിക്കുമെന്നും ആനിനു തോന്നലുണ്ടായത് നീണ്ട ഇടവേളകൾക്ക് ശേഷം ജോൺ തേടി വന്നപ്പോഴാണ്.

കാത്തിരിപ്പിന് വല്ലാത്തൊരു നിശ്ശബ്ദത ഉണ്ടെന്ന് തോന്നി. കാത്തിരിക്കുന്നയിടം എത്ര ബഹളമയം ആണെങ്കിലും കാത്തിരിക്കുന്ന വ്യക്തിയുടെ ഉള്ളിൽ ഒരേകാന്തത ഉണ്ടാകുമ്പോ പ്രത്യേകിച്ചും. റെസ്റ്റോ

റന്റിൽ കസേരകൾ അനങ്ങുന്ന, പാത്രങ്ങളും സ്പൂണുകളും കൂട്ടിമുട്ടുന്ന, ആളുകൾ സംസാരിക്കുന്ന അങ്ങനെ അനേകം ശബ്ദങ്ങൾ ഉണ്ട്. എങ്കിലും അതിനെല്ലാം നിശ്ശബ്ദതയുടെ ഒരാഴം കൂടിയുണ്ടെന്ന് മനസ്സിലാകുന്നത് ഒരാൾ കാത്തിരിക്കുമ്പോൾ മാത്രമാണ്.

വേണമെങ്കിൽ തിരിച്ചുപോകാം. ഇനിയും തെരഞ്ഞെടുക്കാൻ സമയമുണ്ട്. പലവട്ടം ആലോചിച്ചു മാറിയും മറിഞ്ഞും ചിന്തിച്ചിട്ടും ആനിന് കൃത്യമായൊരു നിഗമനത്തിൽ എത്താൻ സാധിച്ചില്ല. അയാൾ വരും വരെ അവളുടെ ആലോചനകൾ ലക്ഷ്യസ്ഥാനം കാണാതെ ഉഴറുകയും ചെയ്തു.

അഭിമുഖം കസേരയിൽ ഇരുന്നുകൊണ്ട് ജോൺ അവളോടു സൗമനസ്യത്തിൽ മാപ്പ് പറഞ്ഞു.

“കുറച്ചു വൈകിപ്പോയി. പള്ളിയിൽനിന്നും ഇറങ്ങാൻ നേരം പഴയൊരു സുഹൃത്ത് വന്നുപെട്ടു. ആൻ അറിയും നമ്മുടെ പഴയ സതീർത്ഥ്യൻ അജീഷ്.”

ആൻ അയാളെ നോക്കി അമ്പരന്നു ഇരിക്കുകയായിരുന്നു. അയാളെ ഈ വിധം അടുത്തു കാണുന്നത് വളരെ നാളുകൾക്ക് ശേഷമായിരുന്നു. സമയക്രമം രേഖപ്പെടുത്തിയാൽ കൃത്യം ഇരുപത്തിയൊന്ന് കൊല്ലവും നാലുമാസവും കഴിഞ്ഞു.

“ഫോണിൽ കാണുന്ന രൂപത്തിന് ഇത്രയും പൊക്കമുണ്ടെന്ന് തോന്നില്ല.” ആൻ അതിശയത്തോടെ പറഞ്ഞു.

“എന്നെ കണ്ടിട്ടു എന്തെങ്കിലും മാറ്റമുണ്ടെന്ന് നിനക്കു തോന്നുന്നുണ്ടോ? സോറി പള്ളീലച്ചനെ നീ എന്നു സംബോധന ചെയ്തു പോയതിൽ. ചില ശീലങ്ങൾ കല്ലിൽ കൊത്തിവച്ചത് പോലെ ഉറഞ്ഞു പോയിരിക്കുന്നു.”

“ഫ്ളോറെൻസ് നൈറ്റിങ്കൽ ആകാൻ ഇറങ്ങി പരാജിതയായി എന്നാണ് നിന്നെക്കുറിച്ച് ഞാൻ കേട്ടത്. ഇപ്പോൾ കണ്ടാൽ ഒരു മാവോയിസ്റ്റ് ലുക്ക് ഉണ്ട്.”

ജോൺ ചിരിച്ചുകൊണ്ട് പറഞ്ഞു.

ആനിന് ജാള്യത തോന്നി. താനൊരു എഴുത്തുകാരിയാണെന്നും തന്റെ നോവൽ വില്പനയിൽ തരംഗം സൃഷ്ടിച്ചത് കൊണ്ട് അഭിമുഖത്തിന് ആവശ്യപ്പെട്ടുവരുന്ന മാധ്യമ പ്രവർത്തകരെ ഒഴിവാക്കുകയാണ് പ്രധാന ബുദ്ധിമുട്ടെന്നും അയാളെ പറഞ്ഞു ബോദ്ധ്യപ്പെടുത്തണമെന്ന് അന്നേരം അവൾക്കാഗ്രഹം ഉണ്ടായി.

പക്ഷേ, ആ തുറന്ന് പറച്ചിൽ അയാളിൽനിന്നും ബഹുമാനം ആവശ്യപ്പെടും പോലെ ആയിത്തീരും എന്നൊരു ഉൾബോധം അവളിൽ ഉടലെടുക്കുകയും ചെയ്തു.

“നീ വിവാഹിതയായില്ലേ?”

ജോൺ സ്വാഭാവികതയോടെ ആരാഞ്ഞു.

“ഇല്ല.” തന്റെ ശബ്ദത്തിൽ പരാജയബോധം തെളിഞ്ഞു നില്ക്കുമോ എന്ന ആധിയോടെയാണ് അവൾ മറുപടി പറഞ്ഞത്.

“ആൻ.” അന്നേരം ജോണിന്റെ ശബ്ദം ചെറുതായി ഒന്നിടറി. “നീയിപ്പോഴും പഴയതൊന്നും മറന്നില്ലേ?”

“മറന്നു. പക്ഷേ, വിവാഹിതയാവാൻ മറവി ഉപകരിച്ചില്ല. തലച്ചോറിൽ മാത്രമല്ല ജോൺ ശരീരത്തിലും ഓർമ്മകൾ അവശേഷിക്കും. മുറിവുകളുടെ പാടുകൾ ഉണങ്ങിയാലും അതിന്റെ വേദന വിട്ടുപോകില്ല. കാലം ചെല്ലുന്തോറും ആഴം കൂടുന്ന ചില മുറിവുകൾ ഉണ്ട്. നിന്റെ അപ്പൻ എനിക്ക് തന്നത് അതുപോലെ ഒരു മുറിവാണ്.”

സ്വന്തം നിസ്സഹായതയുടെ അപമാനബോധം അന്നേരം ശരീരത്തിന്റെ ആഴങ്ങളും കടന്ന് ജോണിനെയും വേദനിപ്പിച്ചു.

തന്റെ അപ്പനാൽ റേപ്പ് ചെയ്യപ്പെട്ട പെൺകുട്ടിയാണ് മുന്നിലിരിക്കുന്നത് എന്നോർക്കുമ്പോഴൊക്കെ അടിവയറ്റിൽനിന്നും തികട്ടി വരുന്ന ഓരോക്കാനം തൊണ്ടയോളം വന്ന് തടഞ്ഞു നില്ക്കും പോലെ അയാൾക്കനുഭവപ്പെടും.

ജോണിന്റെ അപ്പൻ ആ നാട്ടിലെ ഒരു പ്രമാണിയായിരുന്നു. കുറുകിയ കണ്ണുകളും തടിച്ച ശരീരവും നീളൻ മീശയും ഉള്ളൊരാൾ. അയാൾ ഒരിക്കൽപ്പോലും വാത്സല്യത്തോടെ അവനെ നോക്കിയിട്ടില്ല. എന്തെടാ പോത്തേ എന്ന് കനത്ത ശബ്ദത്തിൽ വിളിക്കുമ്പോഴെല്ലാം അവൻ ചൂളി വിറച്ചിരുന്നു. ജോണിന്റെ അമ്മ ചെറുപ്പത്തിലേ വാർദ്ധക്യം ബാധിച്ച ഒരു സ്ത്രീയായിരുന്നു. ഒരു സ്കൂൾ ടീച്ചറിന്റെ കർക്കശതയോടെ അവരവനെ ചിട്ടകൾ പഠിപ്പിക്കാൻ ശ്രമിച്ചു കൊണ്ടിരുന്നു. ജോണിന്റെ ഉള്ളിലെ തീക്കടലിലേക്ക്, ഉള്ളിലെ കൊടും ചൂടിന്റെ വന്യതയിലേക്ക് എന്നും ഭയത്തോടെ കടന്നു വരാറുള്ള ഓർമ്മകൾ മായ്ക്കാനാണ് അയാൾ സെമിനാരിയിൽ ചേർന്നത്.

ആ പകലിൽ വേനലവധിയുടെ ആഘോഷത്തിമിർപ്പിൽ അമ്മ വലിയപ്പന്റെ വീട്ടിലേക്ക് യാത്ര പോയ ദിവസം ആൻ മരിയ ചവിട്ടുപടികൾ ഓടിക്കയറി വന്നു.

“ജോ ഇതാ നോക്ക്.” കൈയിൽ തൂക്കിപ്പിടിച്ച ആറ്റക്കിളിയുടെ കൂട് ഉയർത്തിപ്പിടിച്ചുകൊണ്ട് അവൾ കിതപ്പകറ്റാൻ പരിശ്രമിച്ചുകൊണ്ട് പറഞ്ഞു. “നിലത്തു വീണു കിടക്കുവാർന്നു. നമുക്കിത് കെട്ടിത്തൂക്കാം.”

അവൻ മുറ്റത്തെ പേരമരത്തിൽ വലിഞ്ഞു കയറി. ആൻ മരിയ താഴെ നിന്ന് കൂട് എത്തിച്ച് കൊടുക്കാൻ ശ്രമിക്കേ അപ്പൻ കയറിവന്നു.

“എടാ.” അപ്പന്റെ അലർച്ചയിൽ അവൻ വിറച്ചുപോയി

ആൻ മരിയയുടെ അരികിൽ അപ്പൻ. തടിച്ചു തൂങ്ങിയ മുഖവും ചുവന്ന കുറുകിയ കണ്ണുകളും അവനെ പരവശനാക്കി. പേരമരത്തിലൂടെ സ്വയമറിയാതെ ഊർന്ന് നിലത്തേക്കിറങ്ങിയപ്പോൾ ട്രൗസർ താഴെക്കൂർന്നതും തുടയിലെ ഇളം തൊലിയിൽ ചോരപൊടിഞ്ഞതും അന്നേരം ജോൺ അറിഞ്ഞതേയില്ല.

“കടയിൽ പോയി ഒരു കൂട് സിഗരറ്റ് വാങ്ങിക്കൊണ്ടുവാ.” അപ്പൻ ക്രൗര്യം തുളുമ്പുന്ന കണ്ണുകളോടെ വെളുത്ത മുണ്ടിന്റെ കോന്തല പൊക്കി വരയൻ ട്രൗസറിന്റെ പോക്കറ്റിൽ നിന്നും ഒരു അമ്പത് രൂപാ

നോട്ടെടുത്ത് അവന് നേരെ നീട്ടിക്കൊണ്ടു മുരണ്ടു.

അവൻ മടിയോടെ കാശ് വാങ്ങി

"പോടാ പോയിട്ട് വാടാ നായിന്റെ മോനേ."

ആൻ മരിയ വിറച്ചുകൊണ്ട് അവിടെത്തന്നെ നിന്നു. അവളുടെ മുഖത്ത് നോക്കാൻ ലജ്ജ അവനെ അനുവദിച്ചില്ല. തന്റെ ശരീരത്തിലൂടെ പടർന്ന് കിടക്കുന്ന നീല ഞരമ്പുകൾ രോഷത്താൽ വലിഞ്ഞു മുറുകുന്നതും പുക മണക്കുന്ന ഒരു കാറ്റ് ഉൾത്തടങ്ങളിൽ വീശുന്നതായും അവന് തോന്നി. മുറ്റത്തെ ചില്ലിത്തെങ്ങിന്റെ കൂറ്റൻ നിഴല്പാടുകളിൽ നോക്കി തലതാഴ്ത്തി ഹതാശനായി ജോൺ നടന്നു.

"പട്ടി."

അവൻ ഉള്ളിൽ നിലവിളിച്ചുകൊണ്ട് വിളിച്ചു. അവന്റെയുള്ളിൽ ഒരു കാട്ടുപൂച്ച മുക്രയിടുകയും നാലുകാലിൽ നിന്ന് വാൽ മുകളിലേക്ക് തെറിപ്പിച്ചു രോമങ്ങൾ എഴുന്ന് നിന്ന് വരണ്ട കണ്ണുകളാൽ ചീറുന്നതും കുറുവടി കൊണ്ട് പുറത്തൊരടി കിട്ടി പുളയുന്നതും തന്റെ സ്വതസിദ്ധമായ ദൈന്യതയാൽ മൂലയ്ക്ക് മാറി നിന്ന് മ്യാവൂ മ്യാവൂ എന്ന് ചീറ്റിക്കൊണ്ടു തിരിഞ്ഞോടുന്നതും പോലെയൊരു നിസ്സഹായത അവനെ ചൂഴ്ന്നു നിന്നു.

ജോൺ മടങ്ങി വന്നപ്പോൾ മുറ്റത്ത് അച്ഛനെയോ ആനിനെയോ കണ്ടില്ല. അവർ തൂക്കാൻ നോക്കിയ കിളിക്കൂട് അനാഥത്വം വെളിവാക്കി കൊണ്ടു പേരമരത്തിന് കീഴിൽ കിടന്നിരുന്നു. ജോൺ അതെടുത്തു കൊണ്ടു ഇറയത്ത് കയറിയിരുന്നു.

അപ്പൻ പോയോ! കൈയിലിരുന്ന സിഗരറ്റ് കൂട് നിലത്തു വച്ച് താടിക്ക് കൈയും കൊടുത്ത് ഇരിക്കെ ആനിനെ വീട്ടിൽ പോയി വിളിച്ചു കൊണ്ട് വന്നാലോ എന്നാണവൻ ചിന്തിച്ചത്. കടക്കാരൻ തന്ന മിഠായി കളിൽ ഒരെണ്ണം അവൻ വായിലിട്ട് നുണഞ്ഞു. ആ സമയം അപ്പൻ മുൻ വാതിൽ തുറന്ന് പുറത്തേക്ക് വന്നു.

നീ വന്നോടാ പട്ടീ എന്നു ചോദിച്ചുകൊണ്ട് സിഗരറ്റ് കൂട് തട്ടി വാങ്ങി.

ജോണിന് ശബ്ദിച്ചു ശീലമില്ലായിരുന്നു. ശിരസ്സ് കുനിച്ചുകൊണ്ട് അവൻ അകത്തേക്ക് നടന്നു. അവിടെ വെറും നിലത്ത് ആൻ മരിയയുടെ പട്ടു പാവാടയാണ് അവനാദ്യം കണ്ടത്. മതിലിനോടു ചേർന്നിരുന്ന് അവൾ ഏങ്ങിയേങ്ങി കരയുകയായിരുന്നു. അയ്യോ അയ്യോ എന്നു അമ്പരന്നു വിളിച്ചുകൊണ്ട് ജോൺ അവളെ പിടിച്ചെഴുന്നേല്പിച്ചു.

അപ്പൻ അകത്തേക്ക് കയറി വന്ന് അവന്റെ പിൻഭാഗത്ത് കാല് കൊണ്ട് ഒരടി അടിച്ചു. അയാളുടെ തൊണ്ടയിൽനിന്നും കാട്ടുപന്നിയുടെ മുരളൽ പോലെ ഒരു വികൃത ശബ്ദം പുറപ്പെടുകയും "നായിന്റെ മോനേ പുറത്തുപറഞ്ഞാൽ രണ്ടിനേയും ഞാൻ കൊല്ലും" എന്നമറി.

ജോൺ വിറച്ചുകൊണ്ട് നിന്നു. അപ്പൻ കൂസലില്ലാതെ പുറത്തേക്ക് പോയി. വിറച്ചു കൊണ്ടാണ് അവൻ ആനിനെ കിണറ്റുകരയിലേക്ക് നടത്തിക്കൊണ്ട് പോയത്. കിണറ്റിലെ ഘനീഭവിച്ച നിശ്ശബ്ദതയുടെ ആഴങ്ങളിലേക്ക് ഊക്കോടെ തൊട്ടി വീണു കൊണ്ടിരുന്നു. അവളുടെ തല

യിലൂടെ വെള്ളം കോരി കോരി ഒഴിക്കുമ്പോഴും അവന്റെ താടിയെല്ലുകളും ചുണ്ടും വിറച്ചുകൊണ്ടിരുന്നു. അവൾ വെറും മരപ്പാവയായിരുന്നു. പാവയുടെ തുടകളിൽ അപ്പോഴും ഉണങ്ങാൻ തുടങ്ങിയിട്ടില്ലാത്ത ചോര ക്കറയിലേക്കും തിണർത്തു വിങ്ങിയ ചുണ്ടുകളിലേക്കും ജലധാര നടത്തി കൈകുഴഞ്ഞു അവൻ നിലത്തിരുന്നു ഏങ്ങലടിച്ചു കരഞ്ഞു.

വയൽവരമ്പിലൂടെ നടക്കുന്നതിനിടെ ഇടയ്ക്കിടെ ആൻ നിലത്ത് കുത്തിയിരുന്ന് ഓക്കാനിച്ചു. കുടൽമാലകളെ പുറംതള്ളുന്ന യാത നയോടെ ഓക്കാനിച്ചു. ആ സമയം തോട്ടുവരമ്പിലൂടെ ചാടിപ്പോയ ഒരു ചൊറിയൻ തവളയെ നോക്കി ജോൺ നിർവ്വികാരതയോടെ നില്ക്കുക മാത്രമാണ് ചെയ്തത്.

ആനിന്റെ അമ്മ അവളെ കാത്തുകൊണ്ട് മുറ്റത്ത് നില്പുണ്ടാ യിരുന്നു.

"എവിടെപ്പോയെടീ ചെകുത്താനേ ഇത്ര നേരം." അവർ കോലായിൽ ചാരി വച്ചിരുന്ന ചൂല് കെട്ട് എടുത്തുകൊണ്ടു വന്ന് ആക്രോശിച്ചു.

"ആൻ തോട്ടില് വീണു." ജോൺ പിറുപിറുത്തു.

"പണ്ടാരം കെട്ടവളെ." അവർ കൈയിലിരുന്ന ചൂലെടുത്ത് അവളെ തലങ്ങും വിലങ്ങും തല്ലി. "എത്ര തവണ പറഞ്ഞിട്ടുണ്ടെടി അവടവിടെ അലഞ്ഞു നടക്കരുതെന്ന്."

പിന്നീട് ജോൺ അവളെയോ ആൻ അവനേയോ കണ്ടാൽ നേർക്ക് നേരെ നോക്കാൻ ധൈര്യം കാണിച്ചില്ല. പതിനെട്ടാമത്തെ വയസ്സിൽ സ്വയം തീരുമാനിച്ച് അച്ചൻ പട്ടത്തിന് പഠിക്കാൻ ജോൺ സെമിനാരിയിൽ പോകും വരെ.

ആൻ ആ കാലഘട്ടത്തിൽ അമ്മയുടെ ആങ്ങളയുടെ വീട്ടിൽ നിന്നാ യിരുന്നു പഠിപ്പ്.

ഒരു രാത്രി ഉറക്കം നഷ്ടപ്പെട്ട് കിടക്കെ വൈകാരികമായി എടുത്ത തീരുമാനത്തിന്റെ ഉലച്ചിൽ താങ്ങാനാവാതെയായിരുന്നു ആനിനെ കാണാൻ ജോൺ അവളുടെ സ്കൂളിന് മുന്നിൽ കാത്തു നിന്നത്.

പ്രകാശം നഷ്ടപ്പെട്ട കണ്ണുകളോടെ ആൻ അവന് മുന്നിൽ അപരി ചിതത്വത്തോടെ നിന്നു.

ഒരക്ഷരം സംസാരിക്കാതെ തിരിച്ചു പോന്നതിന് ശേഷമാണ് ജോൺ സെമിനാരിയിൽ ചേരാൻ തീരുമാനം എടുത്തത്.

"ആൻ. നമ്മൾ വീണ്ടും കണ്ടുമുട്ടുമെന്നും. അത് ഈ തരത്തിൽ ആവുമെന്നും നീ എപ്പോഴെങ്കിലും പ്രതീക്ഷിച്ചിരുന്നോ?"

"കാണാൻ ആഗ്രഹിച്ചിരുന്നില്ല. അതാണ് സത്യം."

"ഒരെഴുത്തുകാരിയെ ഞാനും ആദ്യമായാണ് ഇത്രയും അടുത്തു കാണുന്നത്." ജോൺ തമാശ പറയാൻ ശ്രമിച്ചു.

"കഥയായ കഥയെല്ലാം ഞാൻ തന്നെയാണ്. അതാണ് എനി ക്കൊന്നും കഥയല്ല എന്ന് ഒരിക്കൽ പറഞ്ഞത്. ജോൺ ഒരു പെണ്ണ് കഥ യായ കഥ എങ്ങനെയാണെന്ന് നിനക്കറിയുമോ. എനിക്കാ കഥ നിന്നോടു പറയണം. നിന്നോടു മാത്രം. കുറച്ചുനേരം എനിക്കു വേണ്ടി സമയം

ചെലവഴിക്കാൻ സാധിക്കുമോ?"

"പറയൂ."

"അമ്മാച്ചന്റെ വീട് ശരിക്കും ഒരു തുരുത്തായിരുന്നു. വൈപ്പിനെയും എറണാകുളത്തേയും ബന്ധിപ്പിക്കാൻ പാലം വരും മുമ്പ് കടത്തു ബോട്ടിൽ കയറ്റിയാണ് അമ്മച്ചി ആ തുരുത്തിലേക്ക് എന്നെ കൊണ്ടു പോയത്. അന്നത്തെ ആ സന്ധ്യക്ക് ശേഷം ഒരൊറ്റ ദിവസംപോലും ഞാനുറങ്ങിയിട്ടില്ല. പഠിക്കാനുള്ള പുസ്തകങ്ങൾ കാണുമ്പോഴൊക്കെ എനിക്കു തലചുറ്റലുണ്ടായി. സന്ധ്യാ പ്രാർത്ഥനയ്ക്ക് ഇരിക്കുമ്പോൾ യേശുവും പുണ്യാളന്മാരുമെല്ലാം എന്റെ മുന്നിൽ പല രൂപത്തിലുള്ള പുരുഷന്മാരായി തീർന്നു. അവ്യക്തമായ ഭാഷയിൽ മാത്രം പ്രാർത്ഥനാഗീതങ്ങൾ മനസ്സിൽ വീഴുന്നു. മനസ്സിൽ പാപചിന്തകൾ മാത്രം ഉടലെടുക്കുന്നു. ഉടുപുടവകൾക്കുള്ളിലെ നഗ്നതയിലേക്ക് ഉറ്റുനോക്കുന്ന പുരുഷന്മാരെ ദുഃസ്വപ്നം കാണാൻ തുടങ്ങി. പതിമൂന്നാം വയസ്സിൽ സുഹൃത്തിന്റെ അപ്പനാൽ സ്ത്രീയാക്കപ്പെട്ടവളാണ് എന്ന ഓർമ്മ എന്നെ അസുഖക്കാരിയാക്കി തീർത്തു.

ഭ്രാന്ത് എന്നാണ് വീട്ടുകാരും ബന്ധുക്കളും വിധിയെഴുതിയത്. നാട്ടുകാർ അറിയാതിരിക്കാൻ ഭ്രാന്തിയായ മകളെ ആങ്ങളയുടെ വീട്ടിൽ നിർത്തി പഠിപ്പിക്കാൻ തീരുമാനമുണ്ടായി. ഒമ്പതാം ക്ലാസിൽ തീർത്തും അപരിചിതരായ കുട്ടികളുടെ ഇടയിൽ ഞാൻ ഏകയായി ചെന്നിരുന്നു. ഉൾഗ്രാമത്തിൻനിന്നും വന്നവളെ അവഗണിക്കാനും അപമാനിക്കാനും നഗരത്തിലെ കുട്ടികൾ മത്സരിച്ചു. തുരുത്തിലേക്ക് ദിനവും ബോട്ടിൽ പോകുമ്പോൾ കായലിൽച്ചാടി മരിച്ചാലോ എന്നൊരായിരം വട്ടം ആലോചിച്ചിട്ടുണ്ട്. മരണം മനോധൈര്യത്തിലൂടെ മാത്രം ആർജ്ജിക്കേണ്ട ഒന്നാണെന്ന് മനസ്സിലായത് ആ കാലത്താണ്.

അമ്മാച്ചന്റെ പെൺമക്കൾ എന്നെ കൂട്ടത്തിൽ കൂട്ടിയില്ല. കട്ടിലിൽ ഒരുമിച്ച് കിടക്കെ അനേകം രാത്രികളിൽ തള്ളി താഴെയിട്ടു. റെഡ് ഓക്സൈഡ് പാകിയ തണുത്ത തറയിൽ എന്റെ കണ്ണീര് വീണു പൊള്ളി പോയ പാടുകൾ അവശേഷിപ്പിച്ചു കൊണ്ടാണ് നാലു വർഷങ്ങൾക്ക് ശേഷം നഴ്സിങ് പഠിക്കാൻ ഞാൻ ബോംബേയിലേക്ക് വണ്ടി കയറിയത്.

വീട്ടിലേക്ക് പിന്നീടൊരിക്കലും മടങ്ങി വരാതിരിക്കാൻ കൂടിയുള്ള യാത്രയായിരുന്നു അത്. ജോണിനറിയുമോ ഓരോ പെൺകുട്ടിയും ഓരോ കണ്ണീർത്തുള്ളികളാണ്. പ്രത്യേകിച്ച് കുടുംബത്തിലെ മൂത്ത പെൺകുട്ടി. അവൾ ബാദ്ധ്യതകളുടെ ഒരുപാട് ഭാരം ചുമക്കാൻ വിധിക്കപ്പെട്ടവളാണ്. ഉത്തരവാദിത്വത്തിന്റെ, സദാചാരത്തിന്റെ, സല്ക്കീർത്തി സംരക്ഷിക്കേണ്ടതിന്റെയൊക്കെ. അമ്മാച്ചന്റെ വീട്ടിൽ ശമ്പളം വേണ്ടാത്ത ഒരു വേലക്കാരിയുടെ റോൾ തെറ്റില്ലാതെ ചെയ്യാൻ എനിക്കു കഴിഞ്ഞു. വീട്ടിലെത്തിയാൽ ബാക്കി കുട്ടികൾ അവരുടേതായ സ്വാതന്ത്ര്യങ്ങളിൽ മുഴുകുന്നു, ആഹ്ലാദിക്കുന്നു. എനിക്കു മുന്നിലാകട്ടെ പുറത്തേക്കുള്ള എല്ലാ വാതിലുകളും അടയ്ക്കപ്പെടുകയും ചെയ്തു. ജീവിതവുമായി ബന്ധമില്ലാത്ത കാര്യങ്ങൾ സങ്കല്പിച്ചു കൂട്ടുകയായിരുന്നു ജീവൻ

നിലനിർത്താനുള്ള ഒരേയൊരു പോംവഴി. രാത്രികളിൽ വൈപ്പിനിലെ വീട്ടിൽ ടെറസിന് മുകളിൽ പോയിരുന്നു ആകാശം നോക്കിക്കാണുന്ന ഒരേയൊരു വിനോദത്തിൽ ഏർപ്പെട്ടിരുന്ന കാലത്താണ് ആദ്യമായി ഞാനൊരു കഥയായി മാറിയത്. I was alone. എല്ലാ അർത്ഥത്തിലും. ശരീരത്തിലും മനസ്സിലും ഏകാന്തയാകാൻ പരിശീലിച്ചത് അന്നത്തെ ആകാശക്കാഴ്ചകൾ തന്ന മനോധൈര്യം തന്നെയാണ്. മനുഷ്യരുടെ മുഖങ്ങളെല്ലാം ഞാൻ നോക്കുമ്പോൾ കോടിപോയ ശില്പങ്ങൾ പോലെയാണ് കണ്ടത്. തീർത്തും ഏകാന്തമായ ഒരിടത്ത് സംസ്കരിക്കപ്പെട്ട ഒരു ജീവിയെക്കുറിച്ച് അന്നൊക്കെ ഞാൻ ചിന്തിക്കാൻ തുടങ്ങി. അത് മനുഷ്യനോ മറ്റെന്തെങ്കിലും ജീവിയോ ആകട്ടെ. അങ്ങനെ ഒരേകാന്തത മരണത്തിന് ശേഷമാണെങ്കിലും ഒരാളോട് ചെയ്യുന്ന ഏറ്റവും വലിയ അനീതിയാവില്ലേ. പക്ഷേ, എന്നിട്ടും ജീവിച്ചിരിക്കെ എനിക്കങ്ങനെ ഒരേകാന്തത വേണമെന്ന് തോന്നി. യഥാർത്ഥത്തിൽ എന്റെ ഏകാന്തതയെ മറികടക്കാനുള്ള ഒരേയൊരു പോംവഴി ഞാൻ ഏകാന്തത ആഗ്രഹിക്കുന്നുവെന്ന് എന്നെ തന്നെ പരിശീലിപ്പിക്കുക എന്നുള്ളതായിരുന്നു."

അന്നേരം വെയിറ്റർ വന്ന് അവർക്കുള്ള മെനു എന്തെന്ന് തിരക്കി. ആൻ മരിയ രണ്ടു ജ്യൂസിന് ഓർഡർ കൊടുത്തു.

വെയിറ്റർ പോയപ്പോൾ അവൾ പറഞ്ഞുതുടങ്ങിയ വിഷയത്തിൽ നിന്നും മാറി അയാളെക്കുറിച്ചായി സംസാരം. അതാകട്ടെ ജോണിനെ അമ്പരപ്പിക്കുകയും ചെയ്തു.

"ഞാൻ അയാളുടെ ചെരിഞ്ഞ നോട്ടം ശ്രദ്ധിക്കുകയായിരുന്നു. നമ്മുടെ നാട്ടുകാർ അതിനെ കാക്കക്കണ്ണ് എന്നല്ലേ പറയുക. അയാളെ എത്രയോ വട്ടം ഈ പേര് പറഞ്ഞു ആളുകൾ കളിയാക്കിയിട്ടുണ്ടാവാം. കൊച്ചുന്നാളിൽ, കൗമാരത്തിൽ, യൗവനത്തിൽ, വിവാഹക്കമ്പോളത്തിൽ എല്ലാം ഈ കണ്ണ് അതിന്റെ എല്ലാത്തരം ന്യൂനതകളും പ്രകടമാക്കി ഒരടയാളപ്പെടുത്തൽ ഉണ്ടാക്കിയെടുത്തിട്ടുണ്ടാകാം. മനുഷ്യർ കുറവുകളെ പൊലിപ്പിച്ചു കാണിക്കാൻ കാണിക്കുന്ന പ്രതിബദ്ധത എന്തെല്ലാം കുഴപ്പങ്ങൾ ഉണ്ടാക്കുമല്ലേ. നമ്മൾ യഥാർത്ഥത്തിൽ ജീവിക്കുന്നത് നമുക്ക് വേണ്ടിയല്ല സമൂഹത്തിന്റെ നോട്ടത്തിന് മുന്നിൽ തെളിഞ്ഞു നില്ക്കാൻ വേണ്ടിയാണെന്ന് പഠിച്ചപ്പോഴാണ് ഞാൻ കഥകൾ പൊലിപ്പിച്ചെഴുതാൻ തുടങ്ങിയത്. ഞാൻ പറഞ്ഞില്ലേ വൈപ്പിനിലെ വീടിന് മുകളിലെ ആകാശത്തിന്റെ വിശാലതയിൽനിന്നും എനിക്കു വേണ്ടിയിരുന്നത് ഒരു ചതുരവടിവ് മാത്രമായിരുന്നു. എന്റെ സ്വപ്നങ്ങൾക്കും ന്യൂനതകൾക്കും ഇരിക്കാൻ ഒരിരിപ്പിടം. അല്ല ജോൺ ഇപ്പോൾ നാട്ടിൽ കാക്കകളെ കാണാൻ കിട്ടുന്നില്ല എന്നു കേൾക്കുന്നല്ലോ. കാക്കകൾ എവിടെയെങ്കിലും ചത്തു കിടക്കുന്നതു നീ കണ്ടിട്ടുണ്ടോ. പണ്ടൊക്കെ ലൈൻ കമ്പികളിൽ തൂങ്ങിക്കിടക്കുന്ന വിചിത്രങ്ങളായ ചില പക്ഷിച്ചിറകുകൾ കണ്ടിട്ടുള്ളതല്ലാതെ പിന്നീട് ഒരുകാലത്തും ഒരു കാക്കയെപ്പോലും മൃതശരീരമായി ഞാൻ കണ്ടിട്ടില്ല."

"നീ എന്തൊക്കെയാണ് പറയുന്നത് ആൻ?"

"പറഞ്ഞ വിഷയത്തിൽനിന്നും നമ്മൾ എങ്ങോട്ടൊക്കെയോ പോയല്ലേ. ഞാൻ പറഞ്ഞുതുടങ്ങിയത് ഒരു പെണ്ണ് സ്വയം കഥയായതിനെ കുറിച്ചല്ലായിരുന്നോ?

"എന്റെ ചില നിഗമനങ്ങൾ ശരിയാകാൻ തുടങ്ങിയത് ബോംബേ യിലെ പഠനകാലത്താണ്. ആദ്യമൊക്കെ അതിശയത്തോടും സംശയ ത്തോടുമാണ് ഞാനതിനെ ശ്രദ്ധിച്ച് തുടങ്ങിയത്. ഹോസ്പിറ്റലിൽ ചില രോഗികളെ അഡ്മിറ്റ് ചെയ്യുമ്പോൾ യാതൊരു മുൻപരിചയങ്ങളും ഇല്ലാ തെയും അവരുടെ ഭൂതകാലത്തെക്കുറിച്ച് ചില ഊഹങ്ങൾ എനിക്കുണ്ടാ കാൻ തുടങ്ങി. അതിൽ ഏറെയും ശരിയാവുന്നത് അതിശയകരമാ യിരുന്നു. അത്തരം നിഗമനങ്ങൾ ശരിയാകുന്നത് എന്നെ ഭയപ്പെടു ത്തുകയും ചെയ്തു. ചിലരുടെ മരണങ്ങൾവരെ ഞാൻ കണക്കുകൂട്ടി വച്ചതുപോലെ നടക്കുന്നത് പരിഭ്രാന്തി ഉണ്ടാക്കിയില്ലെങ്കിൽ അത്ഭുതം ഇല്ലല്ലോ. അത്തരം അനുഭവങ്ങൾ വച്ചാണ് ഡയറി എഴുതിത്തുടങ്ങിയത്. ഡയറിക്കുറിപ്പുകൾ കെട്ടുകഥപോലെയെന്ന് വായിക്കുന്നവർക്ക് തോന്നാം. കഥയെ അതിശയിപ്പിക്കുന്ന ജീവിതം സ്വന്തമായിത്തീരുമ്പോ ഴാണ് എഴുത്തുകാർ കഥയാകുന്നത്. പക്ഷേ, എഴുതിയത് അച്ചടിച്ചു വന്ന പ്പോൾ എനിക്കതിൽ നിന്നും ഓടി രക്ഷപ്പെടാനുള്ള തോന്നലുണ്ടായി."

ആൻ ഒരിട പറഞ്ഞു നിർത്തി.

"നിന്റെ ജോലിയോ?" ജോൺ ചോദിച്ചു.

"എനിക്കതിൽ തുടരാൻ സാധിച്ചില്ല. കുറച്ചുനാൾ എങ്ങനെയോ പിടിച്ചു നിന്നു. പിന്നീട് ബോംബെയിൽ തന്നെ പല സ്ഥലങ്ങളിൽ പല ജോലികൾ നോക്കി. സെയിൽസ് ഗേൾ മുതൽ ഓഫീസ് ജോലി വരെ. അറിയാത്തതും അറിയുന്നതുമായ ജോലികൾ ചെയ്യുന്നത് ഒരെക്സ് പീരിയൻസ് തന്നെയാണ്. പക്ഷേ, എന്നെ അതിശയിപ്പിച്ചത് നീ അച്ചനായി എന്ന വാർത്തയാണ്. സെമിനാരിയിൽനിന്നും നീ ഒളിച്ചോടുമെന്നാണ് ഏത് കാലത്തും ഞാൻ സങ്കല്പിച്ച് കൂട്ടിയിരുന്നത്. നിന്നെക്കുറിച്ചുള്ള എന്റെ നിഗമനം തെറ്റിയെന്നത് ഒരർത്ഥത്തിൽ ഭയങ്കരമായ ഒരാശ്വാസമാണ് എന്നിലുണ്ടാക്കിയത്. ഞാൻ സാധാരണ നിലയിലേക്ക് വരാൻ അതൊരു കാരണമായി. normal അല്ലങ്കിൽ ab-normal. ഇതിലേത് അവസ്ഥയിലാണ് ഞാനെന്ന് തിരിച്ചറിയുക ശ്രമകരമായിരുന്നു. പല സമയങ്ങളിൽ പല സ്വപ്നങ്ങൾ എന്നെ വേട്ടയാടിയിട്ടുണ്ട്. ജോണിന് കേൾക്കണോ എറണാകുളത്തെ സ്കൂളിൽ പഠിക്കുമ്പോൾ ഞങ്ങളുടെ അദ്ധ്യാപിക കുട്ടികളോട് സ്വന്തം ലക്ഷ്യങ്ങളെക്കുറിച്ചൊരു ഉപന്യാസം എഴുതാൻ ആവശ്യപ്പെട്ടു. എന്തായിരുന്നു എന്റെ ലക്ഷ്യമെന്ന് ആലോചിച്ചപ്പോൾ ടെറസിന് മുകളിലെ ആകാശത്തിലെ ചതുരവടിവ് ആണല്ലോ ഞാനെന്നും സ്വപനം കണ്ടിരുന്നത് എന്നോർത്തു. അതൊരു കഥയായി ഡയറിയിൽ എഴുതിവച്ചത് ഓർത്തപ്പോൾ എനിക്കൊരു എഴുത്തുകാരിയാവുകയാണ് ലക്ഷ്യമെന്ന് ഞാനെഴുതി. വളരെ മനോഹരമായ ഭാഷയിലാണ് ആ

ഉപന്യാസം എഴുതി പൂർത്തിയാക്കിയത്. എനിക്കു തന്നെ ഉറപ്പായിരുന്നു ഏറ്റവും നല്ല മാർക്ക് ആ ഉപന്യാസത്തിന് കിട്ടുമെന്ന്.

എന്നാൽ മാർക്ക് കിട്ടിയപ്പോൾ വെറും d ഗ്രേഡ്. എന്തുകൊണ്ടാണ് എനിക്കു d ഗ്രേഡ് തന്നതെന്ന് ചോദിക്കാതെ സമാധാനം കിട്ടില്ലെന്നു തോന്നിയപ്പോൾ അദ്ധ്യാപികയോട് മടിച്ച് മടിച്ച് എനിക്കത് ചോദിക്കേണ്ടി വന്നു.

അവർ പറഞ്ഞ മറുപടി അക്ഷരാർത്ഥത്തിൽ എന്നെ ഞെട്ടിച്ചു കളഞ്ഞു. എന്നെപ്പോലെ ആവറേജ് നിലവാരമുള്ള സാധാരണ കുടുംബത്തിൽനിന്നും വന്ന ഒട്ടുംതന്നെ വായനാശീലം ഇല്ലാത്ത ഒരുവൾക്ക് അങ്ങനെയൊരു സ്വപ്നം സാക്ഷാൽക്കരിക്കാൻ സാധിക്കില്ല എന്നുള്ളതായിരുന്നു അതിനുള്ള ന്യായമായി അവർ പറഞ്ഞത്. പക്ഷേ, ആ ന്യായവും ഞാനെഴുതിയ ഉപന്യാസവും തമ്മിൽ എന്താണ് ബന്ധം എന്നെനിക്ക് ചോദിക്കാതെ നിവൃത്തിയില്ലെന്നായി.

സാക്ഷാൽക്കരിക്കാൻ പറ്റാത്ത സ്വപ്നങ്ങളെക്കുറിച്ചുള്ള ഭാവനായായിട്ടല്ല ഉപന്യാസത്തെ കാണേണ്ടത് എന്നാണ് അവർ മറുപടി പറഞ്ഞത്. എനിക്കു വേണമായിരുന്നെങ്കിൽ ഒരു വീട്ടമ്മയോ തയ്യൽക്കാരിയോ കൂടിവന്നാൽ ഒരു ഓഫീസ് ക്ലർക്കോ ആവുന്ന കാര്യം എഴുതാമായിരുന്നുവത്രേ. എത്ര വിചിത്രമായിരുന്നു അദ്ധ്യാപികയുടെ വിലയിരുത്തൽ!"

"ആ ഉപന്യാസം നീ പിന്നെ എന്തുചെയ്തു?" ജോൺ ആകാംക്ഷയോടെ ചോദിച്ചു.

"ആ d ഗ്രേഡ് അദ്ധ്യാപികയോട് തന്നെ വച്ചുകൊള്ളാൻ പറഞ്ഞു. അന്നത്തെ ചോദ്യം ചെയ്യലിന് പ്രധാന അദ്ധ്യാപകന്റെ പക്കൽനിന്നും ചൂരലിന് നല്ല അടിയും കിട്ടി." ആൻ ചിരിച്ചുകൊണ്ട് പറഞ്ഞു.

ജോണും ചെറുതായി ഒന്ന് ചിരിച്ചു. എന്നിട്ട് പറഞ്ഞു.

"സെമിനാരിയിലേക്കുള്ള എന്റെ യാത്ര ഒരിക്കലും സ്വപ്നസാക്ഷാൽക്കാരം ഒന്നുമല്ലായിരുന്നു. അന്ന് നിന്നെ വന്നു കണ്ടതിന് ശേഷം പെട്ടെന്നൊരു ഉൾപ്രേരണയിൽ അങ്ങനെ തോന്നി. സെമിനാരിയിലെ പഠനം സാധാരണ ഒരു വൈദിക വിദ്യാർത്ഥിയെ സംബന്ധിച്ച് കഠിനം ആയി തോന്നാമെങ്കിലും എനിക്കത് രക്ഷപ്പെടൽ ആയിരുന്നു. ചെറിയ തെറ്റുകൾക്ക് പോലും കടുത്ത ശിക്ഷാ നടപടികൾ ഉണ്ടാകും. ബൈബിൾ വചനം തെറ്റായി പറഞ്ഞതിന്റെ പേരിൽ ഒരു ദിവസം മുഴുവൻ ഉപവാസം ഇരിക്കേണ്ടി വന്നിട്ടുണ്ട്. ഭാഷാ ക്ലാസിൽ നിലവാരം പുലർത്താത്തതിനു തൊഴുത്തിലെ ചാണകം വാരുന്ന ജോലിയായിരുന്നു കിട്ടിയത്. എങ്കിലും എന്നെ അലട്ടിയത് സ്വപ്നം സാക്ഷാൽക്കരിക്കാൻ വേണ്ടിയല്ലാതെ നടത്തുന്ന പരിശ്രമങ്ങളെക്കുറിച്ചുള്ള നിരാശയായിരുന്നു. അതെന്നെ അലസനാക്കി. എങ്കിലും മാനസികമായ അലസത ഞാൻ പുറമെ പ്രകടിപ്പിച്ചില്ല. ആൻ ചോദിച്ചത് ശരിയായ ചോദ്യമാണ്. എന്തുകൊണ്ടാണ് എനിക്കു സെമിനാരിയിൽനിന്നും ചാടാൻ തോന്നാതിരുന്നത് എന്ന കാര്യം. സെമിനാരിയിൽ എത്തിപ്പെടുന്ന ഓരോ വിദ്യാർത്ഥിയും

ഒരിക്കലെങ്കിലും ഈ ചാട്ടം ആഗ്രഹിക്കും. ഞാനത് പലവട്ടം ആഗ്രഹിച്ചു. ചാടിയതിന് ശേഷം ജീവിതത്തിന് വരാവുന്ന ഗുണപരമായ മാറ്റം വലിയൊരു വെല്ലുവിളിയായിരുന്നു.

വീടും സമൂഹവും ഒന്നും നേടിത്തരാൻ പോകുന്നില്ല. ജീവിതം വെല്ലുവിളിയായി സ്വീകരിക്കാൻ മനോധൈര്യവും ഉണ്ടായിരുന്നില്ല. എങ്കിലും പോകെപ്പോകെ സെമിനാരിയിലെ ജീവിതത്തോട് സ്നേഹം തോന്നാൻ തുടങ്ങി. അതിനുള്ള കാരണവും സ്വാർത്ഥത തന്നെയാണ്. പൊതുവിടങ്ങളിൽ അന്നുവരെ കിട്ടാത്ത ഒരു സ്വീകാര്യത ലഭിക്കുന്നു. ഏത് കാര്യവും ദൈനം ദിനം ആകുമ്പോൾ മനുഷ്യർ അതിന്റെ ഭാഗമാകും, അതാണ് മറ്റുള്ളതിനേക്കാൾ മികച്ചതെന്ന് ശീലിച്ചു തുടങ്ങും. ജീവിതത്തിലെ തീരുമാനങ്ങളും ഇഷ്ടങ്ങളും പരിശീലനത്തിലൂടെ കൈവരുന്നതാണ് ആൻ. പട്ടാളക്കാരൻ പറയും രാജ്യസേവനമാണ് ഉന്നതമെന്ന്, അദ്ധ്യാപകനും, ഡോക്ടർക്കും അവരുടെ തൊഴിൽ. ഓരോ മനുഷ്യർക്കും അവനവനുമായി ബന്ധപ്പെട്ട ഓരോന്നും പ്രിയങ്കരമാകുന്നു. നിനക്കു എഴുത്ത് പ്രിയങ്കരമായി തീർന്നത് എങ്ങനെയെന്ന് ഉത്തരമുണ്ടോ?"

"ഞാനൊരു കഥയായിത്തീരുമെന്ന് ഒരുകാലത്ത് എനിക്കു തോന്നിയിരുന്നു. സ്വയം കഥയായി തീരാനാണ് ഞാനെഴുതിത്തുടങ്ങിയത്. പക്ഷേ, എനിക്കതിലേക്കെത്താൻ ഒരാൾക്ക് മനോരാജ്യത്തിൽനിന്നും യാഥാർത്ഥ്യത്തിലേക്ക് നടന്നെത്തേണ്ട ദൂരം താണ്ടേണ്ടിയിരുന്നു. മുംബൈയിലെ ജീവിതം വേഗതയേറിയതായിരുന്നു. വേഗത മനുഷ്യർക്ക് പല സൗകര്യങ്ങളും നല്കും. നാട്ടിലെക്കൊരു മടങ്ങിവരവ് എനിക്കസാദ്ധ്യമായി തോന്നിയത് ഓട്ടത്തിൽനിന്നും ഇഴയലിലേക്കെത്താനുള്ള വൈമുഖ്യം മാത്രമായിരുന്നു. ഭ്രാന്തി എന്നുള്ള കൂർത്ത നോട്ടത്തെ അവഗണിക്കാൻ വേണ്ടത്ര ആർജ്ജവമൊക്കെ എനിക്കിപ്പോഴുണ്ട്.

ഇല്ലേ? എന്നെ കണ്ടിട്ട് മാവോയിസ്റ്റ് ലുക്ക് എന്നല്ലേ നീയും പറഞ്ഞത്."

"വൈകാരികമായി പരാജയപ്പെട്ടവരാണ് തീവ്രവാദികൾ എന്നാണ് എന്റെ കാഴ്ചപ്പാട്." ജോൺ തർക്കിച്ചു.

"ഫെർണാണ്ടോ പെസ്സവോയുടെ വാക്കുകൾ ആണ് ഇപ്പോൾ ഓർമ്മ വരുന്നത്. ജോൺ വായിച്ചിട്ടുണ്ടോ?"

"ഭ്രാന്തില്ലെങ്കിൽ പിന്നെന്താണ് മനുഷ്യൻ. ആരോഗ്യവാനായ മൃഗമല്ലാതെ. വെട്ടിമൂടാൻ വൈകിയതിനാൽ പെറ്റുകൂട്ടുന്ന ശവമല്ലാതെ."

"ഞാനൊരു വായനക്കാരൻ അല്ലാത്തതിനാൽ വായിച്ചറിവില്ല എന്നാലും നല്ല വരികൾ."

"നിന്നെക്കുറിച്ചുള്ള എന്റെ നിഗമനങ്ങൾ തെറ്റിയില്ലായിരുന്നെങ്കിൽ ഞാനിപ്പോൾ മാനസിക രോഗത്തിന് ചികിത്സ തേടാൻ പോകേണ്ടി വരുമായിരുന്നു. സ്വയം എന്തോ അമാനുഷിക കഴിവ് ഉണ്ടെന്നുള്ള കണ്ടെത്തലിൽ ആയിത്തീർന്നിരുന്നു എന്റെ എഴുത്ത് പോലും. വായനക്കാരിൽ ഭൂരിഭാഗം കരുതുന്നത് ആറാമിന്ദ്രിയം പോലെ എന്തോ ഒരസ്വാഭാവികത

ഉള്ള എഴുത്തുകാരിയാണ് ഞാനെന്നാണ്. തികച്ചും യാദൃച്ഛികമായാണ് എന്റെ എഴുത്തും അതുമായി ബന്ധപ്പെട്ട സംഭവ വികാസങ്ങളും തമ്മിൽ ഒത്തുവന്നത്. കെട്ടുകഥയെ പൊലിപ്പിച്ചെഴുതി വിശ്വസിപ്പിക്കാൻ സാധിച്ചത് എഴുത്തിന്റെ മാത്രം തന്ത്രം. യഥാർത്ഥത്തിൽ ആ സമയങ്ങളിൽ അതൊരു തന്ത്രമായിട്ടല്ല ഞാനും കണ്ടത്. അവിശ്വസനീയമായ ചില തെല്ലാം എന്നിലുണ്ടെന്ന് വിശ്വസിക്കാൻ ഞാനിഷ്ടപ്പെട്ടിരുന്നു. ജോൺ. നീ ശ്രദ്ധിച്ചിട്ടുണ്ടോ നിരന്തരം തോൽപ്പിക്കപ്പെടുന്ന മനുഷ്യർ പരാജയങ്ങളെ അതിജീവിക്കുന്നത് ഇത്തരം മൂഢ സ്വർഗ്ഗങ്ങളിൽ ആശ്രയിച്ചു കൊണ്ടാണ്." ആൻ അത്രയും പറഞ്ഞിട്ടു ജോണിനെ ഉറ്റുനോക്കിയിരുന്നു.

"നീയെന്താ ഇങ്ങനെ നോക്കുന്നത്. എനിക്കങ്ങനെ ദിവ്യശക്തിയൊന്നുമില്ല."

"നിനക്കാരോടും പ്രണയം തോന്നിയില്ലേ. ഈ പ്രായത്തിനിടയിൽ?"

"പ്രണയം. ആകാശത്തുനിന്നും അടർന്ന് വീഴുന്ന ഉല്ക്കപോലെയാണ് ദജോൺ. പലപ്പോഴുമത് ഭൂമിയിൽ പതിക്കും മുമ്പെ കരിക്കട്ടയായിത്തീരും. എന്റെ ഇരുപത്തിയഞ്ചാം വയസ്സിൽ മുംബൈയിലെ ഒരു ക്ലിനിക്കിൽ രാത്രിയുള്ള ഷിഫ്റ്റിൽ കുറച്ചുകാലം ജോലി നോക്കിയിരുന്നു. പ്രണയത്തിന്റെ ഉല്ക്ക ആദ്യം പതിച്ചത് അപ്പോഴാണ്. ഏകാന്തത മനസ്സിനെയും ശരീരത്തെയും പൂർണ്ണമായും വിഴുങ്ങിത്തുടങ്ങിയിരുന്ന കാലം. ക്ലിനിക്കിന്റെ മാനേജിങ് ഡയറക്ടർ ആയിരുന്ന ഡോക്ടർ പലപ്പോഴും അയാളുടെ ക്യാബിനിലേക്ക് എന്നെ വിളിപ്പിക്കും. മധുരമായ വാക്കുകൾ ഒരുകാലത്തും എന്നെ ആകർഷിച്ചിരുന്നില്ല. അയാൾ വീട്ടുകാര്യങ്ങൾ പൊതുവിഷയങ്ങൾ എല്ലാം എന്നോട് സംസാരിക്കുക പതിവായി. ആദ്യമൊക്കെ ഇതെല്ലാം എന്നോട് പറയുന്നത് എന്തിനാണ് എന്നൊരു അത്ഭുതം തോന്നാതിരുന്നില്ല. പിന്നീട് അയാളുടെ സംഭാഷണം ജീവിതചര്യയുടെ ഭാഗമെന്നോണം എന്നോടൊട്ടിച്ചേർന്നു. രോഗികളുടെ മുഖത്ത് നോക്കുമ്പോൾ ആ മനുഷ്യർ എത്രയോ അകലങ്ങളിൽ ഉള്ളവരാണ് എന്നു തോന്നലുണ്ടാക്കാൻ മാത്രം ഡോക്ടർക്ക് എന്റെ മനസ്സിൽ ഇടമുണ്ടായി.

പക്ഷേ, എല്ലാം പെട്ടെന്നാണ് മാറിമറിയുന്നത്. ഒരിക്കൽ സംസാരിച്ചു കൊണ്ടിരിക്കെ അയാളെന്നോട് ഏകാന്തതയെക്കുറിച്ചു വാചാലനായി. ആ നിമിഷം ഞാനെന്നെക്കുറിച്ച് ചിന്തിച്ചു. വീട് വിട്ടു സകല ബന്ധങ്ങളിൽ നിന്നും വേർപെട്ട് അടുത്ത നിമിഷത്തെക്കുറിച്ച് പോലും സ്വപ്നം കാണാൻ ഒന്നുമില്ലാത്ത ഒരു ചെറുപ്പക്കാരിയോടാണ് സുമുഖനും സമ്പന്നനും ആയ ഒരു ഡോക്ടർ ഏകാന്തതയെക്കുറിച്ച് പറയുന്നത്.

എന്നാൽ വളരെ വേഗം ഏകാന്തത എന്ന വിഷയം ഞങ്ങളിരുന്ന മുറിയിൽനിന്നും ഇറങ്ങിയോടിപ്പോയി. സ്ത്രീയും പുരുഷനും തമ്മിലുള്ള ബന്ധം ശാരീരികം ആകുന്നതിൽ ആനിന്റെ അഭിപ്രായം എന്താണ് എന്ന ചോദ്യം ആ മുറിയിൽ കിടന്നു വട്ടം കറങ്ങി. ഞങ്ങൾ രണ്ടുപേരും

ഇരുന്നിരുന്ന കസേരകളെ, അതിനെ വേർതിരിച്ചിരുന്ന മേശയെ, ചുവരിൽ തൂക്കിയിട്ടിരുന്ന മെഡിക്കൽ ചാർട്ടിനെ, മേശമേൽ നിരത്തി വച്ചിരുന്ന റഫറൻസ് ഗ്രന്ഥങ്ങളെയൊക്കെ ചുഴറ്റിയെറിഞ്ഞുകൊണ്ട്.

നമ്മളൊരുമിച്ച് ഒരു യാത്ര പോകുന്നതിൽ ആനിന് വിരോധമുണ്ടോ എന്ന ചോദ്യം അതിനകമ്പടിയായി വന്നപ്പോൾ എന്റെ ഉള്ളിൽ വീണ്ടുമൊരു പതിമൂന്നുകാരി ഭ്രാന്തൻ തിരയിളക്കവുമായി ഉയിർത്തെഴുന്നേല്ക്കുമെന്ന് ഭയന്ന് ഞാനാ മുറിവിട്ട് ചാടിയിറങ്ങി. ഇരുട്ടിൽ ദിശയറിയാതെ നടന്ന് മെട്രോ സ്റ്റേഷനിൽ എത്തി ടിക്കറ്റ് എടുത്ത് ട്രെയിനിൽ കയറിയിരുന്നു. പല പല സ്റ്റോപ്പുകളിൽ വണ്ടി നില്ക്കുന്നു പല തരം മനുഷ്യർ കയറുന്നു. വിവിധ തരം ഗന്ധങ്ങളെക്കൊണ്ടാണ് മനുഷ്യരെ തിരിച്ചറിയുന്നത് എന്നെനിക്ക് അപ്പോൾ തോന്നി. കണ്ണുകൾ ഇല്ലെങ്കിലും മനുഷ്യൻ തിരിച്ചറിയുന്നത് എങ്ങനെ എന്നൊരു പരീക്ഷണം കൂടിയായിരുന്നു ആ യാത്ര. ഇരുണ്ട കെട്ടിടങ്ങളും പുകതുപ്പുന്ന കുഴലുകളും വരണ്ട വൃക്ഷതലപ്പുകളും പിന്നിടുന്നത് കണ്ണുകൾ അടച്ചുപൂട്ടിക്കൊണ്ടു ഞാൻ തിരിച്ചറിഞ്ഞു. രാത്രികളിൽ നടപ്പാതകളിൽ വഴിവിളക്കുകൾ പ്രകാശിച്ചില്ലെങ്കിലും അക്ഷോഭ്യയായി സഞ്ചരിക്കാൻ സാധിക്കും വണ്ണം ഉൾക്കരുത്ത് നേടാൻ പരിശ്രമിച്ചു കൊണ്ടായിരുന്നു പിന്നീട് ഞാനെന്നെത്തന്നെ പരുവപ്പെടുത്തിയത്.

ആക്രമിക്കപ്പെട്ടവളിൽനിന്നും ആക്രമിക്കുന്നവളിലേക്കുള്ള യാത്രയായിരുന്നു അത്. പിറ്റേന്ന് എന്റെ ജോലി നഷ്ടപ്പെട്ടു. ഞാനത് പ്രതീക്ഷിച്ചിരുന്നു. വൈപ്പിനിലെ വീടിന് മുകളിലെ ചതുരവടിവ് മുംബൈയിലെ അറുപഴഞ്ചൻ ഫ്ളാറ്റിന് മുകളിലിരുന്നുകൊണ്ട് നെയ്തെടുക്കാൻ പല രാത്രികളിലും ഞാൻ ആകാശം നോക്കി മലർന്നു കിടന്നു.

ഒരു സ്ത്രീയുടെ പ്രണയം എക്കാലത്തും വിട്ടുവീഴ്ചകൾക്കും കീഴടങ്ങലുകൾക്കും അതീതമായി വളർച്ച പ്രാപിക്കില്ല ജോൺ. അങ്ങനെയൊരു തിരിച്ചറിവിന്റെ മുന്നിൽ സധൈര്യം പ്രണയത്തെ അതിജീവിക്കാൻ എനിക്കു കഴിഞ്ഞു.

“സെമിനാരിയിലെ പഠനം വിഷാദവാനായ ഒരു യുവാവിനെ സംബന്ധിച്ച് തികച്ചും ക്ലേശകരമായിരുന്നു. മൈനർ സെമിനാരിയിലെ ഒരു വർഷത്തെ പ്രാഥമിക മതപഠനം. രണ്ടു വർഷത്തെ കോളേജ് ജീവിതം വൈദിക വിദ്യാർത്ഥിയെന്ന നിലയിൽ കടുത്ത അച്ചടക്കത്തോടെ കഴിച്ചു തീർത്തു. പിന്നെ ആറ് വർഷം മേജർ സെമിനാരിയിൽ വൈദിക പഠനം. അച്ചടക്കവും പഠനത്തിൽ നിഷ്കർഷയും പാലിച്ചതിനാൽ നാലു വർഷം കഴിഞ്ഞപ്പോൾ ചെമ്മാച്ചൻ ആയി. ആറ് വർഷം പൂർത്തിയായപ്പോൾ പുത്തൻ കുർബ്ബാന കൈകൊണ്ട് വൈദികനായി. അപ്പന് പള്ളിയിലും സെമിനാരിയിലും പിടിപാട് ഉണ്ടായത് അങ്ങേര് മുതലാക്കി. കുടുംബത്ത് ഒരച്ചനുള്ളത് സ്വന്തം ഇടവകയിൽ തന്നെ വന്നു കിട്ടിയാൽ ഞെളിഞ്ഞു നടക്കാമെന്ന് കുടുംബക്കാരും വിചാരിച്ചത് കൊണ്ട് ബിഷപ്പ് കാര്യമായി ഇടപെട്ട് നമ്മുടെ ഇടവകയിൽ തന്നെ ജൂനിയർ അച്ചനായി നിയമനവും കിട്ടി. എന്താണ് ക്രിസ്ത്യാനി എന്നൊരു ചോദ്യം ചോദിച്ചാൽ സത്യ

ത്തിൽ ഞാൻ കുഴഞ്ഞ് പോകും ആൻ. എനിക്കാണെങ്കിൽ പെട്ടന്നൊരു ഉൾപ്രേരണയിൽ എടുത്ത തീരുമാനം മാത്രമായിരുന്നില്ല വൈദിക പഠനം. ആ വീടിനോട് ഭയം മാത്രമായിരുന്നു. അവിടെ ജീവിക്കുന്തോറും ഭയത്തിൽ നിന്നും മുക്തനാവാൻ സാധിക്കില്ല എന്നോർത്തുള്ള ആശങ്ക എന്നെയും ഭ്രാന്തനാക്കിക്കൊണ്ടിരുന്നു. നമ്മുടെ രണ്ടുപേരുടെയും ഒളിച്ചോട്ടം രണ്ടു തരത്തിലെങ്കിലും തെരഞ്ഞെടുക്കൽ ഒരേ കാരണത്താൽ ആയിരുന്നല്ലോ."

"എഴുത്തായിരുന്നു എന്റെ അനേകം പരീക്ഷണങ്ങളിൽ വിജയം വരിച്ചത്. സ്വപ്നങ്ങൾ വരച്ചു ചേർത്ത ഡയറിക്കുറിപ്പുകളെ നോവലാക്കിയപ്പോൾ അതെല്ലാം മാന്ത്രികത കൈമുതലായുള്ള ഒരാളുടെ വെളിപാടുകൾ ആയി വായനക്കാർ ആവേശത്തോടെ സ്വീകരിച്ചു. യഥാർത്ഥത്തിൽ ആ പുസ്തകം ആ വിധം സ്വീകരിക്കപ്പെടുമെന്ന് ഞാൻ പ്രതീക്ഷിച്ചിരുന്നില്ല ജോൺ. ഒരു നോവലിന്റെ പത്താമത്തെയും, പതിനഞ്ചാമത്തെയും പതിപ്പുകൾക്കായി ആളുകൾ കാത്തിരിക്കുക എഴുത്തുകാരിയെ സംബന്ധിച്ച് ഒട്ടും നിസാരമല്ല എന്നോർക്കണം."

"സ്വന്തം സ്വപ്നങ്ങൾക്ക് മേൽ നീ വിജയിച്ചു എന്ന് കേൾക്കുമ്പോൾ എനിക്കൊരുപാട് സന്തോഷം ഉണ്ട് ആൻ. നീ പറഞ്ഞതുപോലെ നമുക്കാർക്കും ശിരസ്സിന് മുകളിൽ കാണുന്ന ആകാശത്തിന്റെ വിശാലത സ്വന്തമാക്കാൻ സാധിക്കണമെന്നില്ല. ആകാശത്തിന്റെ ഒരു ചതുരവടിവ് മതിയാകുമല്ലേ."

അതെയെന്ന അർത്ഥത്തിൽ ആൻ തലയാട്ടി.

"എന്നാൽ നമുക്ക് പിരിഞ്ഞാലോ ആൻ. പള്ളിയിൽ ചില കാര്യങ്ങൾ ഉണ്ട്. എന്നാണ് നിന്റെ മടക്കം?"

"അടുത്തയാഴ്ച. പോകും മുമ്പ് നമുക്കൊന്നൂടെ കാണാൻ സാധിക്കുമോ?"

"ഷുവർ. ഫ്രീയാകുമ്പോൾ നീ വിളിക്കൂ."

* * * * * * * *

ആൻ പോയതിന് ശേഷം ജോൺ നേരെ പോയത് ബാറിലേക്കാണ്. കൈയിൽ ആകെയുള്ളത് തപ്പിയെടുത്ത് രണ്ടു പെഗ്ഗിനുള്ള കാശ് ഒപ്പിച്ചു വച്ചിട്ടുണ്ട്. ഫോൺ രണ്ടു തവണ റിങ് ചെയ്തിട്ടും എടുത്തില്ല. അമ്മച്ചിയാവും. വീട്ടിലേക്ക് ചെന്നിട്ട് ഒരാഴ്ച കഴിഞ്ഞു. പകൽ നഗരത്തിൽ കറങ്ങി നടക്കും. രാത്രി ഏതെങ്കിലും കൂട്ടുകാരന്റെ കൂടെ ലോഡ്ജിൽ തങ്ങും. വീട്ടിൽ ചെന്നാൽ അയാളുടെ മുഖം കാണണം. പുഴുത്ത പട്ടിയെ പോലെ കട്ടിലിൽ കിടപ്പാണെങ്കിലും കണ്ടാൽ ജോണിന് ഭ്രാന്ത് ഇളകും. ബാറിൽ കയറും മുമ്പ് ജോൺ ഫോണെടുത്ത് ആനിന് ഒരു മെസേജ് അയച്ചു.

"നന്ദി പ്രിയ മിത്രമേ. ആകാശത്തിന് കീഴിലെ ഒരിത്തിരി ചതുരവടിവ് എനിക്കായി പകുത്ത് തന്നതിന്."

ഓട്ടോറിക്ഷയിൽ ഇരുന്നു കൊണ്ടാണ് ആൻ ആ വരികൾ വായിച്ചത്.

ആകാശത്തോട്ട് നോക്കാൻ അവൾക്കപ്പോൾ മനോധൈര്യം ഉണ്ടായില്ല. ജോൺ എന്നത് സത്യമോ മിഥ്യയോ എന്നത് ഇപ്പോൾ ആനിന് ഒരു ചോദ്യം ചിഹ്നം തന്നെയാണ്.

സെമിനാരിയിൽനിന്നും വൈദിക പഠനം പൂർത്തിയാക്കും മുമ്പ് എന്തിനാണ് ജോൺ ആത്മഹത്യക്ക് ശ്രമിച്ചതെന്ന് പലവട്ടം ആലോചിച്ചിട്ടുണ്ട്. മരിക്കാൻ തീരുമാനിക്കണമെങ്കിൽ അതിനുള്ള കാരണങ്ങൾ കഴിഞ്ഞു പോയി. പിന്നീട് കുറച്ചു നാൾ അവൻ ഭ്രാന്തിനുള്ള ചികിത്സയിൽ ആയിരുന്നുവെന്ന് അവളറിയുന്നത് മുംബൈയിൽ വച്ചാണ്. ജോണിനെ കാണാൻ അന്ന് അവൾക്ക് മനസ്സ് തോന്നിയില്ല. എന്തുകൊണ്ടോ കാണാൻ തോന്നിയില്ല. അങ്ങനെ പറയാനെ കഴിയൂ. ചികിത്സ കഴിഞ്ഞ് തിരിച്ചെത്തി ജോൺ നാട്ടിൽ പലവിധ പ്രശ്നങ്ങൾ ഉണ്ടാക്കി നടക്കുന്നുവെന്ന് അറിഞ്ഞിട്ടും ഒരിക്കൽപ്പോലും അവനെ കാണാൻ പോയില്ല.

തികച്ചും യാദൃച്ഛികമായി ഒരു ദിവസം ജോൺ അവളെ ഫോണിൽ വിളിക്കും വരെ ആൻ അവനെ മറന്നതായി ഭാവിച്ചു.

ആനിന് ആ ദിവസം പഴയ ഭ്രാന്ത് മടങ്ങി വരുമോയെന്ന ഭയമാണ് ഉണ്ടായത്. ജോണിനെക്കുറിച്ച് എന്തു നിഗമനത്തിൽ ആണോ എത്തിയത് അത് സത്യമായി എന്നറിഞ്ഞപ്പോൾ തന്നെ വേട്ടയാടിക്കൊണ്ടിരുന്ന അതേ ഭയം അവളെ പിടികൂടി.

പക്ഷേ, ജോണിന് ആനിനെ വിളിക്കാതെ നിവൃത്തിയില്ലായിരുന്നു. എത്ര ഒഴിവാക്കാൻ ശ്രമിച്ചാലും അങ്ങനെയങ്ങു കൈവിട്ടു കളയാൻ പറ്റാത്ത വിധം അവൾക്ക് ജോൺ ഒരു ബാദ്ധ്യതയായി മാറുകയും ചെയ്തു.

പക്ഷേ, ജോൺ വിളിക്കുമ്പോഴൊക്കെ അവളെ പരിഭ്രമം പിടികൂടി. നെഞ്ചിടിപ്പ് താളം തെറ്റി. എന്നിട്ടും അവൻ വിളിക്കാൻ വൈകിയാൽ അവൾ ആകുലപ്പെട്ടു.

ഒരിക്കൽ ആൻ ജോണിന് മെസേജ് ചെയ്തു: എന്നെ ഒന്ന് രക്ഷിക്കൂ.

ജോൺ ആ മെസേജ് വായിച്ചത് കടത്തിണ്ണയിൽ സിഗരറ്റ് വലിച്ചുകൊണ്ടിരുന്നാണ്.

ആൻ എഴുതിയ മൂന്നാമത്തെ പുസ്തകവും അന്നേരം ജോൺ വായിച്ചു കഴിഞ്ഞിരുന്നു. സ്വന്തം നിഗമനങ്ങൾ എല്ലാം ശരിയാകുന്നത് കണ്ട് അഹങ്കരിക്കുകയും അഭിമാനിക്കുകയും ചെയ്യുന്ന ഒരു സഞ്ചാരിയുടെ കഥയായിരുന്നു അത്. ആദ്യം കാല് കുത്തിയ രാജ്യത്ത് പ്രളയം ഉണ്ടാകുമെന്ന് പ്രവചിക്കുകയും അയാളെ കളിയാക്കിച്ചിരിക്കുന്ന ജനങ്ങളെ അമ്പരപ്പിച്ചുകൊണ്ട് ആ നാട്ടിൽ പ്രളയം ഉണ്ടാകുകയും ചെയ്യുന്നു. അതോടെ സഞ്ചാരിയുടെ ഖ്യാതി നാട്ടിൽ പരക്കുന്നു. ആ രാജ്യത്തെ ഭരണാധികാരി അയാളെ ഉപദേശകനായി വയ്ക്കുകയും പിന്നീട് അയാളുടെ എല്ലാ നിഗമനങ്ങളും യാഥാർത്ഥ്യമായി ഭവിക്കുകയും ചെയ്യുന്നതാണ് വിഷയം. പക്ഷേ, ഒരിക്കൽ തനിക്ക് മനോനില തെറ്റുമെന്ന് സഞ്ചാരിക്ക് തോന്നൽ ഉണ്ടാകുന്നു. ആ നിഗമനം അയാളുടെ

ജീവിതത്തെ തകിടം മറിക്കുകയാണ് ചെയ്യുന്നത്. പിന്നീട് സ്വന്തം പ്രവചനങ്ങൾ തെറ്റായിത്തീരുമെന്ന് വരുത്തിത്തീർക്കാൻ വേണ്ടി അയാൾ വേണ്ടതും വേണ്ടാത്തതുമായ പലതും സംഭവിക്കാൻ പോകുമെന്ന് വിളിച്ച് പറയുന്നു. എന്നാൽ അയാളെ അമ്പരപ്പിച്ചുകൊണ്ട് അതെല്ലാം സംഭവിക്കുകയാണ് ചെയ്യുന്നത്. ആനിന് അവളുടെ നോവലിൽനിന്നും അവളെ രക്ഷിച്ചെടുക്കാൻ കഴിയുന്നില്ലായിരുന്നു. ജോൺ ഫോൺ ചെയ്യുന്നത് വരെ അത്രയൊന്നും ബാധിക്കാതിരുന്ന ഭീതി അവളെ വേട്ടയാടിത്തുടങ്ങി.

ആ മെസേജ് വായിച്ച അന്ന് അവൻ അവൾക്കൊരു മറുപടി അയച്ചു.

"എനിക്കെന്നെ തിരിച്ചെടുക്കാൻ നീയൊന്നു സഹായിക്കാമോ. ഒരു ദിവസത്തേക്കു നമുക്കൊരു നാടകം കളിക്കാം. ആ നാടകത്തിൽ ഞാൻ വൈദികനും നീ എന്നെ കാണാൻ വരുന്ന സുഹൃത്തും ആകണം. എനിക്കെന്നെ ഒന്നിറക്കി വയ്ക്കണം. നീ നിന്റെ സ്വപ്നങ്ങൾ സ്വന്തമാക്കിയ കഥ പറയുന്നത് കേട്ട് കേട്ട് എനിക്കും ഒരു സ്വപ്നം സ്വന്തമാക്കണം. എന്താ ആൻ നീയെന്നെ സഹായിക്കില്ലേ?"

ആനിന് അതൊരു വെല്ലുവിളിയോ രക്ഷനേടലോ ആയിരുന്നു.

ജോണിനെ രക്ഷിക്കാനോ സ്വയം രക്ഷ നേടാനോ എന്തിനാണ് താൻ വന്നതെന്ന് ഓട്ടോയിൽ ഇരുന്നുകൊണ്ട് ആൻ ചിന്തിച്ച് നോക്കി. പക്ഷേ, ഈ കളിയിൽ തങ്ങൾ രണ്ടുപേരും ജയിക്കുമെന്ന് അവൾക്കുറപ്പില്ലായിരുന്നു.

വീട്ടിൽ ചെന്നു മുറിയടച്ചിരുന്നുകൊണ്ട് ആൻ അവളുടെ മൂന്നാമത്തെ പുസ്തകം എടുത്തു വായിച്ചു. കഴിഞ്ഞ രണ്ടു പുസ്തകത്തിന്റെയും പിന്തുടർച്ചയാണ് ഈ പുസ്തകം. അവസാന പേജിൽ എഴുതിവച്ച വരികൾ ആൻ ഒന്നുകൂടി വായിച്ചു.

"സഞ്ചാരി തന്റെ നീണ്ട അങ്കി അഴിച്ചു ദൂരെ എറിഞ്ഞു. മുഷിഞ്ഞ വസ്ത്രം വലിച്ചെറിയുന്നത് പോലെയൊരു സംതൃപ്തി ആ സമയം അയാളിൽ വലയംചെയ്തു. തന്റെ നിഗമനങ്ങളും വിശ്വാസങ്ങളും അതിനെതിരെയുള്ള പ്രതിരോധങ്ങളും എല്ലാമെല്ലാം ആത്മഹത്യയിൽ നിന്നുള്ള പൊരുതൽ മാത്രമാണെന്ന് തിരിച്ചറിഞ്ഞതിന്റെ നിരാശാബോധം നിറഞ്ഞ തിരിച്ചറിവ് അന്നേരം അയാളുടെ ഉള്ളിൽക്കിടന്നു കത്തിയമർന്നുകൊണ്ടിരുന്നു."

വിഷാദിയുടെ കുമ്പസാരങ്ങൾ

കുന്നിൻ മുകളിലേക്കുള്ള കയറ്റങ്ങൾ ഗാബോ ഏറെ ആസ്വദിച്ചിരുന്ന ഒന്നാണ്, ഒരുമിച്ച് നടത്തിയിരുന്ന യാത്രകളിൽ ഏറെയും ഉയർന്ന പർവ്വതങ്ങളിലേക്കൊ, മൊട്ടക്കുന്നുകളിലേക്കൊ ആകുമ്പോൾ ആ യാത്ര ഗാബോയെ കൂടുതൽ കൂടുതൽ ഉത്സാഹിയാക്കുന്നത് അതിശയത്തോടെ ഞാൻ നോക്കി നിന്നിട്ടുണ്ട്. ഒരിക്കൽ ഗാബോ എന്നോടു പറഞ്ഞത് ഓർമ്മ വരുന്നു.

“എവറസ്റ്റ് കൊടുമുടിയും ഹിമാലയ പർവ്വത നിരകളും താണ്ടുന്നതിനെക്കുറിച്ച് ഈയിടെ ഞാൻ സ്വപ്നം കാണാൻ തുടങ്ങിയിരിക്കുന്നു.”

ഉയരങ്ങൾ ജീവിതത്തെ കൂടുതൽ വിശുദ്ധീകരിക്കുമെന്ന് ഗാബോ പറഞ്ഞത് വിസ്മയത്തോടെ ഞാൻ കേട്ടു നിന്നു. എന്റെ സംശയത്തിനുള്ള നിവാരണമായി അതേക്കുറിച്ച് അദ്ദേഹം ഒരൊറ്റ വാചകത്തിൽ വിശദീകരണവും തന്നു.

“കയറ്റത്തിന് ശേഷം ഒരിറക്കമുണ്ടെന്ന ബോദ്ധ്യത്തോടെയുള്ള യാത്രയാണ് അതിന്റെ വിശുദ്ധത.”

ഈ സംഭാഷണം നടക്കുമ്പോൾ മെഴ്സിഡെസ് ഡോക്ടർ നിക്കോളാസിന് മുന്നിലിരുന്നു ഗാബോ എഴുതിയ പ്രണയ ലേഖനങ്ങൾ അടുക്കി വയ്ക്കുകയായിരുന്നു. കത്തുകൾ മടക്കി വയ്ക്കും മുമ്പ് അവരതിലൂടെ മൃദുവായി വിരലോടിക്കും. ഓരോ കത്തും എടുത്തു ചെവിക്കരികിലേക്ക് ചേർത്തു പിടിക്കും. “അദ്ദേഹത്തിന്റെ ശബ്ദം, ഓരോ വരിയിലും അദ്ദേഹത്തിന് എന്നോടുള്ള പ്രണയം ഉണ്ട്, ഇപ്പോഴും എനിക്കത് കേൾക്കാം.”

ഡോക്ടർ നിക്കോളാസ് അന്നേരം മാർക്വേസ് കിടക്കുന്ന മുറിയിലേക്ക് എത്തിനോക്കി. ഏതാനും ദിവസങ്ങളായി അസുഖം മൂർച്ഛിച്ചിരിക്കുന്നു. ഭ്രാന്തും ആകുലതയും സംഘർഷവും കൂടിക്കുഴഞ്ഞ ഒരവസ്ഥ

ശരീരത്തിന്റെ രോഗാവസ്ഥയുമായി ചേർന്നപ്പോഴുള്ള തകർച്ച മാർക്വേസിനെ കീഴ്പ്പെടുത്തി കഴിഞ്ഞിരിക്കുന്നുവെന്ന് എങ്ങനെയാണ് മെഴ്സിഡെസിനോട് പറയുകയെന്ന് ഓർത്തപ്പോൾ ഒരു ഡോക്ടർ ആയിട്ടും പരിഭ്രമം തന്നെ അലട്ടുന്നത് അദ്ദേഹം തിരിച്ചറിഞ്ഞു.

"താങ്കൾക്ക് ഒരു കപ്പ് കാപ്പി കൊണ്ടുവരട്ടെ?"

"വേണമെന്നില്ല മിസ്സിസ് മാർക്വേസ്."

"ഗാബോ ഈ അവസ്ഥയെ മറികടക്കുമെന്ന് താങ്കൾക്ക് വിശ്വാസമില്ലേ ഡോകടർ?"

"തീർച്ചയായും."

അവരെ സമാധാനിപ്പിക്കാൻ എന്നവണ്ണം സൗമ്യത മുഖത്ത് വരുത്തി കൊണ്ട് നിക്കോളാസ് മറുപടി പറഞ്ഞു. പിന്നെ വിഷയം മാറ്റാൻ എന്നവണ്ണം അടുക്കി വച്ച കത്തുകളിലേക്ക് നോക്കി ചോദിച്ചു

"ഇത്രയധികം കത്തുകൾ അദ്ദേഹം നിങ്ങൾക്ക് എഴുതിയിരുന്നു വല്ലേ?"

"അല്ല ഡോകടർ. ഈ കത്തുകളിൽ ഏറെയും ഗാബോ തന്റെ മറ്റു പ്രണയിനിമാർക്ക് എഴുതിയതാണ്."

"എന്ത്!"

"അങ്ങനെയാണ് എന്നോട് പറഞ്ഞിട്ടുള്ളത്." അത് പറയുമ്പോൾ മെഴ്സിഡെസ് പുഞ്ചിരിക്കുകയായിരുന്നു.

"ലോകത്ത് ഏതെങ്കിലുമൊരു ഭർത്താവ് ഭാര്യയോട് ഇങ്ങനെ പറയുമോ, എങ്കിൽ ഈ കത്തുകൾ നിങ്ങളുടെ വിവാഹത്തിന് മുമ്പുള്ളതായിരിക്കുമല്ലേ?"

"അല്ല. അദ്ദേഹം എൺപത്തിനാല് വയസ്സുവരെ എഴുതിയ പ്രണയലേഖനങ്ങൾ."

നിക്കോളാസ് വിസ്മയത്തോടെ അവരെ ഉറ്റുനോക്കി.

"അതിശയിക്കേണ്ടതില്ല ഡോക്ടർ, അതിനർത്ഥം ഞങ്ങളുടെ പ്രണയം അത്രമേൽ സുദൃഢം എന്നു തന്നെയാണ്, അദ്ദേഹത്തിനു എന്നിലുള്ള പരിപൂർണ്ണ വിശ്വാസമാണ് ഈ കത്തുകൾ. ഗാബോയുടെ ഹൃദയത്തിന്റെ സുതാര്യത ഞങ്ങളുടെ ആത്മബന്ധത്തിന്റെ അളക്കാൻ കഴിയാത്തത്ര വിശ്വാസത്തിന്റെ മേലാണ് കെട്ടിപ്പൊക്കിയിരിക്കുന്നത്."

ഡോക്ടർ നിക്കോളാസ് അന്നേരം എഴുന്നേറ്റ് ചെന്നു മെഴ്സിഡെസിന്റെ കരം കവർന്നുകൊണ്ട് പറഞ്ഞു. "ഗാബോ തീർച്ചയായും ജീവിതത്തിലേക്ക് തിരികെ വരും. വരാതിരിക്കാൻ അദ്ദേഹത്തിന് കഴിയില്ല."

"കൈവിട്ടു പോകാവുന്ന ശാരീരിക ആസക്തികളെ കീഴ്പ്പെടുത്താൻ പ്രണയത്തിനല്ലാതെ സാധിക്കില്ലായെന്നാണ് അദ്ദേഹത്തിൽനിന്നും ഞാനറിഞ്ഞത്. അതേസമയം വാർദ്ധക്യത്തെ അതിജീവിക്കാനുള്ള മാർഗ്ഗമായി അദ്ദേഹം രതി തെരഞ്ഞെടുക്കുകയും ചെയ്തു. ഗാബോയുടെ ശരീരത്തിന്റെ ഇഞ്ചോടിഞ്ചും കഥാപാത്രങ്ങൾ ആയിരുന്നു, കഥകളെ അടക്കം

ചെയ്ത മാംസക്കഷണമായിട്ടാണ് അദ്ദേഹത്തിന്റെ നഗ്നത പോലും ഞാൻ നോക്കിക്കണ്ടിട്ടുള്ളത്.

എഴുത്തുമുറിയിൽ അദ്ദേഹം തന്നോടു തന്നെ യുദ്ധത്തിൽ ഏർപ്പെടുകയായിരുന്നു. എങ്കിലും അസാധാരണമായ അച്ചടക്കത്തോടെയാണ് ഗാബോ ആ പ്രവൃത്തിയിൽ ഏർപ്പെട്ടിരുന്നത്. പക്ഷേ, കഥാപാത്രങ്ങൾ ആവേശിച്ച ചില സന്ദർഭങ്ങളുണ്ട്. ഓർക്കുമ്പോൾ ഇപ്പോഴെനിക്ക് ചിരി വരും. ഒരു ദിവസം അർദ്ധരാത്രി പുറത്തേക്കിറങ്ങി വന്നിട്ട് ഗാബോ എന്നോടു ചോദിച്ചു "മുപ്പത്തിരണ്ടു വിപ്ലവങ്ങൾ നടത്തുകയും എല്ലാത്തിലും പരാജയപ്പെടുകയും ചെയ്ത ജോസെ അർക്കാഡിയ ബേൻദിയ ആത്മഹത്യ ചെയ്യാനുള്ള തീരുമാനത്തിലെത്തിയിരിക്കയാണ്, എന്താണ് നിന്റെ അഭിപ്രായം?"

അന്നേരത്തെ ഗാബോയുടെ മുഖം എന്നെ പരിഭ്രമത്തിലാഴ്ത്തികളഞ്ഞു. എന്തു മറുപടിയാണ് പറയുകയെന്ന് സമചിത്തതയോടെ തീരുമാനിക്കാനുള്ള സമയം ഗാബോ എനിക്കു തരില്ലെന്നുറപ്പാണ്. അദ്ദേഹം പുറത്തേക്കിറങ്ങി പോകുമോയെന്ന് ഞാൻ ഭയപ്പെട്ടു. എനിക്കന്നേരം പുഞ്ചിരിക്കാൻ സാധിച്ചു. പക്ഷേ, എന്റെ പുഞ്ചിരിയെ മറി കടന്നുകൊണ്ടു അദ്ദേഹം ഇടിച്ചു നിലവിളിച്ചു. ഭയം എന്റെ പഞ്ചേന്ദ്രിയങ്ങളെ ഏതാനും നിമിഷത്തേക്ക് നിശ്ചലയാക്കി. അടുത്ത നിമിഷം അദ്ദേഹത്തെ കെട്ടിപ്പിടിച്ചുകൊണ്ടു ഞാൻ പറഞ്ഞു,

"ഇനിയൊരു വിപ്ലവം അയാൾക്ക് വിജയിക്കാൻ കഴിയില്ലെന്നു നിങ്ങൾ ഉറപ്പിച്ചിട്ടില്ലായെന്നാണോ?"

ഡോക്ടർ നിക്കോളാസ് അന്നേരം പറഞ്ഞു.

"ഇപ്പോൾ ഒരു കപ്പ് കാപ്പി തന്നാൽ ഞാൻ കുടിക്കും, കാരണം നിങ്ങളുടെ പ്രണയത്തിന് അദ്ദേഹത്തിന്റെ സ്മരണകളെ തിരികെ കൊണ്ടുവരാൻ സാധിക്കുമെന്ന് എനിക്കുറപ്പാണ്."

"ഞാനും വിശ്വസിക്കുന്നു, കാരണം അദ്ദേഹത്തിന് പ്രണയത്തിനോടുള്ള ആസക്തി അത്രമേൽ ഗാഢമായിരുന്നു. പരിതസ്ഥിതികൾ മാറുമ്പോഴും ഗാബോ പ്രണയത്തിൽ വിട്ടുവീഴ്ച ചെയ്തിരുന്നില്ല. ഗാബോയുടെ ഓരോ രചനയും വിഷാദിയായ ഒരാളുടെ കുമ്പസാരങ്ങൾ പോലെയാണെന്ന് ഇടയ്ക്കെല്ലാം ഞാൻ കളിയാക്കിയിട്ടുണ്ട്. യഥാർത്ഥത്തിൽ എഴുത്തുകാർ തങ്ങളുടെ രചനകളിലൂടെ പ്രകടിപ്പിക്കുന്നത് നേടിയെടുക്കാൻ സാധിക്കാതെ പോയ അഭിലാഷങ്ങളുടെ ആവിഷ്കാരങ്ങൾ ആയിരിക്കാമല്ലേ ഡോക്ടർ നിക്കോളാസ്."

മെഴ്സിഡെസ് പുഞ്ചിരിയോടെ അത് പറഞ്ഞിട്ട് കാപ്പിയെടുക്കാനായി അകത്തേക്ക് പോയി.

****

അയാളുടെ ഓർമ്മകളിൽ അന്നേരം അരകത്തായയിലുള്ള വീടായിരുന്നു, മുത്തച്ഛനോടൊപ്പം എന്നും നടക്കുന്ന വഴിയിലൂടെയല്ല അന്ന് നടന്നത്. മുത്തച്ഛൻ എന്നും അങ്ങനെയാണ്. പുതിയ പുതിയ ഭൂപടങ്ങൾ

കണ്ടെത്തും പോലെയുള്ള കൗതുകം പുതിയ ഇടവഴികൾ താണ്ടുന്നതിലും അദ്ദേഹം പ്രകടിപ്പിച്ചു. ഇടവഴിയിൽ നിറയെ ബദാം മരങ്ങൾ നിരന്നു നിന്നിരുന്നു. ചുറ്റും പരന്നിരുന്ന അപരിചിതമായ അനേകം ഗന്ധങ്ങൾ, ഇതൊന്നും മുമ്പ് അനുഭവിച്ചിട്ടില്ല. മുത്തച്ഛനാകട്ടെ വാതോരാതെ കഥകൾ പറഞ്ഞു. പട്ടാളക്കഥകൾ, യുദ്ധത്തിന്റെയും കലാപത്തിന്റെയും വീര്യത്തിന്റെയും കഥകൾ, കഥകളിൽ മനസ്സും, ചുറ്റുപാടിൽ കണ്ണും നട്ടു നടക്കേ കണ്ണിന് മുമ്പിൽ "മക്കൊണ്ട "എന്നൊരു ബോർഡ് തെളിഞ്ഞു. "മക്കൊണ്ട" ഏതാണ് ഈ സ്ഥലം. ഇതുവരെ കാണുകയോ, കേൾക്കുകയോ ചെയ്യാത്ത പുതിയ ഈ ഭൂമിക.

പിന്നെ ആ സ്ഥലം ഒരിക്കൽക്കൂടി ഓർത്തത് സാഹസികമായ ഒരു ബോട്ട് യാത്രയിൽ ഇരുന്നുകൊണ്ടാണ്. ഒരമ്മ മകനോടൊന്നിച്ചു പുറപ്പെട്ട യാത്രയിൽ. ബാറൺകിലയിൽനിന്നും അരകത്തായയിലേക്കുള്ള യാത്ര, കനാലിലൂടെ പഴകി തുരുമ്പെടുത്ത ഇരുമ്പ് ബോട്ടിൽ മരണം മുന്നിൽ കണ്ടിരിക്കെ തുടരെത്തുടരെ സിഗരറ്റ് വലിച്ചുകൊണ്ടു ഞാൻ കുട്ടിക്കാലത്തെ ഓർത്തെടുത്തു. അനേകം ചതുപ്പുകളും, വെള്ളക്കെട്ടുകളും താണ്ടി ആ ബോട്ടിൽ നഗരത്തിൽ എത്തിയാലും പിന്നെയും തീവണ്ടിയിൽ യാത്ര ചെയ്താലേ ഞങ്ങളുടെ പൂർവ്വികരുടെ ഗ്രാമത്തിലെത്താൻ സാധിക്കൂ. എത്രയോ പർവ്വതങ്ങളും, ഗ്രാമങ്ങളും തോട്ടങ്ങളും പിന്നിട്ട് വേണം ഈ യാത്ര ലക്ഷ്യസ്ഥാനത്ത് എത്തിച്ചേരാൻ. ഒരുപക്ഷേ, ഈ യാത്രയിൽ ഞങ്ങൾ ലക്ഷ്യം കാണുമോ എന്നു പോലും ഉറപ്പില്ല.

ആ യാത്രയായിരുന്നു ജീവിതത്തെ വിശുദ്ധീകരിച്ചത്. അവിടെ തുടങ്ങിയ യാത്ര എങ്ങോട്ടാണ് എന്നെ കൊണ്ടുപോയത്. ഓർക്കാൻ ശ്രമിച്ചു ശ്രമിച്ചു തലച്ചോറ് പൊട്ടുന്നത് പോലെ അയാൾക്ക് തോന്നി.

എന്തെങ്കിലും ഒന്നു കുത്തിക്കുറിച്ചാൽ ഒരുപക്ഷേ, ഹൃദയം ശാന്തമാകുമോ. ഇന്നലെയും ഇതുപോലെ ഒരനുഭവം ഉണ്ടായതോർക്കുന്നു. ശരിയാണ്. എഴുതാൻ ശ്രമിച്ചിട്ടും തിരക്കുകൾ അനുവദിക്കാതെ. ഒടുവിൽ ഹൃദയം പൊട്ടിത്തെറിക്കുമെന്ന തോന്നലനുഭവപ്പെട്ടു. ആഴ്ചകളായി അവസ്ഥ പരിതാപകരമാണ്. വിഷാദം അതിന്റെ ഏകാന്തതയോടൊപ്പം വലിഞ്ഞു മുറുകിയ നാളുകൾ. അസ്വസ്ഥതയുടെ പാരമ്യത്തിൽ ഇത്തിരിപ്പോന്ന എഴുത്തുമുറിയിലേക്ക് പായുകയായിരുന്നു. അത് താനിയയുടെ മുറിയായിരുന്നു. എന്തെഴുതണമെന്ന് എനിക്കു നിശ്ചയമുണ്ടായില്ല. പക്ഷേ, എന്തെങ്കിലും കുറിച്ചുവച്ചില്ലായെങ്കിൽ എനിക്കു ഭ്രാന്ത് പിടിക്കുമെന്ന് തോന്നി. എന്നെ വലയം ചെയ്യുന്ന ഈ പ്രപഞ്ചത്തിന്റെ നിഗൂഢതയോട് വിളിച്ചു പറഞ്ഞാലോ.... എനിക്കു ഭ്രാന്ത് പിടിക്കുമെന്ന്. സത്യത്തിൽ അന്നേരം അങ്ങനെയാണ് തോന്നിയത്. ഈ ഉരുണ്ട ഭൂഗോളം, അതിലെ ദൃശ്യവും അദൃശ്യവുമായ അനേകമനേകം വസ്തുക്കൾ, പുല്ലും, പൂവും, പുഴുക്കളും.. എനിക്കെല്ലാത്തിനോടും പക തോന്നി. എന്നെ ഇങ്ങനെ പരുവപ്പെടുത്തി വിട്ട ഈശ്വരനോടുപോലും.

താനിയ എനിക്കു പിന്നിൽ വിഷാദവതിയായി നില്പുണ്ടായിരുന്നു. അവൾക്കെന്നെ ഒന്നു സ്പർശിക്കണമെന്നും, ആശ്വസിപ്പിക്കണമെന്നും കൊതിയുണ്ടായിരുന്നിരിക്കാം. ആ നേരത്തെ അങ്കലാപ്പിനിടയിലും അവളെക്കുറിച്ച് ചിന്തിക്കാനെനിക്ക് സാധിച്ചുവെന്നത് അത്ഭുതകരം തന്നെ.

അന്നേരം ജീവിതത്തിനും ഭ്രാന്തിനുമിടയിലെ പേടിപ്പെടുത്തുന്ന ഇടവേളയിൽ വച്ച് എന്റെ വിരലുകൾ ടൈപ്പ് റൈറ്റിങ് മെഷീനിലൂടെ തരിപ്പോടെ സഞ്ചരിച്ചു. മുൻകൂട്ടി ചിട്ടപ്പെടുത്താതെ ആദ്യമായൊരു വാചകം അന്നേരം ഞാൻ ടൈപ്പ് ചെയ്തു.

"കേണലിന് ആരും എഴുതുന്നില്ല."

അന്നേരം താനിയ എന്റെ തോളിലേക്ക് തല ചേർത്തു വച്ചു. എനിക്കന്നേരം ഹൃദയത്തിൽ കടലിരമ്പം കേൾക്കാമായിരുന്നു. എന്റെ കണ്ണുകൾ ആർത്തലച്ച നദി പോലെയായി. പെട്ടെന്ന് താനിയ വാവിട്ടു കരഞ്ഞു, ഞാനും.... ഞങ്ങളിരുവരും കരയുന്ന ഓരോ നദികളായി മാറി..

ആ രാത്രിയിലാണ് കേണലിനെ താനിയ കണ്ടത്. ഭൂമിയിലെ എല്ലാ ഏകാകികളായ മനുഷ്യരെയും കണ്ടെത്തും പോലെ കാത്തിരിപ്പിന്റെ കൂടാരത്തിൽ വച്ച്. കേണൽ പെൻഷൻ വാങ്ങാൻ പോയി നിരാശനായി മടങ്ങിയിരുന്ന അതേ വഴിയിൽ വച്ച് പിന്നീടിതാ വീണ്ടും എനിക്കു താനിയയെ കാണേണ്ടി വന്നു. പ്രണയത്തിന്റെ അനേകം കാതങ്ങൾ അതിന്റെ ഇടവേളകളിൽ ഞങ്ങളിരുവരും താണ്ടിക്കഴിഞ്ഞിരുന്നു.

അവളെ അങ്ങനെ കണ്ടപ്പോൾ എനിക്കു തോന്നി. യഥാർത്ഥത്തിൽ താനിയ എന്റെ ഭാവനയായിരുന്നോ. ശരല്ക്കാലത്തിന്റെ ആരംഭത്തിൽ എന്നിൽ ആഴത്തിലുണ്ടായ ഈ മുറിവിൽ നിന്നുമാണ് ഞാൻ "കോളറക്കാലത്തെ പ്രണയം" സൃഷ്ടിച്ചതെന്ന് എനിക്കവളോട് വിളിച്ചു പറയാൻ തോന്നി. യൗവ്വനത്തിലെ പ്രണയത്താൽ ഞങ്ങളിരുവരും രോഗാതുരരായി മാറി.. സായാഹ്നയാത്രയിൽ പ്രണയം ഞങ്ങളുടെ യൗവ്വനത്തെ തിരിച്ചു തന്നതുപോലെ.

"ഗാബോ" താനിയ വിളിച്ചു.

എന്റെ തൊണ്ട വരണ്ടുണങ്ങി. ഓർമ്മകൾ എന്നിലേക്ക് ആർത്തലച്ചു കയറി വന്നു. എവിടെ നിന്നോ പേരയ്ക്കയുടെ മണം പരന്നതുപോലെ. ഈ ഗന്ധം... താനിയയെ ആദ്യം ഉമ്മ വച്ചപ്പോൾ അനുഭവിച്ച രുചിയുടെ ഓർമ്മ എന്നിലുണർത്തി.

അരക്കത്തായയിലെ വീടെനിക്ക് ഓർമ്മ വന്നു. അവസാനമായി അവിടെനിന്നു പടിയിറങ്ങിപ്പോന്നത്. വീടുകളും ഓർമ്മകളും എങ്ങനെയാണ് സ്വന്തമല്ലാതാകുന്നത്. കൈവശക്കാരൻ മറ്റൊരാൾ ആകുമ്പോഴും ഓർമ്മകൾ സ്വന്തമായുള്ളപ്പോൾ!

പെട്ടെന്ന് പാരീസിലെ പഴക്കം ചെന്ന പള്ളിയുടെ ഓർമ്മ തലച്ചോറിനെ ഉഴുതുമറിച്ചു. പ്രണയിച്ച പെണ്ണിനെ മറ്റൊരാൾ മിന്നു കെട്ടുന്നത് നോക്കി നിന്ന നിമിഷം. ഞാൻ താനിയയെ ഉറ്റു നോക്കി നിന്നു. അവളെ

ന്നെയും.

പിന്നീട് അങ്ങനെയല്ലേ അരീസയും ഫെർമിനഡയും ഉറ്റുനോക്കി നിന്നത്..

അങ്ങനെ നില്ക്കേ ചാൾസ് താനിയയെയും മെഴ്സിഡെസ് എന്റെയും കൈകൾ പിടിച്ചുകൊണ്ടു ദേവാലയത്തിന്റെ പടികൾ ഇറങ്ങി.

അന്നേരം അരീസ എന്നിൽ പുനർജ്ജനിച്ചു. വൃദ്ധനായ കേണൽ വിഷാദ മൂകനായി നടന്ന പാതയോരത്ത് വച്ച് അരീസ എന്നിൽ പുനർ ജ്ജനിച്ചു.

കടുത്ത ഏകാന്തതയിലും വിരഹത്തിലും പെട്ട് കലങ്ങി മറിയു മ്പോഴും അയാൾ കാത്തിരിക്കുകയായിരുന്നു, കാത്തിരിപ്പുകൊണ്ടു രാജാ വായി തീർന്നയാൾ. അമ്പത്തിയൊന്ന് വർഷവും, ഒമ്പത് മാസവും, നാലു ദിവസവും നീണ്ട കാത്തിരിപ്പ്. എഴുപത്തിയേഴാം വയസ്സിൽ കാമുകിയുടെ കാതുകളിൽ പ്രണയം പറഞ്ഞ ആ കാമുകനെ സൃഷ്ടിച്ചത് നീയാ യിരുന്നു താനിയ എന്നെനിക്ക് വിളിച്ചു പറയാൻ തോന്നി.

"അന്ന് നീ സാക്ഷിയായി ഞാനെഴുതിയ വാചകം ഓർമ്മയില്ലേ?"

ഞാൻ ചോദിച്ചു.

"കേണലിന് ആരും എഴുതുന്നില്ല."

താനിയ മന്ത്രിച്ചു.

"പെൻഷൻ കാത്തിരിക്കുന്ന സുഹൃത്തുക്കൾ ഓരോരുത്തരായും ഈ ഭൂമി വിട്ടുപോയെന്ന് അറിയുമ്പോഴും ഈ വഴിയിലൂടെ ഒരു പോരാളിയുടെ വീറോടെയാണ് കേണൽ പോസ്റ്റോഫോസിൽനിന്നും മടങ്ങിയിരുന്നത്. ഒഴിഞ്ഞ കൈകൾ വീശികൊണ്ട്. പ്രതീക്ഷയുടെ മറ്റൊരു വെള്ളിയാഴ്ച അയാൾക്ക് മുന്നിൽ അപ്പോഴും ബാക്കിയുണ്ടല്ലോ. ഞാനും പ്രതീക്ഷയുടെ ഓരോ വെള്ളിയാഴ്ചയും കാത്തിരുന്ന ഒരാളായിരുന്നു, എനിക്കു വിശ്വാസമുണ്ടായിരുന്നു. ഒടുവിൽ, ഒരിക്കൽ ഇതേ ഇടവഴിയിൽ വച്ച് നമ്മൾ കണ്ടുമുട്ടുമെന്ന്."

ഫെർമിന അയാളുടെ ചുളിവുകൾ വീണ മുഖത്തേക്ക് സൂക്ഷിച്ചു നോക്കി. നരകയറിയ ചെന്നിയിലെ മുടിയിഴകൾ, മൂക്കിനു കീഴിലെ ഇട തൂർന്ന രോമങ്ങളിലെ എഴുന്നു നില്ക്കുന്ന വെള്ളിയിഴകൾ. സൂക്ഷ്മത നിറഞ്ഞ കണ്ണുകളിലെ പ്രണയത്തിളക്കത്തിന് മാത്രം ഇപ്പൊഴും ബാക്കി നില്ക്കുന്ന യൗവ്വനം.

"അരീസാ"

ഫെർമിന അത്ഭുതത്തോടെ വിളിക്കുകയാണ്.

എനിക്കു സ്ഥലകാല വിസ്മൃതി സംഭവിച്ചോ! ആരാണ് എന്നെ വിളി ച്ചത്. ഗാബോ എന്നല്ലേ ഞാൻ കേട്ടത്. താനിയ അല്ലേ എന്റെ മുന്നിൽ നില്ക്കുന്നത്.

ആ കുതിരവണ്ടിക്കാരൻ ഇടയ്ക്ക് ഞങ്ങളെ തിരിഞ്ഞു തിരിഞ്ഞു നോക്കുന്നുണ്ട്, എഴുപത്തിരണ്ട് വയസ്സുള്ള നാണം അവളുടെ മുഖത്ത് ഞാൻ കണ്ടു.

എനിക്കന്നേരം അയാളെ ഇടിച്ചോടിക്കാൻ തോന്നി. പക്ഷേ, എന്റെ ഹൃദയത്തിന് മാത്രമേ ചെറുപ്പം ഉണ്ടായിരുന്നുള്ളൂ എന്ന തിരിച്ചറിവിൽ അയാളെ ശ്രദ്ധിക്കാതെയിരിക്കാൻ ഞാൻ ശ്രമിച്ചു. ഫെർമിനയെ അരികിലേക്ക് കൂടുതൽ ചേർത്തു പിടിച്ചുകൊണ്ട് ഇരുത്തവെ കുതിരവണ്ടിക്കാരൻ ഞങ്ങളുടെ നേരെ അടുത്തു വന്നിട്ട് എന്റെ ചെവിയിൽ അടക്കം പറഞ്ഞു.

"be careful, donfloro, that look like cholera"

ഫെർമിന അന്നേരം പൊട്ടിച്ചിരിച്ചു, ഞങ്ങളിരുവരും കുട്ടികളെ പോലെ ആർത്തു ചിരിച്ചു.

അപകടകരമായ കോളറപോലെ പ്രണയം ഞങ്ങളുടെ ഹൃദയത്തെ ബാധിച്ചു കഴിഞ്ഞിരുന്നു.

"ഈ സമുദ്രത്തിലേക്ക് ഞാൻ ചാടിക്കഴിഞ്ഞു."

താനിയ എന്റെ മുന്നിൽ നിന്നുകൊണ്ട് പറയുകയാണ്.

"കപ്പലിൽ മഞ്ഞക്കൊടി ഉയർത്തൂ."

ഞാൻ ക്യാപ്റ്റനോട് ആവശ്യപ്പെട്ടു.

"കപ്പലിൽ കോളറ രോഗികൾ ഉണ്ടെന്ന് ആളുകൾ വിചാരിച്ചു കൊള്ളുമല്ലോ."

"മറന്നു വച്ച ഞങ്ങളുടെ യൗവ്വനം വീണ്ടെടുക്കാൻ ഒരു തീരത്തും അടുപ്പിക്കാതെ വീണ്ടും വീണ്ടും ഞങ്ങൾക്ക് യാത്ര ചെയ്യണം."

"അരീസാ"

വിളിച്ചത് ഫെർമിനയാണ്

"ഗാബോ, ഗാബോ"

ആരോ എന്നെ പതിയെ വിളിക്കുന്നു, ചെവിക്കരികിൽ മന്ത്രണം പോലെ നനുത്ത ശബ്ദം.

"ഗാബോ, പ്രിയപ്പെട്ടവനെ"

ചുട്ടുപൊള്ളുന്ന നെറ്റിയിൽ തണുത്ത പഞ്ഞിത്തുണ്ട് ആരാണ് എടുത്തുവച്ചത്, എനിക്കു കണ്ണുകൾ തുറക്കാൻ സാധിച്ചില്ല, പക്ഷേ, കണ്ണിൽ നിന്നും ചൂടുള്ള ദ്രാവകം ഇരു ചെന്നിയിലൂടെയും ഒഴുകിയിറങ്ങുന്നത് ഞാനറിഞ്ഞു.

പഴുത്ത പേരയ്ക്കയുടെ സ്വാദ് വായിൽ നിറയുന്നത് പോലെ അയാൾക്കന്നേരം അനുഭവപ്പെട്ടു.

"നൂറ്റി ഇരുപതാം വയസ്സിൽ കിടക്കയിൽ മരണത്തെ കാത്തു, കാത്തു കിടക്കെ ഉർസുല പന്നി വാലുകളോടെ പിറക്കുന്ന കുഞ്ഞുങ്ങളെ സ്വപ്നം കാണുന്നു. ദുഃസ്വപ്നങ്ങൾ വേട്ടയാടുന്ന രാത്രികളിൽനിന്നും രക്ഷനേടാനായി അവൾ മറവിയെ കൂട്ടുപിടിക്കാൻ പരിശ്രമിക്കുന്നു, പക്ഷേ, വീണ്ടും വീണ്ടും ദുഃസ്വപ്നങ്ങൾ നിറഞ്ഞ സമുദ്രത്തിലേക്ക് അവൾ എടുത്തെറിയപ്പെടുകയാണ്."

ഇരുണ്ട അഗാധതയിൽ നിന്നെന്നോണം ആരോ വായിക്കുന്നു.

ഈ ശബ്ദം തനിക്ക് പരിചിതമാണല്ലോ.

"ഗാബോ, ഈ വരികൾ നിങ്ങൾക്കോർമ്മയില്ലേ?"

നെറുകയിലൂടെ തഴുകിയിറങ്ങുന്ന നീണ്ട വിരലുകൾ, ചെവിക്കരികിൽ പതിഞ്ഞ ശബ്ദം.

ഈ വരികൾ, ഉവ്വ്. എവിടെയോ വായിച്ചതിന്റെ ഓർമ്മ അവശേഷിക്കുന്നു. ഓർമ്മകൾ പതുങ്ങി പതുങ്ങിയാണ് എന്നെ തേടിവരുന്നത്, നിശ്ശബ്ദമായ ഒരു ഇടവഴിയിലെ ഏകാന്തതയിൽവച്ച് ഓർമ്മയുടെ ഒരു നക്ഷത്രം തെളിഞ്ഞു കാണുന്നു.

"ഓഹ് *ഏകാന്തതയുടെ നൂറു വർഷങ്ങൾ*, അപ്പോൾ ഞാൻ മക്കൊണ്ടയിൽ എത്തിപ്പെട്ടത് എങ്ങനെയാണ്. എപ്പോൾ, ആരാണ് എന്നെ കൊണ്ടുവന്നത്. താനിയ നീയാണോ!"

"ഗാബോ, ഇത് നിങ്ങൾ എഴുതിയ വരികളല്ലേ. ഓർമ്മ വരുന്നില്ലേ?"

"അയ്യോ, ആ മാന്ത്രികൻ മെൽക്വീദിയാസ് പ്രവചിച്ചത് ഞാനും കേട്ടിരുന്നു. മക്കൊണ്ടയിലെ കാരണവരെ ഉറുമ്പുകൾ കടിക്കുന്നത് കണ്ടിട്ട് എന്താണ് താനിയ നീ നോക്കി നില്ക്കുന്നത്. നീയിപ്പോഴും കേണലിനെ കാത്തു നില്ക്കയാണോ. കിഴവൻ എന്നേ മരിച്ചു കാണും."

"ഇല്ല ഗാബോ, അയാൾക്ക് മരിക്കാനുള്ള പ്രായമൊന്നും ആയിട്ടില്ല. അല്ലെങ്കിൽ മരണത്തിന്റെ കാരണം പ്രായമാണെന്ന് ആരാണ് പറഞ്ഞത്?"

"ശരിയാണ്, മരണത്തിനും പ്രണയത്തിനും പ്രായം നിശ്ചയിക്കാൻ സാധിക്കില്ല. വാർദ്ധക്യം എന്നൊക്കെ പറഞ്ഞാൽ യുവാക്കളുടെ ഒരു ഫാൻസി ഡ്രസ് മത്സരമായിട്ടാണ് ഞാൻ കണക്കാക്കുന്നത്. അല്ലെങ്കിൽ മാരിയോ വർഗ്ഗാസിനോട് നീ തന്നെ ചോദിച്ചു നോക്കൂ. അയാളല്ലേ പറഞ്ഞത് എന്റെ തുറന്നു പറച്ചിലുകൾ സത്യം പറയുന്ന പെരും നുണയന്റെ കുമ്പസാരങ്ങൾ ആണെന്ന്."

മാർക്വേസിനെ ഉറ്റുനോക്കിയിരിക്കെ തന്റെ കണ്ണുകൾ നിറയാതെയിരിക്കാൻ മെഴ്സിഡെസ് ശ്രമപ്പെട്ടു. അദ്ദേഹം കണ്ണുകൾ തുറന്നു തന്നെ നോക്കിയിരുന്നെങ്കിൽ, ഉറക്കത്തിനും ഉണർവ്വിനുമിടയിൽ താളം തെറ്റി പുലമ്പുന്ന ഏതാനും വാചകങ്ങൾക്ക് അപ്പുറം ഗാബോയുടെ തലച്ചോറിൽ സ്മരണകൾ അവശേഷിക്കുന്നുണ്ടോ? ഉണ്ടെങ്കിൽ അതെല്ലാം വർത്തമാനകാലത്തിൽനിന്നും അനേകം കാതം അകലെയാണ്.. ദിവസങ്ങൾക്ക് മുമ്പ് തുടങ്ങിയ ജ്വരം ഇപ്പോൾ മൂർദ്ധന്യാവസ്ഥയിൽ എത്തിയിരിക്കുന്നു. സുഹൃത്തുക്കൾ ആരെങ്കിലും വന്നാലോ അടുത്തിരുന്നു സംസാരിച്ചാലോ എന്തെങ്കിലും മാറ്റം വരുമെന്ന് പ്രതീക്ഷിച്ചുവെങ്കിലും അതുണ്ടായില്ല. എല്ലാവരും ഗാബോയുടെ ആരോഗ്യനിലയിൽ പരിഭ്രാന്തരാണ്. മാധ്യമ സുഹൃത്തുക്കൾ വീണ്ടും വീണ്ടും അന്വേഷണവുമായി വരുന്നു. അവരോട് എന്താണ് മറുപടി പറയുക.

മകൻ അടുത്തു ചെന്നിരുന്നപ്പോൾ അദ്ദേഹം അപരിചിതനായ ആരെയോ കണ്ടതുപോലെ തുറിച്ചുനോക്കിയ ആ നിമിഷമാണ് മെഴ്സി

ഡെസ് ഞെട്ടലോടെ തന്റെ ഉള്ളിൽ ഉറഞ്ഞുകൂടിയ സംശയം ഉറപ്പിച്ചത്. ഗാബോയുടെ ഓർമ്മകൾ പലപ്പോഴും കൈവിട്ട് പോകുന്നുണ്ടോ. അദ്ദേഹം പലവട്ടം തന്നെ "ഡെലഗദിന" എന്നു വിളിച്ചു.. ഡെലഗദീനയെ അദ്ദേഹം സൃഷ്ടിച്ചത് വാർദ്ധക്യത്തോടുള്ള ഭയത്തിനെ അതിജീവിക്കാനാണോയെന്ന് സംശയം തോന്നിയിട്ടുണ്ട്. യഥാർത്ഥത്തിൽ ആരായിരുന്നു ഡെലഗദീന, ഗാബോയുടെ അക്ഷരങ്ങളിലേക്ക് എവിടെനിന്നാവും അവളെ ലഭിച്ചിരിക്കുക. ചില ചോദ്യങ്ങൾ ചോദിക്കാതെ ഒഴിവാക്കുകയാണ് ഉചിതമെന്നു ബോദ്ധ്യമുള്ളതിനാൽ ആ ചോദ്യം അദ്ദേഹത്തോട് ചോദിക്കാൻ മുതിർന്നിട്ടില്ല.

പക്ഷേ, ഡെലഗദീന ഫെർമിനയുടെ നിഴലാണോയെന്ന് ഓരോ വായനയിലും അനുഭവപ്പെട്ടു. തീവ്രമായ പ്രണയത്തിലൂടെയല്ലാതെ രതി ആസ്വദിക്കാൻ തനിക്ക് കഴിയില്ലായെന്ന് എത്രയോ വട്ടം ഗാബോ പറഞ്ഞിരിക്കുന്നു. നാനൂറിലധികം സ്തീകളുമായി ലൈംഗീക ബന്ധത്തിൽ ഏർപ്പെട്ടിട്ടും പ്രണയത്തിലൂടെ അല്ലാതെ തനിക്ക് ആനന്ദം അനുഭവിക്കാൻ സാധിച്ചിട്ടില്ലായെന്ന് പ്രസ്താവിച്ച അരീസയുടെ വിദൂര ഛായ ഡെലഗദീനയെ സ്വന്തമാക്കിയ വൃദ്ധനായ കാമുകനിലും ഉണ്ടായിരുന്നില്ലേ! അതിനർത്ഥം ഗാബോ നഷ്ടമാകാൻ പോകുന്ന യൗവ്വനത്തെ ഓർത്തു ഭയന്നതിനേക്കാൾ അധികമായി പ്രണയമില്ലാതാകുന്ന ജീവിതത്തെ ഭയന്നിരുന്നുവെന്നാണോ!

വാർദ്ധക്യത്തെക്കുറിച്ചു ചിന്തിക്കുമ്പോഴൊക്കെ അദ്ദേഹം പരിഭ്രാന്തനായിരുന്നുവെന്നോ!

അവർ എഴുന്നേറ്റ് മേശപ്പുറത്ത് പകുതി വായിച്ചു അടയാളം വച്ചിരിക്കുന്ന പുസ്തകം എടുത്തു മറിച്ചു നോക്കി. *the house of sleeping beauties.*

പുസ്തകത്തിന്റെ താളുകൾ ഓരോന്നായി മറിച്ചു നോക്കിയിട്ട് അവരതെടുത്തു ഭദ്രമായി അലമാരയിലേക്ക് വച്ചു. ഗാബോയുടെ ചുംബനങ്ങൾക്ക് അടുത്തകാലങ്ങളിൽ സംഭവിച്ച വന്യമായ ആസക്തിയെക്കുറിച്ചായിരുന്നു അവരന്നേരം ചിന്തിച്ചത്. തന്റെ രതി ഒരു യുവാവിന്റെ പ്രകടനം പോലെ മികച്ചതാകണമെന്ന് ഗാബോ തീവ്രമായി കൊതിക്കാൻ തുടങ്ങിയിരിക്കുന്നു.

അവർ ദീർഘമായൊന്ന് നിശ്വസിച്ചു. വീണ്ടും എഴുന്നേറ്റ് മാർകേസിന്റെ നെറ്റിയിലെ ഉണങ്ങി തുടങ്ങിയ പഞ്ഞി തണുത്ത വെള്ളത്തിൽ മുക്കി നെറ്റിയിൽ വിരിച്ചിട്ടു. കട്ടിലിൽ ഇരുന്നുകൊണ്ടു അയാളുടെ കൈകളിൽ തിരുമ്മി ചൂട് പിടിപ്പിച്ചു. "ഗാബോ, നിങ്ങളെന്നാണ് ഇനി പഴയതുപോലെ എഴുന്നേറ്റ് ചുറുചുറുക്കോടെ ഓടി നടക്കുക. നിങ്ങളുടെ വെളുത്ത ഷർട്ടും, നീല ജീൻസും തൂവെള്ള ഷൂസും ധരിച്ചുകൊണ്ട് എന്റെ കൂടെ പ്രഭാത സവാരികൾക്ക് പോകുന്ന ദിനങ്ങൾ മാത്രമേ ഞാനിപ്പോൾ ആശിക്കുന്നുള്ളൂ."

"ഇന്നാണ് താനിയ ഞാൻ കേണലിനെ കൊലപ്പെടുത്താൻ തീരു

മാനിച്ച ദിവസം. ഇനിയൊരു വെള്ളിയാഴ്ച അയാൾക്കിതുപോലെ പോസ്റ്റ് ഓഫീസിലേക്കുള്ള ഇടവഴികളിലൂടെ നടന്നു പോകാൻ സാധിക്കില്ല."

"അദ്ദേഹം മരിക്കട്ടെ."

മെഴ്സിഡെസ് മൃദുവായി പറഞ്ഞു

പെട്ടെന്ന് കട്ടിലിൽ കിടന്നുകൊണ്ട് മാർക്വേസ് വാവിട്ടു കരയാൻ തുടങ്ങി. എന്നാൽ താൻ കരയുകയാണെന്ന് അദ്ദേഹം തിരിച്ചറിയുന്നില്ല യെന്ന് മെഴ്സിഡെസിനു വ്യക്തമായി മനസ്സിലാകുന്നുണ്ടായിരുന്നു. ഇത്തരമൊരു സാഹചര്യത്തെ അവർ പ്രതീക്ഷിച്ചിരുന്നില്ല. സങ്കീർണ്ണ മായ ആ നിമിഷത്തെ എങ്ങനെ കൈകാര്യം ചെയ്യണമെന്നറിയാതെ അവർ ഗാബോയെ ഇറുകെ കെട്ടിപ്പിടിച്ചു.

"വിഷമിക്കാതെ, കേണലിന് വയസ്സായി. അദ്ദേഹം മരിക്കാനുള്ള സമയമായി."

പെട്ടെന്നാണ് താനെന്താണ് പറഞ്ഞതെന്ന് അവർ ഞെട്ടലോടെ ഓർത്തതത്. ദൈവമേ. ഉടൻ തന്റെ വാക്കുകളെ തിരുത്തിക്കൊണ്ട് പറഞ്ഞു.

"അല്ല ഗാബോ, അദ്ദേഹത്തിന് സ്വപ്നങ്ങൾ ഇല്ലാതായിത്തുടങ്ങി, സ്വപ്നങ്ങളെ ഉപേക്ഷിക്കാൻ തുടങ്ങുമ്പോഴല്ലെ മനുഷ്യനു പ്രായമാകു ന്നതും, മരണത്തെ തേടുന്നതും. നിങ്ങളല്ലെ അങ്ങനെ പറഞ്ഞു തന്നി ട്ടുള്ളത്."

അന്നേരം കോളിങ് ബെൽ അടിക്കുന്ന ശബ്ദം ആ മുറിയെ നിശ്ശബ്ദ തയിൽനിന്നും ഉണർത്തി.

ഡോക്ടർ ആയിരിക്കും. അദ്ദേഹം വരാനുള്ള നേരമായല്ലോ എന്നോർത്തുകൊണ്ടു അവർ തിടുക്കത്തിൽ ചെന്ന് വാതിൽ തുറന്നു.

പ്രതീക്ഷിച്ചത് പോലെ അത് ഡോക്ടർ നിക്കോളാസ് തന്നെ ആയി രുന്നു.

"ഡോക്ടർ, അദ്ദേഹം കൂടുതൽ കൂടുതൽ രോഗാതുരനായിരിക്കുന്നു. ഞാനാകെ ഭയപ്പെട്ടിരിക്കയാണ്. ഗാബോ വർത്തമാനകാല ഓർമ്മകളിൽ നിന്നെല്ലാം ഒരുപാട് അകലെയാണെന്നത് തന്നെയാണ് എന്റെ ഭയം."

"ആകുലപ്പെടാതെയിരിക്കു മിസ്സിസ് മാർക്വേസ്. അദ്ദേഹം എന്തെ ങ്കിലും രചനയുടെ വേളയിൽ ആയിരിക്കാം. നിങ്ങളുടെ വാക്കുകൾ തന്നെ കടമെടുത്താൽ കഥയും കഥാപാത്രങ്ങളും ശിരസ്സിൽ മാത്രമല്ലല്ലോ ഇരി ക്കുന്നത്. അത് അദ്ദേഹത്തിന്റെ ശരീരമാകെ വ്യാപിച്ചിരിക്കയല്ലേ. ദാ നോക്കൂ. മാർക്വേസിന്റെ രോമങ്ങൾ ഓരോന്നും എഴുന്നു നില്ക്കുന്നത്. ഒരുപക്ഷേ, അദ്ദേഹം ഇപ്പോൾ തന്റെ പ്രണയിനിയെ ആസ്വദിക്കുകയാ യിരിക്കും."

ഡോക്ടറുടെ വാക്കുകൾ കേട്ടപ്പോൾ അവർക്ക് ചിരി വന്നു. ശരി യാണ്, ഇതിപ്പോൾ എത്രാമത്തെ തവണയാണ്. ഉന്മാദത്തിന്റെയും വിഷാ ദത്തിന്റെയും അക്കരെയിക്കരെ സഞ്ചരിച്ചുള്ള ഈ പകർന്നാട്ടം. അദ്ദേ ഹത്തോടൊപ്പമുള്ള ജീവിതം ഒട്ടും ലളിതമായിരുന്നില്ലല്ലോ.

ഡോക്ടർ പരിശോധന കഴിഞ്ഞ ശേഷം അവരെ നോക്കി ചിരിച്ചു കൊണ്ട് പറഞ്ഞു.

"പേടിക്കാനൊന്നുമില്ല . നന്നായി ഉറങ്ങി എഴുന്നേല്ക്കുമ്പോൾ പനി കുറയും. മരുന്നുകൾ മുന്നേപ്പോലെ തന്നെ കണ്ടിന്യൂ ചെയുക. സമാധാനമായിരിക്കൂ."

ഡോക്ടർ പോയതിന് ശേഷം കട്ടിലിന് അരികിലേക്ക് ഒരു കസേര കൊണ്ടുവന്നിട്ട് അവർ ചാരിയിരുന്നു. വിചിത്രമായ ഒരു കളിയിൽ ഏർപ്പെട്ടാലോ എന്നാണ് അവരന്നേരം ചിന്തിച്ചത്. ഇതൊരു പരീക്ഷണഘട്ടമാണ്. വിജയിക്കുമോ തോല്ക്കുമോയെന്നല്ല. വിജയിക്കണമെന്ന ഉറച്ച തീരുമാനം കൊണ്ടു മാത്രമേ ഈ കളിയിൽ മുന്നോട്ട് പോകാൻ സാധിക്കൂ. ആ തീരുമാനത്തിൽ എത്തിച്ചേർന്ന പുഞ്ചിരിയോടെ മെഴ്സിഡെസ് ഗാബോയുടെ ചെവിക്കരികിലേക്ക് തന്റെ ചുണ്ടുകൾ ചേർത്തു വച്ചു.

"സർ, ഞാൻ ഡെലഗദീനയാണ്. ഈ ദിവസം നിങ്ങൾക്ക് വേണ്ടി ജോലി ചെയ്യുകയെന്നതാണ് എന്റെ നിയോഗം. താങ്കളെ ആനന്ദിപ്പിക്കാൻ ഞാനൊരു പാട്ടു പാടിയാലോ, അതല്ലെങ്കിൽ ഒരു കഥ പറയട്ടെ."

മെഴ്സിഡെസ് തല ഉയർത്തി ഗാബോയുടെ മുഖഭാവങ്ങളിലേക്ക് നോക്കി. വലിഞ്ഞു മുറുകിയിരുന്ന പേശികൾക്ക് മാറ്റമൊന്നുമില്ല. ഉറക്കത്തിനും ഉണർവ്വിനുമിടയിൽ നഷ്ടപ്പെട്ടുപോയ വർത്തമാനകാലത്തെ തിരിച്ചെടുക്കാൻ അദ്ദേഹം അശ്രാന്തം പരിശ്രമിക്കുന്നുണ്ടാകുമോ!

അവർ ഗാബോയുടെ വിരലുകൾ കൈകളിൽ കോർത്തുപിടിച്ചു, എന്നിട്ട് മൃദുവായി മന്ത്രിച്ചു. "എനിക്കു താങ്കളോട് അഗാധമായ പ്രണയം തോന്നുന്നു. "

"ഡെലഗദീന"

ഗാബോയുടെ ചുണ്ടുകളിൽനിന്നും സ്പഷ്ടമല്ലാത്ത വാക്കുകൾ പുറത്തേക്കു വന്നു.

മെഴ്സിഡെസ് സന്തോഷം കൊണ്ട് നിറഞ്ഞ കണ്ണുകളോടെ പറഞ്ഞുകൊണ്ടിരുന്നു. "അതേ സർ, ഞാൻ ഡെലഗദീനയാണ്. തൊണ്ണൂറു വയസ്സ് പഴക്കമുള്ള അങ്ങയുടെ പ്രണയം ഏറ്റുവാങ്ങിയവൾ, ഇപ്പോഴും അങ്ങയെ പ്രണയിക്കുന്നവൾ."

ഗാബോ കണ്ണുകൾ സാവധാനം തുറന്ന് ആ നാമം ആവർത്തിച്ചു കൊണ്ടിരുന്നു. "ഡെലഗദീന, ഡെലഗദീന....."

ആ സമയം തന്റെ വായ്ക്കുള്ളിൽ ചിനച്ചു തുടങ്ങിയ പേരയ്ക്കയുടെ സ്വാദ് നിറയുമ്പോലെ മാർക്കേസിന് അനുഭവപ്പെട്ടു.

****

2012 ൽ ഗബ്രിയേൽ ഗാർസിയാ മാർക്വേസ് മറവിരോഗത്തിന്റെ അഗാധ ഗർത്തത്തിലേക്ക് വീണുപോയി. ഒരു നൂറ്റാണ്ടിനെ നോവലിലേക്ക് പകർത്തിവച്ച മഹാ പ്രതിഭയ്ക്ക് പ്രണാമം.

ഉള്ളിലേക്കുമാത്രം വീശുന്ന ചില കാറ്റുകൾ

'ഒരു മരണവീട്ടിൽ നിന്നുമിറങ്ങിയാണ് അവരൊരുമിച്ചു ജന്മനാടിന്റെ ഇടവഴികളിലൂടെ നടന്നത്, കാമുകനാൽ പരിത്യജിക്കപ്പെട്ട പെൺകുട്ടി തീ കൊളുത്തി മരിക്കുകയായിരുന്നു. അവളുടെ കരിഞ്ഞു വികൃതമായ മൂക്കിൽ ഉരുകാതെ അവശേഷിച്ച മൂക്കുത്തിയുണ്ടായിരുന്നുവെന്ന് ആരോ അടക്കം പറഞ്ഞു. സ്നേഹം സംയമനം ആവശ്യമായ മനോവികാരമാണെന്ന തിരിച്ചറിവിൽ എത്തിച്ചേർന്ന രണ്ടുപേർ ആയിരുന്നു അവരും. ഒരുപാടു നാൾ വെയിൽകൊണ്ടു ക്ഷീണിച്ച രണ്ടുപേർ ഒരല്പം തണൽ തേടിയിറങ്ങിയത് പോലെയുള്ള ശാന്തത അവർക്കന്നേരം അനുഭവപ്പെട്ടു. ഒരേസമയം രണ്ടുപേർ ചേർന്ന് ഹൃദയത്തിലൊളിപ്പിക്കുന്ന സാഹസികമായ പ്രവൃത്തിയുടെ പേരാണ് പ്രണയമെങ്കിൽ എന്താണ് അവർക്കിടയിലെ രതി!'

ഭാഗം — 1

കീഴ്ത്താടിയിലെ കണ്ണിമാങ്ങാ വലിപ്പത്തിലുള്ള വെള്ള പാടിന് വലിപ്പം വച്ച് വരുന്നുണ്ടോയെന്നൊരു സംശയം ആദ്യം ശാലിനി അവതരിപ്പിച്ചത് കെട്ടിയവന്റെ മുമ്പിലാണ്. രമേഷ് ബാബു എന്ന ചാർട്ടേർഡ് അക്കൗണ്ടിന് ശാലിനിയുടെ അന്നേരത്തെ ചോദ്യത്തിന് ഉത്തരം പറയാനോ അവളുടെ കീഴ്ത്താടിയിൽ ഏതാനും മാസങ്ങൾക്ക് മുമ്പ് പ്രത്യക്ഷപ്പെട്ട വെള്ളക്കുത്തിന്റെ അളവ് പരിശോധിക്കാനോ സമയമോ താല്പര്യമോ തോന്നിയില്ല. തികച്ചും സാധാരണമായ ചോദ്യങ്ങൾക്ക് ഉത്തരം നല്കാനുള്ളതല്ല തങ്ങളുടെ വിലപ്പെട്ട സമയമെന്ന് നടിക്കുന്ന ഭർത്താക്കന്മാരുടെ പ്രതിനിധി തന്നെയായിരുന്നു അയാളും.

അല്ലെങ്കിലും ചോദ്യങ്ങൾക്ക് ഉത്തരം ലഭിക്കണമെന്ന വാശിയും

ആഗ്രഹവും ഇല്ലാത്തവളായിരുന്നു ശാലിനി. എങ്കിലും ഇടയ്ക്കിടെ കണ്ണാടിക്ക് മുന്നിൽ പോയിനിന്ന് ഉള്ളിലെ ആശങ്കയ്ക്ക് വിരാമമിടാൻ ചില വൃഥാ ശ്രമങ്ങൾ അവൾ നടത്തുകയും ചെയ്തു. എല്ലാ വെള്ള പ്പാടുകളും താൻ ആകുലപ്പെടുംപോലെ അസുഖങ്ങളല്ലായെന്ന് സമർത്ഥിക്കാനുള്ള വീഡിയോകളും, നിരീക്ഷണങ്ങളും ഇന്റർനെറ്റിൽ തപ്പി കണ്ടുപിടിക്കാൻ ശ്രമിക്കുന്നതിനിടയിലാണ് കീഴ്ത്താടിക്ക് പുറമെ ചെവിയുടെ അരികിലായി ഇളം കറുപ്പ് തൊലിയിൽ വെള്ളയുടെ ചെറി യൊരു പ്രതലം കൂടി പ്രത്യക്ഷപ്പെട്ടത് മകൾ ചൂണ്ടിക്കാണിക്കുന്നത്.

ശാലിനി അന്നേരം അലക്കി കൊണ്ടിരുന്ന ലുങ്കി കല്ലിൽ തന്നെ നിക്ഷേപിച്ചുകൊണ്ടു ഓടിപ്പോയി കണ്ണാടിക്കുമുന്നിൽ ചെന്ന് തലമുടി മാടിയൊതുക്കി പ്രതിരൂപത്തിലേക്ക് തുറിച്ചു നോക്കി. അന്നേരം അവ ളുടെ ഹൃദയം ഇടിച്ച ഇടിയിൽ സർവ്വ ചരാചരങ്ങളും നിശ്ചലമായി പ്പോകാൻ മാത്രമുള്ള പ്രകമ്പനം ഉണ്ടായിരുന്നു.

മുത്തശ്ശിയുടെ ശരീരമാകമാനം പടർന്നുകിടന്നിരുന്ന അതേ ശ്വേത വർണ്ണം!

ശരിയാണ്, മകൾ പറഞ്ഞത് പോലെ തന്നെ. വെള്ളയുടെ പുതി യൊരു പൊട്ട്! ജനലഴികളിൽ തട്ടി അകത്തേക്കരിച്ചു കയറുന്ന സൂര്യ പ്രകാശത്തിന്റെ ചെറുകണികകൾ തട്ടി കീഴ്ത്താടിയിലെ കണ്ണിമാങ്ങ കൂടുതൽ തെളിയുന്നു. വെള്ളപ്പാടിനുമേൽ ചുവപ്പിന്റെ രാശി, ചെവിക്കരി കിലെ പാടിന് നെറ്റിയിൽ ചാർത്താറുള്ള കറുത്ത സ്റ്റിക്കർ പൊട്ടിന്റെ വലിപ്പമേയുള്ളൂ. അലക്കി പൂർത്തിയാക്കാതെ പോയ മുഷിഞ്ഞ തുണി കളുടെ വിചാരം വന്നതും ഇടിഞ്ഞു തൂങ്ങിയ ഹൃദയവുമായി ശാലിനി വീണ്ടും പിന്നാംപുറത്തേക്ക് നടന്നു. ആരോടെങ്കിലുമൊണ് സംശയ നിവാരണം നടത്താമെന്ന് വിചാരിച്ചാൽ തന്റെ ആകുലതകൾ കണക്കി ലെടുക്കുന്ന ആരും തന്നെ ഈ ഭൂമിയിൽ അവശേഷിക്കുന്നില്ലായെന്ന ഓർമ്മ അവളുടെ ഹൃദയഭാരം ഇരട്ടിപ്പിക്കും.

“എന്തെങ്കിലുമാകട്ടെ” സ്വയം ആശ്വസിപ്പിച്ചുകൊണ്ടു ചെയ്തുതീർ ക്കാനുള്ള അനേകം ജോലികളിലേക്ക് അവളവളെ തന്നെ തളച്ചിടാൻ പരിശ്രമിച്ചു.

കലണ്ടറിലെ കറുപ്പും ചുവപ്പും അക്കങ്ങൾ പൊഴിഞ്ഞുപോകവേ കറുപ്പ് നിറത്തിന്റെ നിഴൽപോലുള്ള അവളുടെ ദേഹം ദ്വിവർണ്ണമായി തീർന്നു. സീബ്രയുടെ നിറം കറുപ്പോ, വെളുപ്പോയെന്ന് സംശയമുന്നയി ച്ചാൽ പതറി നില്ക്കുംപോലെ അവിടവിടെ വാരി വിതറിയ വെളുപ്പട യാളങ്ങളിൽ അവളുടെ ദേഹം ഇരുളിൽപ്പോലും ഒളിച്ചുവയ്ക്കാൻ വയ്യാതായി. സന്ധ്യക്ക് കത്തിച്ചു വച്ച വിളക്കിന്റെ ജീർണ്ണതയുള്ള വെളിച്ചത്തിലിരുന്നു കൊണ്ട് നാമജപമുരുവിടുമ്പോ മഷിയെഴുതാൻ മറന്നു പോയ കണ്ണുകളിൽ നിന്നും ഒലിച്ചിറങ്ങുന്ന കണ്ണുനീർ വീണ് മഷിപ്പൊട്ട് വീണതുപോലെ അവശേഷിച്ച കറുപ്പടയാളങ്ങൾ വെട്ടിത്തി ളങ്ങി.

എല്ലാ സാധാരണ സ്ത്രീകളെയും പോലെയായിരുന്നു അവളും. കുടുംബമെന്ന പുരാതനസങ്കല്പത്തിൽനിന്നും പുറത്തുകടക്കാനാവാത്ത വിധം ബന്ധങ്ങളിൽ അള്ളിപ്പിടിച്ചു കിടക്കുന്നവൾ. തികച്ചും ഒറ്റപ്പെട്ടു പോയിയെന്ന അവസ്ഥയിൽ നില്ക്കുമ്പോഴും അതിലേക്കു തന്നെ ഊളിയിട്ട് ദുഃഖിക്കാൻ ശീലിച്ചവൾ.

വിവാഹത്തിന് മുമ്പ് എത്രയോ പുരുഷന്മാർ തന്റെ പിന്നാലേ നടന്നിട്ടുണ്ടെന്ന് ചിലനേരങ്ങളിൽ വിഷാദത്തോടെ അവളോർക്കും. അതിലാരെങ്കിലും നേർക്കു നേരെ ഇനി കണ്ടാൽ മുഖത്തുപോലും നോക്കുമോയെന്ന് സംശയമാണ്. പ്രേമം ശാരീരികമാണ് എന്ന ഒരേയൊരു സംഗതിയാണ് സൂര്യന് കീഴിലുള്ള നഗ്നമായ സത്യമെന്ന് അവൾക്ക് തോന്നി.

ഭാഗം — 2

വെയിലത്ത് മീനുകളും, വറ്റലുകളും ഉണക്കാനിടും പോലെ തന്റെ തൊലി ഊരിയെടുത്ത് ഉണക്കാനിട്ടാലോയെന്ന് ശാലിനി ചിന്തിച്ചു പോയത് മകളുടെ കൂട്ടുകാരികൾ വീട്ടിൽ വന്ന ദിവസമാണ്. അതിരാവിലെ എഴുന്നേറ്റ് വിരുന്നുകാർക്കുള്ള വിഭവങ്ങൾ ഉണ്ടാക്കി കൊണ്ടിരിക്കെ മകൾ പതുങ്ങി പതുങ്ങി വന്ന് ശാലിനിയെ പതുക്കെ ആശ്ലേഷിച്ചു. ഇത് പതിവില്ലാത്തതാണല്ലോയെന്ന് അവൾ അതിശയിക്കുകയും ചെയ്തു. രണ്ടോ മൂന്നോ വർഷങ്ങൾക്ക് മുമ്പ് വരെ തന്നെ കെട്ടിപ്പിടിച്ചു മാത്രം കിടന്നുറങ്ങാറുണ്ടായിരുന്ന ചെറിയ പെൺകുട്ടിയെ തിരയും വിധം അവളന്നേരം മകളെ ചേർത്തുപിടിക്കാൻ പരിശ്രമിച്ചു.

അമ്മ കരതലത്താൽ അടുപ്പിക്കാൻ ശ്രമിച്ചതും മകൾ പതുക്കെ അവളുടെ ദേഹത്തെ അടർത്തി മാറ്റിക്കൊണ്ട് അടുപ്പത്തു തിളയ്ക്കുന്ന കറി നോക്കിക്കൊണ്ട് പറഞ്ഞു.

“നല്ല വാസന, അമ്മേടെ കറികൾ അല്ലേലും എല്ലാവർക്കും ഇഷ്ടോ. ഇന്നലെ തന്നെ ഓരോരുത്തരും ചോദ്യങ്ങളായിരുന്നു എന്താ സ്പെഷ്യൽ എന്ന്.”

“നീ പറഞ്ഞോതൊക്കെ ഉണ്ടാക്കീട്ടുണ്ട്. ഇനി ഐസ് ക്രീമോ വല്ലതും വേണേൽ അച്ഛനെ സോപ്പിട്ടോ, എന്റെ ജോലി തീർന്നു. ആദ്യം നീ തന്നെ രുചി നോക്ക്. നിന്റെ മാർക്കിനാണല്ലോ ഇവിടെ വില.”

“അതൊന്നും വേണ്ടാ. വാസന കിട്ട്യാൽ അറിയാല്ലോ കറികളുടെ സ്വാദ്.”

“എന്നാൽ ശരി. ഞാനോടിപ്പോയി കുളിച്ചിട്ട് വരാം. അവര് വരുമ്പോ മുഷിഞ്ഞു നില്ക്കണ്ടല്ലോ.”

ശാലിനി സാരിയുടെ ഞൊറി വിടർത്തിയിട്ടിട്ട് മുടിയിൽ തേയ്ക്കാനുള്ള എണ്ണക്കുപ്പിയെടുത്തതും മകൾ സാവധാനം അവളുടെ വിരലുകളിൽ തൊട്ടു.

“എന്താ? ഇനീം എന്തോ ഒന്ന് വേണമെന്ന് ഒണ്ടല്ലോ. എന്താന്നു വച്ചാൽ പറയെടീ പെണ്ണേ.”

“അതമ്മേ“

“എന്താ?”

ശാലിനിയുടെ ഉള്ളിൽ ആശങ്കയുടെ നിഴൽ വീഴാൻ തുടങ്ങി. മകൾ പറയാൻ പോകുന്നത് എന്തായിരിക്കുമെന്നതിനെക്കുറിച്ച് ഊഹിക്കാനുള്ള ധൈര്യമില്ലാതെ അവളുടെ ഉടലിൽ നേർത്ത വിറ പടർന്നു. ഇതിന് മുമ്പ് അനവധി സന്ദർഭങ്ങളിലൂടെ കടന്നുപോയപ്പോഴൊക്കെ ഉണ്ടായതുപോലെ തന്റെ ശരീരം വിയർപ്പിൽ നിറയുന്നതും, നെഞ്ചിൽ ശ്വാസം കെട്ടിനില്ക്കാൻ തുടങ്ങുന്നതും അനുഭവിക്കവേ എണ്ണക്കുപ്പി അലമാരയിലേക്ക് തന്നെ തിരിച്ചു വച്ചിട്ട് അവൾ മകളെ ഉറ്റുനോക്കി.

“അതമ്മേ, അമ്മയ്ക്ക് വേണേൽ അമ്മാമ്മ വീട്ടിലേക്ക് പോണേൽ പൊയ്ക്കോട്ടോ. കൊറേ ദിവസായില്ലേ അങ്ങോട്ടേക്ക് പോയിട്ട്. ഇവിടത്തെ കാര്യം ഞാൻ മാനേജ് ചെയ്തോളാം.”

ശാലിനിക്ക് മകളെ നോക്കാനുള്ള ധൈര്യമുണ്ടായില്ല. തിളയ്ക്കുന്ന കറിക്കലം അടുപ്പിൽനിന്നു ഇറക്കി താഴെ വച്ചിട്ട് ഇനിയും എന്തോ ചെയ്യാൻ മറന്നുപോയതുപോലെ അവിടവിടെ പരതി നോക്കി. ഉള്ളി അരിഞ്ഞിട്ട് കറിക്കത്തി എടുത്തു അലമാരയിൽ വയ്ക്കാഞ്ഞത് ശ്രദ്ധയിൽ പെട്ടത് അപ്പോഴാണ് . വേഗം തന്നെ കത്തി കഴുകിയെടുത്ത് വച്ചു. അല്പം മുമ്പ് കുഞ്ഞുമകൻ കപ്പ വറുത്തത് എടുത്ത ടിൻ അവിടെ തന്നെ ഇരിപ്പുണ്ട്. അതുകൂടി എടുത്തു വച്ചതോടെ ഇനിയൊന്നും ചെയ്യാനില്ലല്ലോ എന്ന് ഓർമ്മിക്കാനെന്നവണ്ണം അവൾ മകളെ തലചരിച്ചു നോക്കി.

“അമ്മേ, അമ്മാമ്മ കുഞ്ഞുവാവയെ കണ്ടിട്ട് കൊറേ ദിവസം ആയല്ലോ. ഇന്നിനി ഇവിടെ ഒച്ചയും ബഹളവുമായി ആകപ്പാടെ അവനും മൂശാട്ടയാകും. വൈകുന്നേരം എല്ലാരും പോയിട്ട് തിരിച്ചെത്തിയാൽ മതീല്ലോ.”

“ഞാൻ, ഞാൻ മാറിത്തരണം അല്ലേ?”

“അതമ്മേ, അങ്ങനല്ല. അമ്മേനെ ഈ രൂപത്തിൽ അവരൊക്കെ കണ്ടാൽ, അച്ഛനോട് ഞാൻ പറഞ്ഞു. അച്ഛനാ ഇങ്ങനെയൊരു സജഷൻ വച്ചത്.”

“മോര് കൂട്ടാന് താളിക്കാൻ മറന്നു, എന്തോ ഒന്ന് മറന്നല്ലോയെന്ന് ആലോചിച്ചിട്ട് ഇപ്പോഴല്ലെ ഓർമ്മ വന്നത്. നീ പോയി കുഞ്ഞുമോനെ ഒന്ന് ഒരുക്കി നിർത്തിക്കേ. കറി താളിച്ചിട്ട് ഞങ്ങളുടനെ ഇറങ്ങാം.”

“പാത്രം വല്ലതും കഴുകാനുണ്ടെങ്കിൽ ഞാൻ സഹായിക്കണോ?”

“വേണ്ട ഒക്കെ കഴിഞ്ഞു, പോയി കുഞ്ഞുമോനെ റെഡിയാക്കൂ”

മകൾ അടുക്കളയിൽനിന്നും പോയതും ശാലിനി കലത്തിൽനിന്നും ഗ്ലാസിൽ വെള്ളമെടുത്തു തൊണ്ടയിലേക്ക് കമിഴ്ത്തി. തൊണ്ടക്കുഴിയിൽ വിങ്ങി വിങ്ങി വേദനിച്ചു നില്ക്കുന്ന ആ വേദന ഇറങ്ങിപ്പോകാനുള്ള മറ്റൊരു വഴിയും അവളുടെ മുന്നിലില്ലായിരുന്നു. എത്രാമത്തെ തവണയാണ് ഒഴിവാക്കലിന്റെ പ്രാണവേദന അറിയുന്നത്, ഓരോ തവണയും

കുഞ്ഞുമോനെയും കൊണ്ട് തനിച്ചു വീട്ടിലേക്ക് കയറി ചെല്ലുമ്പോഴൊക്കെ അമ്മയുടെ കണ്ണുകളിൽ തെളിയുന്ന പിടയുന്ന വേദനയിലേക്കും, ഉമ്മറത്തെ കസേരയിലിരുന്നു തന്നെ നേരിടാൻ മടിച്ചു കണ്ണടച്ചിരിക്കുന്ന അച്ഛന്റെ ദൈന്യതയിലേക്കും വീണ്ടും വീണ്ടും കയറി ച്ചെല്ലുന്നത് ഓർക്കുമ്പോഴൊക്കെ മരണത്തെക്കുറിച്ചു ശാലിനി ചിന്തിക്കാതെയല്ല. പക്ഷേ, കുഞ്ഞുമോൻ, അവനീ ലോകത്ത് അമ്മയില്ലാതെ എങ്ങനെ ജീവിക്കുമെന്ന ചിന്ത, ജീവിക്കുകയല്ലാതെ മറ്റൊന്നും മുന്നിലില്ലാത്ത ഗതികെട്ട വീട്ടമ്മയുടെ പരിതസ്ഥിതിയിൽ ശാലിനിയെ തളച്ചിടും. ഭർത്താവ് തന്നെ തൊട്ടിട്ട് എത്ര നാളുകൾ കഴിഞ്ഞെന്ന് ഓർത്താൽ സ്വന്തം ദേഹം കത്തിപടരുന്നത് പോലൊരു നീറ്റൽ അവളെ അവളല്ലാതാക്കി മാറ്റും.

വൈകുന്നേരം എല്ലാരും പോയി കഴിയുമ്പോ മകൾ ഫോൺ വിളിക്കും. ആവർത്തന വിരസമായ നാടകത്തിലെ സ്ഥിരം വേഷക്കാരിയുടെ റോൾ ചെയ്യുന്ന ഉദാസീനത ചിലനേരങ്ങളിൽ ശാലിനിയെ നിർവ്വികാരയാക്കി കളയും.

അത്തരം ചില സന്ദർഭങ്ങളിലൊക്കെ ഒട്ടും തന്നെ പ്രായോഗികമല്ലാത്ത ചില പ്രവൃത്തികൾ ശാലിനിയുടെ ഭാഗത്ത് നിന്നുണ്ടാകുക പതിവാണ്. ഒഴിവാക്കപ്പെടലിന്റെ ആദ്യ അനുഭവം ഏല്പിച്ച ആഘാതത്തിലാണ് ശാലിനി ഉച്ചിയിൽ ഉദിച്ചു നില്ക്കുന്ന സൂര്യന് കീഴിൽ മണിക്കൂറുകൾ നിന്നത്.

കുഞ്ഞുമോനെ ഏല്പിച്ചിട്ട് പറമ്പിലേക്ക് പോയ മകളെ കാണാതെ ശാലിനിയുടെ അമ്മ അന്വേഷിച്ചു ചെല്ലുമ്പോ കത്തുന്ന വെയിലിൽ ചുവന്നു തുടുത്ത മുഖത്തൂടെ ഒഴുകിയിറങ്ങുന്ന വിയർപ്പുചാലുകൾ വകവയ്ക്കാതെ തീപാറുന്ന ശരീരവുമായി മകൾ!

“വെയിലത്ത് നിന്നാ ഈ തൊലി കറുക്കുമോന്ന് നോക്കിയതാമ്മേ”

പറമ്പിൽ തഴച്ചു വളർന്നു നില്ക്കുന്ന മഞ്ഞൾച്ചെടികളിലേക്കാണ് അമ്മ അന്നേരം നോക്കിയത്. ശാലിനിക്ക് അച്ഛന്റെ ഇളം കറുപ്പു നിറമായിരുന്നു. വലുതായപ്പോ പെണ്ണിന് എങ്ങനേം നിറം വച്ചാൽ മതിയെന്നുള്ള ഒറ്റ ചിന്തയിൽ പറമ്പിലെ മഞ്ഞളായ മഞ്ഞളു മുതൽ. രക്ത ചന്ദനവും അടക്കം പലജാതി മരുന്നുകൾ മാറി മാറി പുരട്ടിയിട്ടുണ്ട്. സൂര്യനെ കണ്ടാൽ ഏഴയൽവക്കത്ത് അടുക്കില്ല നിറം കെട്ടുപോകുമെന്ന് പേടിച്ച്, ആ പെണ്ണാണ് ഉച്ചിയിലടിക്കുന്ന ഈ വെയിലിൽ ഇങ്ങനെ കത്തിജ്വലിച്ച പോലെ നില്ക്കുന്നത്!

ഭാഗം — 3

കുഞ്ഞുമോനെയും കൊണ്ട് ശാലിനി വന്ന ദിവസമാണ് ദിവാകരൻ ആദ്യമായി അവളുടെ വീട്ടിൽ തെങ്ങ് കയറാൻ വരുന്നതും. സ്ഥിരം കയറ്റക്കാരൻ കിടപ്പിലായശേഷം മൂന്നാല് മാസത്തെ അന്വേഷണത്തിന് ശേഷമാണ് ദിവാകരനെ കിട്ടുന്നത്. ദിവാകരൻ വരുമ്പോ ശാലിനി കുഞ്ഞു

മകനെയും കൊണ്ട് മുറ്റത്ത് കോഴിക്കുഞ്ഞുങ്ങളെ കളിപ്പിക്കുകയായിരുന്നു. അപരിചിതനായ ഏതൊരാളും അവളെ ആദ്യം കാണുമ്പോ പ്രകടിപ്പിക്കാറുള്ള വികാരപ്രകടനങ്ങളൊന്നും തന്നെ അയാളിൽനിന്നും ഉണ്ടായില്ല. അച്ഛനോടും, അമ്മയോടും, കുഞ്ഞുമോനോടും മിണ്ടിയത് പോലെ തന്നെ അയാൾ ശാലിനിയോടും മിണ്ടി. ഭൂമിയിൽ നടക്കുന്ന ലാഘവത്തിലാണ് ദിവാകരൻ തെങ്ങിലേക്ക് കയറിയത്. അയാളുടെ തേങ്ങയിടീലിനുപോലും ഒരു താളമുണ്ടെന്ന് അവൾക്ക് തോന്നിപ്പോയി. കരിക്കും തേങ്ങയും ഓലമടലും പൊതുമ്പുമെല്ലാം പെറുക്കാൻ അവർക്കൊപ്പം അയാളും കൂടി. പറഞ്ഞ കൂലിയിൽ നൂറു രൂപ കൂടുതൽ കൊടുക്കാൻ അച്ഛൻ ശ്രമിച്ചിട്ടും ദിവാകരൻ അതൊട്ട് വാങ്ങാനും കൂട്ടാക്കിയില്ല.

"നല്ലൊരാളെ ഒത്തുകിട്ട്യേത് ഇപ്പളാ."

അമ്മ അച്ഛനോട് സന്തോഷത്തോടെ പറഞ്ഞു.

"ഒറ്റയാനാ, അതോണ്ട് എപ്പഴാ ഇടയാന്നു നിശ്ചയംല്ല."

അയാളെ ആദ്യം കണ്ടപ്പോൾ ശാലിനി ശ്രദ്ധിച്ചത് ചാരനിറത്തിലെ കണ്ണുകളായിരുന്നു. ഒരു പൂച്ചയുടെ കൗശലം നിറഞ്ഞ കണ്ണുകളെന്ന് അന്നേരം അവൾക്ക് തോന്നുകയും ചെയ്തു. എങ്കിലും അമ്മയോടൊപ്പം പറമ്പിൽ നില്ക്കേ ശാലിനി അയാളോട് ഏതാനും വാക്കുകൾ സംസാരിച്ചു. പറമ്പിൽ പണിക്കു വരാറുള്ള എല്ലാവരേയും കുടുംബത്തിലെ അംഗങ്ങളെപ്പോലെയാണ് അമ്മയും അച്ഛനും കാണാറുള്ളത്. ആ ശീലം ശാലിനിയിലും ഉണ്ടായിരുന്നു.

പിന്നീട് മൂന്നാല് മാസത്തിനിടയ്ക്ക് പല വട്ടം ദിവാകരനെ ശാലിനി കണ്ടു. അപ്പോഴൊക്കെ മാറ്റിനിർത്തപ്പെടലിന്റെ ഉള്ളുനോവുന്ന അപമാനഭാരത്താൽ കുനിഞ്ഞ ശിരസ്സോടെയാണ് ശാലിനി അയാളോട് സംസാരിച്ചത്. ശാലിനി ഇങ്ങനെ കുഞ്ഞുമകനേയും കൊണ്ട് വന്നു നില്ക്കുന്നതിന്റെ രഹസ്യം ദിവാകരനും അറിഞ്ഞുകഴിഞ്ഞിരുന്നു.

ആർക്കും താല്പര്യത്തോടെ നോക്കിക്കാണാനുള്ള ആകാരഭംഗിയോ, മുഖസൗന്ദര്യമോ ഉണ്ടായിരുന്നില്ല ദിവാകരന്. കറുപ്പ് വീണ മുൻവരി പല്ലുകൾ പ്രദർശിപ്പിച്ചല്ലാതെ ചിരിച്ചു കണ്ടിട്ടില്ല. എന്നിട്ടും ഏതൊരു സാധാരണ പുരുഷന്റെ മുന്നിലും നില്ക്കുമ്പോൾ ഉണ്ടാകുന്നതരം അപകർഷതാ ബോധം അവളെയന്നേരമൊക്കെ പിടികൂടുകയും ചെയ്തു. മൂന്നാം വട്ടം കാണും വരെ.

അന്ന് കറുപ്പ് കരയുള്ള സെറ്റ് മുണ്ടും കറുപ്പ് ബ്ലൗസുമിട്ട് ശാലിനിയെ കണ്ടതും ദിവാകരൻ വായതുറന്നു ചിരിച്ചുകൊണ്ടു പറഞ്ഞു.

"നല്ല സുന്ദരിയായിട്ടുണ്ടല്ലോ."

ആ നിമിഷമാണ് ഹൃദയത്തിൽ രാജമല്ലിപ്പൂ പൂത്തുലഞ്ഞത് പോലെ. ദിവാകരനോടുള്ള ഇഷ്ടം അവളുടെ ആത്മാവിൽ തളിർത്തത്. ചിരിച്ചുകൊണ്ടു തിരികെ നടന്നപ്പോൾ അതുവരെ കണ്ട പാടവും പറമ്പും തെങ്ങുകളും പുൽക്കൊടികളും ആദ്യം കാണുംപോലെ അവളാസ്വദിച്ചു.

ഏറെ നാളുകൾക്ക് ശേഷമാണ് ഒരു മനുഷ്യജീവി തന്നോട് ഇത്തരത്തിൽ സംസാരിച്ചിട്ട്. കാലാകാലങ്ങളായി ഉപ്പുപുരട്ടി ഉണക്കാനിട്ട മീൻപോലെ ആളുകൾ വീക്ഷിച്ച ശരീരത്തെ കണ്ണാടിയിൽ കാണാൻ ശാലിനി ശ്രമിക്കാറില്ല. മനുഷ്യരുടെ വാക്കുകൾക്ക് മാന്ത്രികതയുണ്ടെന്ന് തോന്നിയത് ഓടിപ്പോയി കണ്ണാടിയിൽ മുഖം കണ്ടപ്പോഴാണ്.

പിന്നെപ്പിന്നെ തെങ്ങ് കയറാൻ ദിവാകരൻ വരുന്ന ദിവസങ്ങളിലൊക്കെ ഒഴിവാക്കലിന്റെ കാരണങ്ങൾ ഒന്നുംതന്നെ ഇല്ലാതെ ശാലിനി കുഞ്ഞുമകനെയും കൊണ്ട് വീട്ടിലേക്ക് വന്നു. അവൾക്ക് അയാളോട് മിണ്ടാൻ എന്തെന്നില്ലാത്ത ഒരിഷ്ടം ഉണ്ടായിരുന്നു. കുഞ്ഞുമോന് കളിക്കാൻ മടൽ വെട്ടിയുണ്ടാക്കിയ വണ്ടിയും, ഓലകൊണ്ടുള്ള വാച്ചും, പന്തുമൊക്കെ ദിവാകരൻ ഉണ്ടാക്കി കൊടുക്കും. പാളയിൽ ഇരുത്തി അവനെ വലിച്ചുകൊണ്ട് നടക്കും.

ശാലിനിയോട് മാത്രമല്ല നാട്ടിലെ എല്ലാവരോടും അയാൾക്ക് സ്നേഹമായിരുന്നു. തളർന്നു കിടക്കുന്ന കല്യാണിയമ്മയോടും മനയ്ക്കലെ മുടന്തൻ നമ്പൂതിരിയോടും കാവുംപുറത്തെ പ്രാന്തൻ രാജനോടുമെല്ലാം അതേ സ്നേഹവും കാരുണ്യവും ദിവാകരൻ കാണിക്കും.

ഉച്ചയ്ക്ക് ശേഷം പണി കഴിഞ്ഞാൽ സൈക്കിളിൽ കുറെ കരിക്കുകളുമായി അവരെയൊക്കെ കാണാൻ ചെല്ലും.

എന്തിനാ ദിവാകരാ ഇങ്ങനെ കിട്ടണ കാശ് വെറുതെ കളയണെയെന്ന് അവരിലാരെങ്കിലും ചോദിച്ചാൽ അവരെ നോക്കി നനുക്കെ ചിരിക്കും. തോളിൽ തൂക്കിയിട്ട വാക്കത്തികൊണ്ട് കരിക്ക് വെട്ടി കൊടുത്തിട്ടേ അവിടന്ന് ഇറങ്ങിപ്പോരൂ.

എന്താണ് ദിവാകരനോട് മിണ്ടുമ്പോൾ തനിക്ക് കിട്ടുന്നതെന്ന് പലപ്പോഴും ശാലിനി ആലോചിച്ചിട്ടുണ്ട്. ഇരുനൂറ്റിയമ്പത്തിയഞ്ച് ഗ്രാം തൂക്കത്തിൽ ശരീരത്ത് സ്ഥിതി ചെയ്യുന്ന അവയവത്തിന് അനേകം വികാരങ്ങളെ വിക്ഷോഭമില്ലാതെ കൈകാര്യം ചെയ്യാൻ സാധിക്കുന്നതിലെ അത്ഭുതത്തെക്കുറിച്ചാണ് ശാലിനി അന്നേരം ചിന്തിച്ചത്.

****

ബന്ധുവിന്റെ കല്യാണത്തിന് ഭർത്താവും മകളും കൂടി പോയ ദിവസം വിഷാദം നിറഞ്ഞ മുഖത്തോടെ കുഞ്ഞുമോനെയും കൂട്ടി ശാലിനി വന്ന ദിവസവും ദിവാകരൻ തെങ്ങ് കയറാൻ പറമ്പിൽ ഉണ്ടായിരുന്നു.

"കുഞ്ഞുമോന് കല്യാണത്തിന് പോകാൻ കൊതീണ്ടാർന്ന്."

അവൾ സങ്കടത്തോടെ പറഞ്ഞു

"കൊച്ചിനെ അവരുടെ കൂടെ അയച്ചൂടായിരുന്നോ?"

അമ്മ കുഞ്ഞുമോനു കരിക്ക് കഷണങ്ങളാക്കി മുറിച്ച് കൊടുത്തുകൊണ്ടു ചോദിച്ചു.

"കൊച്ചിനെ നോക്കാൻ പുള്ളിക്കാരനെ കൊണ്ട് പറ്റില്ലമ്മേ."

അമ്മ മറുപടിയൊന്നും പറയാൻ നില്ക്കാതെ കുഞ്ഞിനേയും വിളിച്ച്

അകത്തേക്ക് പോയപ്പോഴാണ് ദിവാകരൻ അവളോട് അമ്പരപ്പിക്കുന്ന ആ ചോദ്യം ചോദിച്ചത്.

"തെങ്ങിൽ കേറാൻ പേടിണ്ടോ?"

"ഹെന്താ ! ഹെന്താ ചോയ്ച്ചെ?"

"പേടി ഉണ്ടേൽ അതങ്ങ് മാറ്റാന്ന് വച്ചിട്ടാ. ദാണ്ടെ അപ്പറത്ത് നില്ക്കണ തെങ്ങിൽ കോണി വച്ചൊന്നു കേറി നോക്ക്, ഈ പേടീന്നു വച്ചാല് ഒരു തോന്നലാ. വീഴും വീഴുംന്ന് പേടിച്ച് നുമ്മ നടക്കാൻ പഠിക്കാഞ്ഞാൽ എങ്ങനിരുന്നേനെ."

"കളിയാക്കുവാല്ലേ?"

അവൾ കെറുവിച്ച് മുഖം താഴ്ത്തി നിന്നു.

"അല്ല, വാ ഒന്ന് പേടി മാറ്റാം."

ശാലിനിയുടെ ഉള്ളംകൈ അപ്പോഴേക്കും വിയർത്തു കുളിച്ചു. നെഞ്ചിൽ ശ്വാസം വിലങ്ങി തൊണ്ട വരണ്ടു.

ദിവാകരനാകട്ടെ അതൊട്ട് ഗൗനിച്ചില്ല. അവളെ കൈയിൽ പിടിച്ചു തെങ്ങിനടുത്തേക്ക് നടത്തിച്ചു. കുരുമുളക് പറിക്കാൻ കവുങ്ങിൽ ചാരി വച്ചിരുന്ന കോവണിയെടുത്ത് കൊണ്ടുവന്ന് തെങ്ങിലേക്ക് ചാരി. ശാലിനി പിൻവാങ്ങാൻ ശ്രമിച്ചിട്ടും അവളെ കോവണിയിലേക്ക് നിർബ്ബന്ധിച്ചു കയറ്റി, പിന്നാലേ അയാളും കയറി. ശാലിനിയുടെ കാലുകൾ വിറയ്ക്കുന്നത് കണ്ടിട്ടും കണ്ട മട്ടു കാണിക്കാതെ അയാളവളെ മുകളിലേക്ക് കയറാൻ നിർബ്ബന്ധിച്ചു കൊണ്ടിരുന്നു.

ഒപ്പം ദിവാകരൻ ഉള്ളത് കൊണ്ട് താഴേക്കിറങ്ങാനുള്ള മാർഗ്ഗമില്ലാതെ ശാലിനി രണ്ടും കല്പിച്ചു മുകളിലേക്കുള്ള പടവുകൾ കയറാൻ തുടങ്ങി. കോണി തീരും വരെ എത്തിയിട്ട് ശാലിനി താഴേക്കു നോക്കി. തൊട്ടരികിൽ ദിവാകരനുണ്ട്, ആദ്യത്തെ വിറയൽ ഇപ്പോഴില്ലെന്നു അത്ഭുതത്തോടെ ഓർത്തുകൊണ്ടു അവൾ ചുറ്റിനും നോക്കി.

താഴെനിന്നു മുകളിലേക്ക് നോക്കും പോലെയല്ല മുകളിൽനിന്നും താഴേക്കുള്ള കാഴ്ചയെന്ന് വിസ്മയത്തോടെ ഓർത്തുകൊണ്ടു അവളയാളെ നോക്കി പുഞ്ചിരിച്ചു. ആകാശവും ഭൂമിയും മരങ്ങളും മണ്ണും പുതിയതായി മാറിയിരിക്കുന്നു. ഭയത്തിന്റെ ചെറുകണികയാൽ ഒളിപ്പിക്കപ്പെട്ട സ്നേഹത്തിന്റെ കടൽ അന്നേരം തെളിഞ്ഞ ജലാശയം പോലെ അയാളവളുടെ കണ്ണുകളിൽ വ്യക്തമായി കണ്ടത് അന്നായിരുന്നു.

ദിവാകരൻ ഒരു ഉരുക്കുമനുഷ്യനായിരുന്നു. തിളങ്ങുന്ന കരിക്കറുപ്പ് ശരീരം, എള്ളെണ്ണയിട്ടു കോതി വയ്ക്കാറുള്ള കനത്ത മുടിയിഴകൾ. ബീഡിക്കറ വീണ മുൻവരി പല്ല് പാതി തേഞ്ഞുപോയതുകൊണ്ടുള്ള അഭംഗികൊണ്ട് ഉള്ളതിനേക്കാൾ ഇരട്ടി പ്രായം തോന്നിച്ചിരുന്നു. എങ്കിലും നല്ല പ്രായത്തിൽ ശ്രമിച്ചിരുന്നുവെങ്കിൽ പെണ്ണൊരുത്തിയെ കൂടെ കൂട്ടാൻ കിട്ടുമായിരുന്നു.

തെങ്ങിൽനിന്നും താഴേക്കിറങ്ങി മണ്ണിൽ ചവിട്ടി നില്ക്കെ ശാലിനി അയാളുടെ മുഖത്തേക്ക് നന്ദിയോടെ നോക്കി ചിരിച്ചുകൊണ്ട് പറഞ്ഞു.

"അമ്മ ഇങ്ങട്ട് വരാഞ്ഞത് നന്നായി."

"വന്നാലെന്താ, മോള് തെങ്ങുമ്മേൽ കയറിയതറിഞ്ഞാൽ മാതുവേടത്തിക്ക് സന്തോഷിക്കാൻ വകയായല്ലോ. ഈ കണ്ട തെങ്ങായ തെങ്ങോക്കെ കേറാൻ എനിക്ക് കാശ് തരണ്ടല്ലോ."

"കളിയാക്കുവാ?"

"അല്ല കൊച്ചേ. ഇച്ചിരിയൊക്കെ ധൈര്യം വേണ്ടേ, തെങ്ങുമ്മേൽ കേറണ പോലെ എളുപ്പമല്ല വീട് ഉപേക്ഷിക്കാന്നൊക്കെ എനിക്കറിയാം. എന്നാല് നുമ്മളെ വേണ്ടാത്തവരെ കണ്ടില്ലാന്നു നടിക്കാനെങ്കിലും ശ്രമിക്കണ്ടേ."

"എനിക്കറിയാം ദിവാകരേട്ടാ, പക്ഷേല് സ്നേഹം സ്നേഹം ന്നു പറയണ സംഗതീണ്ടല്ലോ വല്ലാത്തൊരു സംഭവം തന്നാ. ഒരു മൂച്ചിന് വീട്ടിന്ന് ഇറങ്ങി പലവട്ടം പോരാൻ തോന്നീട്ടോണ്ട്. എന്നാ അതങ്ങനെ പിടിച്ച് പിന്നോക്കം വലിക്കും. ആരേം കാണാണ്ട് ഒന്നോ രണ്ടോ ദിവസോക്കെ ഇരിക്കാൻ പറ്റും. അന്നേരം നെഞ്ച് പൊട്ടും, കിടന്നാ ഉറക്കം വരില്ല. ഉപേക്ഷിക്കാൻ ധൈര്യം അല്ല വേണ്ടത്. ഒരു മനസ്സാ."

അന്നേരം ദിവാകരൻ അവളെ കൂടുതൽ സ്നേഹത്തോടെ നോക്കി നിന്നു. അവളുടെ നെറ്റിയിലൂടെ പടർന്നിറങ്ങിയ വെളുപ്പിന്റെ ഞൊറികൾ കൺപീലികളിലും പുരികക്കൊടികളിലും ആധിപത്യം സ്ഥാപിച്ചത് ചെറിയൊരു വിഷാദത്തോടെ നോക്കിയിട്ട് ചെന്തെങ്ങിന്റെ മുഴുത്ത കരിക്കിലൊന്ന് മുഖം ചീന്തി മാറ്റി അവൾക്ക് നേരെ നീട്ടി.

"പുള്ളിക്കാരൻ എന്നോടു ദേഷ്യപ്പെടുകയോന്നുമില്ല, വീട്ടിൽ ഉള്ളപ്പോൾ ഒരു വിഷാദം ഉണ്ടെന്ന് എനിക്ക് തോന്നും. എന്നോട് മിണ്ടാറില്ലേ എന്ന് ചോദിച്ചാൽ മിണ്ടും, കുടുംബം നോക്കും, മക്കളെ പൊന്നുപോലെ സ്നേഹിക്കുന്നുണ്ട്. അവർക്ക് വേണ്ടതെല്ലാം വാങ്ങിക്കൊടുക്കും. മോളെ കെട്ടിച്ചു വിടാൻ ഇപ്പോഴേ കാശ് ബാങ്കിൽ ഡെപ്പോസിറ്റ് ചെയ്തിട്ടുണ്ട്. പിന്നെന്താ കൊറവെന്ന് ചോദിച്ചാൽ എനിക്ക് പറയാൻ അറിഞ്ഞൂടാ. സ്ത്രീക്ക് അതൊക്കെ മതിയോ എന്ന് ചോദിച്ചാൽ മതിയെന്നോ, മതിയാകില്ലെന്നോ പറയാൻ എനിക്ക് പറ്റില്ലല്ലോ. കണ്ടില്ലേ, എങ്ങനെ നോക്കിയാലും എനിക്ക് ചില കൊറവുകളുണ്ട്. ഭർത്താവ് തന്നെ തൊടണമെന്ന് ഒരു പെണ്ണ് മോഹിക്കണത് സെക്സിനു വേണ്ടി മാത്രാണെന്നാ എല്ലാരുടേം വിചാരം, അങ്ങനല്ല. തന്നെ അയാൾക്ക് മടുത്തു തുടങ്ങിയിട്ടില്ലാന്നു തിരിച്ചറിയാനുള്ള ഒരു മാർഗ്ഗം കൂടിയാ ഓരോ സ്പർശനവും. എന്നെ വെറുത്തോന്നു ചോദിക്കണമെന്ന് വിചാരിക്കുമ്പോ വല്ലാത്തൊരു അപകർഷതാ ബോധം പിന്നോക്കം വലിക്കും. അങ്ങേർക്ക് എന്നെ തൊടാൻ എന്തോ പോലെയാ. അങ്ങോട്ട് ചെന്ന് സ്നേഹം ചോദിക്കാൻ അഭിമാനം അനുവദിക്കാത്തവിധം മനസ്സ് അകന്നുപോയി."

ദിവാകരൻ ഒന്നും മിണ്ടിയില്ല, ശാലിനി അത്രയും തുറന്ന് സംസാരിക്കുന്നത് തന്നോടു മാത്രമാണെന്ന് അയാൾക്ക് നന്നായറിയാമായിരുന്നു.

****

ഭാഗം — 4

ആത്മക്ഷതങ്ങൾ അനുഭവിച്ചവളുടെ പകരം വീട്ടൽ പോലെയൊന്നുമായിരുന്നില്ല ശാലിനി ഭർത്താവോ വീട്ടുകാരോ അറിയാതെ ദിവാകരനോടൊപ്പം ആ പകൽ ഒരുമിച്ചൊരു യാത്രയ്ക്ക് ഇറങ്ങി പുറപ്പെട്ടത്. തികച്ചും ഓർക്കാപ്പുറത്തായിരുന്നു ആ തീരുമാനം. അയൽക്കാരിയായ പെൺകുട്ടി മരിച്ചതറിഞ്ഞാണ് ആ തവണ ശാലിനി വീട്ടിലെത്തിയത്, കുഞ്ഞുമോനെ കൂടെ കൂട്ടാതെ. ശവശരീരത്തിന് അപ്പുറവും ഇപ്പുറവും നില്ക്കേ അവൾ ദിവാകരന്റെ കണ്ണുകളിൽ സ്നേഹത്തിന്റെ നാനാർത്ഥങ്ങൾ തിരഞ്ഞു. അടക്കം കഴിഞ്ഞു മടങ്ങാൻ നേരം അവൾ അയാളോട് പറഞ്ഞു.

“വായിക്കപ്പെടാത്ത പുസ്തകങ്ങളുടേത് പോലെ അർത്ഥശൂന്യമായ മറ്റൊന്ന് കൂടിയുണ്ട് ഈ ഭൂമിയിൽ എന്താണെന്നറിയോ ദിവാകരേട്ടന്?”

അയാൾ ചോദ്യഭാവത്തിൽ അവളെ നോക്കി. പലപ്പോഴും അവൾ പറയുന്നതരം ഗഹനമായ വാക്കുകൾക്ക് മറുപടി പറയാൻ അയാൾക്ക് കഴിയാറില്ല. അത്തരം സന്ദർഭങ്ങളിൽ തലയാട്ടികൊണ്ടു അവളെ കേൾക്കാനാണ് അയാളിഷ്ടപ്പെട്ടിരുന്നത്.

“അവഗണിക്കപ്പെടുന്ന മനുഷ്യർ” ശാലിനി പറഞ്ഞു.

വെയിൽ തിളച്ചു മറിയുന്ന ഉച്ചയായിരുന്നു അന്നേരം. ഇടവഴിയിൽ ഇരുവശവും ചെമ്പരത്തിച്ചെടികൾ പൂത്തു നിന്നിരുന്നു. ശീമക്കൊന്നയുടെ പൂക്കൾ പൊഴിഞ്ഞുവീണ ചെമ്മൺറോഡിൽ വച്ച് ദിവാകരൻ അവളുടെ കൈകൾ ചേർത്ത് പിടിച്ചുകൊണ്ടു സ്നേഹത്തോടെ പറഞ്ഞു.

“നമുക്ക് ചില സ്ഥലങ്ങളിൽ പോകാം, ഭയമുണ്ടോ കൂടെ വരാൻ?”

“ഇല്ല.”

ശാലിനി നിസ്സംശയം പറഞ്ഞു

“എന്നാൽ വാ.”

ജന്മ നാട്ടിൽ തനിക്കറിയാത്ത അനേകം ഇടവഴികളും കുന്നുകളും മലഞ്ചെരിവുകളും തോടുകളും ഉണ്ടെന്ന് ശാലിനി കണ്ടതും അറിഞ്ഞതും അന്നായിരുന്നു.

“ഈ പാടത്തിനപ്പുറം കരിങ്കല്ല് പൊട്ടിക്കാറുണ്ടായിരുന്ന ഒരു മടയുണ്ട്, എന്റമ്മയൊക്കെ ആ പാറമടയിലെ പണിക്കാരികളായിരുന്നു. പുഴ പൊട്ടിക്കയറി മട മുങ്ങിയതോടെ പെട്ടെന്നൊരു ദിവസം നാട്ടുകാരിൽ ഏറെ പേർക്കും തൊഴിലില്ലാതെയായി. കുറെ പേര് നഗരത്തിൽ കല്പണിക്കും റോഡുപണിക്കും പോയി. ഇപ്പോഴത്തെപ്പോലെ അന്നൊന്നും മാളുകളും ഫ്ളാറ്റുകളുമൊന്നും കൂണുപോലെ പൊങ്ങണ കാലമായിരുന്നില്ലല്ലോ. വല്ലപ്പോഴും കിട്ടണ പണികൊണ്ടാ വീടുകളിൽ അടുപ്പ് പുകഞ്ഞിരുന്നത്. കൊയ്ത്തു കാലത്ത് അമ്മ പാടത്ത് പണിക്കു പോകും, അല്ലാത്തപ്പോൾ ആരുടേലും വീട്ടിൽ പുറം പണിക്കു വിളിക്കുന്നത് വരെ ഇരിക്കും. വിശപ്പിനുള്ളത് കിട്ടുന്നത്, അച്ഛന് തെങ്ങ് കയറ്റം തന്നെയാ

യിരുന്നു പണി, വീട്ടിൽ അങ്ങിനെയിങ്ങനെ വരാറില്ല. കള്ള് കുടിച്ചു ഏതേലും പീടികത്തിണ്ണയിൽ കിടക്കും. ബോധം ഉള്ള ദിവസം വീട്ടി കേറി വന്നു ദിവാകരാ മോനേയെന്നൊക്കെ വിളിച്ച് സ്നേഹത്തിൽ കെട്ടിപ്പിടിക്കും. അമ്മയ്ക്ക് അച്ഛനോടും, അച്ഛന് തിരിച്ചും സ്നേഹമുണ്ടായിരുന്നെന്ന് എനിക്കു മനസ്സിലായത് അച്ഛൻ തെങ്ങീന്നു വീണെന്ന് ആരോ പറഞ്ഞത് കേട്ട് അമ്മ ബോധം കെട്ടു വീണപ്പോഴാ. അന്നത്തെ കാലത്ത് മിക്ക വീടുകളിലെയും അവസ്ഥ അതൊക്കെ തന്നെയായിരുന്നു. കണ്ടു കണ്ടു ഞങ്ങൾ പിള്ളേർക്ക് ഒന്നും പുത്തരിയായിരുന്നില്ല."

ദിവാകരൻ പറയുന്നതൊക്കെ ശാലിനി മൂളി കേട്ടു കൊണ്ട് നടന്നു. പാടത്തിനെ രണ്ടായി പകുക്കുന്ന തോടിന് മുന്നിലെത്തിയതും ശാലിനി പകപ്പോടെ അയാളെ നോക്കി. മറുപുറം കടക്കാനുള്ള തടിപ്പാലം പകുതിയടർന്നു വെള്ളത്തിലേക്ക് ഞാണ്ടു കിടന്നിരുന്നു. തുള്ളിത്തുളുമ്പി കൊണ്ട് ഏതാനും മീൻ കുഞ്ഞുങ്ങൾ കൂട്ടം കൂട്ടമായി തോടിനരുകിൽ ഉല്ലസിക്കുന്ന കാഴ്ച അവൾ ദിവാകരനെ ചൂണ്ടിക്കാണിച്ചു കൊടുത്തു കൊണ്ട് ചോദിച്ചു "എങ്ങനെയാ അപ്പുറം കടക്കുന്നെ?"

"അങ്ങോട്ട് ചാടിക്കോ, തോടിന് വല്യ ആഴമൊന്നുമില്ല. ഒറ്റ ചാട്ടം ചാടിയാൽ മതി."

"വീണാലോ." ശാലിനി ഭയം നടിച്ചുകൊണ്ട് ചോദിച്ചു.

"വീണാൽ നീന്തി കയറിക്കോണം" ദിവാകരൻ പൊട്ടിച്ചിരിച്ചു കൊണ്ട് അവളെ കളിയാക്കി.

മഴവെള്ളം നിറഞ്ഞ ചെറിയ തോട് ചാടിക്കടന്നപ്പോൾ ശാലിനി തന്റെ സാരി ചെറുതായി പൊക്കിവച്ചെങ്കിലും വെള്ളം ചിതറിത്തെറിച്ചു ഇരുവരുടേയും മേലെ തുള്ളികളായി നനയിച്ചത് അയാൾ മുണ്ടിന്റെ കോന്തല കൊണ്ടും അവൾ സാരിയുടെ മുന്താണികൊണ്ടും തുടച്ചിട്ട് പരസ്പരം നോക്കി വിടർന്ന് ചിരിച്ചു.. തോടിന് അപ്പുറം കാണുന്ന ഉയർന്ന കുന്ന് ചൂണ്ടി കാണിച്ചിട്ട് ദിവാകരൻ പറഞ്ഞു

"അതാ കല്യാണിയമ്മയുടെ വീട്."

"ആരാദ്?"

ശാലിനി സംശയത്തോടെ ചോദിച്ചു.

"ആരായി കരുതണമെന്ന് സ്വയം തീരുമാനിക്ക്."

ശാലിനിക്ക് അത്ഭുതം അടക്കാൻ കഴിഞ്ഞില്ല. കുന്നിലേക്കുള്ള കയറ്റം അവൾക്ക് ആയാസം നിറഞ്ഞത് തന്നെയായിരുന്നു.എങ്കിലും കൂടെ ദിവാകരൻ ഉണ്ടായതിനാൽ ആ ആയാസത്തിന് വല്ലാത്തൊരു മനോഹാരിത ഉണ്ടെന്ന് അവൾക്കനുഭവപ്പെട്ടു. ചരിഞ്ഞ ഗോപുരം പോലെയായിരുന്നു ആ കുന്ന് നില നിന്നിരുന്നത്. മുകളിലേക്കു കയറിയപ്പോൾ വേറെയും വീടുകൾ പരിസരത്ത് ഉണ്ടെന്ന് മനസ്സിലായി. ഉണക്കൽ ബാധിച്ച പുല്ലുകൾ മഴയത്ത് വീണ്ടും കിളിർത്ത് പച്ചപ്പാടം പോലെ കാൽ പാദം മറയും വരെ വളർന്നു നിന്നിരുന്നു. ചരിവ് കൂടുതൽ ഉള്ള ഭാഗത്ത് ധാരാളം മരങ്ങൾ ഉണ്ടായിരുന്നത് കൊണ്ടാവാം ആ പരിസരത്തിന്

ഏതൊരു മലയുടെയും തനതായ തലയെടുപ്പ് ഉണ്ടായിരുന്നതും. മല പോലെ നിന്നാൽ നില തെറ്റില്ല എന്ന പഴഞ്ചൊല്ലാണ് ശാലിനി ഓർത്തത്.

അവർ ചെല്ലുമ്പോ ആ വീടിനകവും പുറവും നിശ്ശബ്ദതയാൽ വലയം ചെയ്യപ്പെട്ടിരുന്നു. കയറിച്ചെന്ന മുറിയിൽ പകൽ വെട്ടത്തിലും തെളിഞ്ഞു കിടക്കുന്ന ബൾബ് കണ്ടപ്പോൾ അവിടാരും ഇല്ലേ എന്നൊരു സങ്കോച ത്തോടെ അവൾ അയാളെ നോക്കി.

"വാ"

അയാൾ അവളുടെ കൈത്തണ്ടയിൽ പിടിച്ചുകൊണ്ടു മുഷിഞ്ഞ മതിലിനു അപ്പുറത്തേക്ക് കണ്ട ചെറിയ കിടപ്പുമുറിയിലേക്ക് നടന്നു. അകത്തെ മുറിയിലെ കട്ടിലിൽ സ്ത്രീ കിടന്നിരുന്നു..

"ആരാ. ഇതാരാ?"

അവൾ പകച്ച മുഖത്തോടെ ചോദിച്ചു.

"കല്യാണിയമ്മേ."

ദിവാകരൻ കുനിഞ്ഞു അവരുടെ ചെവിയിൽ മുഖം ചേർത്തു കൊണ്ടു വിളിച്ചു.

കട്ടിലിൽ കിടന്ന സ്ത്രീ കണ്ണുകൾ തുറന്ന് അയാളെ മിഴിച്ചു നോക്കി.

ദിവാകരൻ കട്ടിലിലേക്ക് ഇരുന്നുകൊണ്ടു അവരെ ദേഹത്തോട് ചാരിയിരുത്തി. പുഴുത്ത വാട ആ മുറിയിൽ കെട്ടിനിന്നിരുന്നു, ശാലിനി നോക്കുമ്പോൾ കട്ടിലിന് കീഴിൽ വെള്ളം തളം കെട്ടി കിടക്കുന്നു.

"മുള്ളിക്കളഞ്ഞല്ലേ?"

ദിവാകരൻ പരിഭവത്തോടെ കല്യാണിയമ്മയോട് ചോദിച്ചു.

അന്നേരം അവരുടെ ചുണ്ടിൽ സങ്കടവും ജാള്യതയും ഇടകലർന്ന ഒരു ഭാവം തെളിഞ്ഞു.

ശാലിനി നോക്കിനില്ക്കെ അയാൾ പുറത്തേക്ക് പോയി ഒരു ബക്കറ്റും തുണിയുമായി വന്നു. കട്ടിലിന് കീഴിൽ തളം കെട്ടി നില്ക്കുന്ന വെള്ളത്തിലേക്ക് ആദ്യം ഡെറ്റോൾ ഒഴിച്ചു, പിന്നെ തുണി ഉപയോഗിച്ച് സാവധാനം തുടയ്ക്കാൻ തുടങ്ങി. ദിവാകരൻ ചെയ്യുന്ന പ്രവൃത്തി കണ്ടപ്പോൾ ഈ സ്ത്രീ അയാളുടെ അടുത്ത ബന്ധുവായിരിക്കുമോ യെന്നൊരു സംശയം അവളുടെ ഉള്ളിൽ ഉടലെടുത്തു.

ഏതാനും മിനിറ്റുകൾക്ക് ശേഷം വെള്ളവും ബക്കറ്റും പുറത്തു കൊണ്ടുപോയി വച്ചിട്ട് ദിവാകരൻ തിരികെ വന്നു. കല്യാണിയമ്മയെ കട്ടിലിൽ ചാരിയിരുത്തിയിട്ട് അടുക്കളയിൽനിന്നും ആഹാരം എടുത്തു കൊണ്ടുവന്ന് അവർക്ക് വാരിക്കൊടുത്തു. കുറച്ചു കഴിച്ചപ്പോഴേ വയറു നിറഞ്ഞതുപോലെ ആയമ്മ മതിയെന്ന് തലയാട്ടി. മുഖവും കഴുത്തും തുടച്ച് വീണ്ടുമവരെ കട്ടിലിലേക്ക് കിടത്തിയിട്ട് ദിവാകരൻ എഴുന്നേറ്റ് ശാലിനിയെ നോക്കി പറഞ്ഞു.

"ഇപ്പോ പോകാട്ടാ."

പാത്രം കഴുകി വച്ച ശേഷം ദിവാകരൻ ശാലിനിയെ അവരുടെ മുന്നി ലേക്ക് നീക്കി നിർത്തിക്കൊണ്ട് പറഞ്ഞു

"കല്യാണിയമ്മയ്ക്ക് ഓർമ്മേണ്ടാ, ഈ കൊച്ച് ശങ്കരമംഗലത്തെയാ.

സതീശനാർന്ന് പണ്ട് ഇവരുടെ വീട്ടിലെ കണക്കൻ."

ശാലിനി പകച്ച മുഖത്തോടെ രണ്ടുപേരെയും നോക്കിനില്ക്കെ കല്യാണിയമ്മ അവളെ കൈയാട്ടി വിളിച്ചു.

അവൾ അടുത്തേക്ക് ചെന്നതും അവ്യക്തമായ ഭാഷയിൽ അവർ ചോദിച്ചു.

"ആ തെങ്ങ്, തെങ്ങ്....."

ബാക്കി പറയാൻ ആവാതെ അവർ കിടക്കയിലേക്ക് ചുരുണ്ടു കൂടി.

"എനിക്കൊന്നും മനസ്സിലായില്ല!"

ശാലിനി വിഷാദത്തോടെ പറഞ്ഞു.

"നിങ്ങടെ പറമ്പിൽ തെങ്ങ് കേറുമ്പഴാ കല്യാണിയമ്മയുടെ മകൻ സതീശൻ വീണത്, അമ്മയ്ക്ക് അതിപ്പഴും ഓർമ്മേണ്ട്."

പണ്ടെന്നോ ഒരാൾ തെങ്ങിൽനിന്നും വീണ കാര്യം അമ്മ പറയാറുള്ളത് അന്നേരം ശാലിനിക്ക് ഓർമ്മ വന്നു. കുഞ്ഞുമോൻ ജനിച്ച നാളുകളിൽ ആയിരുന്നു അത്. കുറെ സഹായങ്ങൾ അച്ഛൻ അയാളുടെ ചികിത്സയ്ക്ക് വേണ്ടി ചെയ്തെന്നൊക്കെ കേട്ടിട്ടുണ്ട്. അവൾക്ക് ആകപ്പാടെ വല്ലായ്മ തോന്നി.

"നമുക്ക് പോകാം" ദിവാകരൻ പറഞ്ഞു.

ശാലിനിക്ക് അവരെ ആ നിലയിൽ കണ്ടിട്ട് പോകാൻ എന്തെന്നില്ലാത്ത മനപ്രയാസം അനുഭവപ്പെട്ടു. ഈ വീട്ടിൽ ആരും സഹായത്തിനില്ലാതെ ഒറ്റയ്ക്കൊരു സ്ത്രീ. അവൾ ദിവാകരനെ നോക്കി പകച്ച മുഖത്തോടെ നിശ്ശബ്ദം നിന്നു.

"രാത്രിയിൽ കൂട്ട് കിടക്കാൻ ഒന്നിടവിട്ട് ഞാനും, അടുത്ത വീട്ടിലെ ഒരു പെണ്ണും വരും."

"ഉം"

"ശരിക്കും ദിവാകരേട്ടന്റെ ആരാ കല്യാണിയമ്മ, ബന്ധുവാണോ?"

തിരികെ മലയിറങ്ങവേ കൗതുകം അടക്കാനാവാതെ ശാലിനി അയാളോട് കല്യാണിയമ്മയെപ്പറ്റി തിരക്കി.

"ബന്ധുവല്ല, സ്വന്തം അമ്മയെപ്പോലെ തന്നെയാ എനിക്കു കല്യാണിയമ്മ. എന്റെ കൂട്ടുകാരന്റെ അമ്മയാ, അവൻ പോയി. തെങ്ങുമ്മേൽ നിന്ന് കാലിടറി വീണ ശേഷം കുറെ നാൾ കിടന്ന കിടപ്പിൽ തന്നെ കിടന്നു. ആയമ്മ വേണ്ടുവോളം ചികിത്സിച്ചതാ. അവസാനം അവൻ പോയപ്പോ അവരും വീണു പോയി. ആരൂല്ല നോക്കാൻ. കുറെ ചോറ് വിളമ്പി തന്ന കൈയാ, അതിനൊരു തളർച്ച പറ്റ്യാ താങ്ങാൻ നിന്നില്ലേൽ പിന്നെ ഞാനെന്തോ മനുഷ്യനാ കുട്ടീ."

"ദിവാകരേട്ടാ നിങ്ങളീ ചെയ്യുന്നത് പുണ്യപ്രവൃത്തിയാ. ഇന്നത്തെ കാലത്ത് പെറ്റ തള്ളയെ നോക്കൂല്ല ആരും."

"അങ്ങനൊന്നൂല്ല ശാലിനിക്കൊച്ചേ, ഈ കണ്ട അണ്ഡകടാഹം മുഴുവൻ നിലനില്ക്കണത് പരസ്പരം ഉള്ള സഹായസഹകരണം കൊണ്ട് തന്നാണ്. നമ്മളതു കാണാൻ ശ്രമിക്കാഞ്ഞിട്ടാ. എന്റെ വീട് ഈ മലയ്ക്ക് താഴെയാ, താഴേന്ന് ഒന്ന് മുകളിലേക്കു ദിവസോം

കയറുന്നത് നല്ലതാന്നാ എന്റെ വിചാരം. പിന്നെ കൊച്ച് പറഞ്ഞ ആ കാര്യമുണ്ടല്ലോ. ലോകത്തേറ്റവും അർത്ഥശൂന്യമായ കാര്യം എന്തെന്നുള്ളത്, അതിതാ. അവഗണിക്കപ്പെടുന്ന ശരീരം. ആത്മാവ് ഉണ്ടെന്നൊക്കെ എല്ലാരും പറയും. എന്നാ അവഗണിച്ചാൽ ചീഞ്ഞു പുഴുക്കുന്ന ഈ സംഗതി ഉണ്ടല്ലോ ശരീരം എന്ന സാധനം, അതിങ്ങനെ അനങ്ങാൻ പറ്റാതെ ആകുമ്പോ ഒള്ള ഒരവസ്ഥ ഉണ്ട്. ഒരിത്തിരി വെള്ളം തൊണ്ടേൽ വീഴിക്കാൻ ഒരാള് അടുത്തില്ലാതെ പേടിച്ചു കിടുങ്ങി പോകുന്ന അവസ്ഥേല് നിക്കുമ്പ മാത്രേ മനുഷ്യർക്ക് ആ ഭീകരത മനസ്സിലാകൂ. കിടന്നു കിടന്നു ചുട്ടുപഴുത്ത ശരീരത്ത് വെള്ളം വീഴുമ്പോ കിട്ടണ സുഖോണ്ടല്ലോ അതിനോളം വല്യ സുഖം ഒരാണും പെണ്ണും കൂടി കെട്ടിമറിഞ്ഞാ കിട്ടൂല്ല. ആ തിരിച്ചറിവാ ഒരാളെ മനുഷ്യനാക്കുന്നെ."

ശാലിനിക്ക് അന്നേരം അയാളെ കെട്ടിപിടിച്ചൊന്നു ഉമ്മ വയ്ക്കാൻ അതിയായ മോഹം തോന്നി. മല പോലെ നിന്നാൽ നില തെറ്റില്ല എന്ന വാക്കിന്റെ യഥാർത്ഥ അർത്ഥം എന്തെന്ന് അയാളുടെ ഉയർത്തിപ്പിടിച്ച ശിരസ്സിലേക്ക് നോക്കി നില്ക്കെ അവൾക്ക് ബോദ്ധ്യമായി.

അന്നേരം കുസൃതി നിറഞ്ഞൊരു ചോദ്യം അവളുടെ നാവിൻ തുമ്പിലെത്തി.

"എന്നെലും ഞാൻ ഒരാളോടൊപ്പം ഹോട്ടൽ മുറിയിൽ കഴിഞ്ഞൂന്ന് കേട്ടാൽ ദിവാകരേട്ടൻ എന്താ കരുത്വാ. ഞാനൊരു ചീത്ത പെണ്ണാണെന്നാ?"

"അല്ല."

"വേറെ ഒരാളോടൊപ്പം ശരീരം പങ്ക് വച്ചിട്ട് വല്യ വല്യ പ്രഭാഷണം നടത്തുന്നതിൽ ഒട്ടും കാര്യമില്ലാന്ന് അറിയാം. എന്നാലും എന്റെ ഉള്ളിൽ പല വട്ടം അങ്ങനത്തെ വിചാരങ്ങളൊക്കെ ഉണ്ടായിട്ടുണ്ട്. ഒറ്റ വാശിക്ക് ഏതെങ്കിലും ഒരു പെണ്ണുപിടിയന്റെ കൂടെയെങ്കിലും പോയി കിടന്നിട്ട് വരണമെന്ന്. കഞ്ചാവും കള്ളുമൊക്കെയായി നടക്കണ ആണുങ്ങളില്ലേ ഏതെങ്കിലും ഒരു ചീഞ്ഞ പെണ്ണിനെ കിട്ടിയാലും കൂടെ കിടക്കാൻ മടിയില്ലാത്തവർ, അങ്ങനെ ആരായാലും മതിയെന്നൊക്കെ ആലോചിച്ചു പോയിട്ടുണ്ട്. ആൾക്കാർ കേട്ടാൽ എന്താ വിചാരിക്കാന്ന് അറിയില്ല. പക്ഷേ, ഇങ്ങനെയൊക്കെ മനസ്സില് തോന്നിട്ടുണ്ടെന്നുള്ളത് സത്യാ. കേക്കുന്നവർ ഓർക്കും ഇവളെന്തൊരുത്തിയാണെന്ന്. എന്നാലും എന്റെ ഉള്ളിലുള്ളത് നിങ്ങളെങ്കിലും അറിയണം. സ്നേഹാരാഹിത്യത്തിൽ നില്ക്കുമ്പോഴാ മനുഷ്യർ ഇങ്ങനെയൊക്കെ ചിന്തിച്ചു പോകുന്നത്."

"വിവാഹം കഴിഞ്ഞ ഒരുത്തി വേറെ ഒരാളെ സ്നേഹിക്കുന്നത് അത്ര വലിയ കുറ്റമൊന്നുമായി കാണാത്ത സമൂഹത്തിലാ നമ്മളിപ്പോ ജീവിക്കുന്നത് ശാലിനിക്കുട്ടി, പക്ഷേല് സ്നേഹം കിട്ടാൻ ശരീരം ഒരാവശ്യമായി വരുമ്പോ സ്നേഹത്തിന് വല്യ മൂല്യമൊന്നുമില്ലെന്നല്ലേ തെളിയുന്നത്?"

ദിവാകരൻ ശാന്തമായ ശബ്ദത്തിൽ ചോദിച്ചു.

"ശരിയാ. ദിവാകരേട്ടന് അറിയോ. ഞാനൊരിക്കലും ചെറുപ്പത്തിൽ

എന്റെ അച്ഛനമ്മമാർക്ക് ആകുലത ഉണ്ടാക്കിയിട്ടില്ല. പെൺമക്കൾ വീട് വിട്ട് ഓടിപ്പോകുമോയെന്ന ഭയത്തിൽ ജീവിക്കേണ്ടി വരുന്ന മാതാപിതാക്കളുടെ പ്രതിനിധിയായി തങ്ങൾക്ക് ജീവിക്കേണ്ടി വരില്ലെന്ന പൂർണ്ണ വിശ്വസം ഉണ്ടായിരുന്നു അച്ഛനും അമ്മയ്ക്കും എന്റെ കാര്യത്തിൽ. എന്റെ മക്കളോടും അതേ നീതി ഞാൻ കാണിച്ചിട്ടുണ്ട്. അവർക്കറിയാം ഏത് പരിതസ്ഥിതിയിലും അമ്മ തുണയായി ഉണ്ടാകുമെന്ന്. ഉത്തരവാദിത്വത്തെകുറിച്ചു മാത്രമല്ല "വിശ്വസം" എന്ന പദത്തെക്കുറിച്ചാണ് ഞാൻ പറയുന്നത്. അതേ "വിശ്വാസം" എന്നിൽ എന്റെ ഭർത്താവിനും ഉണ്ട്. എന്നാൽ ആ വിശ്വാസം ഒരിക്കൽ തെറ്റിപ്പോയാൽ തീർന്നുപോകുന്ന ബന്ധത്തിനും വലിയ മൂല്യമൊന്നുമില്ലല്ലോ ദിവാകരേട്ടാ?"

ശാലിനി ഇടയ്ക്കൊന്നു നിർത്തിയിട്ട് അയാളുടെ കണ്ണുകളിലേക്ക് ഉറ്റുനോക്കി നിന്നു. ചാരനിറത്തിലുള്ള അയാളുടെ കണ്ണിന് ഒരു പൂച്ചയുടെ കാപട്യമുണ്ടോയെന്ന് താൻ സംശയിച്ചിരുന്ന ദിവസങ്ങളെക്കുറിച്ചു ചിന്തിച്ചപ്പോൾ ചെറുതല്ലാത്ത വിഷാദം അവളെ ഒരല്പ നേരത്തേക്ക് നിശ്ശബ്ദയാക്കി. ഏതാനും നിമിഷം കഴിഞ്ഞ് ശാലിനി തുടർന്നു.

"ഞാനിനി പറയാൻ പോകുന്നത് കേട്ട് എന്നെ വെറുക്കരുതേ ദിവാകരേട്ടാ, എന്നാലും ഈ സന്ദർഭത്തിൽ നിങ്ങളോട് ഒന്നും ഒളിച്ചുവക്കാത്ത മനസ്സോടെ വേണം എനിക്കിവിടുന്നു പോകാൻ."

"ശാലിനിക്ക് എന്നോടു എന്തു വേണേലും പറയാമല്ലോ, അഥവാ എന്നോടു പറഞ്ഞതിനെയോർത്ത് പിന്നീട് ഖേദം തോന്നില്ലായെന്ന് ഉറപ്പുള്ള എന്തും പറയാമല്ലോ."

"മനുഷ്യന്റെ ഉള്ളിൽ ഒരു കള്ളക്കുരങ്ങനുണ്ടെന്ന് പറയുന്നത് ശരിയാ, ആ കുരങ്ങൻ ഇടയ്ക്കിടെ മരം ചാടികളിക്കും, വിശന്നാലും ഇല്ലെങ്കിലും ഒരു മരത്തിൽനിന്നും വേറൊരു മരത്തിലേക്ക് ചാടിച്ചാടി എന്തെങ്കിലുമൊക്കെ കടിച്ചു പറിച്ചു തിന്നും, മനുഷ്യനു വിശേഷാൽ ബുദ്ധി ഉള്ളത് കൊണ്ട് ഉള്ളിന്റെ ഉള്ളിലെ ഈ കള്ളക്കുരങ്ങനെ ഒന്നടക്കി നിർത്താൻ ശ്രമിക്കും, എന്നാലും ചില പ്രത്യേക സാഹചര്യത്തിൽ ആ കുരങ്ങ് നമ്മെ തന്നെ പരാജയപ്പെടുത്തിക്കൊണ്ട് അവന്റെ കുസൃതി തുടരും, എന്റെ ഉള്ളിലും അങ്ങനെയൊരു കള്ളക്കുരങ്ങൻ ഉണ്ടായിരുന്നു, ആ ചാട്ടക്കാരൻ പല വട്ടം ചാടിയത് നിങ്ങളുടെ മേലേക്കായിരുന്നു ദിവാകരേട്ടാ."

തൊണ്ട ഇടറിയിട്ട് തുടരാനാകാതെ ശാലിനി നിർത്തി.

"കൊച്ചേ"

അയാൾക്ക് എന്താണ് ആ നേരത്ത് പറയേണ്ടതെന്നോ. എങ്ങനെയാണ് അവളെ ആശ്വസിപ്പിക്കേണ്ടതെന്നോ അറിയില്ലായിരുന്നു. ഇത്തരം സന്ദർഭമോ, ഇതുപോലെ ഒരു സാഹചര്യമോ ഇതിനുമുമ്പ് അനുഭവിക്കുകയോ, അനുഭവിക്കുമെന്ന് പ്രതീക്ഷിക്കുകയോ ചെയ്യാത്ത ഒരാളായിരുന്നു അയാൾ.

"സാരമില്ല, സാരമില്ല"എന്തു പറഞ്ഞാണ് അവളെ സമാധാനിപ്പിക്കുന്നതെന്ന് അറിയാതെ അയാൾ പറഞ്ഞു.

പെണ്ണുങ്ങൾ കരയുന്നത് കാണുമ്പോഴൊക്കെ അയാൾക്ക് അമ്മയെ ഓർമ്മ വരും, അമ്മ കരയുമ്പോഴൊക്കെ സമാധാനിപ്പിക്കാൻ പറയുന്ന ഇത്തരം വാക്കുകളല്ലാതെ മറ്റൊന്നും പറയാനോ അത്തരം സന്ദർഭങ്ങളെ നേരിടാനോ ഉള്ള ധൈര്യം അയാൾക്കില്ലായിരുന്നു. അയാളുടെ അമ്മ ദിവാകരനു ഇരുപതു വയസ്സുള്ളപ്പോൾ കിണറ്റിൽ ചാടി മരിച്ചു, വെള്ളം കയറി വീർത്ത വയറും, നീലിച്ചുപോയ ശരീരവും ചീർത്തുപോയ കണ്ണുകളുമായി വികൃതമായ ഒരു രൂപമാണ് പിന്നീടൊക്കെ അമ്മയെക്കുറിച്ചോർക്കുമ്പോഴൊക്കെ മനസ്സിൽ തെളിയുക.

"അമ്മയുടെ മരണശേഷം അച്ഛനെ നാട്ടിൽ കണ്ടിട്ടില്ല."

ദിവാകരൻ ആരോടെന്നില്ലാതെ പറഞ്ഞു.

"എന്താ, എന്താ പറഞ്ഞത്?"

"എന്റെ അച്ഛനെക്കുറിച്ചു പെട്ടെന്ന് ഓർത്തു."

ശാലിനി ദീർഘമായി ഒന്ന് ശ്വസിച്ചു. എന്നിട്ട് പുഞ്ചിരിയോടെ പറഞ്ഞു

"ഒരാൾ നിരായുധനായിത്തീരുന്നത് എപ്പോഴാണെന്നറിയോ ദിവാകരേട്ടാ? പ്രതിയോഗി ഇല്ലാതാകുമ്പോ, യുദ്ധം ചെയ്യാൻ മുന്നിലൊരാൾ ഇല്ലാതാകുന്ന നിമിഷം ആയുധങ്ങൾ നിഷ്പ്രഭമായിത്തീരും."

"എന്തിനാ ഇപ്പോൾ ഇതൊക്കെ പറയുന്നത്, അതെല്ലാം കഴിഞ്ഞില്ലേ?"

"ഉം, പക്ഷേ ഇനി എങ്ങോട്ടാണ് മടങ്ങേണ്ടത് എന്നൊരു ചോദ്യം എനിക്ക് മുന്നിലുണ്ടല്ലോ. ഞാനിതുവരെ ജീവിച്ച സാധാരണ ജീവിതം കൊണ്ട് കാര്യമില്ലെന്നു ഇത്തിരി മുമ്പ് മനസ്സിലായി. ആരുടെയെങ്കിലും കൂടെ ഹോട്ടൽ മുറിയിൽ പോയി കിടന്നിട്ടു വന്നാൽ എത്ര നേരത്തേക്ക് സന്തോഷം കിട്ടും? അല്ലെങ്കിൽ ഒളിച്ചോടണം, അതിനാരാ എന്റൊപ്പം വരുന്നേ.... ഉണ്ടെങ്കിലും എനിക്ക് കൂടെ പോകാൻ പറ്റില്ല. എന്റെ മക്കളെ കാണാതെ ജീവിക്കാൻ പറ്റില്ല, പുള്ളിക്കാരന് എന്നോടും, എനിക്ക് തിരിച്ചും സ്നേഹമുണ്ടോ എന്നറിയില്ല, പക്ഷേല്, ഉപേക്ഷിച്ചു പോരാൻ എന്നെക്കൊണ്ട് പറ്റുമെന്ന് തോന്നുന്നില്ല ദിവാകരേട്ടാ. പ്രകടമാകാത്ത ചില വിജയങ്ങൾ മനുഷ്യർ ഉള്ളിൽ പേറി നടക്കുമെന്ന് കേട്ടിട്ടുണ്ട്. എന്നാൽ ഇനി മുന്നോട്ടുള്ള ജീവിതം വെറും വിജയത്തിനു വേണ്ടിയല്ല, എന്റെ നിലനില്പിനുവേണ്ടിയും, സമാധാനത്തിനും തൃപ്തിക്കും കൂടി വേണ്ടിയാകണം. അവഗണിക്കപ്പെടുന്ന മനുഷ്യർ ജീവിക്കേണ്ടത് അവഗണിക്കപ്പെടുന്ന വേറെ ആർക്കെങ്കിലും വേണ്ടിയാകുമ്പോഴല്ലേ സ്നേഹത്തിന് മൂല്യമുണ്ടാകൂ."

തനിക്കത് മനസ്സിലാക്കാൻ കഴിയുന്നുവെന്ന് അയാൾ പറഞ്ഞില്ല.

കുറേക്കൂടി നല്ല ഭാഷ കൈകാര്യം ചെയ്യാൻ അറിയുമായിരുന്നെങ്കിൽ ഒരുപക്ഷേ, ഈ സന്ദർഭത്തിൽ പറയാൻ സാധിക്കുന്ന ഗംഭീരമായ തത്ത്വചിന്ത താൻ പറയുമായിരുന്നുവെന്ന് അയാളോർത്തു. അതിനുപകരം അയാളവളുടെ തലമുടിയിൽ തലോടിക്കൊണ്ടു പറഞ്ഞു.

"പോയിട്ട് നമുക്ക് പിന്നെ വരാം."

സൂര്യന് കീഴെ ഒരാൾ

വിക്ടർ ലീനസിന്റെ കഥകളെക്കുറിച്ചു പഠനം നടത്തുന്നതിനിടയിൽ ആയിരുന്നു അയാളെ അവൾ പരിചയപ്പെട്ടത്. അവളുടെ പുസ്തക രചനയിലേക്ക് വേണ്ട വിവരങ്ങൾ നല്കാൻ പറ്റുന്നൊരാൾ എന്നു പറഞ്ഞു കൊണ്ട് ഒരു സുഹൃത്ത് നല്കിയ ഫോൺ നമ്പരിലേക്ക് അയാളെ വിളിച്ചതും ആദ്യ ദിവസം തന്നെ ദീർഘമായി സംസാരിച്ചതും ഇന്നലെയെന്നവണ്ണം അവളോർമ്മിക്കാറുണ്ട്. വിക്ടറിൽ തുടങ്ങിയ ആ സംഭാഷണം പിന്നീട് അവളുടെ ഏറ്റവും മാധുര്യമുള്ള രഹസ്യമായി മാറിയത് വളരെ വേഗമായിരുന്നു. വർഷങ്ങൾ എത്ര വേഗമാണ് ഓടി മറഞ്ഞതെന്ന് അത്ഭുതം തോന്നും. അവരുടെ സ്നേഹ ബന്ധം മണ്ണിൽ വേരുകളാഴ്ത്തി നില്ക്കുന്ന വടവൃക്ഷം പോലെ കരുത്തേറുകയും ഗവേഷണം പാതി വഴിപോലും പിന്നീടാതെ അവസാനിക്കുകയും ചെയ്തു.

അവളുടെ സ്ഥായിയായ മടിയെക്കുറിച്ചായിരുന്നു അയാൾക്കെന്നും കുറ്റപ്പെടുത്താൻ ഉണ്ടായിരുന്നത്. ഇത്രയും കർക്കശക്കാരനായ വേറെ ഒരാളെയും ജീവിതത്തിൽ കണ്ടിട്ടില്ലെന്നു അവൾ പരാതി പറയുകയും അയാളത് ഗൗനിക്കാതിരിക്കുകയും ചെയ്യുമ്പോഴും അവർക്കിടയിൽ ഉട ലെടുത്ത സ്നേഹബന്ധം അവളെത്തന്നെ അത്ഭുതപ്പെടുത്തും വിധം വളരുകയും ചെയ്തു. അവളുടെ അപ്പോഴത്തെ സാഹചര്യത്തിൽ, ജീവി ക്കണോ മരിക്കണോ എന്നറിയാതെ കുഞ്ഞുങ്ങളുടെ കൈപിടിച്ചു വീട് വിട്ടിറങ്ങിയ ആ കാലത്തിൽ അവൾക്കൊരാളുടെ സ്നേഹം കൂടിയേ തീരുമായിരുന്നുള്ളൂ. വിവാഹമോചിതയാവാൻ ആത്മാഭിമാനം എന്ന വികാരത്തിന്റെ അളവ് കൂടിയത് മാത്രമാണു കാരണമെന്ന് ചിരിച്ചു കൊണ്ട് പറയുമെങ്കിലും അവൾക്ക് സ്നേഹം ആവശ്യമായിരുന്നു.

സ്നേഹത്തിന് പകരം വയ്ക്കാൻ മറ്റെന്തെങ്കിലിനും കഴിയുമോ എന്നുള്ള പരീക്ഷണത്തിലും പരാജയം അവളെ വിഷാദവതിയാക്കിത്തീർത്തിരുന്നു. അയാളുടെ കടന്നുവരവ് തനിക്കെന്തിനെയെല്ലാം അതിജീവിക്കാൻ പര്യാപ്തമാക്കി എന്ന സത്യം വിശദീകരിച്ചു പറഞ്ഞു ബോദ്ധ്യപ്പെടുത്തിയിട്ടില്ല. എങ്കിലും അയാളത് തിരിച്ചറിഞ്ഞിട്ടുണ്ട് എന്നു തന്നെയാണ് അവളുടെ വിശ്വസം.

ആ വ്യക്തി തീർത്തും പ്രതീക്ഷിക്കാതെ ഇന്നലെ അവൾക്കയച്ച സന്ദേശം ഒരുപാട് തവണ വായിച്ചിട്ടും, എന്താണ് അയാൾ അർത്ഥമാക്കിയിരിക്കുന്നതെന്നുള്ള സംശയം വിട്ടുപോയില്ല.

താൻ മനസ്സിലാക്കിയത് തന്നെയാണോ ശരി എന്നറിയാൻ അവൾ മകളോടു സംശയം ചോദിച്ചു. "ഇനി എനിക്കു തെറ്റുപറ്റിയതാവുമോ. എങ്ങോട്ടെങ്കിലും കുറച്ചു ദിവസത്തേക്കു പോകുന്നു എന്നാണോ അദ്ദേഹം ഉദ്ദേശിച്ചത്."

"അല്ല അമ്മേ അങ്കിൾ ഇനി മടങ്ങി വരില്ല എന്നല്ലേ എഴുതിയിരിക്കുന്നത്. അമ്മയ്ക്കിതെന്തു പറ്റി. അദ്ദേഹം എന്നെങ്കിലും പോകുമെന്ന് നമുക്കറിയാമല്ലോ."

"അറിയാം. എന്നാലും ഇത്ര പെട്ടെന്ന്. ഓർക്കാപ്പുറത്ത്! മുൻകൂട്ടി പറയുക പോലും ചെയ്യാതെ."

മകൾ കൂടുതൽ സംസാരിക്കാതെ എഴുന്നേറ്റ് പോയി. അമ്മയുടെ ഈ സൗഹൃദത്തിൽ അവൾക്ക് വിദ്വേഷമോ, താല്പര്യമോ ഇല്ല. അവളെ സംബന്ധിച്ചു രണ്ടു വീടുകളിൽ താമസിക്കുന്ന അച്ഛനമ്മമാർ അവരുടെ സ്വകാര്യ ജീവിതം എങ്ങനെയോ ജീവിക്കുന്നു എന്നതിനപ്പുറത്തേക്ക് കൂടുതൽ തലപുകയാൻ സമയവും ഇല്ലായിരുന്നു.

"എന്തേ?" എന്നൊരു സന്ദേശം അപ്പോൾ തന്നെ അവളയച്ചെങ്കിലും മറുപടി കിട്ടിയില്ല. തുടരെ തുടരെ വിളിച്ചപ്പോൾ അയാൾ ഫോണെടുക്കാൻ കൂട്ടാക്കിയതുമില്ല.

എന്നെങ്കിലും ഒരുദിവസം മാനസാന്തരപ്പെട്ട് അയാൾ പോയേക്കും എന്നവൾക്കറിയാമായിരുന്നു. ഏറെ നാളായി നീട്ടി നീട്ടി വച്ചിരുന്ന യാത്ര ഇത്ര തിടുക്കത്തിൽ ആവുമെന്ന് പ്രതീക്ഷിച്ചിരുന്നില്ലെങ്കിലും.

വരാനിരിക്കുന്ന ദിവസങ്ങളുടെ ശൂന്യതയെക്കുറിച്ചോർത്തപ്പോൾ അവൾക്ക് അന്നേരം ജീവിതം തീർന്നു എന്ന് തോന്നിപ്പോയി. പക്ഷേ, അതെങ്ങനെ അയാളെ പറഞ്ഞു മനസ്സിലാക്കണം എന്നവൾക്കറിയില്ലായിരുന്നു. അല്ലെങ്കിൽ പറഞ്ഞു മനസ്സിലാക്കേണ്ട ഒന്നാണോ സ്നേഹം. അയാൾക്കത് ഒരുതരത്തിലും വിഷയമല്ലെങ്കിൽ തന്റെ വാക്കുകൾ വെറും പൊള്ളത്തരങ്ങളായി പോകും.

അവൾ ബാൽക്കണിയിൽ പോയി താഴേക്കു നോക്കി നിന്നു. ആറാമത്തെ നിലയിലായിരുന്നു അവളുടെ ഫ്ളാറ്റ്. കഴിഞ്ഞ നാലു വർഷമായി അച്ഛനും അമ്മയും അവൾക്ക് കൂട്ടായി ഇവിടെയുണ്ട്.

പുറത്ത് നല്ല തണുത്ത കാറ്റ് വീശിക്കൊണ്ടിരുന്നു. വേറെ ഒരവ

സരത്തിൽ ആയിരുന്നെങ്കിൽ അവളിപ്പോൾ പുതച്ചു കിടന്നുറങ്ങിയെനേ. ഈ രാത്രി തനിക്കിനി ഉറങ്ങാനാവുമെന്ന് അവൾക്ക് തോന്നിയില്ല. എങ്ങനെയും ഒന്ന് നേരം വെളുത്തിരുന്നെങ്കിൽ എന്ന ഒരേയൊരു ചിന്തയേ അപ്പോളവളുടെയുള്ളിൽ ഉണ്ടായിരുന്നുള്ളൂ.

പിറ്റേന്ന് അവൾ പാഞ്ഞു പിടിച്ചു ചെല്ലുമ്പോ അയാളൊരു തുകൽ ബാഗിൽ വസ്ത്രങ്ങൾ അടുക്കി വയ്ക്കുകയായിരുന്നു. തീരെ പ്രതീക്ഷിക്കാത്ത കടന്നു ചെല്ലലായിരുന്നു അവളുടേതെന്നതിനാൽ പകച്ച മുഖത്തോടെ ഏതാനും നിമിഷം നോക്കി നിന്ന ശേഷം എപ്പോഴും പ്രകടിപ്പിക്കാറുള്ള അമർഷത്തോടെ അയാൾ ചോദിച്ചു.

"നീ എന്തിനാണ് ഇപ്പോഴിങ്ങോട്ട് വന്നത്. എങ്ങനെ കണ്ടുപിടിച്ചു ഈ വീട്. നീ ഓഫീസിലും പോയോ. എനിക്കറിയാം നീ അതും അതിനപ്പുറവും ചെയ്യും. എന്നെ നാണം കെടുത്തുകയാണല്ലോ നിന്റെ വിനോദം."

"എനിക്ക് വിനോദങ്ങളേയില്ലെന്നു നിങ്ങൾക്കറിയില്ലേ." മുഖത്തും ശബ്ദത്തിലും പരിചയിച്ചു ശീലമില്ലാത്ത സൗമ്യത വരുത്താൻ ശ്രമിച്ചു കൊണ്ട് അവൾ പറഞ്ഞു. "ഒരു തരത്തിലും ഞാൻ നിങ്ങൾക്ക് അഭിമാനക്ഷതം ഉണ്ടാക്കിയിട്ടില്ല."

"പിന്നെ എന്തിനിങ്ങോട്ട് വന്നു. നിന്നോടെന്ത് പറഞ്ഞിട്ടെന്താ. ഇത്രയും ദൂരം സഞ്ചരിച്ചു വന്നിരിക്കുന്നു. എങ്ങനെ വന്നു. അതും തനിച്ച് ഇത്ര ദൂരം യാത്ര ചെയ്യാൻ നിനക്കറിയുമോ. അതോ ഡ്രൈവർ കൂടെയുണ്ടോ?" ഈ വിഡ്ഢി പെണ്ണ് എന്തൊക്കെയാണോ ചെയ്തിരിക്കുന്നത്. അയാൾ ആരോടെന്നില്ലാതെ പരിഭ്രമപ്പെട്ട് പറഞ്ഞുകൊണ്ടു മുറ്റത്തേക്കിറങ്ങി നോക്കി.

ചെറിയൊരു മല മുകളിലായിരുന്നു ആ വീട്. പഴകി നിലം പൊത്താറായ ആ കെട്ടിടം അയാളുടെ മേലധികാരിയുടേതായിരുന്നു. മുറ്റത്ത് തഴച്ചു വളർന്ന് നില്ക്കുന്ന ചെമ്പരത്തിച്ചെടികളിൽ നിറയെ ചുവന്ന പൂക്കൾ. മുറ്റം നിറയെ പുല്ലുകൾ വളർന്ന് കാടുപിടിച്ചു കിടന്നിരുന്നു. നിറയെ തെങ്ങും പ്ലാവും തേക്കും ഉള്ള പറമ്പിനു ഒത്ത നടുവിലായി 200 അടിയോളം ആഴമുള്ള കിണർ.

"ഈ കിണറിന്റെ ആഴമെത്രയെന്നറിയുമോ നിനക്ക്." ഒരിക്കൽ മോട്ടോർ കേടായപ്പോൾ കിണറിന്റെ ഫോട്ടോയെടുത്ത് വാട്സ് ആപ് ചെയ്തുകൊണ്ട് അയാളയച്ച മെസേജ് ഓർമ്മ വന്നു.

ഈ വീട് മുഴുവൻ അവൾക്ക് കാണാപ്പാഠം ആയിരുന്നു. ആദ്യമായാണ് ഇവിടെ വരുന്നതെങ്കിലും അവരുടെ പ്രണയ സംഭാഷണങ്ങളിൽ, വീഡിയോ ചാറ്റിങ്ങിൽ, വാട്സ് ആപ് സന്ദേശങ്ങളിൽ എല്ലാം ഈ വീടും പറമ്പും, മൂക്കും മൂലയും കാണിച്ചു കൊടുത്തിട്ടുണ്ട്. ഇളം പച്ച പെയിന്റടർന്നു തുടങ്ങിയ മുഷിഞ്ഞ ചുമരുകളും, കിടക്കയില്ലാത്ത പലകക്കട്ടിലിൽ ചുരുണ്ടു കിടക്കുന്ന ബെഡ്ഷീറ്റ്, ഇളകിയ വിജാഗിരികൾ ഉള്ള ജനാലകൾ, രണ്ടു പാളി വാതിലുകൾ, പൊട്ടിയ നിലം, അടിച്ചു വാരാതെ സിഗരറ്റ്

കുറ്റികളും കടലാസ് കഷണങ്ങളും നിറഞ്ഞ ഇരിപ്പുമുറി, മുറ്റത്തെ കിണർ, ചെമ്പരത്തിച്ചെടികൾ. അങ്ങനെ ഇപ്പോൾ നേരിൽ കാണുന്നതെല്ലാം അവൾക്ക് പരിചിതമായിരുന്നു.

ഈ വീട്ടിൽ എന്നും അവളുടെ സാന്നിദ്ധ്യം ഉണ്ടായിരുന്നു, അവളുടെ തല്ലുകൂടലും, ബഹളങ്ങളും ഉണ്ടായിരുന്നു. വഴക്കു കൂടുമ്പോ അവൾ കെറുവിച്ചു പറയാറുണ്ട് മുറ്റത്തെ ചെമ്പരത്തിപ്പൂ രണ്ടെണ്ണമെടുത്ത് ചെവിയിൽ വച്ചോളൂ എന്ന്.

അവളെ ചൊടിപ്പിക്കാൻ പോന്ന എന്തെങ്കിലും വെടിമരുന്ന് തയ്യാറാക്കി വച്ചാവും പലപ്പോഴും അയാളുടെ സംഭാഷണങ്ങൾ തുടങ്ങുക.

“നിങ്ങൾക്കെന്നോട് തല്ല് കൂടിയേ തീരൂ അല്ലേ?”

തല്ല് കൂടലുകൾക്കവസാനം മനസ്സ് തകർന്ന് കിടന്ന് കരയുമ്പോൾ ഈ ബന്ധം ഇന്നത്തോടെ തീർക്കണം എന്നവൾ തീരുമാനിക്കും.

നമുക്കിത് അവസാനിപ്പിക്കാം മടുത്തു എനിക്ക്. എന്നുള്ള സന്ദേശങ്ങൾ പിന്നീടയാൾക്ക് ചിരിക്കാനുള്ള വകയായിത്തീർന്നു.

പക്ഷേ, ഉപേക്ഷിച്ചെറിയാൻ പറ്റാത്ത എന്തോ ഒന്നുണ്ടായിരുന്നു അവൾക്കയാളോടുള്ള അടുപ്പത്തിൽ.

“മക്കൾ സ്കൂളിൽ പോയോ?” അവളുടെ മുഖഭാവം മാറിയത് കണ്ട് അയാൾ വിഷയം മാറ്റി.

“പറയാൻ മനസ്സില്ല.” അവൾ ചൊടിച്ചുകൊണ്ട് നേരെ അടുക്കളയിലേക്ക് പോയി.

“ഇളകിയോ നീ?”

അയാളുടെ വിളിച്ചു ചോദ്യം ഒട്ടും തന്നെ ഗൗനിക്കാതെ അടുക്കളയിൽ പോയി ചൂലും അടിച്ചു വാരിയും എടുത്തുകൊണ്ട് വന്ന് അവൾ തറ തൂക്കാൻ തുടങ്ങി.

“നിനക്കെന്താ വട്ടുണ്ടോ. ഞാനിവിടുന്ന് ഇന്ന് തന്നെ പോകും.”

“എങ്ങോട്ടേലും പൊയ്ക്കൊ.” അവൾ ചുമൽ കുലുക്കിക്കൊണ്ട് പറഞ്ഞു. “ഒരു വീടൊഴിയുമ്പോ സാമാന്യ മര്യാദ വേണമല്ലോ. അത്രേയുള്ളൂ. നിങ്ങളവിടെ പോയിരിക്ക് എന്റെ പണിയിൽ തടസ്സം നില്ക്കാതെ.”

“ഇതിനാണോ നീയിത്രയും ദൂരം വണ്ടി വിളിച്ച് വന്നത്. അതിനുള്ള കാശൊന്നും തരാൻ എന്റെ കൈയിൽ ഇല്ല.”

അവൾ രൂക്ഷമായൊന്ന് നോക്കി.

“എന്തേലും ചെയ്യ്.” അയാൾ മുറ്റത്തെക്കിറങ്ങി നിന്ന് ഒരു സിഗരറ്റിന് തീ കൊളുത്തി.

ഏതാനും നിമിഷം അയാളെ തന്നെ നോക്കി നിന്നിട്ട് അവൾ ജോലി തുടരുകയും ചെയ്തു. നനഞ്ഞു നീറുന്ന എന്തോ ഒന്ന് കണ്ണുകളിൽ ഉണ്ടല്ലോയെന്ന് അവൾക്കന്നേരം തോന്നി. എന്താണത്, ഈശ്വരാ എന്താണത് എന്നവൾ ആരോടെന്നില്ലാതെ ചോദിച്ചു.

അയാൾ നോക്കുമ്പോൾ ഉത്തരവാദിത്വപ്പെട്ട ഒരു വീട്ടമ്മയുടെ

ഭാവത്തിൽ മുറിയെല്ലാം തൂത്തുവാരി വേസ്റ്റുകൾ ഒരു കവറിൽ നിറച്ച് മുറ്റത്ത് കൊണ്ടുപോയി തീയിട്ട ശേഷം മടങ്ങി വന്ന് കസേരയിൽ കാലിന്മേൽ കാൽ കയറ്റി വച്ച് അവളിരിപ്പുണ്ട്.

"ഇവിടെ വന്നിരുന്നൂടെ?"ഇത്തിരി കെറുവോടെയാണ് അവൾ ചോദിച്ചത്.

"എങ്ങനെ കണ്ടുപിടിച്ചു വീട്?"

സിഗരറ്റ് വലിച്ചെറിഞ്ഞു കളഞ്ഞിട്ട് അകത്തേക്ക് വന്ന് അവൾക്കെതിരെ ഇരുന്ന് കൊണ്ട് അയാൾ ചോദിച്ചു.

"നമുക്കിടയിൽ പൊതുവായ ചില സുഹൃത്തുക്കൾ ഉണ്ടല്ലോ." ശാന്തമായാണ് അവൾ പറഞ്ഞത്.

"നീ വരരുതായിരുന്നു." അയാൾ വീണ്ടും നീരസത്തിൽ പറഞ്ഞു.

"വന്നാൽ ആകാശം ഇടിഞ്ഞു വീഴുമായിരുന്നോ?"

"നിന്റെ സ്വഭാവം നന്നാവില്ലല്ലേ!"

അന്നേരം അയാളുടെ മുഖം രോഷം കൊണ്ട് ചുവന്നു.

"എത്ര വലിയ മണ്ടത്തരമാണ് കാണിച്ചിരിക്കുന്നതെന്ന് ചിന്തിച്ചിട്ടാണോ ഇറങ്ങി പുറപ്പെടത്?"

അവൾ നിശ്ശബ്ദയായിരുന്നു. ചൂണ്ടുവിരലിനറ്റത്തു പൊളിഞ്ഞടർന്ന മൃതകോശം നുള്ളിമാറ്റുന്നതിൽ ശ്രദ്ധ പതിപ്പിച്ചു കൊണ്ടിരുന്നതല്ലാതെ മറുപടി പറഞ്ഞില്ല.

അവളോട് എന്ത് ചോദിച്ചിട്ടും കാര്യമില്ലെന്നു അയാൾക്കും തോന്നി.

ഓർക്കാപ്പുറത്താണ് അവൾ ചോദിച്ചത്.

"നമ്മൾ ഇനിയൊരിക്കലും കാണുകയില്ല അല്ലേ?"

"ഇല്ലെന്നു എത്ര വട്ടം പറഞ്ഞു. ഇത് ചോദിക്കാനാണോ ഇത്ര ദൂരം കഷ്ടപ്പെട്ട് വന്നത്."

"അല്ലാ വെറുതെ വരണമെന്ന് തോന്നി."

അവളുടെ ഭാവമാറ്റം അയാളിലും ചെറുതല്ലാത്ത കുറ്റബോധം ഉളവാക്കി. ഈ സ്ത്രീയെ ദുഃഖിപ്പിക്കാനായി സ്നേഹത്തിൽ പെടുത്തിയത് എന്തിനാണെന്ന് എത്ര ആലോചിച്ചിട്ടും യുക്തിക്ക് നിരക്കുന്ന ഒരു ഉത്തരവും അയാൾക്ക് ലഭിച്ചില്ല.

"എന്നെങ്കിലും തിരിച്ചു വരും എന്നൊരു വാക്ക് പോലും നിങ്ങൾക്കെന്നോട് പറഞ്ഞൂടെ." അന്നേരം മാത്രം അവളുടെ ശബ്ദത്തിൽ നേരിയ ഒരിടർച്ച ഉണ്ടായി.

"ഇനി മടങ്ങി വരില്ല കുട്ടീ. എനിക്കു തന്നെ ലക്ഷ്യമില്ലാത്ത ഈ യാത്രയിൽ ഒരു വാഗ്ദാനം നല്കാൻ മാത്രം കാപട്യം എനിക്കില്ല."

"ഞാൻ ഞാനിനി എന്തു ചെയ്യണം. അതേപ്പറ്റി ഒന്നും പറയാനില്ലേ നിങ്ങൾക്ക്?"

"നമ്മൾ പരിചയപ്പെട്ടപ്പോഴും അടുത്തപ്പോഴും, പ്രണയിച്ചപ്പോഴും എത്ര വട്ടം നിന്നോട് ഇതേക്കുറിച്ചു പറഞ്ഞിട്ടുണ്ട്. എത്ര വട്ടം ചർച്ച ചെയ്തിട്ടുണ്ട്. എന്റെ നിലപാടുകളെക്കുറിച്ചും ജീവിത സാഹചര്യങ്ങളെ

കുറിച്ചും നിനക്കറിയാഞ്ഞിട്ടാണോ."

അവൾക്ക് ശബ്ദവും വാക്കുകളും നഷ്ടപ്പെട്ടു. ഇനിയെന്ത് എന്ന ചോദ്യം ചുടുകട്ടപ്പോലെ ഉള്ളിലിരുന്ന് നീറുന്നത് മറച്ചുകൊണ്ടു പുഞ്ചിരി ഭാവിക്കാൻ പരിശ്രമിച്ചുകൊണ്ട് പറഞ്ഞു

"നിങ്ങൾ പോയാൽ എനിക്കെന്ത്. രണ്ടോ മൂന്നോ ദിവസം ചെറിയ സങ്കടം തോന്നും. എത്ര പേർ വന്ന് പോകുന്നു. ജീവിതം അങ്ങനെയല്ലേ?"

"ജീവിതം അങ്ങനെയാണ്. വന്നുപോയ എല്ലാവരും മനസ്സിലുള്ളത് പോലെ ഞാനുമുണ്ടാവും. കുറെ കഴിയുമ്പോൾ നിനക്കത് ഓർമ്മ മാത്ര മാകും."

"എന്റെ അടുത്തു വന്നിരുന്നൂടെ. ഇതവസാനത്തെ ദിവസമല്ലേ. കണ്ടില്ലേ ഇന്ന് ഞാൻ സാരിയുടുത്താണ് വന്നിട്ടുള്ളത്. ആദ്യമായല്ലേ നിങ്ങളെന്നെ സാരിയുടുത്ത് കാണുന്നത്."

യഥാർത്ഥത്തിൽ അപ്പോഴാണ് അയാളവളുടെ വേഷം ശ്രദ്ധിച്ചത്.

അവരുടെ പ്രണയം തുടങ്ങിയ നാളുകളിൽ അയാളെപ്പോഴും ആവ ശ്യപ്പെട്ടിരുന്നത് അവളുടെ സാരിയുടുത്ത ഫോട്ടോകളായിരുന്നു. അവർ കണ്ടു മുട്ടിയ ചുരുക്കം ചില അവസരങ്ങളിലാകട്ടെ അവളുടെ വേഷം ചുരിദാർ ആയിരുന്നു.

ഞാൻ വരുമ്പോൾ നീയൊരു കോട്ടൺ സാരി ധരിക്കണം. നിന്റെ വയർ അനാവൃതമാക്കി എനിക്കവിടെ ഉമ്മ വയ്ക്കണം. നിന്റെ പൊക്കി ളിൽ, ഇളം രോമാവലിയിൽ എന്നൊക്കെയുള്ള അയാളുടെ വാക്കുകൾ ഓർത്തെടുത്ത് അവൾ പുഞ്ചിരിച്ചു.

അവരുടെ പ്രണയം അത്ര ഉജ്ജ്വലമായിരുന്നു. ഏകാകിയായ ഒരു മനുഷ്യനും വിവാഹമോചിതയായ ഒരു സ്ത്രീയും തമ്മിലുള്ള ബന്ധ ത്തിൽ എന്തെല്ലാം സംഭവിക്കാമോ അതെല്ലാം അവർക്കിടയിലും സംഭവിച്ചിരുന്നു. ആദ്യം കണ്ടുമുട്ടിയത് പ്രണയത്തിന്റെ ഒരു വർഷത്തിന് ശേഷമായിരുന്നു. കത്തുകൾക്കും, ഫോണിനും ഇ-മെയിലിനും, വാട്സ് ആപ്പിനും കൈമാറിയ പ്രണയത്തിന് മുഴുവൻ ഭ്രാന്തും അവരുടെ ആദ്യ ചുംബനത്തിൽ ഉണ്ടായിരുന്നു.

അവൾ വിവാഹിതയായിരുന്നുവെങ്കിലും പരിഭ്രമം വിട്ടുമാറാത്ത ഒരുവളായിരുന്നു. അത്രയും തീവ്രമായി ചുംബിക്കപ്പെടാത്ത ഒരുവൾ. നീണ്ട ഇടവേളകൾക്ക് ശേഷം സന്ധിക്കുമ്പോഴൊക്കെ ചുംബിച്ചു ചതഞ്ഞു പോയ ചുണ്ടും മുഖവുമായാണ് അവരിരുവരും പിരിഞ്ഞി രുന്നത്. അവൾ ആർത്തിക്കാരിയായി മാറിയത് വളരെ വേഗമായിരുന്നു. പ്രണയത്തിന്റെ തുടക്കത്തിൽ സൗമ്യതയായിരുന്നു അവളിലെങ്കിൽ പിന്നീടത് ആർത്തലച്ച കടൽ ക്ഷോഭം പോലെയായിത്തീർന്നു. അയാ ളിൽ പക്ഷേ, കാലക്രമേണ ഒരു തരം നിസ്സംഗത വന്നുകൂടി. ഏകാകി യുടെ യാത്രകൾ ഒരിക്കലും ഒരിടത്തും സ്ഥിരമല്ലെന്നു അവളെ പറഞ്ഞു മനസ്സിലാക്കാൻ ശ്രമിച്ചെങ്കിലും വിലപ്പോയില്ല.

അതുവരെ കണ്ടു മുട്ടിയ സ്ത്രീകളെപ്പോലെ അവളെ തൂത്തെറി

യാൻ കഴിയുമായിരുന്നില്ല. അതുവരെ ആരോടും തോന്നാത്ത എന്തോ ഒരു തരം വാത്സല്യം കൂടി അയാൾക്കവളോടുണ്ടായിരുന്നു.

"വീട്ടിൽ എന്തു പറഞ്ഞാണ് നീയിങ്ങോട്ട് പോന്നത്?"

"എന്തും പറയാമല്ലോ. ഒരു നുണ കണ്ടെത്താനാണോ പ്രയാസം."

"ഇത്രയും ദൂരം തനിച്ചോ? നീ വരരുതായിരുന്നു. എന്നെ കൂടുതൽ ദുഃഖിപ്പിക്കാൻ."

അയാളുടെ ശബ്ദം നിസ്സഹായമായിരുന്നു.

അവളും നിസ്സഹായയായിരുന്നു.

അയാൾക്ക് വേറെ വഴിയില്ലെന്നു അവൾക്കറിയാമായിരുന്നു. പെട്ടെന്ന് ഒരുൾപ്രേരണ പോലെ അവൾ പറഞ്ഞു.

"പൊയ്ക്കോളൂ."

അത് പറഞ്ഞതും അവൾ ആർത്തലച്ചു കരയുകയും ചെയ്തു.

തികച്ചും ഓർക്കാപ്പുറത്തായിരുന്നു അങ്ങനെ സംഭവിച്ചത്.

അയാൾക്ക് എന്താണ് ചെയ്യേണ്ടതെന്നറിയില്ലായിരുന്നു. അയാളുടെ നെഞ്ചിലും എന്തോ ഒന്ന് ഉരുണ്ടുകൂടി. കണ്ണുകൾ നീറിപ്പിടഞ്ഞു. നരച്ച താടി രോമങ്ങൾ വിറകൊണ്ടു. ഒരു സിഗരറ്റ് കത്തിക്കാൻ വൃഥ ശ്രമിച്ചെങ്കിലും കൈകളുടെ വിറയൽ കാരണം താഴെ വീണു പോയി.

എന്തിനാണ് നാശം ഇവിടെ വന്ന് കരയുന്നത്. അയാൾക്കന്നേരം അങ്ങനെ ഒച്ചവയ്ക്കാനാണ് തോന്നിയത്.

എന്നാൽ സ്വയം അമ്പരപ്പിൽപ്പെട്ട് കൊണ്ട് ഉറക്കെയുറക്കെ അയാളും കരഞ്ഞു.

കണ്ണുനീരിന്റെ ഒരു കടൽ തന്റെ ഉള്ളിലും ഉണ്ടായിരുന്നുവെന്ന് അയാൾക്കറിയാമായിരുന്നു. ഈ സ്ത്രീയെ ഇങ്ങനെ കരയിപ്പിക്കാൻ മാത്രം തെറ്റാണ് താൻ ചെയ്യുന്നതെന്നും.

അയാളുടെ കരച്ചിൽ കണ്ടതും പൊടുന്നനെ അവൾ കരച്ചിൽ നിർത്തി.

"അയ്യോ എന്തായിത് നിങ്ങളെ വിഷമിപ്പിക്കാനാണല്ലോ ഞാനിങ്ങോട്ട് വന്നത്. കരയാതെയിരിക്കൂ പ്രാന്താ. എനിക്കു ദുഃഖമൊന്നുമില്ല. നിങ്ങൾ പോയാൽ തല്ല് കൂടാൻ ഒരാളില്ലല്ലോ എന്നോർത്തേ വിഷമമുള്ളൂ. പോട്ടെ അതിനു പറ്റിയ വേറെ ആരെയെങ്കിലും കണ്ടുപിടിച്ചോളാം. ഇത് നല്ല കൂത്ത്. എന്നെക്കാൾ കൊള്ളാവുന്ന ഒരാള്. അതിരിക്കട്ടെ നിങ്ങൾ വല്ലതും കഴിച്ചോ. അവൾ മുഖം തുടച്ചുകൊണ്ട് ചോദിച്ചു. ഷുഗർ ലോ ആകുമെന്നറിയാമല്ലോ. ഇവിടുന്ന് പോയാൽ ഇടയ്ക്കിടയ്ക്ക് വിളിച്ച് ചോദിക്കാൻ ഞാനുണ്ടാവില്ലെന്നോർത്തോ. അഹങ്കാരം കൊണ്ട് വയറു കുത്തിപൊട്ടിക്കാൻ റെഡിയായിട്ടാവും പുറപ്പാട്."

"പിന്നെ നീയില്ലെങ്കിൽ ഞാൻ ജീവിക്കില്ലല്ലോ." അയാളും മുഖം തുടച്ചുകൊണ്ട് പറഞ്ഞു.

"ഉവ്വുവ്വ്. കാണാം. ഇനിയിപ്പോ ആരുണ്ടാവുമെന്നറിയാം മണിക്കൂറിൽ അമ്പത് തവണ അന്വേഷിക്കാൻ."

"അത്രയും സ്വസ്ഥത കിട്ടും. അങ്ങോട്ടും ഇങ്ങോട്ടും തിരിയാൻ സമ്മതിക്കില്ലല്ലോ."

അവൾ അയാളെ തന്നെ ഉറ്റുനോക്കി. വളരെ സാവധാനം ചോദിച്ചു.

"നിങ്ങളെന്നെ സ്നേഹിച്ചിരുന്നില്ലേ?"

ഓർക്കാപ്പുറത്തുള്ള ആ ചോദ്യം അയാളെ കിടുക്കിക്കളഞ്ഞു.

"വിവരക്കേട് പറയാതെ." അവളെ അങ്ങനെ ശാസിക്കുകയാണ് അയാളപ്പോൾ ചെയ്തത്.

അവളെ അവളറിയാതെ നോക്കാനുള്ള ധൈര്യമേ അയാൾക്കപ്പോൾ ഉണ്ടായിരുന്നുള്ളൂ. അറിയാതെ കണ്ണുകളിൽ കണ്ണുടക്കിയാൽ അവൾക്കും തനിക്കും അതെങ്ങനെ താങ്ങാനാവുമെന്ന് അയാൾക്ക് തന്നെ പിടികിട്ടുന്നുണ്ടായിരുന്നില്ല.

"കക്കാടിന്റെ ആ കവിതയില്ലേ 'സഫലമീ യാത്ര' നിങ്ങളെനിക്ക് ഒന്നൂടി അതൊന്ന് ചൊല്ലി കേൾപ്പിക്കുമോ." അവൾ ഒരൽപ്പം പരുങ്ങലിലാണ് ആവശ്യപ്പെട്ടത്. അന്നേരം അവരുടെ നോട്ടങ്ങൾ പരസ്പരം കണ്ണുകളിൽ കൊരുക്കുകയും ചെയ്തു.

എന്റെ നെഞ്ചിടറും എന്നയാൾ പറഞ്ഞില്ല.

"അല്ലെങ്കിൽ വേണ്ട." അവൾ തന്നെ പറഞ്ഞു. "ചൊല്ലി കേൾപ്പിക്കാനായി ഒരു കവിതയുടെ കടമെങ്കിലും നമുക്കിടയിൽ ബാക്കിയിരിക്കട്ടെ."

"ആർദ്രമീ ധനുമാസ രാവിൽ നിലാവിൻ ആതിര വരും പോകും അല്ലേ സഖീ."

അയാൾ രണ്ടു വരി പാടി നിർത്തി.

"ഒരു കടവും വേണ്ടാ എന്ന്." അന്നേരം അവളുടെ ചുണ്ടിൽ മനഃപൂർവ്വമെന്നോണം പുഞ്ചിരി വിടർന്നത് കണ്ട് അയാളും വൃഥ ചിരിച്ചു.

"ഞാനൊരു കാപ്പി ഇടട്ടെ. ഇന്നൊരു ദിവസത്തേക്ക് ഞാനീ വീടിന്റെ ഗൃഹനാഥയാവാൻ പോകുന്നു."

'നീ തന്നെയായിരുന്നു ഈ വീടിന്റെ ഗൃഹനാഥ, എന്റെ അധികാരി' അയാൾ മനസ്സിൽ പറഞ്ഞു. 'ഇനിയീ വീടിനും എനിക്കും വരാൻ പോകുന്ന അനാഥത്വം ഞാൻ സ്വയം തെരഞ്ഞെടുക്കുമ്പോഴും നീ കണ്ട് നില്ക്കുമ്പോഴും എനിക്കിതല്ലാതെ വേറെ വഴിയില്ലെന്നു അറിയുന്നില്ലേ തോഴി.'

മുഷിഞ്ഞ ചുമരുള്ള അടുക്കളച്ചുമരിൽ ചാരി ഒന്നേങ്ങി കരയാൻ കൊതിച്ചുകൊണ്ട് അടുപ്പത്ത് വെള്ളം വച്ച് നോക്കി നില്ക്കെ തന്റെ ഹൃദയത്തിൽ ഇരുകൈകളും കൊണ്ട് അമർത്തിപ്പിടിക്കും പോലെ വേദനിക്കുന്ന ഈ ഓർമ്മകളിൽനിന്നും ഓടിയൊളിക്കാൻ അവളും കൊതിച്ചു.

അടുപ്പിൽ വെള്ളം വെട്ടിത്തിളച്ചത് ഏറെ കഴിഞ്ഞാണ് അവൾ ശ്രദ്ധിച്ചത്. കാപ്പിപൊടിക്ക് പകരം ചായപ്പൊടിയാണ് എടുത്തിട്ടത്. അയാൾക്ക് ഷുഗറുണ്ട്. പഞ്ചസാര ഇടണോയെന്നവൾ സന്ദേഹിച്ചു. ഇന്നൊരു ദിവസത്തേക്ക് എല്ലാം മധുരതരം ആകട്ടെയെന്ന് വിചാരിച്ചുകൊണ്ട് രണ്ടു

കപ്പിലും പഞ്ചസാര ചേർത്തിളക്കി.

"കഴിക്കാൻ ഇവിടൊന്നൂല്ലല്ലേ?" അടുക്കളയിൽനിന്നു തന്നെ അവൾ വിളിച്ചു ചോദിച്ചു.

"നീ വരുമെന്ന് നേരത്തെ അനൗൺസ് ചെയ്തിരുന്നോ." അയാളും വിളിച്ചു പറഞ്ഞു.

"തുടങ്ങി അട്ടഹാസം." അവൾ പിറു പിറുത്തുകൊണ്ട് ചായ ഗ്ലാസെടുത്തുകൊണ്ടു ചെന്നു.

അഭിമുഖം കസേരകളിൽ ഇരുന്ന് ചായ കുടിക്കവേ മൗനം അസ്സഹ്യമായപ്പോൾ അവൾ ചോദിച്ചു

"എപ്പോഴാണ് ട്രെയിൻ?"

"എന്റെ യാത്രകൾക്ക് എന്നെങ്കിലും കൃത്യമായൊരു സമയമുണ്ടായിട്ടുണ്ടോ. എത്ര തവണ പറഞ്ഞിട്ടുണ്ട് പൊട്ടച്ചോദ്യം ചോദിക്കരുതെന്ന്."

വിളറിയ മുഖം അയാളിൽനിന്നും ഒളിപ്പിക്കാനെന്നവണ്ണം കപ്പുമെടുത്തുകൊണ്ടു അവളകത്തേക്ക് പോന്നു. അയാൾ കിടക്കാറുള്ള കട്ടിലിൽ ഇരുന്നുകൊണ്ട് അവളോർത്തത് അയാളെ പരിചയത്തിലായ ദിനങ്ങളെ കുറിച്ചായിരുന്നു.

അന്നേരം അയാളകത്തേക്ക് വന്ന് അവളോട്ടും പ്രതീക്ഷിക്കാതെ അരികിലായിരുന്നു.

കട്ടിലിന് അഭിമുഖമായിരുന്നു ജനൽ. ഈ ജനലിനരികിൽ കസേരയിലേക്ക് കാല് പൊക്കി വച്ചുകൊണ്ട് സിഗരറ്റ് വലിച്ചു കൊണ്ടായിരുന്നു പലപ്പോഴും അയാളവളുമായി ഫോണിലൂടെ സംസാരിക്കുക. അവളും അയാളും പുറത്തേക്ക് നോക്കിക്കൊണ്ടാണ് ഇരുന്നിരുന്നത്. ജനലിനപ്പുറത്ത് കൗതുകമുള്ള കാഴ്ചകളൊന്നും ഉണ്ടായിരുന്നില്ലെങ്കിൽക്കൂടി അതപ്പോൾ അവരിരുവർക്കും ആവശ്യമായിരുന്നു. പുറത്ത് തിളയ്ക്കുന്ന വെയിലിൽ നോക്കിയിരിക്കെ കാഴ്ചയിൽ മഞ്ഞൽ നിറയും പോലെ തോന്നിയതിനാൽ അവൾ മിഴി തിരിച്ചു.

"എന്നോടു പുച്ഛം തോന്നുന്നുണ്ടോ?"

അയാളുടെ ശബ്ദത്തിന് പള്ളി മണിയുടേത് പോലൊരു ആത്മീയതയുണ്ടെന്ന് അവൾക്കപ്പോൾ തോന്നി.

"നമ്മളിരുവരും ഒരുമിച്ച് കണ്ട സ്വപ്നങ്ങൾക്കും, ഒരുമിച്ച് തെരഞ്ഞെടുത്ത സ്നേഹ ബന്ധത്തിനോടും പുച്ഛം തോന്നിയാൽ അതിനർത്ഥം സ്നേഹം ഏകപക്ഷീയമായിരുന്നു എന്നല്ലേ?"

മറുചോദ്യം ചോദിക്കാനുള്ള അവളുടെ മിടുക്കിനു അന്നേരവും കുറവ് വന്നിട്ടില്ലെന്നു മനസ്സിലോർത്ത് കൊണ്ട് അയാളവളുടെ കൈകളെടുത്ത് മടിയിൽ വച്ച് തലോടി.

കൈകൾ പിൻവലിക്കാതെ ആ സമയം അവളയാളുടെ തോളിലേക്ക് ചായുകയും ചെയ്തു. തങ്ങളുടെ ഓരോ കണ്ടു മുട്ടലിലും ശരീരത്തിൽ ആവേശിക്കാറുള്ള ഭ്രാന്തമായ ആസക്തിയായിരുന്നില്ല അയാളുടെ തലോടലിലും അവളുടെ വിധേയത്വത്തിലും അന്നേരം ഉണ്ടായിരുന്നത്. അവർ

ക്കിരുവർക്കും അപ്പോൾ സാന്ത്വനം ആവശ്യമായിരുന്നു.

അയാളുടെ നരച്ചുതുടങ്ങിയ രോമങ്ങൾ നിറഞ്ഞ മാറിലൂടെ ആദ്യം കാണും പോലെ അവളുടെ വിരലുകൾ പരതി നടന്നു. ഇതിനു മുമ്പൊക്കെ തിടുക്കപ്പെട്ടുള്ള ചുംബനങ്ങളും തിടുക്കപ്പെട്ടുള്ള രതിയുമാണ് അവർക്കിടയിൽ സംഭവിച്ചിരുന്നത്. അവളെ ലഭിക്കുമ്പോൾ അയാളും, അയാളെ കിട്ടുമ്പോൾ അവളും കൊടുക്കാനുള്ളതും വാങ്ങാനുള്ളതും ഒന്നും തന്നെ നിമിഷം കൊണ്ട് പോലും പാഴാക്കാനാവാത്ത വിധം തിരക്കിട്ട് ചെയ്യുന്ന പങ്ക് വയ്ക്കലുകളിൽ ശരീരത്തിന്റെ അടയാളങ്ങൾ കണ്ടിരുന്നില്ല. അയാളുടെ കഴുത്തിലെ ചന്ദ്രകലയുടെ ആകൃതിയിലുള്ള മറുകും നെറ്റിയിൽ ഇടത്ത് വശത്തായി കാണുന്ന മുറിവിന്റെ അടയാളവും ഇപ്പോഴാണല്ലോ ശ്രദ്ധിക്കുന്നതെന്ന് അവളും, അവളുടെ കണ്ണുകളിലെ തവിട്ടു നിറവും താടിയിൽ എഴുന്നേറ്റ് നില്ക്കുന്ന രണ്ടു രോമവും അയാളും അന്നേരമാണ് കാണുന്നത്.

ഈ സാരി ധരിച്ച് വേറെ എപ്പോഴെങ്കിലുമാണ് അവളടുത്തിരുന്നതെങ്കിൽ അതഴിച്ചു മാറ്റാനും മുഖം അവളുടെ ഏറ്റവും മൃദുലമായ ഭാഗങ്ങളിലേക്ക് കൊണ്ട് പോകാനുമായിരുന്നു താൻ ശ്രമിക്കുകയെന്ന് ചിന്തിച്ച് കൊണ്ട് ഇതിന് മുമ്പൊരിക്കലും തോന്നാത്തത്ര വാത്സല്യത്തോടെ അവളുടെ നെറ്റിയിൽ അയാളൊരുമ്മ വച്ചു.

ഇനിയൊരിക്കലും കാണില്ലെന്നു പറഞ്ഞൊരു യാത്രയ്ക്കിറങ്ങി പോകാൻ മാത്രം നിസ്സഹായമാണ് അയാളുടെ ജീവിതമെന്ന് മറ്റാരേക്കാൾ അറിയാവുന്നവൾ ആയതുകൊണ്ടു തന്നെ പോകരുത് എന്നു പറഞ്ഞു കൈയിൽ പിടിച്ചു നിർത്താൻ അവൾക്കും ത്രാണിയുണ്ടായിരുന്നില്ല. അഥവാ ഏതെങ്കിലും സങ്കേതമോ അഭയ സ്ഥാനമോ അവളൊരുക്കി കൊടുത്താൽ അത് സ്വീകരിക്കാൻ മാത്രം അയാളൊരുക്കവുമല്ലായിരുന്നു. അത്രയും നിസ്വാർത്ഥമായാണ് അയാൾ ജീവിതത്തെ നോക്കിക്കണ്ടത്.

"നിങ്ങൾക്കൊരു കൂട്ടുണ്ടായിരുന്നെങ്കിൽ, താങ്ങായി നില്ക്കാൻ ശേഷിയുള്ള ചുമലുകളും തല ചായ്ക്കാൻ ഒരിടവും ഉണ്ടായിരുന്നേൽ എത്ര ദൂരെയായിക്കോട്ടെ വിളികളും കണ്ടുമുട്ടലും ഒന്നുമില്ല എങ്കിൽ പോലും സമാധാനത്തിൽ ജീവിക്കാമായിരുന്നു എനിക്ക്."

"എന്റെ ജീവിതം എന്താകുമെന്ന് നിന്നെക്കാൾ കൂടുതൽ ബോദ്ധ്യമുള്ളയാളാണ് കുട്ടീ ഞാൻ."

"ശരി തർക്കിക്കാൻ വരുന്നില്ല. ഇനിയൊരു ദിവസം നമുക്കിടയിൽ ഉണ്ടാകുമോ എന്നറിയില്ല. അതിനു മുമ്പു ഞാനാഗ്രഹിച്ചിരുന്ന ചിലയിടങ്ങളിൽ നിങ്ങളോടൊപ്പം പോകണമെന്നുണ്ട്. പക്ഷേ, ഇപ്പോൾ തോന്നുന്നു അവിടെയെല്ലാം ഞാൻ തനിച്ചു പോകുന്നതാണ് നല്ലതെന്ന്. അതിനെനിക്ക് നിങ്ങളുടെ അനുവാദം വേണം."

അവൾ പോകാനാഗ്രഹിക്കുന്ന സ്ഥലങ്ങൾ ഏതാണെന്നൊക്കെ അയാൾക്കൂഹിക്കാമായിരുന്നു. ബന്ധങ്ങൾ വലിച്ചെറിഞ്ഞുകളഞ്ഞു കൊണ്ട് ചേക്കേറിയ പാർട്ടി ഓഫീസിലെ ഇടുങ്ങിയ മുറിയായിരുന്നു

അതിലൊന്ന്. അതായിരുന്നു എക്കാലത്തും അയാളുടെ താവളം. കടുത്ത ഏകാന്തത ആഗ്രഹിക്കുമ്പോഴും ആൾക്കൂട്ടത്തിന്റെയും, വിപ്ലവകാരികളുടെയും മുദ്രാവാക്യങ്ങൾ കേട്ടു തഴമ്പിച്ച ഇരുനില കെട്ടിടത്തിന്റെ പഴകിയടർന്ന കോണിപ്പടി കയറിച്ചെന്ന് അയാളെന്നും അവിടെ സ്വയം തളച്ചിട്ടിരുന്നു. കാലങ്ങൾ ക്ഷതമേല്പിച്ച ഇരുണ്ട ചുമരിൽ അയാളെക്കുറിച്ച് സഹയാത്രികരും, ജീവിതവിപ്ലവത്തെക്കുറിച്ച് അയാൾ തന്നെയും കോറിയിട്ട ലിഖിതങ്ങൾ ഇപ്പോഴും പാതിമായാതെ കിടക്കുന്നതു ഫോട്ടോകളിൽ കണ്ടിട്ടുള്ളത് അവളോർമ്മിച്ചു.

ഗ്രാമം ഉറങ്ങുന്ന പാതിരകളിൽ ഉണർന്നിരുന്ന് തലയിൽ മുകുന്ദനും വിജയനും സാർത്രും മാർക്കേസും ചങ്ങാത്തം കൂടുമ്പോ അവരോടൊപ്പം കുശലം പറയാൻ വേണ്ടി മാത്രം വീടിനടുത്തുള്ള വഴിയമ്പലത്തിലേക്ക് സൈക്കിൾ ചവിട്ടിയ നിശീഥിനികളെക്കുറിച്ച് അയാൾ പറഞ്ഞത് അവൾക്കോർമ്മയുണ്ട്.

അയാളെ സ്നേഹിക്കുകയെന്നാൽ ചരിത്രത്തിൽ ഗവേഷണം നടത്തുന്ന അവൾക്ക് ഒരു പിരമിഡിന്റെ ഭൂതകാലം തിരഞ്ഞു പോകുന്നതിന് തുല്യമായിരുന്നു.

അയാളെ സ്നേഹിക്കുകയെന്നാൽ പുകയുന്ന ഒരഗ്നിപർവതത്തെ ആശ്ലേഷിക്കാൻ മാത്രം മനക്കരുത്ത് ആർജ്ജിക്കുകയെന്നതായിരുന്നു.

“എന്താണ് ഒന്നും മിണ്ടാത്തത്?” അവൾ വാത്സല്യത്തോടെ അയാളുടെ താടിയിൽ തലോടി. “ഇവിടെ എന്റെ മടിയിൽ കിടക്കൂ. ഇത്തിരിയെങ്കിലും ആറിയ ശേഷമാകാം നമ്മുടെ യാത്ര. രണ്ടു വഴിയിലൂടെ തുടങ്ങുന്ന ഈ യാത്ര ഒരേകാന്തതയിൽ അവസാനിക്കാനുള്ളതാണെന്ന് നമുക്കറിയാലോ.”

അയാൾക്കാ ക്ഷണം നിരസിക്കാൻ ധൈര്യം ഉണ്ടായില്ല,.

“എനിക്കൊരിക്കലും ഒരു ചക്രവർത്തിനിയാവാൻ സാധിക്കില്ല. ഞാൻ ആജ്ഞാപിക്കാൻ പിറന്നവളല്ല.” അത് പറയുന്നതിനിടയിൽ അയാളുടെ ചുണ്ടുകളിൽ വളരെ പതുക്കെ അവളൊരു ഉമ്മ നല്കി.

“പിച്ചും പേയും പറയരുത് കുട്ടീ.” അവൾ മുഖം ഉയർത്തിയപ്പോൾ സാന്ത്വനിപ്പിക്കാൻ താനശക്തനാണ് എന്നറിഞ്ഞുകൊണ്ട് അവളുടെ തലയിൽ തലോടിക്കൊണ്ടയാൾ അപേക്ഷിച്ചു.

“നിങ്ങളുടെ ജീവിതത്തിന്റെ ധർമ്മ സങ്കടങ്ങളിലേക്ക് ഞാൻ വരരുതായിരുന്നുവല്ലേ?”

അത്രമേൽ വെളിച്ചം ഞാനർഹിച്ചിരുന്നില്ലെന്നു പറയാതെ പറഞ്ഞുകൊണ്ട് ഒരുമ്മകൊണ്ടയാൾ അതിനു മറുപടി നല്കി.

മേശപുറത്തിരുന്ന വിക്ടറിന്റെ ബുക്ക് അന്നേരം അവളുടെ കണ്ണിൽ പെട്ടു.

“വിക്ടറിനെ നിങ്ങൾ വീണ്ടും വായിച്ചോ? അയാളുടെ ഏറ്റവും മനോഹരമായ വരികൾ ഏതെന്നറിയുമോ. എന്നെയൊരു പ്രഭുവിനെപ്പോലെ കരുതൂ എന്ന്. കുശുമ്പു കുത്തരുത്. ഞാനിപ്പോഴും വിക്ടറിനെ സ്നേ

ഹിക്കുന്നു. അതെത്ര മേൽ നിങ്ങളെക്കാൾ കൂടുതലാണോ, കുറവാണോ എന്നു തിരക്കരുത്. പക്ഷേ, ഞാനിപ്പോഴും ചക്രവർത്തിനി ആയിട്ടില്ലല്ലോ."

ആ പുസ്തകം അയാളുടെ സമ്മാനമായിരുന്നു. വിക്ടറിനെക്കുറിച്ച് അവൾക്ക് കൂടുതൽ കിട്ടിയ എല്ലാ അറിവും അയാളിലൂടെയായിരുന്നു. ഈ പുസ്തകം ഒരിക്കൽ തിരിച്ചയച്ചുകൊണ്ട് അവൾ പറഞ്ഞു

"എനിക്കു വയ്യ ഇതിലേക്ക് നോക്കാൻ നഷ്ടബോധം കൊണ്ട് ഞാൻ മരിക്കും."

"അത്രയും പ്രിയതരമോ?" അവളെ ഒന്ന് ചൂടാക്കാനാണ് അയാളപ്പോൾ ആ ചോദ്യം ചോദിച്ചത്.

അവളാകട്ടെ ആ വാക്കുകൾ ഗൗനിച്ചതേയില്ല. മനസ്സിൽ ഒരുപാട് തവണ പറഞ്ഞു പറഞ്ഞു പരുവപ്പെടുത്തിയ ചില വാചകങ്ങൾ അന്നേരമെങ്കിലും പറയണമെന്ന് തോന്നിയതിനാൽ ശങ്കയോടെ ചോദിച്ചു.

"എനിക്കു പറയാനുള്ളത് ഒന്ന് കേൾക്കുമോ?"

"പറയൂ." കരുതലോടെയാണ് അയാൾ മറുപടി പറഞ്ഞത്.

"പ്രപഞ്ചത്തിന്റെയും ഈശ്വരന്റെയും ഒരെത്തി നോട്ടം എല്ലാ ജീവജാലങ്ങളുടെയും കാര്യത്തിൽ ഉണ്ടാകുമെന്നാണ് ഞാൻ വിശ്വസിക്കുന്നത്. എന്നെങ്കിലും ഒരിക്കൽ മരിക്കുമെന്ന് വിചാരിച്ച് ലോകത്താരെങ്കിലും സ്വപ്നം കാണാതിരിക്കുമോ, മനുഷ്യന്റെ ഓരോ ഇൻവെസ്റ്റ്മെന്റും അത്തരം വിശ്വാസങ്ങൾ തന്നെയല്ലേ?"

"എന്താണ് നീ പറഞ്ഞു വരുന്നതെന്ന് എനിക്കറിയാം കുട്ടീ. പക്ഷേ, ഏതെങ്കിലും ഒരാളുടേത് പോലെ ആകരുത് എന്റെ അന്ത്യം എന്ന് തന്നെയാണ് ഞാനാഗ്രഹിക്കുന്നത്. നിനക്കോ, എന്റെ ബന്ധുക്കൾക്കോ ഏതെങ്കിലും തരത്തിൽ ബാദ്ധ്യതയാവാതെ ലോകത്ത് നിന്നും പോകുവാനാണ് ഈ യാത്രയെന്ന് അറിയില്ലേ. ഏറ്റവും പച്ചയായ വാക്കുകളിൽ പറഞ്ഞാൽ ശവസംസ്കാരം നടത്താൻ പോലും കിടന്നുകൊടുക്കാതെ തീരണമെന്ന്."

"അതിനുള്ള സമയമായിട്ടില്ല എന്നാണ് ഞാൻ പറഞ്ഞത്." പ്രത്യാശയോടെ അവളയാളുടെ കണ്ണുകളിലേക്ക് ഉറ്റുനോക്കിക്കൊണ്ട് പറഞ്ഞു.

"മറ്റെന്തെങ്കിലും പറയൂ."

സംസാരത്തിന് പൂർണ്ണ വിരാമം വന്നു കഴിഞ്ഞെന്ന് മനസ്സിലാക്കാൻ മാത്രം അയാളെ അറിഞ്ഞവളായതിനാൽ അയാളുടെ നെറ്റിയിലെ മുറിവടയാളത്തിൽ തഴുകിക്കൊണ്ട് പറഞ്ഞു. "എന്നാൽ ഞാനിറങ്ങിയാലോ."

"ഇറങ്ങൂ വൈകണ്ട."

എഴുന്നേറ്റ് സാരിയുടെ ഞൊറിവുകൾ ശരിയാക്കിയ ശേഷം ഹാൻഡ് ബാഗ് എടുത്ത് തോളിലിട്ട് കൊണ്ട് എന്തോ ആലോചിച്ചു നിന്ന ശേഷം അവൾ പറഞ്ഞു.

"എനിക്കൊരു നൂറു രൂപ തരുമോ?"

എന്തിനാണ് അവൾക്കൊരു നൂറു രൂപയുടെ ആവശ്യമെന്ന് അത്ഭുത

പ്പെട്ടെങ്കിലും ഒന്നും ചോദിക്കാതെ പോക്കറ്റിൽനിന്നും അയാളൊരു നൂറു രൂപയെടുത്ത് നീട്ടി.

പുഞ്ചിരിയോടെ അവളതു കൈനീട്ടി വാങ്ങി.

"സ്നേഹത്തിന്റെ പ്രതിഫലം." അവൾ പറഞ്ഞു.

"എന്താ?" മനസ്സിലാകാത്ത പോലെ അയാൾ ചോദിച്ചു.

"ഏത് തൊഴിലിനും ഒരു പ്രതിഫലം ഉണ്ടാകില്ലേ. നമ്മുടെ ബന്ധത്തിൽ പരസ്പരം കൊടുക്കൽ വാങ്ങലുകൾ ഉണ്ടായിരുന്നപ്പോൾ അത് പ്രണയമെന്നാണ് ഞാൻ ധരിച്ചിരുന്നത്. പക്ഷേ, തീരുമാനങ്ങൾ ഒരാൾ എടുക്കുകയും മറ്റൊരാൾ അനുസരിക്കുകയും ചെയ്യുന്നത് തൊഴിലിൽ ആണ്. കഴിഞ്ഞ കുറെ വർഷങ്ങൾ ഞാൻ ചെയ്ത തൊഴിലിന്റെ ഉദാരമായ കൂലിയാണ് ഞാൻ വാങ്ങിയത്."

അയാൾക്കെന്തെങ്കിലും പറയാൻ കഴിയും മുമ്പെ അവളിറങ്ങി നടന്നു കഴിഞ്ഞിരുന്നു. ഏതാനും വാര മുന്നോട്ട് പോയ ശേഷം തന്റെ മൊബൈൽ ഫോൺ തുറന്ന് അതിൽനിന്നും സിം ഊരി റോഡരികിലെ പൊന്തയിലേക്ക് വലിച്ചെറിഞ്ഞു കളഞ്ഞ ശേഷം ജീവിതത്തിൽ ഇതുവരെ നടന്നിട്ടില്ലാത്ത അത്ര വേഗതയിൽ കാലുകൾ വലിച്ചു നീട്ടി നടന്നു. നെഞ്ചോട് ചേർത്തു പിടിച്ച നൂറു രൂപാ നോട്ടിന് ചരിത്രത്തിൽ എന്താവും സ്ഥാനമെന്ന് ഓർത്തപ്പോൾ ചിരിക്കാനോ കരയാനോ വയ്യാത്ത തരം ഒരേങ്ങൽ ഉള്ളിൽ കുടുങ്ങി കിടക്കുന്നതറിഞ്ഞുകൊണ്ട്.

അത്യുന്നതങ്ങളിൽ ദൈവത്തിനു മഹത്ത്വം

അതൊരു നീലച്ചായമടിച്ച കെട്ടിടമായിരുന്നു. മുറ്റത്ത് നിറയെ സൂര്യകാന്തിച്ചെടികൾ. മുഷിഞ്ഞു തുടങ്ങിയ മതിലിനോടു ചേർന്ന് മുരടിച്ചു തുടങ്ങിയ ഒരു രാജമല്ലിച്ചെടി. വേരുകൾ പാതിയിലേറെയും മണ്ണിന് വെളിയിൽ അനാവൃതമായ ഒരു മാവ് നിറയെ കണ്ണി മാങ്ങകളുമായി നില്ക്കുന്നത് എന്നെ അതിശയിപ്പിച്ചു. മണ്ട ഉണങ്ങിയ തെങ്ങുകൾ നില്ക്കുന്ന പറമ്പിനു നടുവിലായിരുന്നു ആ വീട്. പഴയ മാതൃകയിൽ പണിത കെട്ടിടത്തിന്റെ പാതിയിലേറെയും പെയിന്റടർന്നു വൃത്തികേടായി കിടന്നിരുന്നു. പുറത്തെ മാഞ്ഞു തുടങ്ങിയ അക്ഷരങ്ങളിൽനിന്നും ഇത് തന്നെയാണ് സൂസന്ന എന്ന സ്ത്രീയുടെ വീടെന്ന് ഞാൻ ഉറപ്പിച്ചു. ഈ കെട്ടിടത്തിൽ എവിടെയാണ് കോളിങ് ബെൽ ഉണ്ടാവുകയെന്ന് ഞാൻ പൂമുഖമാകെ പരതി നോക്കി. അങ്ങനെയൊന്ന് അവിടെങ്ങും കാണാൻ പോലും കഴിഞ്ഞില്ല. വാതിലിൽ മുട്ടി വിളിച്ചാൽ അകത്തുള്ളവർക്ക് കേൾക്കാൻ കഴിയുമോ എന്നൊരു ശങ്ക എന്നെ അലട്ടി. മറ്റു നിർവ്വാഹങ്ങൾ മുന്നിൽ ഇല്ലാത്തതിനാൽ അതുതന്നെ എനിക്കു ചെയ്യേണ്ടി വന്നു. അക്ഷമ കൊണ്ട് വാച്ചിൽ ഇടയ്ക്കിടയ്ക്ക് നോക്കേണ്ടി വന്നതുകൊണ്ട് കൃത്യം ഏഴര മിനിറ്റിന് ശേഷമാണ് വാതിൽ തുറന്നതെന്ന് ഉറപ്പിച്ചു പറയാൻ എനിക്കു കഴിയും. മെലിഞ്ഞു പൊക്കം നന്നേ കുറഞ്ഞ ഒരു സ്ത്രീയാണ് വാതിൽ തുറന്നു പുറത്തു വന്നത്. നരച്ച ഒരു നൈറ്റിയും അതിനു മേലെ കറുത്ത ഒരു ഏപ്രനും അവർ ധരിച്ചിരുന്നു. നിങ്ങൾ ആര് എന്നർത്ഥത്തിൽ അവർ മിഴിഞ്ഞ കണ്ണുകൾ ഉയർത്തി എന്നെ ഉറ്റുനോക്കി. “സൂസന്ന മാഡത്തെ ഒന്നു കാണാൻ കഴിയുമോ?'' “നിങ്ങൾ ആരാണ്?'' അവരുടെ രൂപത്തിന് ഒട്ടും അനുയോജ്യമല്ലാത്ത മാധുര്യമുള്ള ശബ്ദമായിരുന്നു പുറത്തേക്ക് വന്നത്.

ഈ ശബ്ദം ഫോണിലൂടെ ആണ് കേട്ടിരുന്നതെങ്കിൽ തീർച്ചയായും ആരുമൊന്നു പ്രണയിച്ചു പോകുമെന്ന് ഉറപ്പാണ്. "എന്റെ പേര് രാജു എന്നാണ്."

ഗംഭീരമായി പുറത്തു പറയാവുന്ന ഒരു പേര് പോലും ഇടാതിരുന്ന മാതാപിതാക്കളെ എപ്പോഴത്തെയും പോലെ പ്രാകി കൊണ്ട് ഞാൻ മനസ്സിലെ ചളിപ്പ് പുറത്തു കാണിക്കാതെ പറഞ്ഞു. ഈ പേര് പറയുമ്പോഴൊക്കെ പണ്ടൊക്കെ ഞാൻ മായാവിയിലെ രാജുവിനെയാണ് ഓർത്തിരുന്നത്. ഇപ്പോൾ ചെറിയൊരു ആശ്വാസം പൃഥ്വിരാജാണ്. അയാളെ ആളുകൾ രാജു എന്നാണല്ലോ വിളിക്കുന്നത്.

"എവിടന്നു വരുന്നു? ഈ വീട്ടിൽ ഞാൻ മാത്രമേയുള്ളൂ." പരിചയ മില്ലാത്ത ഒരാളെ അകത്തേക്ക് കടത്താനുള്ള വൈമുഖ്യത്തോടെ അവർ വീണ്ടും ചോദ്യം ആവർത്തിച്ചു.

"ഞാൻ ശിവപ്രസാദ് എന്നൊരാൾ പറഞ്ഞിട്ടു വരുന്നതാണ്." ശിവപ്രസാദ് എന്ന പേരു കേട്ടതും അവരുടെ ചുണ്ടിൽ അതുവരെ കാണാത്ത ഒരു പുഞ്ചിരി വിടർന്നു.

"എന്നാൽ അതാദ്യം പറയണ്ടേ. കടന്നു വരൂ. വാതില്ക്കൽനിന്നും പിന്നോക്കം മാറിക്കൊണ്ട് അവർ എന്നെ നോക്കി തെളിഞ്ഞു ചിരിച്ചു. ഹാളിലെ സ്പോഞ്ച് അടർന്ന് തുടങ്ങിയ ഒരു സോഫ സെറ്റിയിൽ എന്നെ ഇരുത്തിയിട്ട് അവർ തിടുക്കത്തിൽ അകത്തേക്ക് പോയി. മടങ്ങി വന്ന പ്പോൾ ഏപ്രൻ അഴിച്ചു മാറ്റിയിരുന്നു. ഉലഞ്ഞു കിടന്നിരുന്ന മുടിച്ചുരുളു കൾ മാടി ഒതുക്കി വച്ചിട്ടുണ്ട്. ഇപ്പോൾ അവരുടെ മുഖത്തിന് കുറേകൂടി ചന്തമുണ്ടെന്ന് എനിക്കു തോന്നി.

"ശിവൻ പറഞ്ഞിരുന്നു. നിങ്ങൾ ഇവന്റ് മാനേജ്മെന്റിന്റെ ആളല്ലേ?"

അവരുടെ മുഖത്തേക്ക് നോക്കാൻ എനിക്കു വൈമുഖ്യം അനുഭവ പ്പെട്ടു.

"നന്നായി നിങ്ങൾ ഇന്ന് തന്നെ വന്നത്. ശിവൻ പറഞ്ഞിരുന്നത് കൊണ്ട് നിങ്ങളെ ഏല്പിക്കാൻ കുറച്ചു കാര്യങ്ങൾ കൂടി ഞാൻ ലിസ്റ്റ് എഴുതി വച്ചിട്ടുണ്ട്."

എന്റെ തൊണ്ടയിൽ നിവൃത്തികേടിൻെറ ഉളുപ്പ് രസം നിറഞ്ഞു. അതേസമയം എന്നിലൊരു ബിസിനസുകാരന്റെ കുശാഗ്ര ബുദ്ധി ഉയർ ന്നു വരികയും ചെയ്തു. സോഫയ്ക്ക് അഭിമുഖം കിടന്നിരുന്ന പഴകിയ ഒരു മരക്കസേരയിൽ വന്നിരുന്നിട്ട് അവരെന്നോട് ഖേദത്തോടെ പറഞ്ഞു.

"നിങ്ങൾക്കൊരു ചായ ഇട്ടുതരണമെന്നൊക്കെ എനിക്കാഗ്രഹം ഉണ്ട്. പക്ഷേ, ഈ വീട്ടിൽ ഇപ്പോൾ ഒരു തരി പഞ്ചസാര ഇല്ലെന്നു തുറന്നു പറയാതെ വയ്യ. താങ്കൾക്ക് വിരോധമില്ലെങ്കിൽ കുറച്ചു തണുത്ത വെള്ളം എടുക്കട്ടെ."

"ഇപ്പോൾ ഒന്നും ആവശ്യമില്ല. ഞാൻ കഴിച്ചിട്ടാണ് ഇറങ്ങിയത്. അല്ലെങ്കിലും ഈ നട്ടുച്ചച്ചൂടിൽ ചായകുടിക്കുന്നത് പതിവുമില്ല."

ശരി. എങ്കിൽ കാര്യത്തിലേക്ക് വരാം. ശിവപ്രസാദ് നിങ്ങളുമായി

എന്തെങ്കിലും കാര്യങ്ങൾ സംസാരിപ്പിച്ചുറപ്പിച്ചിട്ടുണ്ടോ?"

"ഉണ്ട്. മാഡത്തിന്റെ......" "ബാക്കി പറയാൻ എനിക്കു മനശ്ചാഞ്ചല്യം അനുഭവപ്പെട്ടു."

"എന്റെ മരണ ശേഷം നടത്തേണ്ട ചടങ്ങുകളെക്കുറിച്ചാണ് നമ്മൾ സംസാരിക്കാൻ പോകുന്നത്. താങ്കൾ ആ കാര്യത്തിൽ ഒട്ടും വിമുഖത കാണിക്കാതെ തുറന്നു സംസാരിക്കൂ. ഈ കരാറിൽ നിങ്ങൾക്കോ എനിക്കോ നഷ്ടം വരാത്ത രീതിയിൽ നമുക്കിതിൽ ഒരു ധാരണയിലെത്താം. ശിവനും അതാവും ആശ്വാസകരം."

ആരാണ് ഈ ശിവപ്രസാദ് എന്നെനിക്ക് ചോദിക്കണമെന്ന് ആഗ്രഹം ഉണ്ടായെങ്കിലും ബിസിനസ് കാര്യങ്ങളിൽ എപ്പോഴും പാലിക്കേണ്ട ചില മര്യാദകൾ എന്നെ അതിൽനിന്നും വിലക്കി. "മാഡത്തിന്റെ ആവശ്യങ്ങൾ എന്തൊക്കെയാണെന്ന് അറിഞ്ഞിട്ടേ സാമ്പത്തികമായ വിഷയങ്ങൾ ധാരണയിൽ എത്താൻ സാധിക്കൂ."

"ആയിക്കോട്ടെ, ശിവൻ എന്തൊക്കെ പറഞ്ഞിട്ടുണ്ട് എന്നെനിക്കറിയില്ല. എന്റേതായി വലിയ ആഗ്രഹങ്ങൾ ഒന്നും തന്നെയില്ല. ഞാൻ മരിച്ചാൽ നിങ്ങൾ അറിയിക്കേണ്ട ബന്ധുക്കളുടെ ലിസ്റ്റ് എടുത്തു വച്ചിട്ടുണ്ട്. മതപരമായ ആചാരങ്ങൾ എല്ലാം നടത്തി തന്നെ വേണം സംസ്കാരം നടത്താൻ. ബന്ധുക്കളെ അത്തരം കാര്യങ്ങളിൽ ബുദ്ധിമുട്ടിക്കാതെ നിങ്ങൾ തന്നെ ഏർപ്പാട് ചെയ്യണം. ഞങ്ങളുടെ ഇടവക പള്ളിയിലെ അച്ചന്റെ ഫോൺ നമ്പർ ലിസ്റ്റിൽ ഉണ്ട്. മരണാനന്തര ചടങ്ങുകളെക്കുറിച്ചൊക്കെ അദ്ദേഹത്തോട് ചോദിച്ച് ഉചിതമായ രീതിയിൽ നടത്തണം. ജീവിച്ചിരുന്നപ്പോൾ ആഗ്രഹങ്ങളുടെ കാര്യത്തിൽ ഒരുപാട് പിശുക്കിയ ആളാണ് ഞാൻ. എന്റെയൊരു ദുരാഗ്രഹമാണെന്നു കൂട്ടിക്കോളൂ. മരിച്ചതിനു ശേഷം ഒന്നിനും യാതൊരു കുറവും വരാൻ പാടില്ല."

"മാഡത്തിന്റെ ആഗ്രഹം പോലെ എല്ലാ കാര്യങ്ങളും നടത്താമെന്ന് ഞാൻ വാക്കു തരുന്നു. ഏതായാലും ഒരാഴ്ചയ്ക്കു ശേഷം നമുക്കു എഗ്രിമെന്റ് സൈൻ ചെയ്യാം."

"എന്നാൽ അങ്ങനെയാവട്ടെ. രാജുവിന് ഒരു ചായ പോലും തരാൻ പറ്റാത്തതിൽ സത്യമായും എനിക്കു വിഷമം ഉണ്ട്."

"നമുക്കിടയിൽ ഒരു ചായയുടെ കടം ബാക്കി കിടക്കട്ടെ. അടുത്ത വരവിന് ഒരൂണ് തന്ന് അത് വീട്ടിയാൽ മതി."

"തീർച്ചയായും ഈ എഗ്രിമെന്റ് നമുക്കു സൈൻ ചെയ്യാൻ ആവും വരെ ഞാൻ ജീവിക്കുമെങ്കിൽ." അത് പറയുമ്പോൾ അവരുടെ മുഖത്ത് ആശങ്ക പ്രകടമായിരുന്നു. എന്റെ മനസ്സിലും അന്നേരം ഒരാശങ്ക നിഴലിട്ടു. ഒരുപക്ഷേ, ഇവർക്കെന്തെങ്കിലും സംഭവിച്ചാൽ ശിവപ്രസാദ് കാര്യങ്ങളൊക്കെ നടത്താൻ വഴിയുണ്ട് എന്നു ഞാൻ ആശ്വസിക്കുകയും ചെയ്തു. തിരിച്ച് ഓഫീസിൽ എത്തിയതും ശിവപ്രസാദിനെ വിളിച്ച് സൂസന്നയുമായുള്ള സംഭാഷണം വിശദീകരിച്ചു പറഞ്ഞു.

"എല്ലാം അവരുടെ ആഗ്രഹം പോലെ ചെയ്യണം. പണത്തിന്റെ

കാര്യത്തിൽ ഭയക്കേണ്ട. എഗ്രിമെന്റിൽ പറയുന്ന തുക എത്രയാണോ അത് ഞാൻ തന്നിരിക്കും.'' അയാളുടെ വാക്കുകൾ കേട്ടപ്പോൾ ഇനിയിപ്പോൾ സൂസന്ന ഏത് നിമിഷം മരിച്ചാലും സാരമില്ലെന്നു എനിക്കപ്പോൾ തോന്നിപ്പോയി. എത്രയും പെട്ടെന്നായാൽ അത്രയും നല്ലത്. സൂസന്ന നിങ്ങളുടെ ആരാണ് എന്ന ചോദ്യം അന്നേരവും എന്റെ നാവിൻ തുമ്പിൽ വന്നു. ഒരുപക്ഷേ, ഞാൻ ചോദിക്കാതെ തന്നെ ഇവരിൽ ആരെങ്കിലും തുറന്നു പറയാൻ സാദ്ധ്യതയുള്ള ഒരു കാര്യം എടുത്തുചാടി ചോദിച്ചിട്ട് കിട്ടിയ പണി കളയണ്ട എന്നു ബുദ്ധി ഉപദേശിച്ചു. ഒരാഴ്ച എന്നുള്ള കാലയളവ് അവരോട് പറഞ്ഞെങ്കിലും രണ്ടു ദിവസത്തിനകം തന്നെ സൂസന്നയെ കാണാൻ എനിക്കു ചെല്ലേണ്ടി വന്നു. അതേ മരക്കസേരയിൽ നന്നേ ക്ഷീണിച്ച നിലയിൽ ആയിരുന്നു അവരുടെ ഇരിപ്പ്. ഞാൻ വരുമെന്നു പറഞ്ഞിരുന്നതുകൊണ്ട് വാതിൽ തുറന്നിട്ടിരുന്നു.
“എനിക്കൊരു സഹായിയെ കൊണ്ടുവന്നു തരാൻ രാജുവിന് കഴിയുമോ?”
“ഇന്നത്തെ കാലത്ത് ഒരു ജോലിക്കാരിയെ കിട്ടാൻ കുറച്ചല്ല പെടാപ്പാട്.”

അവരെ ആ നിലയിൽ കണ്ടപ്പോൾ എത്ര വേണ്ടെന്ന് വച്ചിട്ടും നാവിൻ തുമ്പിൽനിന്നും ചോദ്യം ഉയർന്നു വന്നു. ''ഈ വീട്ടിൽ ഒറ്റയ്ക്കായിരുന്നോ താമസം. മാഡത്തിന്റെ കുടുംബം?”

“രാജു ഒരു പ്രശ്നം വരുമ്പോൾ പഴയതെല്ലാം ഓർത്ത് വേദനിക്കുന്ന പതിവ് എന്നേ ഞാൻ ഉപേക്ഷിച്ചു. നമുക്ക് വർത്തമാനകാലത്തെക്കുറിച്ചു സംസാരിക്കുന്നതല്ലേ ഭംഗി.”

അവരൊരിക്കലും മനസ്സ് തുറക്കില്ലെന്നു എനിക്കു മനസ്സിലായി. അല്ലെങ്കിൽ ഇവർ മനസ്സ് തുറന്നിട്ട് എനിക്കെന്തു കാര്യം. നാശം ഒന്നു ചത്തു കിട്ടിയിരുന്നെങ്കിൽ പണി തീർത്ത് കാശ് വാങ്ങാമായിരുന്നുവെന്നാണ് അന്നേരത്തെ ദേഷ്യത്തിൽ ഞാൻ ചിന്തിച്ച് പോയതും. ശിവപ്രസാദുമായി സംസാരിച്ചതിനെക്കുറിച്ച് പറഞ്ഞപ്പോൾ മാത്രം അവരുടെ മുഖത്ത് ഘനീഭവിച്ച ദുഃഖഭാവം ഏതാനും നിമിഷത്തേക്ക് ഉണ്ടായി.

“ഞാൻ ശിവനുമായി ആലോചിച്ച് എത്രയും വേഗം എഗ്രിമെന്റിൽ ഒപ്പ് വയ്ക്കാം. എങ്ങനെയായാലും മരണാനന്തര ചടങ്ങുകൾ ഏറ്റവും ഗംഭീരമായി ചെയ്തിരിക്കണം. അതിരിക്കട്ടെ നിങ്ങൾ ഇതിനു മുമ്പു ചെയ്ത ഏതെങ്കിലും വർക്കിന്റെ വീഡിയോ ഉണ്ടോ?”

എന്താണ് പറയേണ്ടതെന്ന് എനിക്കപ്പോൾ രൂപം കിട്ടിയില്ല. ഇതിന് മുമ്പ് ഒരിക്കൽ പോലും ശവസംസ്കാരം നടത്തേണ്ട ഇവന്റ് മാനേജ്മെന്റ് വർക്ക് ഞങ്ങൾ ചെയ്തിട്ടില്ലെന്ന സത്യം പറഞ്ഞാൽ ആ തള്ള മറ്റൊരാളെ അന്വേഷിച്ചു പോകുമെന്ന് എനിക്കു തോന്നി. “വീഡിയോ ഞാൻ ശിവനെ കാണിച്ചാൽ മതിയോ? മാഡം അത് കാണാതിരിക്കുന്നതല്ലേ നല്ലത്.” സെന്റിമെന്റൽ അപ്രോച്ച് നടത്തിയാൽ ചിലപ്പോൾ വീണാലോ എന്നോർത്തു ഞാനൊരു തട്ടു തട്ടി.

“ഞാനൊരു ദുർബ്ബല ഹൃദയ അല്ല രാജു. നെഞ്ചത്തടിച്ചു കരയാൻ

എനിക്കു ആത്മബന്ധങ്ങൾ ഒന്നുമില്ലതാനും. വെറുതെ ഒന്നു കണ്ടിരിക്കാം എന്നു തോന്നി. നമ്മൾ സാധാരണ മരണാനന്തര ചടങ്ങുകളല്ലേ ഇതുവരെ കണ്ടിട്ടുള്ളൂ. ഒരു കമ്പനി ഏറ്റെടുത്ത് ചെയ്യുന്ന ചടങ്ങുകൾ എപ്രകാരം ആയിരിക്കുമെന്ന് കാണാൻ ഒരു കൊതി. ചത്തു മലച്ചു കിടക്കുമ്പോൾ എനിക്കതൊക്കെ കാണാൻ പറ്റില്ലല്ലോ." അത് പറഞ്ഞിട്ട് സൂസന്ന വായ് തുറന്നു പിടിച്ച് പരമാവധി ഉച്ചത്തിൽ ചിരിച്ചു. എനിക്കു കരച്ചിലാണ് വന്നത്. മുതലക്കൂട്ടിൽ കൊണ്ടുപോയാണല്ലോ ദൈവമേ കഴുത്തു വച്ച് കൊടുത്തത്. ഈ പെമ്പിറന്നോർക്ക് ചുമ്മാ അങ്ങ് ചത്താ പോരെ. ഇവരെ നരകത്തിലോട്ട് കെട്ടിച്ചുവിടാൻ പോകുന്ന ചടങ്ങല്ലല്ലോ നടക്കുന്നത്. എന്നൊക്കെ മനസ്സിൽ പറഞ്ഞെങ്കിലും അവരുടെ മുഖത്ത് നോക്കി ഇളിഞ്ഞ ഒരു ചിരി ചിരിച്ചുകൊണ്ട് ഞാൻ പറഞ്ഞ്. വീഡിയോ ഉണ്ട് കൊണ്ടുവരാം എന്നാണ്.

"എന്നാൽ രാജു പൊയ്ക്കൊള്ളൂ. എനിക്കൊരു ജോലിക്കാരിയെ കൊണ്ടുവരുന്ന കാര്യം മറക്കല്ലേ."

വരുന്ന വഴി ഞാനാലോചിച്ചത് ഈ തള്ള എന്നെക്കൊണ്ട് എന്തൊക്കെ ചെയ്യിപ്പിക്കാമെന്നാണ് വിചാരിച്ചു വച്ചിരിക്കുന്നത് എന്നാണ്. അവർക്ക് ജോലിക്കാരിയെ ഏല്പിച്ചു കൊടുക്കുന്നതാണോ എന്റെ പണി. മാരണം, അന്നേരം ഒരക്ഷരം മിണ്ടാതെ തലയാട്ടിപ്പോയി. ചില സ്ത്രീകൾക്ക് അങ്ങനെയൊരു കഴിവുണ്ട്. അവരുടെ മുഖത്ത് ലോകത്തില്ലാത്ത ദയനീയത വച്ച് പിടിപ്പിച്ചിരിക്കും. ഓഫീസിൽ ചെന്ന് ശിവപ്രസാദുമായി ബന്ധപ്പെടാൻ ശ്രമിച്ചപ്പോൾ അയാൾ ഔട്ട് ഓഫ് കവറേജ് ഏരിയ എന്നാണ് മറുപടി കിട്ടിയത്. തികഞ്ഞു. എനിക്ക് വീണ്ടും സങ്കടം വന്നു. കൈയിൽ കിട്ടിയ വർക്ക് കൈവിട്ടു പോകുമോ. സത്യം പറഞ്ഞാൽ ഈ ഓഫീസിന്റെ പടി കയറിവന്നു ആരെങ്കിലും ഇതുപോലെ വലിയൊരു വർക്ക് ഏല്പിച്ചിട്ട് കാലങ്ങളായി. അല്ലറ ചില്ലറ മാമോദീസ, പിറന്നാൾ ജോലികളൊക്കെ വല്ലപ്പോഴും തടയും. ഓർക്കാപ്പുറത്താണ് ശിവപ്രസാദ് ഈ ഭാഗ്യവുമായി തേടിയെത്തിയത്. ഓൺലൈൻ വഴി കുറെ പേരോട് തിരക്കിയ ശേഷമാണ് അയാൾ എന്നെ വിളിച്ചത്. ശിവപ്രസാദ് രണ്ടാമത്തെ തവണ വിളിച്ചപ്പോൾ ആദ്യം പറഞ്ഞ വാചകം, 'എനിക്കു വേണ്ടത് രാജുവിനെപ്പോലെ ഒരാളെയാണ് എന്നാണ്. ഇതൊരു ബിസിനസ് മാത്രമായി കാണാത്ത ഒരാളെ. അങ്ങനെയൊരാളെ തപ്പിയാണ് ഞാൻ രാജുവിലെത്തിയത്. സൂസന്ന നിങ്ങളുടെ സ്വന്തം അമ്മയാണ് എന്നു കരുതൂ. അങ്ങനെ നോക്കി നടത്താൻ മനസ്സുള്ള ഒരാളെയാണ് ഞാൻ രാജുവിൽ കണ്ടത്.' സത്യം പറയാമല്ലോ. എനിക്കാസമയം ഇച്ചിരി രോമാഞ്ചം ഉണ്ടായി. അതിന്റെ ഒരാവേശത്തിലാണ് ഈ ഏടാകൂടം എടുത്തു തലയിൽ വച്ചത്.. പക്ഷേ, ഈ സ്ത്രീ ദിവസം നാഴികയ്ക്ക് നാല്പതു വട്ടം എന്നെ വിളിക്കുന്നതും സ്വന്തം ശവപ്പെട്ടിയെക്കുറിച്ചുപോലും വർണ്ണിക്കുന്നതും കുറച്ചൊന്നുമല്ല ഇപ്പോഴെന്നെ അസ്സഹ്യപ്പെടുത്തുന്നത്. രണ്ടു ദിവസത്തിനുള്ളിൽ

നാനൂറു വട്ടം വിളിച്ചോ എന്ന് കോൾ ലിസ്റ്റ് എടുത്ത് പരിശോധിച്ചാൽ അറിയാം. എന്നാലും ഈ ശിവപ്രസാദും ഇവരും തമ്മിൽ എന്താവും ഇടപാട്. ഇയാൾ ഹിന്ദു. ഈ പെണ്ണുമ്പിള്ള ക്രിസ്ത്യാനി. ഇനി സുഹൃത്തുക്കൾ ആവുമോ. ഹേയ് ഒരു സുഹൃത്തിനു വേണ്ടി ആരെങ്കിലും ഇത്രയും കഷ്ടപ്പെടുമോ. പോരാത്തതിന് കൈയിലെ കാശും മുടക്കുന്നു. എന്തരോ എന്തോ! ആലോചിച്ചാൽ ആകപ്പാടെ വെളിവു പോകും. രാത്രി കിടന്ന് കൂടുതൽ ചിന്തിക്കാതിരിക്കാൻ രണ്ടെണ്ണം അടിച്ചിട്ടാണ് കട്ടിലിലേക്ക് വീണത്. ഭാര്യ വഴക്കിട്ട് പോയത് കൊണ്ട് ചോദിക്കാനും പറയാനും ആരുമില്ലാത്തതിന്റെ സുഖവും സ്വാതന്ത്ര്യവും ഇങ്ങനെയൊക്കെയാണ് ഞാൻ ആഘോഷിക്കുന്നത്. അവളെ ഇങ്ങോട്ട് വിളിച്ചുകൊണ്ടു വരാൻ കുഞ്ഞുനാൾ മുതൽ എന്റെ സ്വഭാവത്തിലുള്ള ദുരഭിമാനം അനുവദിക്കുന്നുണ്ടായിരുന്നില്ല. വേണമെങ്കിൽ അവൾക്കിങ്ങോട്ട് തനിയെ വരാമല്ലോ ഈ വീടിന്റെ താക്കോൽ ഇപ്പോഴും കട്ടിളപ്പടിയുടെ മുകളിൽ തന്നെയാണ് സൂക്ഷിക്കുന്നത്.

രാവിലെ എഴുന്നേറ്റയുടൻ സൂസന്നയ്ക്ക് പറ്റിയ ഒരു ജോലിക്കാരിയെ തപ്പുന്നതായിരുന്നു എൻെറ മുഖ്യ ജോലി. ഏറ്റവും അടുപ്പമുള്ള ചില സുഹൃത്തുക്കളെ വിളിച്ചു ചോദിച്ചപ്പോൾ വീട്ടുജോലിക്കാരിയെ ഒഴിച്ച് വേറെന്തു ചോദിച്ചാലും തരും എന്ന മട്ടിലാണ് സംസാരിച്ചത്. ഈ നഗരത്തിൽ ഏറ്റവും വിലപിടിപ്പുള്ള സംഗതി വീട്ടുജോലിക്കാരിയാണെന്ന് വെളുപ്പാൻ കാലത്ത് തന്നെ ഞാൻ തിരിച്ചറിഞ്ഞു. ജോലിക്കാരിയുടെ കാര്യത്തിൽ ശുഭകരമായ വാർത്തയൊന്നും നല്കാനില്ലാതെയാണ് ഉച്ചയോടെ ഞാൻ വീണ്ടും സൂസന്നയെ കാണാൻ ചെന്നത്. അവർ എപ്പോഴത്തെയും പോലെ മരക്കസേരയിൽ ഇരുന്നുകൊണ്ടു സംസാരിച്ചു.

“നമുക്ക് ഒരുദിവസം എന്റെ നാട്ടിലെ പള്ളിയിൽ ഒന്നു പോകണം. രാജുവിന് വികാരിയച്ചനെ പരിചയപ്പെട്ടിരിക്കാമല്ലോ. എന്റെ കാര്യത്തിൽ ബന്ധുക്കളുടെ ആരുടെയും സഹകരണങ്ങൾ ഉണ്ടാവില്ല. ഇടവകയിൽ ഇപ്പോഴുള്ളത് പുതിയോരു അച്ചനാണ്. അദ്ദേഹത്തെ കണ്ട് രാജുവിന് വേണ്ട സഹായങ്ങൾ ചെയ്തുതരണമെന്ന് ഞാൻ തന്നെ നേരിട്ടു പറയാം നിങ്ങൾ തമ്മിൽ പരിചയപ്പെട്ടിരുന്നാൽ പിന്നീടുള്ള ആവശ്യങ്ങൾക്ക് ബുദ്ധിമുട്ടുണ്ടാവില്ലല്ലോ.”

ഞാൻ അവരെ വിസ്മയത്തോടെ നോക്കിയിരുന്നു. സ്വന്തം മരണാനന്തര ചടങ്ങ് നടത്താൻ ഇവന്റ് മാനേജ്മെന്റുകാരെ ഏല്പിച്ചത് മുതൽ വികാരിയച്ചനെ കാണാൻ പോകാനുള്ള തയ്യാറെടുപ്പുവരെ കൂട്ടിവായിക്കുമ്പോൾ എന്തോ ഒരേനക്കേട് മണക്കുന്നു.

“രാജു ആലോചിക്കുന്നത് എന്താണെന്ന് ഞാൻ പറയട്ടെ” എന്നെ അമ്പരപ്പിച്ചുകൊണ്ട് സൂസന്ന അന്നേരം ചോദിച്ചു. എനിക്കെന്തെങ്കിലും തിരിച്ചു പറയാൻ അവസരം കിട്ടും മുമ്പെ അവർ പറഞ്ഞു തുടങ്ങുകയും

ചെയ്തു. "എനിക്കെന്തെങ്കിലും മാനസിക തകരാറ് ഉണ്ടോ എന്നാവും രാജു ഇപ്പോൾ ആലോചിക്കുന്നത്. വാർദ്ധക്യത്തിന് അങ്ങനെ ചില കുഴപ്പങ്ങൾ ഉണ്ട് കൊച്ചേ. കിട്ടാതിരുന്ന എല്ലാത്തിനോടും ആകപ്പാടെ ഒരു കൊതിയാ. കല്യാണം കഴിക്കേണ്ട പ്രായത്തിൽ ഒരു കാര്യവുമില്ലാതെ അതങ്ങ് വേണ്ടെന്നു വച്ച ഒരുത്തിയാ ഞാൻ. അതിലങ്ങനെ നഷ്ടബോധമൊന്നും തോന്നിയിട്ടില്ല എന്നാലും അമ്പത്തഞ്ച് കഴിഞ്ഞപ്പോൾ എന്നാൽ ഒരു കൂട്ടായാലോ എന്നു കരുതി ഒരാളെ കൂടെ കൂട്ടി. ഞങ്ങള് ക്രിസ്ത്യാനികൾക്ക് കെട്ടു കല്യാണമെന്ന് വച്ചാ ഒരു ജന്മം തീറെഴുതിക്കൊടുക്കുന്ന പോലാ. സുഖമാണേലും ദുഃഖമാണേലും മറ്റൊരു ഇണയെ തേടാൻ പാടില്ല അമ്പത്തഞ്ചാം വയസ്സിൽ പള്ളീൽ പോയിനിന്നു മനസമ്മതം അറിയിച്ചൊക്കെ ഒരു കല്യാണം എന്നെക്കൊണ്ട് വയ്യായിരുന്നു. അതാ കുറെ നാളത്തെ പരിചയമുള്ള ഒരാളോടൊപ്പം ഒരുമിച്ച് താമസിക്കാം എന്നങ്ങു തീരുമാനിച്ചത്. അയാള് ഹിന്ദുവായും ഞാൻ ക്രിസ്ത്യാനിയായും തന്നെ അങ്ങ് ജീവിച്ചു. പേറും പെറപ്പുമൊന്നും ആ പ്രായത്തിൽ എന്തായാലും വയ്യാത്തതുകൊണ്ട് മക്കൾക്ക് ജാതി വേണോ എന്നോർത്തുള്ള ആകുലത ഉണ്ടായതുമില്ല. ബന്ധുക്കളൊക്കെ അതോടെ വഴക്കിട്ട് പോയി. പക്ഷേല് ഒള്ളതു പറയാമല്ലോ രാജു, ഒറ്റയ്ക്ക് ജീവിച്ചതിന്റെ രുചി അറിഞ്ഞവർക്ക് കെട്ടുപാട് ഒരസഹ്യതയാ. നമ്മള് മാത്രം കിടന്നുറങ്ങിയ മുറിയിൽ വേറെ ഒരാള് ഇരിക്കുമ്പോ കണ്ണിലെന്തോ പോയത് പോലെ ഒരസ്വസ്ഥത. എന്നാൽ മിണ്ടാനും പറയാനും ഒരാളെ കിട്ടിയതു മോശമായി അനുഭവപ്പെടുന്നുണ്ടോ അതില്ല. പക്ഷേ, ഒന്നു പുറത്തേക്കിറങ്ങേണ്ടി വരുമ്പോൾ മറ്റെയാളുടെ സൗകര്യം നോക്കുക. ഒരാൾക്ക് സിനിമ കാണണമെന്ന് തോന്നുമ്പോ മറ്റെ ആൾക്ക് ന്യൂസ് കാണണമെന്ന് തോന്നും. ചെറുപ്പമൊക്കെ പോയി കഴിഞ്ഞാൽ പിന്നെ മനുഷ്യരൊക്കെ മുരട്ടുസ്വഭാവക്കാരാവും. താൻ പിടിച്ച മുയലിന് കൊമ്പു മൂന്നാണെന്ന മട്ടിൽ അങ്ങ് ഉറച്ചു നിന്നുകളയും കൊറേ ആയപ്പോൾ അങ്ങേര് വെളുപ്പാൻ കാലത്ത് ബാഗൊക്കെ അടുക്കി വച്ചിട്ടു എന്നോടു ഒരൊറ്റ ചോദ്യം "സൂസന്നേ ഒറ്റയ്ക്കുള്ള യാത്ര പോലെ തന്നാ ഒറ്റയ്ക്കൊള്ള പൊറുതിയും. രണ്ടിലും ഒരാത്മീയസൗഖ്യമുണ്ട്. ഞാനിപ്പോ ഒറ്റയ്ക്കൊരു യാത്ര പോകുവാ. തൽക്കാലം നിങ്ങള് പണ്ടേ പോലെ ഇഷ്ടം പോലെ ഫിഷ് മോളി ഉണ്ടാക്കിയും ബീഫ് ഉലർത്തിയും കഴിച്ചു നല്ല ഇടിപ്പടം കണ്ടിട്ടു രണ്ടെണ്ണം അടിച്ചു കിടന്നുറങ്ങി സുഖിക്ക്. എന്റെയീ സമ്പാറും അവിയലും ഈ പ്രായത്തിൽ നിങ്ങൾക്ക് ചേരില്ല. എനിക്കും ആകപ്പാടെ ഒരു ശ്വാസം മുട്ടലാ. നമ്മള് പണ്ടത്തേക്കാൾ നല്ല കൂട്ടുകാരായി തുടരും. നിങ്ങൾക്ക് എന്താവശ്യം ഉണ്ടായാലും അത് സാധിച്ചു തരാൻ ഉത്തരവാദിത്വം ഉള്ള ഒരാളായി എന്നും ഒപ്പമുണ്ടാകുകേം ചെയ്യും. അതിനിപ്പോ ഒരുമിച്ച് താമസിക്കണമെന്നുണ്ടോ?" അങ്ങേര് വെളുപ്പാൻ കാലത്ത് പല്ല് തേച്ചപ്പാടെ ആ ചോദ്യം ചോദിച്ചോണ്ട് പെട്ടിയും എടുത്തു നിന്നപ്പോൾ ഞാനൊന്നു ഉലഞ്ഞു. എന്നതായാലും

ഞാനൊരു പെണ്ണല്ല്യോ ഒരൊറ്റ എങ്ങൽ എൻെറ ഉള്ളീന്നു തൊണ്ട വരെ എത്തിയങ്ങനെ കല്ലിച്ചു നിന്നു. പക്ഷേ, നമ്മള് അങ്ങനെ കണ്ണിൽ നിന്നും കുടു കുടു വെള്ളം ചാടിച്ചു നിന്നു കരയേണ്ട പൈങ്കിളി പ്രായമൊക്കെ കഴിഞ്ഞു പോയതാണെന്ന് നല്ല ബോദ്ധ്യമുണ്ടാർന്ന് ചിരിച്ചോണ്ട് തന്നെ അങ്ങേരെ ഞാൻ ബസിൽ കയറ്റി വിട്ടു അങ്ങേര് പോയപ്പോൾ പെട്ടെന്ന് വീട്ടിലാകപ്പാടെ ഒരു ശൂന്യത വന്നു. ആരുമില്ലാത്തപ്പോൾ തോന്നും ആരേലും ഉണ്ടായിരുന്നേലെന്ന്. ആരെങ്കിലുമുള്ളപ്പോ തോന്നും ഇതൊക്കെ ആകപ്പാടെ സൊല്ലയാണല്ലോയെന്ന്. എന്നാലും സങ്കട മൊക്കെ ഏതാനും ദിവസത്തേക്കേ ഉണ്ടാവൂ വീണ്ടും നമ്മള് പഴയപടി യാവും എന്നാലും അങ്ങേര് വാക്ക് പാലിച്ചൂട്ടോ. ദേവസോം മൂന്ന് നേരം വിളിക്കും ഞാനിവിടെ ഒറ്റയ്ക്കായതിൻെറ വിഷമം മൂപ്പർക്കുണ്ട്. എനി ക്കതൊക്കെ അറിയാം. ചിലപ്പ തോന്നും ഇങ്ങോട്ട് പോരേ എന്നൊന്ന് വിളിച്ചാൽ പോരുമായിരിക്കുമെന്ന്. വിളിക്കാൻ തുനിഞ്ഞിട്ടുണ്ട് പിന്നെ അതങ്ങ് വേണ്ടെന്ന് ഞാൻ തന്നെ വച്ചു ഏകാന്തതയിൽ ഒരാത്മീയ സൗഖ്യം ഉണ്ടെന്ന് അങ്ങേര് പറഞ്ഞത് ശരിയാ. ജീവിതത്തിലേക്ക് ഒറ്റച്ചാട്ടം ചാടിയവർക്ക് അത് ചിലപ്പോ മനസ്സിലായിക്കൊള്ളണമെന്നില്ല.

"ശിവപ്രസാദ് ആണോ ആ മനുഷ്യൻ?" അന്നേരം ആകാംക്ഷ അട ക്കാനാവാതെ തിടുക്കത്തിൽ ഞാൻ ചോദിച്ചു. സൂസന്ന പൊട്ടിച്ചിരിച്ചു "അല്ല"

"പിന്നെ?" എനിക്കത്ഭുതം അടക്കാനായില്ല.

"ശിവന്റെ അച്ഛൻ!, ശിവന്റെ അമ്മയായിരുന്നു അദ്ദേഹത്തിന്റെ ആദ്യ ഭാര്യ. വളരെ ചെറുപ്പത്തിലെ മരിച്ചുപോയി. മകനെ വളർത്തി ഉദ്യോഗ സ്ഥനാക്കിയ ശേഷമാണ് അദ്ദേഹം ഒരു കൂട്ടിനെ പറ്റി ചിന്തിച്ചതും ഞങ്ങൾ തമ്മിൽ കുറെ നാളത്തെ പരിചയമുണ്ടായിരുന്നു. ചുമ്മാ ഒരു തൂലികാ സൗഹൃദത്തിൽ തുടങ്ങിയ ബന്ധമാ. പിന്നെ ഫോൺ വന്ന പ്പോൾ അടുപ്പം കുറച്ചൂടെ ഊഷ്മളമായി. എല്ലാ കാര്യങ്ങളും അങ്ങോട്ടു മിങ്ങോട്ടും പറയാറുണ്ടായിരുന്നു സംസാരിക്കുമ്പോൾ ഒരിക്കലും മടുപ്പ് തോന്നിയിട്ടില്ല എന്നിട്ടും ഒരു വീട്ടിൽ താമസിക്കാൻ തുടങ്ങിയപ്പോ ആക പ്പാടെ ഒരേനക്കേട്.

"അദ്ദേഹം ഇപ്പോൾ?"

"സഞ്ചാരം. മകനോട് എന്റെ എല്ലാ കാര്യങ്ങളും പറഞ്ഞേല്പി ച്ചിരുന്നു. എനിക്കെന്തെങ്കിലും ആവശ്യം ഉണ്ടായാൽ ചെയ്തു തരണ മെന്നും ശിവൻ അമ്മയുടെ പോലാന്നാ അങ്ങേര് പറയുന്നെ. സുന്ദരനാ. അമേരിക്കേല് ഏതോ യൂണിവേഴ്സിറ്റിയിൽ പഠിപ്പിക്കുവാണെന്നാ പറ ഞ്ഞിട്ടുള്ളത്. സത്യം പറയാല്ലോ രാജൂ, ആ കൊച്ചൻ വിളിക്കുമ്പോ എനി ക്കാകപ്പാടെ ഒരിതാ, ഒത്തിരി വാത്സല്യം ഉള്ളിൽ തോന്നിയാലും ഒന്നുമ ങ്ങോട്ട് തുറന്നു കാണിക്കാൻ പറ്റാത്ത കൊളുത്തിപ്പിടുത്തം ഉണ്ടല്ലോ"

അന്നുതന്നെ വികാരിയച്ചനെ കാണാൻ സൂസന്നയുടെ ഒപ്പം പള്ളി മേടയിൽ കാത്തു നില്ക്കുമ്പോൾ അതേ കൊളുത്തി പിടുത്തം എന്റെ

നെഞ്ചിനെയും ചെറുതായി ഒന്നുലച്ചു. വളരെ പഴക്കം ചെന്ന ഒരു പള്ളിയായിരുന്നു അത്. പെരുന്നാളിനോട് ചേർന്ന് പെയിന്റ് ചെയ്തതിന്റെ പുതുമയുണ്ട് കെട്ടിടത്തിന്. മുറ്റം നിറയെ പല ജാതി ചെടികൾ നട്ടു പിടിപ്പിച്ചിട്ടുണ്ട്. കുരിശിൽ തറച്ചു കിടത്തിയ ക്രിസ്തുവിന്റെ ഒരു രൂപം ഞങ്ങളിരുന്ന മുറിയിലും വച്ചിട്ടുണ്ടായിരുന്നു. സൂസന്നയുടെ മുഖത്ത് ഭാവഭേദമൊന്നും ഉണ്ടായിരുന്നില്ല. ചെറുപ്പക്കാരനായ അച്ചൻ ഏതാനും മിനിറ്റുകൾ കഴിഞ്ഞപ്പോൾ ആ മുറിയിലേക്ക് കടന്നു വന്നു. ഞങ്ങളിരുവരും ഒരേ സമയം എഴുന്നേറ്റു നിന്നുകൊണ്ട് അദ്ദേഹത്തെ നോക്കി ഈശോമിശിഹായ്ക്ക് സ്തുതിയായിരിക്കട്ടെ എന്ന് മൊഴിയുകയും ചെയ്തു. അച്ഛൻ രസികനായിരുന്നു. സൂസന്ന നടക്കാനിരിക്കുന്ന സ്വന്തം ശവമടക്കിനെക്കുറിച്ചും അച്ഛൻ ചെയ്തു തരേണ്ട സഹായങ്ങളെക്കുറിച്ചും വാചാലയായപ്പോൾ ഞാനോർത്തത് അന്നേരം തന്നെ അങ്ങേര് ഞങ്ങളെ രണ്ടു പേരെയും പിടലിക്ക് പിടിച്ച് വെളിയിലാക്കുമെന്നാണ്. എന്നാൽ എന്റെ സകല പ്രതീക്ഷകൾക്കും വിപരീതമായി അച്ഛൻ ഗംഭീരമായി അവരെ പ്രോത്സാഹിപ്പിച്ചു കൊണ്ടിരുന്നു.

"കേട്ടോ രാജു, എന്റെ അഭിപ്രായത്തിൽ എല്ലാ മനുഷ്യരും ജീവിച്ചിരിക്കുമ്പോൾ സൂസന്നയെപ്പോലെ ആയിരിക്കണമെന്നാ. മരണമെന്നത് കല്യാണം കഴിച്ചു അയയ്ക്കുന്നത് പോലെ മറ്റൊരു ഗൃഹത്തിലേക്ക് പോകുന്നതാണെന്ന് സങ്കല്പിച്ച് സുന്ദരമായ ആഘോഷമാക്കി മാറ്റുക. കഴിയുന്നതും ആ കാര്യങ്ങൾ മറ്റൊരാളുടെ ഇഷ്ടങ്ങൾക്ക് വിട്ടുകൊടുക്കാതെ സ്വന്തം ആഗ്രഹങ്ങൾക്കനുസരിച്ചായിരിക്കണം. മരണം മനുഷ്യന്റെ സ്വപ്നസാക്ഷാൽക്കാരത്തിനുള്ള അവസരമാണെങ്കിൽ എന്തു സുന്ദരമായിരിക്കുമത്."

എനിക്കു ചിരിയാണ് വന്നത് ഈ അച്ചന് ഇവരേക്കാൾ വലിയ കിറുക്കാണെന്ന് തോന്നുന്നു ചത്തുകിടക്കുന്നയാൾ ബിരിയാണി തിന്നുന്ന കാര്യമാണല്ലോ അച്ചൻ പ്രസംഗിക്കുന്നത്. ഉള്ളിലെ പുച്ഛം മറച്ചു പിടിച്ചു കൊണ്ട് നിഷ്കളങ്കമായി ഞാൻ വെറുതെ ഒന്നു പുഞ്ചിരിച്ചു.

"സൂസന്ന മതം മാറിയിട്ടൊന്നുമില്ലല്ലോ? ഏതോ ഹിന്ദുവിനെ കല്യാണം കഴിച്ചെന്നോ മറ്റോ ബന്ധുക്കളാരോ പറഞ്ഞു കേട്ടു." അച്ചൻ കുസൃതിയിൽ ചോദിച്ചു.

"ഇല്ലച്ചോ കല്യാണമായിട്ടു നടത്തിയില്ല. ഒരാൾ കുറച്ചു നാൾ എന്റെ വീട്ടിൽ താമസിച്ചിരുന്നു. ഞങ്ങൾ ഒരു മുറിയിൽ ആയിരുന്നു കിടപ്പും. അങ്ങേരുടെ മതം ഞാനും ചോദിച്ചില്ല എന്റെ മതം അങ്ങേരും തിരക്കിയിട്ടില്ല. കുറച്ചുനാൾ മുമ്പ് അങ്ങേര് നാടുകാണാൻ പോയി ഇനി വരാൻ ഇടയില്ല."

"ഇടവകയിൽ ചിലപ്പോൾ ചോദ്യങ്ങൾ ഉണ്ടാവാം. അന്നത് പ്രശ്നം ആയാൽ സൂസന്നയ്ക്ക് എഴുന്നേറ്റ് വന്നു പരിഹരിക്കാൻ പറ്റില്ലല്ലോ. ഒരു മൃതദേഹത്തിന് ചില പരിമിതികൾ ഉണ്ടെന്ന് നമ്മൾ മനസ്സിലാക്കണമല്ലോ."

"അതൊക്കെ മുൻകൂട്ടിക്കണ്ടിട്ടാണ് അച്ചോ ഞാനിതൊക്കെ നേരത്തെ ഏർപ്പാടാക്കുന്നത്. എങ്ങനെയായാലും ശവമടക്ക് ഗംഭീരമാകണം. ചെറുപ്പത്തിൽ ആർഭാടങ്ങൾ ഇല്ലാത്ത ഒരു ജീവിതത്തോടായിരുന്നു ആഭിമുഖ്യം. തനിച്ചുള്ള യാത്രകൾ, ലളിതമായ ജീവിതം, പോരാത്തതിന് ഏകാന്തതയോട് എന്തെന്നില്ലാത്ത ഒരഭിനിവേശവും. മനുഷ്യർ ഏകാകികളെക്കുറിച്ചു വിലയിരുത്തി പറയുന്നത് കേട്ടിട്ടുണ്ട് ജീവിതം അവർക്ക് വല്ലാത്തൊരു മരവിപ്പായി തീർന്നു പോകുമെന്ന്. പ്രത്യേകിച്ചു വയസ്സാകുമ്പോൾ. ഒള്ളത് പറയാമല്ലോ അച്ചോ എനിക്കൊരിക്കലും ഏകാന്തതയിൽ ഏകാന്തത അനുഭവപ്പെട്ടിട്ടില്ല. ഞാനത് ആസ്വദിച്ച് ജീവിച്ച ഒരാളാണ്. അതാണല്ലോ എൻെറ മരണം ഞാനിതുവരെ ജീവിച്ച ജീവിതരീതിയിൽനിന്നും വ്യത്യസ്തമാക്കാം എന്നങ്ങു തീരുമാനിച്ചത്."

അങ്ങനെ കാര്യങ്ങൾ പറഞ്ഞിരുന്നു പിന്നെയും കാടുകയറി ചക്കയും മാങ്ങയും തൊട്ട് ഏലവും കുരുമുളകും റബറും ഫേസ് ബുക്കും യൂ ട്യൂബും വരെയുള്ള നാനാവിധ വിഷയങ്ങൾ സംസാരിച്ചിരുന്നു. ഉച്ചയോടെയാണ് ഞങ്ങൾ പള്ളിയിൽനിന്നും മടങ്ങിപ്പോന്നത്.

"നിങ്ങൾ സത്യമാണോ പറഞ്ഞത്?" മടങ്ങിപ്പോരുമ്പോൾ സംശയം അടക്കാൻ കഴിയാതെ ഞാൻ ചോദിച്ചു.

"എന്ത്?"

"ഏകാന്തതയിൽ ഏകാന്തത അനുഭവപ്പെട്ടിട്ടില്ല എന്ന്. അങ്ങനെയെങ്കിൽ എന്തിനാണ് ഒരു കൂട്ട് വേണമെന്ന് തോന്നിയത്?"

"കൂട്ട് കൂടിയപ്പോഴല്ലേ ഏകാന്തതയുടെ മാധുര്യം മനസ്സിലായത്. അല്ല രാജുവിന് ഇപ്പോൾ ഏകാന്തതയെക്കുറിച്ച് സംശയം തോന്നാൻ കാരണമെന്തേലും ഉണ്ടോ?

"എന്റെ ഭാര്യ പിണങ്ങി പോയിട്ട് കുറച്ചു ദിവസമായി. അവളിനി തിരിച്ചു വരുന്നതാണോ വരാതിരിക്കുന്നതാണോ നല്ലതെന്ന് ഇതുവരെ ഒരു തീരുമാനത്തിലെത്താൻ എനിക്കു സാധിച്ചിട്ടില്ല"

സൂസന്ന ഒന്നും മിണ്ടാതെ പുറത്തേക്ക് നോക്കി ഒറ്റ ഇരിപ്പായിരുന്നു പിന്നീട് മുഴുവനും. ഗേറ്റിന് മുന്നിൽ കാർ നിർത്തി സൂസന്നയെ ഇറക്കിയ ശേഷം ഞാൻ നേരെ പോയത് പിറ്റേന്ന് നടക്കേണ്ട മാമോദീസ ചടങ്ങിൻെറ സ്റ്റേജ് നോക്കാനാണ്. ഇന്ന് രാത്രി തുടങ്ങിയാലേ രാവിലെയാകുമ്പോൾ പണി തീരൂ. ജോമിച്ചന് കൊച്ചുങ്ങൾ ഇല്ലാതിരുന്ന് ഉണ്ടായ കൊച്ചിൻെറ ചടങ്ങാണ്. അത്ര കാശുള്ള കൂട്ടരൊന്നുമല്ല പഴയ തറവാട്ടുകാർ അയിരുന്നു ഇപ്പോൾ ആകെ ക്ഷയിച്ചു ദാരിദ്ര്യമൊക്കെ ആയി കൂലിപ്പണിയും മറ്റുമൊക്കെ ചെയ്താണ് ജീവിച്ചു പോകുന്നത്. സ്റ്റേജിന്റെ വർക്ക് ഏല്പിക്കാൻ വന്നപ്പോൾ ജോമിച്ചൻ പറഞ്ഞ വാക്കുകൾ രാജുവിന്റെ കാതിൽ ഇപ്പോഴുമുണ്ട്. "വല്ല വെഷോം വാങ്ങി തിന്ന് ചാകാൻ തീരുമാനിച്ചവരാ ഞാനും മോളീം. അന്നേരമാ ദൈവം തമ്പുരാൻ ഓർക്കാപ്പുറത്ത് ഈ സമ്മാനം തരുന്നേ. ഇപ്പോൾ ആഘോഷിച്ചില്ലേൽ പിന്നെന്നാത്തിനാ ഞങ്ങള് പണിയെടുക്കുന്നേ." ജോമിച്ചനോട് കണക്ക് പറഞ്ഞു

കാശ് വാങ്ങാൻ മനസ്സ് വന്നില്ല. അതൊക്കെ നമുക്ക് അഡ്ജസ്റ്റ് ചെയ്യാം ചടങ്ങുകളൊക്കെ നല്ലോണം നടക്കട്ടെ കാശിന്റെ കാര്യമൊക്കെ പിന്നെ പറയാമെന്ന് പറഞ്ഞു പോന്നതാണ്. ഞാൻ ചെല്ലുമ്പോ ഹാളിൽ കുറച്ചു പേർ കൂട്ടം കൂടി നില്പുണ്ട്. പണിക്കാരിൽ ഒരുത്തൻ എന്നെ കണ്ടതും തിടുക്കത്തിൽ നടന്നു വന്നു ചോദിച്ചു. "ചേട്ടൻെറ ഫോൺ ഓഫാണോ എത്ര തവണ വിളിച്ചു" "എന്നാ എന്നാ കാര്യം?" "ചേട്ടനറിഞ്ഞില്ലേ നമ്മുടെ ജോമിചേട്ടൻ ഒരു കടുംകൈ ചെയ്തു, ആ മോളി ചേച്ചിയെ പെട്രോൾ ഒഴിച്ചു കത്തിച്ചു. കൊച്ചിനേം കത്തിച്ചൂന്നാ കേട്ടത്." തലയ്ക്ക് ആരോ കൂടത്തിന് അടിച്ചത് പോലെ ഞാൻ ചിതറിത്തെറിച്ചു. "കൊച്ച് അങ്ങേരുടെ അല്ലാന്നാ കേൾക്കുന്നത് എന്നാലും അവരെ കൊല്ലേണ്ട കാര്യമുണ്ടായിരുന്നോ എവിടേലും പോയി ജീവിച്ചേനെ" മാമോദീസ ചടങ്ങിനടിച്ച ഏതാനും കാർഡുകൾ സ്റ്റേജിൽ വയ്ക്കാൻ എടുത്തത് എൻെറ കൈയിൽനിന്നും ഊർന്ന് നിലത്തേക്ക് വീണു. ചുവന്നു തുടുത്ത കുഞ്ഞു മുഖങ്ങൾ നിലത്തു ചിതറി കിടക്കുന്നതിലേക്ക് ഞാനുറ്റു നോക്കി നിമിഷങ്ങളോളം നിന്നു. "അല്ല ചേട്ടാ അപ്പോ നമ്മുടെ കാര്യം എങ്ങനാ?" പണിക്കാരൻ തല ചൊറിഞ്ഞുകൊണ്ട് ചോദിച്ചു. സ്റ്റേജ് ഡെക്കറേഷന് കൊണ്ട് വന്ന പൂക്കളും അലങ്കാരങ്ങളുമെല്ലാം വണ്ടിയിൽനിന്നും ഇറക്കിയിട്ടില്ലായിരുന്നു ആറ്റു നോറ്റിരുന്നു കിട്ടിയ ഒരു വർക്കാണ്. കടം മേടിച്ചാണ് അലങ്കരത്തിനുള്ള പൂക്കൾ വാങ്ങിയത് ഫ്രെഷ് ഫ്ളവർ തന്നെ വേണമെന്ന് ജോമിച്ചന് ഒരേ വാശിയായിരുന്നു വേറെ വർക്കൊന്നും ഇല്ലാത്തത് കൊണ്ട് ഇത് മുഴുവൻ പാഴായിപ്പോകുകയും ചെയ്യും. ആ സൂസന്ന ഇന്നോ നാളെയോ മരിച്ചിരുന്നെങ്കിൽ... അന്നേരം രാജുവിന്റെ മനസ്സിലേക്ക് അങ്ങനെയൊരു ചിന്തയാണ് കടന്നു വന്നത്. ശവമടക്ക് ആഘോഷമാക്കാൻ നടക്കുന്ന ആ തള്ളയുടെ കുഴിമാടത്തിൽ വയ്ക്കാൻ വേറെ പൂക്കൾ വാങ്ങണ്ടായിരുന്നു. എന്റെ ഈശോയെ ഞാൻ എന്തൊക്കയാണ് ചിന്തിച്ചു കൂട്ടുന്നത്. അടുത്ത നിമിഷം തലയ്ക്കിട്ട് ആഞ്ഞ് കൊട്ടിക്കൊണ്ടു രാജു കുറ്റബോധത്തോടെ നിലത്തു വീണ ഫോട്ടോകൾ പെറുക്കിയെടുത്തു. ഈ ഫോട്ടോകൾ ജോമിച്ചൻ ഏല്പിച്ചിട്ട് ഇതുവരെ ഒരിക്കൽ പോലും അതിലേക്കൊന്നു നോക്കാൻ തോന്നിയിട്ടില്ല. കുറെ നാൾ കൂടി നല്ല തുകയുടെ വർക്ക് കിട്ടിയതിന്റെ സന്തോഷത്തിനും അപ്പുറത്തേക്ക് മറ്റാർക്കോ ജനിച്ച ഒരു കുഞ്ഞിന്റെ മുഖത്തേക്ക് നോക്കിയാൽ വാത്സല്യം തോന്നുമെന്നൊന്നും രാജുവിന് ഇതുവരെ തോന്നിയിട്ടില്ല. തനിക്ക് കുഞ്ഞുങ്ങൾ ഇല്ലാഞ്ഞിട്ടാകുമോ ഇത്തരം വൈകാരിക അനുഭവങ്ങളൊന്നും ബാധിക്കാതെ പോകുന്നത്. "നമുക്ക് അവിടെവരെ ഒന്നു പോയാലോ?" "എന്നാത്തിനാ ചേട്ടാ, അയാൾ പൊലീസ് കസ്റ്റഡിയിൽ ആണെന്നാ കേട്ടത്. ആ കൊച്ചിനേം തള്ളയേയും അടക്കം ചെയ്യാൻ പോലുമുള്ള വക ശരീരത്തൂന്ന് കിട്ടിയില്ലെന്നാ അറിഞ്ഞത്. അവരുടെ വീട്ടുകാരൊക്കെ ആകെ ഇളകിയിരിക്കുവാ. അങ്ങേരെ പുറത്തു

കിട്ടിയാൽ അവര് തട്ടും.” “തട്ട്, കൊല നിനക്ക് വേറൊന്നും പറയാനില്ലേ?” രാജു അസഹ്യതയോടെ ചോദിച്ചു. “ഇപ്പോൾ ഇതൊക്കെ ഒരു ഫാഷനായി മാറിയത് ചേട്ടൻ അറിഞ്ഞില്ലേ. ഭാര്യ ഭർത്താവിന് കൊട്ടേഷൻ കൊടുക്കുന്നു. കാമുകൻ കാമുകിയെ കത്തിക്കുന്നു. കേട്ടു കേട്ടു ആർക്കാ ഇതിലൊക്കെ പുതുമ. പക്ഷേല് ഈ ജോമിച്ചനെ കണ്ടാൽ ആരേലും വിചാരിക്കുമോ ഒരു കൊല നടത്താനുള്ള കപ്പാസിറ്റിയൊക്കെ ഒണ്ടന്ന്. അതും ഒരു ചോരക്കുഞ്ഞിനെ. കണ്ണിച്ചോരയില്ലാത്ത ദ്രോഹി.”

“നീ ഏതായാലും സാധനങ്ങളൊക്കെ കടയിലിറക്കി വച്ചിട്ടു പോയ്ക്കൊ. നമുക്ക് വൈകിട്ട് കാണാം.”

രാജുവിന് അന്നേരം ശിവപ്രസാദിനെ ഒന്നു വിളിക്കണമെന്നു തോന്നി. സൂസന്ന പറഞ്ഞത് കേട്ടത് മുതൽ അയാളെ ഒന്ന് കാണണമെന്ന് ആഗ്രഹം തോന്നുന്നതാണ്. യഥാർത്ഥത്തിൽ ശിവന് സൂസന്നയോടുള്ള മനോഭാവം എന്തായിരിക്കുമെന്ന് രാജു കുറെ ആലോചിച്ചു നോക്കി. അയാളുടെ അച്ഛൻ കുറച്ചുനാൾ ഒരുമിച്ചു ജീവിച്ചു എന്നല്ലാതെ വേറെ യാതൊരുവിധ ബന്ധവും അയാൾക്ക് സൂസന്നയുമായി ഇല്ലെന്നാണ് അറിവ്. ഈ ഭൂമി അനേകം വിചിത്രരായ മനുഷ്യരെക്കൊണ്ടുള്ള ഒരത്ഭുത ഗോളമാണെന്ന് ഒരിക്കൽ അപ്പൻ പറഞ്ഞത് ഓർമ്മ വരുന്നു.

ശിവന്റെ ഹലോ എന്ന ശബ്ദത്തിന് ഒരിക്കലും ചോർന്ന് പോകാത്ത മാർദ്ദവം ഉണ്ടായിരുന്നു. എല്ലാ സമയത്തും ഒരേ താളത്തിൽ മാത്രം കേൾക്കാൻ സാധിക്കുന്ന ചില ഹലോകൾ ഉണ്ട്. എത്ര കൃത്യമായി അവർ ആ താളം തെറ്റാതെ പിൻതുടരുന്നു. എന്നോർത്ത് വിസ്മയപ്പെട്ടിട്ടുണ്ട്. ഇപ്പോൾ കിലോമീറ്ററുകൾക്ക് അപ്പുറത്ത് രാജ്യങ്ങൾക്ക് അപ്പുറത്ത് നിന്നുമുള്ള ഹലോ കേട്ട ശേഷം രാജു ജീവിതത്തിൽ ആദ്യമായി ഒരു കസ്റ്റമറിനോട് ചോദിച്ചു.

“സാറിന് സുഖമാണോ?”

“അതിശയമായിരിക്കുന്നു.”

മറുപുറത്ത് ശിവന്റെ മൃദുലമായ ശബ്ദം.

“രാജു ഇതുവരെ എന്നോട് ചോദിക്കാത്തതും ഇനി ചേദിക്കുമെന്ന് ഞാൻ പ്രതീക്ഷിക്കാത്തതുമായ അന്വേഷണം.”

രാജുവിന് ജാള്യത അനുഭവപ്പെട്ടു എനിക്കിന്നു ചില പ്രത്യേക അനുഭവങ്ങൾ ഉണ്ടായിയെന്ന് ശിവനോട് പറഞ്ഞാലോ എന്നോർത്തു എന്നാൽ പറഞ്ഞതിങ്ങനെയാണ്. “ഇന്ന് ഒരു വർക്ക് ഉണ്ടായിരുന്നു ചില സാഹചര്യങ്ങൾ കൊണ്ട് അത് മുടങ്ങിപ്പോയി. എന്തോ എനിക്കപ്പോൾ താങ്കളെ ഒന്നു വിളിക്കാനാണ് തോന്നിയത്.”

“ഒരു നഷ്ടം വന്നപ്പോൾ ആണോ രാജു എന്നെയോർത്തത്.” ശിവൻ തമാശ രൂപേണ ചോദിച്ചു.

“അതല്ല സർ, അതൊരു കുഞ്ഞിന്റെ മാമോദീസ ആയിരുന്നു. ഇന്ന്

രാവിലെ ആ കുഞ്ഞും അമ്മയും കൊല്ലപ്പെട്ടു ഭാര്യയെയും കുഞ്ഞിനെയും കൊന്ന കുറ്റത്തിന് എനിക്കു വർക്ക് തന്നയാൾ ഇപ്പോൾ പൊലീസ് കസ്റ്റഡിയിലാണ്." മറുതലയ്ക്കൽ ശിവൻ നിശ്ശബ്ദനായിരുന്നു. "സർ കേൾക്കുന്നില്ലേ?" രാജു സംശയത്തോടെ ചോദിച്ചു.

"സൂസന്ന ആന്റി സുഖമായിരിക്കുന്നോ?"ശിവന്റെ മറുചോദ്യമാണ് വന്നത്.

"അവരുടെ സുഖം എന്താണെന്ന് അവർക്കല്ലേ അറിയൂ. സ്വന്തം ശവക്കല്ലറ കോൺക്രീറ്റ് ചെയ്യുന്ന വേറെ ആരെയും ഞാൻ കണ്ടിട്ടില്ല." ഞാൻ വിളിച്ചത് വേറെ ഒരു കാര്യം ചോദിക്കാനാണ്."

"രാജു ചോദിക്കൂ"

നിങ്ങളുടെ അച്ഛൻ എന്നാണ് തിരിച്ചു വരിക?

"ഇപ്പോൾ ഈ ചോദ്യത്തിന്റെ ആവശ്യം എന്താണ് രാജു?"

"ഏകാന്തതയിൽ ഏകാന്തത അനുഭവപ്പെടുന്നില്ല എന്നു പറയുന്നൊരാൾ മരണത്തെക്കുറിച്ചു ചിന്തിക്കുന്നതിലെ വൈരുദ്ധ്യം എനിക്കു മനസ്സിലാകുന്നില്ല സർ. താങ്കൾ എപ്പോഴെങ്കിലും അവരോടു അച്ഛനെക്കുറിച്ചു സംസാരിച്ചിട്ടുണ്ടോ?"

"അച്ഛൻ യാത്ര പോയതിന് ശേഷം ഞങ്ങൾ ദിനവും വിളിക്കാറുണ്ട്. അങ്ങനെയൊരു ഉത്തരവാദിത്വമാണ് അച്ഛൻ എന്നെ ഏല്പിച്ചിട്ട് പോയത്. ഒരു ഫോണിന്റെ മറുതലയ്ക്കൽ ഹലോ പറയേണ്ടയാൾ നിശ്ശബ്ദയായാൽ അവർ ഇല്ലാതായി എന്നാണ് വായിക്കേണ്ടത് എന്നു പറഞ്ഞു പഠിപ്പിച്ച ഒരു കടം കഥയാണ് എനിക്കെന്നും സൂസന്നയാന്റി. പലപ്പോഴും ഒരു മോഹത്തെക്കുറിച്ചു മാത്രമേ എന്നോട് പറഞ്ഞിട്ടുള്ളൂ അതാണ് രാജുവിലേക്ക് എന്നെ കൊണ്ടെത്തിച്ചത്."

രാജു നിശ്ശബ്ദനായി നിന്നു. എത്രയോ ദിവസം മുമ്പ് വീട്ടിൽനിന്നും ഇറങ്ങിപ്പോയ ഭാര്യ എവിടെയാണെന്ന് അന്വേഷിക്കാൻ പോലും താൻ തുനിഞ്ഞില്ലല്ലോയെന്ന് ചിന്തിച്ചപ്പോൾ അയാൾക്ക് അയാളെയോർത്തു തന്നെ ജാള്യത തോന്നി. മറുതലയ്ക്കൽ ശിവന്റെ രാജു എന്നുള്ള വിളി കേട്ടപ്പോഴാണ് അയാൾക്ക് പരിസര ബോധം ഉണ്ടായത്.

"ഞാനിന്ന് തന്നെ സൂസന്ന ആന്റിക്കു സഹായത്തിനുള്ള ഒരാളെ സംഘടിപ്പിച്ചു കൊടുക്കാം."

"എങ്കിൽ നല്ലത്. യഥാർത്ഥത്തിൽ അവർ മരിക്കാൻ ഞാനാഗ്രഹിക്കുന്നില്ല രാജു"

അയാൾക്ക് എന്താണ് മറുപടി പറയേണ്ടതെന്ന് അറിയില്ലായിരുന്നു." അപ്രതീക്ഷിതമായ ചില അനുഭവങ്ങൾ അതുവരെയുള്ള കാഴ്ചപ്പാടുകളെ മാറ്റി മറിച്ചേക്കാം. ഒന്നോ രണ്ടോ ദിവസം കഴിയുമ്പോൾ എല്ലാം പഴയ പടിയാവാനും സാദ്ധ്യതയുണ്ട്. കുറെ മാസങ്ങളോ വർഷങ്ങളോ കഴിയുമ്പോൾ ശിവന്റെ ഈ താല്പര്യത്തിന് മങ്ങലേല്ക്കാം അതൊക്കെയാണ് മനുഷ്യ സ്വഭാവം എന്നു പറയാൻ തോന്നിയെങ്കിലും പറഞ്ഞില്ല. അപ്പൻ പറഞ്ഞതുപോലെ വിചിത്രരായ മനുഷ്യരുടെ

ഗോളമാണ് ഈ ഭൂമി. ശിവനോടു സംസാരിച്ച് ഫോൺ വച്ചതിനു ശേഷം രാജു വീട്ടിലേക്കു പോയി. സാധാരണ ഉച്ചമയക്കം പതിവില്ലാത്തതാണ്. അതിനു വിപരീതമായി രാജു മയങ്ങാൻ വേണ്ടി കണ്ണടച്ചു കിടന്നു. തിളയ്ക്കുന്ന വെയിലിൽ നഗരം ഉരുകുന്നതിന്റെ കാഴ്ച കട്ടിലിൽ കിടന്നാൽ കാണാമായിരുന്നു. മുറിയിൽ ഫാൻ കറങ്ങുന്നുണ്ടായിരുന്നെങ്കിലും ശരീരം പുഴുങ്ങിയെടുക്കും പോലെയാണ് അനുഭവപ്പെട്ടത്. ഉറക്കത്തിലേക്ക് ആണ്ടുപോകവേയാണ് രാജു ശിവന്റെ ഫോൺ വിളി കേട്ടത്. "സൂസന്നാന്റിയെ വിളിച്ചിട്ടു കിട്ടുന്നില്ലല്ലോ രാജു" എന്ന പരിഭ്രമിക്കുന്ന ശബ്ദം. രാജു ഞെട്ടിയെഴുന്നേറ്റ് വാച്ചിൽ നോക്കിയപ്പോൾ സമയം നാലുമണി ആയതേയുള്ളൂ. നേരം വെളുത്തില്ലല്ലോ എന്നതിശയപ്പെട്ടു കൊണ്ട് പുറത്തേക്ക് നോക്കിയപ്പോൾ അപ്പോഴും മീനത്തിലെ സൂര്യൻ തിളച്ചു തൂവി നില്ക്കുന്നു. സ്വപ്നം കണ്ടതായിരുന്നോ! കുറച്ചു നേരം കൂടി കിടക്കണമെന്നു തോന്നിയെങ്കിലും ആകുലത അടക്കാൻ കഴിഞ്ഞില്ല. സ്വപ്നങ്ങൾ സൂചനകളാണോ എന്നൊരു ചിന്ത അയാളെ അലട്ടാൻ തുടങ്ങി. ശിവൻ തന്നെ വിളിച്ചത് തോന്നലായിരുന്നോ എന്നറിയാൻ ഫോണെടുത്ത് സംശയ നിവാരണം നടത്തി. ചുരുക്കം ദിവസങ്ങളിലെ പരിചയം കൊണ്ട് ഒരാളെയോർത്ത് ഇത്രയധികം ആശങ്കയൊന്നും തന്റെ ജീവിതത്തിൽ ഉണ്ടാകാൻ ഇടയില്ലെന്ന് വിശ്വസിക്കാൻ ശ്രമിച്ചെങ്കിലും ഏറെ നേരം മനസ്സിനെ അടക്കി നിർത്താൻ അയാൾക്ക് സാധിച്ചില്ല. സൂസന്നയുടെ മൃദുലമായ ശബ്ദം മറുതലയ്ക്കൽ കേട്ടതും രാജുവിന്റെ ഉള്ളിലൂടെ ജീവിതത്തിൽ ഒരിക്കലും അനുഭവിക്കാത്തതരം തണുപ്പ് കടന്നു പോയി. എന്തേ രാജു വെന്ന ചോദ്യത്തിനു മറുപടി പറയാൻ അയാളുടെ പക്കൽ കാരണങ്ങളൊന്നും ഇല്ലായിരുന്നു.

"ഒന്നുമില്ല. ജോലിക്കാരിയുടെ കാര്യം ഇന്നു തന്നെ ശരിയാകുമെന്ന് പറയാൻ വിളിച്ചതാ."

"ഉവ്വോ. കിട്ടിയാൽ ഉപകാരമായി. എവിടെയെങ്കിലും വീണു കിടന്നാൽ ഒരാൾ വേണ്ടേ ആരെയെങ്കിലും ഒന്നറിയിക്കാൻ. അല്ലാതെ ജോലിചെയ്യാൻ വേണ്ടി മാത്രമല്ല കൊച്ചേ."

അച്ചനെ കാണാൻ പോയപ്പോൾ അനുഭവിച്ച അതേ കെളുത്തിപ്പിടുത്തം വീണ്ടും തൻെറ നെഞ്ചിൽ തടയുന്നതുപോലെ അയാൾക്ക് അനുഭവപ്പെട്ടു. നിസ്സഹായതയോളം ബലഹീനമായ മറ്റൊരു മനുഷ്യവികാരവും ഇല്ലെന്നു രാജുവിന് അന്നേരം തോന്നി. പുഴുവിനോടു താരതമ്യപ്പെടുത്തുമ്പോഴും പുഴുവിനെക്കാൾ നിവൃത്തികേടനുഭവിക്കേണ്ടി വരുന്ന ഒരു ജന്തു. സൂസന്നയോട് സംസാരിച്ചു ഫോൺ വച്ച ശേഷം ഉരുകുന്ന സൂര്യനോട് കിടപിടിക്കാൻ ശ്രമിച്ചു പരക്കം പായുന്ന അനേകം മനുഷ്യഗണങ്ങളെ വീക്ഷിച്ചുകൊണ്ട് ആ കോൺക്രീറ്റ് കെട്ടിടത്തിന്റെ പുഴുക്കത്തിലിരുന്ന് അയാൾ തന്റെ ഭാര്യയുടെ പുഞ്ചിരി ഓർത്തെടുക്കാൻ ശ്രമിച്ചു. ഇവന്റ് മാനേജ്മെന്റുകാർ ആഘോഷമാക്കിയ ചടങ്ങിൽ വച്ച് ഒരുമിച്ച് നൃത്തം ചെയ്തപ്പോൾ അവളുടെ മുഖത്ത് തെളിഞ്ഞ ചിരി

മാത്രമേ അയാളുടെ മനസ്സിൽ ഓർത്തെടുക്കാൻ ഉണ്ടായിരുന്നുള്ളൂ. പിന്നീടൊരിക്കലും അവൾ ചിരിച്ചില്ലേ അതോ ഓർത്തെടുക്കാൻ മാത്രം മനോഹരമായ ചിരികൾ നഷ്ടപ്പെടുത്തുന്ന ചടങ്ങാണോ ഓരോ വിവാഹ ആഘോഷങ്ങളും. സൂസന്നയുടെ ആശയത്തിന്റെ സൗന്ദര്യം എത്ര ഗംഭീരമാണെന്ന് അന്നേരം അയാൾക്ക് തോന്നി.

www.ingramcontent.com/pod-product-compliance
Lightning Source LLC
LaVergne TN
LVHW100254051026
849517LV00006B/2082
9789393468604